தாத்தாவும் பேரனும்

The old Man and the Boy

ராபர்ட் ஸி. ரூவார்க்

தமிழில்:
வல்லிக்கண்ணன்

MALAR BOOKS

♦ தாத்தாவும் பேரனும் ♦ தமிழில்: வல்லிக்கண்ணன் ♦ பக்கங்கள்: 336 ♦ முதல் பதிப்பு; டிசம்பர் 2025 ♦ வெளியீடு: மலர் புக்ஸ் எண்.47 B1 பிளாட், முதல் மாடி, தாமோதர் பிளாட் ஐஸ்வர்யா அபார்ட்மென்ட், ஓம் பராசக்தி தெரு, வ.உ.சி.நகர், பம்மல், சென்னை – 600075. ♦ பேச: 9382853646, 8825767500 ♦ மின்னஞ்சல் : parisalbooks2021@gmail.com ♦ புத்தகம் & அட்டை வடிவமைப்பு : யுனிக் மீடியா – 9444888197 ♦ அச்சாக்கம்: தி பிரிண்ட் பார்க், சென்னை – 600117.

Sales Rights: Parisal Putthaganilayam

♦ The old man and the boy ♦ Tamil Translate: Vallikkannan ♦ Pages: 336 ♦ First Edition: December 2025 ♦ Publisher: Malar Books, No.47 B1 Flat, First Floor, Dhamodar Flat Aiswarya Apartment, Om Parasakthi Street, VOC Nagar, Pammal, Chennai – 600075. ♦ Cell No: 9382853646, 8825767500 ♦ E-mail : parisalbooks2021@gmail.com ♦ Book & Cover Design: Unique Media – 9444888197 ♦ Printer: The Print Park, Chennai – 600117.

Price: Rs.370

ISBN: 978-93-91947-93-4

அத்தியாயம்

1 கனவானைக் கனவானே காண்பார்	– 005
2 கானகத்தில் உலா	– 019
3. வாத்துக்கும் வாத்துக்கும் வித்தியாசம்	– 027
4. மீன்கள் ஒருவனை தொல்லையிலிருந்து காப்பாற்றும்	– 042
5. செப்டம்பர் கீதம்	– 051
6. உண்மையான கனவான் மிஸ்டர்ஹோவர்ட்	– 065
7. அண்டை வீட்டு நெய்யே என் பெண்டாட்டி கையே	– 091
8. முதிய நாயும் முதிய மனிதனும்	– 107
9. வசந்தத்தில் குதிரை வெறி	– 123
10. சோம்பல் தினம் – பெண்கள் இல்லை	– 131
11. கோடையின் இன்பம்	– 140
12. செப்டம்பர் கீதம் – 2	– 155
13. பள்ளிக்கூடமும் அக்டோபரும்	– 170
14. என்னைத் தவிர எல்லோருக்கும் நோய்	– 190

15. வெள்ளாடும் நானும்	– 198
16. குழலோசை	– 205
17. பெரியவர்களிடையே வாழ்க்கை	– 213
18. நவம்பரின் சிறப்பு	– 240
19. இளமையும் முதுமையும்	– 247
20. எண்ணிப்பார்க்க ஏற்ற மாதம்	– 255
21 வேட்டை வெறி	– 262
22 எக்ஸ். ஓய் மீன்	– 269
23. பெண்கள் சுபாவம்	– 284
24 அதோ போகிறது!	– 292
25. ஞாயிறுப் பள்ளி – இடுகாடு	– 298
26. விரைந்து வரும் கிறிஸ்துமஸ்	– 304
27. ஆமை மசியல்	– 310
28. முதல் நாள் – முடிவு	– 325

1. கனவானைக் கனவானே காண்பார்

தாத்தாவுக்கு அநேகமாக எல்லாம் தெரியும். அதை அவர் அவ்வளவாகப் பாராட்டுவதில்லை. நான் சொல்ல விரும்புவது இதுதான்: அவர் சிறுவனாக இருந்தபோது ஒரு தடவை ஆப்பிரிக்காவுக்குப் போனார். இந்தியாவில் ஒன்றிரு புலிகளைச் சுட்டார். அவர் அப்படித்தான் சொல்கிறார். இங்கும் அயலிடங்களிலும் நிகழ்ந்த யுத்த களேபரங்களில் கலந்துகொண்டார். ஆயினும், இரவு நேரத்தில் காடைகள் ஏன் வட்டமாக நெருங்கி நின்று தூங்குகின்றன, ஏன் வான்கோழிகள் சதா மேடு நோக்கிப் பறக்கின்றன என்பதையும் அவர் இப்போதும் சொல்வதுண்டு.

தாத்தா பார்ப்பதற்குப் பிரமாதமானவர் அல்லர். அவர் காதுகள் பெரிதாக வெளியே தொங்கிக்கிடக்கும்; குச்சி குச்சியான மீசையில் புகையிலையின் வெளிர் மஞ்சள் கறை படிந்திருக்கும். கோணி வளைந்த குழாயில் புகை பிடிப்பார். அவரைப் போலவே அடிபட்டுப் பழசாய்ப்போன குழல் துப்பாக்கியால் வேட்டையாடுவார். அவர் கால் சட்டை சுருங்கி மடிந்திருக்கும். முதியோர் பலர் இனிப்புப் புகையிலையைச் சுவைத்த காலத்தில் செய்து வந்தது போல்தான் அவரும் வெகு நேராக எச்சிலைத் துப்புவார்.

தாத்தாவிடம் எனக்கு மிகவும் பிடித்த விஷயம், அவர் அறிந்தவை பற்றி மனம் உவந்து உரையாடுவதுதான். விஷயங்களைத் தெரிந்துகொள்ள

விரும்புகிற சின்னப்பையனை – அதாவது என்னை அவர் மட்டம் தட்டுவதே இல்லை. நீரும் தாத்தா மாதிரி வயோதிகராகிவிட்டால், உமக்கும் மறந்துவிடும் அளவுக்கு ஏகப்பட்ட விஷயங்கள் தெரிந்திருக்கும். நெடுங்காலமாக அவை உம்முள் ஒரு பகுதியாக உறைந்து கிடப்பதே காரணம். சிறுவன் ஒருவன் உலகத்தில் அடி எடுத்து வைக்கும்போது உம்மைப்போல் சிரமப்படுவதில்லை என்பதை நீர் மறந்துவிடுகிறீர். அனுபவ அறிவைப் பரப்ப நீர் ஆவன செய்வதில்லை. ஏற்கனவே நீர் அறிந்து மறந்தவைகளைப்பற்றித் தெரிந்து கொள்ள மற்றவர்கள் ஆவலாக இருப்பர் என்பதையும் நீர் மறந்துவிடுகிறீர்.

அன்றொரு நாள் நாங்கள் – தாத்தாவும் – நானும் – நாய்களை அழைத்தோம். காடை ஏதாவது அகப்படுமா என்று பார்ப்பதற்காகக் காட்டினுள் சென்றோம். சில காடைகள் இருந்ததாகவே தோன்றியது. வழி காட்டும் நாயான பீட் வெறி பிடித்ததுபோல் சுற்றித் திரிந்தது. பிறகு வாலை நிமிர்த்திக்கொண்டு வயலின் ஒரு மூலையில் அமர்ந்தது. மாரிக்காலத்தை அங்கேயே கழிக்கத் திட்டமிட்டதுபோல்.

"இப்போதெல்லாம் நான் அதிகம் சுடுவதில்லை. எனக்கும் சேர்த்து நீயே சுடு. என் துப்பாக்கியை எடுத்துக்கொண்டு, பீட்டைக் கடந்துபோ. மெதுவாக நட, நாயைக் கலவரப்படுத்தாமல் பறவைகளை உசுப்பிவிடு. ஒரு பறவையையாவது உன்னால் சுட முடியுமா என்று பார்ப்போம். இரண்டாவது பறவை பற்றி நீ கவலைப்படாதே. முதலில் வருவதையே குறி வை. இரண்டாவதாக வருவதைச் சுடுவதற்கு முந்தி நீ முதல் பறவையைச் சுட்டாக வேண்டும். அதுதான் முக்கிய விதி. அது சரியாக அமைகிறதா பாரேன்" என்று தாத்தா சொன்னார்.

நான் பீட்டைக் கடந்து போனேன். பறவைகள் ஆகாசவாணம் போல் பாய்ந்துவந்தன. எல்லோரும் முதன்முதலில் செய்வதுபோலவே நானும் செய்தேன். ஏககாலத்தில் எல்லாவற்றையும் சுட்டேன். இரு குழல்களையும் வெடித்தேன். ஆனால் ஒரு பறவை கூட விழவில்லை.

நான் தாத்தாவை நோக்கினேன். என்மீது சோகப்பார்வை வீசினார் அவர். தலையை ஆட்டிவிட்டு, சுங்கானை எடுத்தார். புகையிலையைப் பக்குவப்படுத்தி, தீக்குச்சியால் பற்றவைப்பதற்குப் பெருமுயற்சி செய்தார்.

"குழந்தாய், என் ஆயுளில் நான் ஏகப்பட்ட பறவைகளைத் தப்ப விட்டிருக்கிறேன். இனியும் சுடக் கிளம்பினால், மேலும் பல பறவைகளைத் தவறவிடுவேன். ஆனால் நான் அறிந்த ஒரு விஷயத்தை நீ இப்பொழுது

கற்றுக்கொள்வது நல்லது. வயலில் தரை மட்டத்தில் வரிசையாக ஓடும் பறவைகளைச் சுட்டால்கூட எவரும் அக்கூட்டம் முழுவதையும் கொல்லமுடியாது. ஒரு சமயத்தில் ஒரு பறவையைத்தான் சுட முடியும்.

"தாக்கப்பட்ட பிறகு பறவைகள் தனித்தனியாய் திரிவதற்குச் சற்று நேரம்பிடிக்கும்; அவற்றின் வாடை இன்னும் காற்றில் மிதக்கும். எனவே நாய்களுக்குச் சிறிது ஓய்வு கொடுக்கவேண்டியது அவசியம். புகை பிடித்து முடிக்கும் வரை காத்திருந்து பிறகு வேலையைத் தொடங்கலாம்" என்று தாத்தா கூறினார். நான் வளர்ந்து பெரியவனானதும் என்ன செய்யவேண்டும் என்பது அவருக்குத் தெரியாது. அதுபற்றி அவருக்கு அதிக அக்கறையுமில்லை. ஆனால் நான் காடைகளை கௌரவிக்கக் கற்றுக்கொள்ள வேண்டும். மனிதரைக் கௌரவிக்கக் கற்பதற்கு அது முன் மாதிரியாக அமையும் என்று சொல்லி, அவர் விளக்கலானார்.

"இச்சிறு காடை ஒரு கனவான் ஆகும். கனவான் கனவானை அணுகுவதுபோல்தான் நீயும் அதை நெருங்க வேண்டும். அதைப் போற்றிக் கவனித்து அதன் அளவில் அது உயர்ந்ததே என்பதை நிலைநிறுத்த வேண்டும். ஏனெனில் இந்த இனப் பறவை மிக அதிகமில்லை. மரியாதையோடு சுடப்படுவதற்குத் தகுதி வாய்ந்தது இது. காடையை நீ எவ்விதம் கையாள்கிறாயோ அதன் பலன் உனக்கும் கிட்டும்.

"இப்படி எண்ணிப்பார். காடைக்கூட்டம் உன் குடும்பத்தில் ஓர் அங்கம். அதை நீ நன்கு கவனித்தால் அது உன் ஆயுள் காலம் பூராவும் அதே இடத்தில் வசிக்கும். உன் தோட்டத்தில் நெடுகிலும் வேலை செய்து, பூச்சிகளைப் பிடித்துத் தின்னும். மாலை வேளைகளில் சீட்டி அடித்து உன்னை உற்சாகப்படுத்தும். உன் நாய்களுக்கும் மகிழ்வளிக்கிறது, அவை விளையாடுவதற்கு ஏற்றனவாக அமைவதால். அதை வேட்டையாடும்போது போதுமான அளவு சுடுவதோடு நிறுத்திவிடவேண்டும். அப்போதுதான் அடுத்த வருஷம் புதிய கூட்டத்தை உற்பத்தி செய்வதற்குத் தேவையான பறவைகள் எஞ்சும்." ஆணியில் கிடக்கும் துப்பாக்கியைக் கையில் எடுத்துக்கொண்டு, நாய்களை அழைத்தவாறே "நிச்சயமாகக் கண்ணில் படும் என்ற உறுதியோடு காடைக் கூட்டத்தைத் தேடிச் செல்வது போன்ற இனிய விஷயம் வேறு எதுவுமே கிடையாது. இச்சிறு பறவை அஞ்சு அவுன்சு கனம் கூட இல்லை. ஆனால் அதன் ஒவ்வொரு அவுன்சும் தனித்தரம் உடையது. சாட்டையைப்போல் வேகம் பெற்றது அது. அதற்கு எதிராகப் போகிற ஒவ்வொரு சமயமும் உனது தன்மையை நீயே நிரூபித்துக் கொள்கிறாய்.

“காடை பிடிக்கப்போய் முன்னைவிட அதிகமான மரியாதை உணர்வு கற்றுத் திரும்பாத மனிதன் எவனையும் நான் கண்டதில்லை. கனவான்களோடு சேர்ந்து பழகுவது உனக்குத் தீங்கு பயக்காது. காடை வேட்டையாட எண்ணினால், சில விஷயங்களை நாயின் முன்னால் முயல்களைச் சுடக்கூடாது என்பது போன்றவற்றை நீ மறக்கவே கூடாது. இல்லையெனில், காடையிடமிருந்து நாயின் கவனத்தைத் திருப்பிவிடுவாய்.

“அப்புறம் நாய்களைப்பற்றியும் சிறிது கவலைப்பட வேண்டும். ஒரு இடத்தில் பின் தங்கி நிற்காத – ‘மற்றதை கௌரவிக்காத’ என்பதே சரியான பதம் – நாய், மற்றொரு நாய்க்கு விட்டுக்கொடுக்காத நாய் பயனற்றதுதான். அதை நீயே சுட்டுக்கொன்றுவிடலாம். இவ்வுலகில் உள்ள தொல்லைகளில் ஒன்று என்னவென்றால் ஒவ்வொருவரும் முட்டி மோதி இடித்துத் தள்ளிக்கொண்டிருக்கிறார்கள். உன் நாய்க்கு நல்லொழுக்கம் எதுவுமில்லாது போனால் அது நாயாக இருக்கவே அருகதையற்றது.

“முயல்களைத் துரத்திக்கொண்டு ஓடும் நாய்க்கும் இதே வழிதான். அது வேட்டை நாயாக இருந்தால் முயல்களைத் துரத்தலாம். மோப்பம் பிடிக்கும் நாய்க்கும், வழிகாட்டும் நாய்க்கும் முயல்களைத் துரத்தி மகிழ உரிமை கிடையாது. வாஷிங்டன் நகரவாசிகள், ‘அநாவசிய ஆடம்பரம்’ என்று குறிப்பது இதைத்தான். ஒரு நாய் அல்லது மனிதன் தனது போஷாக்குக்காக எதைச் செய்ய வேண்டுமோ – அல்லது, எதைச் செய்ய உரிமை இருக்கிறதோ அதைத்தான் செய்ய வேண்டும்.”

தாத்தா புன்னகைத்து, சுங்கானை உறிஞ்சினார். பிறகு பேசினார்: “லூ என்ற பெயரோடு, மோப்பம் பிடிக்கும் பெட்டை நாய் ஒன்று இருந்தது. ஜோ ஹெஸ்கத் எனும் நண்பன் ஒருவனுக்குச் சொந்தமானது. அது வாயில்லாப் பிராணிதான். ஆனால் உண்மையான விசுவாசம் உடையது. பின்தங்கி நிற்கும் சுபாவம் கொண்ட பெட்டை நாய் அது.

“பறவைகளைக் கண்டுபிடிக்கும் பெரிய நாய் ஒன்றும் ஜோவிடமிருந்தது. அது சுத்தக் கறுப்பு. கரியன் என்பதே அதன் பெயர். பறவையைக் குறிவைத்துக் காட்டும்போது அது கருகிப்போன அடிமரம் மாதிரி தோன்றும். அடிமரம் போலவே உறுதியும் கருநிறமும் பெற்றது அது. அதனால் லூ அடிமரங்களைச் சுட்டிக் காட்டுவதிலேயே தன் வாழ்வு பூராவையும் கழித்தது. புல் நிறைந்த சமநிலத்தில் துடைப்பப் புல்களினூடே நடக்கிறபோது, அப்பாவி லூ தென்படும். கருகிய அடிமரம் ஒன்றின் அருகே பனியால் விறைத்துக் காணப்படும். பின்னுக்கு ஒதுங்கி நிற்பது தவிர வேறெதுவும் அறிந்திராத லூ செய்த வேலை அதுதான். ஆயினும் தன் கடமையை மிகச்சிறப்பாகச் செய்தது அது.

தன் தொழிலாக ஏற்றுக்கொண்ட ஒன்றை அது என்றும் வெறுத்ததே இல்லை. இறுதியில் அதன் கண்கள் ஒளி இழந்தன. அது சாக நேர்ந்தது. போக்குவரத்து மிகுந்த ஒரு தெருவின் நடுவே காணப்பட்ட 'பயர் பிளக்'கை கரியன் என நினைத்து லூ ஒதுங்கி நின்று காவல் புரிந்தது. விலக மறுத்தது. வேகமாக வந்த ஒரு காரில் அடிபட்டது."

தாத்தா தனக்கே உரிய குறும்புடன், மென்மையாகப் புன்னகை புரிந்தார். அவராகவே புதிய பாடம் ஆரம்பித்தார்.

"ஒருவன் நாய்களைக் கவனிப்பதன் மூலம், வாழ்வது பற்றிய உண்மைகளை நிறையவே கற்க முடியும். பாம்புகளும் சிறு ஆமைகளும் உதாரணமாகும். சிறந்த பறவை பிடிக்கும் நாய் சிறு ஆமையையும் கண்டுபிடிக்கும். பாம்பையும் காட்டும். ஆனால் அது ஆமையிடமிருந்து பதுங்காது. பாம்பைக் காட்டியதும் உடனே தூர ஓடும். இதையே பொதுநலப்பணி என நாய் கூறும். ஆனால் நல்ல பறவை நாய் ஒரு முயலைக் கண்டதும், தன் காதுகளை விசித்திரமாக நிமிர்த்தும். பழக்கடையிலிருந்து ஆப்பிளைத் திருடுவதுபோல் குற்றமுள்ள பார்வையோடு அது தோளுக்கு மேலாக உன்னைக் கவனிக்கும். அது உதையை எதிர்பார்க்கிறது என்பது உனக்குப் புரியும். அதற்கும் தெரியும். துருதுருத்து பறவைக் கூட்டத்தின் நடுவே ஓடுகிறபோதும் நாய்க்கு அது தெரியும் அப்படிச் செய்வது தவறு என்று தெரிந்துகொண்டே அது இறந்த பறவையை அழுத்திக் கடிக்கிறபோதும் அதற்கு உதை தேவைப்படுகிறது. நாயைத் தவறாக மதிப்பிடாதே. கூரிய மோப்ப சக்தியும் நல்லுணர்வும் பெற்ற உயர்ந்த ஜாதி நாயைத் தவறு செய்யும்படி விட்டால், அது உன் குற்றமேயாகும்."

எப்படியோ காடை விஷயத்திலிருந்து விலகிப் போய்விட்டதாகத் தாத்தா சொன்னார். வயதானவர்கூட பரபரப்பு அடையக்கூடும் என்பதை அவர் விளக்கும் விதம்தான் இது. மீண்டும் அவர் பழைய விஷயத்துக்கு வந்தார். "அறிவுள்ள எவனும் காடைக் கூட்டத்தை அது விருப்பமுடன் வாழ்ந்துவரும் இடத்திலிருந்து அகற்றவே மாட்டான்" என்று அவர் சொன்னார்.

"காடை நம் குடும்பத்தின் ஓர் அங்கமாகும் என்று தாத்தா திரும்பவும் கூறினார். குடும்பத்தைச் சேர்ந்த இதர அங்கத்தினர் போலவே அதுவும் போஷிப்பை எதிர்பார்க்கிறது. ஆகவே அதற்காக வயலில் பட்டாணி. கடலை அல்லது வேறு எதையாவது பயிரிட்டு, பறவை தின்பதற்கென்றே விட்டுவிடவேண்டும். காடை பறந்து சென்று பதுங்குவதற்கு வசதியாக அதை அருகிலேயே பயிரிடவேண்டும். சின்னக் காடை தன் பழக்கங்களில் நன்கு ஊறியது. உறங்கும் இடத்திலிருந்து அது வெகுதூரம் போகும். ஆயினும் வீட்டுக்கு ஓடிவரவே அது ஆசைப்படுகிறது. மனித இனம் இதிலிருந்து ஒரு பாடம் படிக்க மறுப்பது அவமானம்தான்.

“ஆனால் மனிதரிடையே உள்ளதுபோலவே, காடையிடம் மடத்தனம் ஒன்று உண்டு. நன்னிலையை அது நீடிக்க விடுவதில்லை. சண்டையைத் துவக்கும். நம்மைப் போலவே அதுவும் தன்னைத் தானே செயலற்றதாக்கிக் கொள்ளும். அறியாமையினால்தான் யுத்தங்களும் பஞ்சங்களும் ஏற்படுகின்றன. வேட்டை விதிகள் கூடப் பிறந்துள்ளன. இவ்விதிகள் பேரில் எனக்கு நல்ல அபிப்பிராயம்தான். ஏனெனில் அவை மனிதரையும் பறவைகளையும் எச்சரிக்கையாக இருக்கும்படிச் செய்கின்றன. உறுதியான இல்லோம்பும் முறைகளை அதன்மீது சுமத்தாவிடில் காடை தன் குடும்பத்தில் கலகம் விளைவிக்கும். தன் இன்பத்தில் ஆழ்ந்து, முடிவில் தன்னையே அழித்துவிடும். ஆண் பறவைகள் சண்டையிடும். பெண் பறவைகள் தம் முட்டைகளைத் தாமே தின்றுவிடும். பறவைகள் வசித்த இடத்தில் திடீரென்று எதுவுமே இல்லாது போகும்.

“இது யாருக்கும் நல்லதல்ல. பறவைகள், பூச்சிகள், நீர்நாய் யாருமே நன்மை பெறப்போவதில்லை. எனவே ஆண்டுதோறும் அதைக் கணிசமான ஒரு அளவுக்குக் குறையும்படி சுட வேண்டும். இருபது பறவைகள் கொண்ட ஒரு கூட்டம் இருப்பதாக வைத்துக்கொள். நீ அதைச் சுட்டு, பாதியாகக் குறைக்கிறாய். நரிகள் சிலவற்றைப் பிடித்துக்கொள்ளும். மேலும் சில பறவைகளைக் காட்டுப்பூனைகள் கொன்றுவிடும். இரு தடவைகள் அது முட்டையிட்டுக் குஞ்சு பொரிக்க முயலும். ஆனால் பருவ நிலை பாதகம் விளைவிக்கும். ஆகவே நீ பேராசைப்பட்டு பறவைகளை ஏராளமாகக் கொல்லாது விட்டு வைத்தால், அவை உன் தோட்டத்தில் நிரந்தரமாக வாழ முடியும்.

“உன் பாட்டியைச் சந்திப்பதற்கு முன், நான் தென் பிராந்தியத்தில் ஒரு இடத்தில் தங்கியிருந்தேன். அப்பொழுது நாய்களிடம் சிரத்தை காட்டி வந்தேன். நான் அங்கு முப்பது வருஷங்கள் வசித்தேன். அக்காலம் முழுமையும் எனது நாய்களை எல்லாம் ஒரே தோட்டத்தில் வசித்த அதே பறவைக் கூட்டத்திடம் தான் பழக்கினேன். நாய்களைப் பழக்கியபோது சில குட்டிகளுக்கும் பயிற்சியளித்தேன்.

“இதையே பிரெஞ்சுக்காரர் ‘திட்டமான நிர்வாகம்’ என்பர். நான் பறவைகளை வீட்டருகே வசிக்கப் பழக்கினேன். பறவைகள் கூடு கட்டிக் குஞ்சு பொரிக்கும் காலத்தில் அவற்றிடம் மரியாதையாகப் பழகும்படி நாய்களுக்குக் கற்பித்தேன். நாய்கள் பறவைகளைக் கௌரவிக்கிறபோது, நாய்களிடம் மரியாதை காட்டும்படி பையன்களுக்குக் கற்றுக் கொடுத்தேன். நான் ஒரு வருஷத்தில் மூன்று முறைகளுக்குமேல் இப்பறவைகளைச் சுடுவதில்லை. ஒரே சமயத்தில் ஒரு கூட்டத்தில் மூன்று பறவைகளுக்கு அதிகமாகச் சுட்டதுமில்லை.

சரிபாதிக்கும் கீழாகும்படி நான் பறவைக்கூட்டத்தை ஒருபோதும் சுட்டதில்லை. ஆனால் எல்லாக் காலத்திலும் அதற்கு உணவு கிடைக்க வழி செய்திருந்தேன். அவையும் என் அகத்து அதிதிகள் என்றே கூறலாம்.

"பறவைகளைப்பற்றி நான் உனக்கு எவ்வளவோ சொல்ல முடியும். ஆனால் வர வர நான் மிக அதிகமாக வாயாடுகிறேன் எனத் தோன்றுகிறது" என்றும் தாத்தா சொன்னார். "உனக்குத் தேவையான காலம் வரை காத்திருக்க வேண்டும். கூட்டம் முழுவதையும் சுடக்கூடாது. பறவைகளை நன்கு போஷிக்க வேண்டும் என்கிற விஷயங்களை நீ என்றும் நினைவில் நிறுத்திக் கொள்ள முடியுமானால் நல்லது. இதுவரை நான் சொன்னது மரியாதை பற்றிய நல்லுபதேசம் ஆகும். எல்லாச் சந்தர்ப்பங்களுக்கும் காடைப்பறவை, நாய்கள் அல்லது மனிதர் சம்பந்தப்பட்ட அனைத்துக்கும் இது பொருந்தும்" என்று அவர் குறிப்பிட்டார்.

"இது மிக விலை உயர்ந்த துப்பாக்கி அல்ல. கையினால் செய்யப்பட்டதுமல்ல. இதன்மீது சித்திர வேலைப்பாடு எதுவும் இல்லை. ஆனால் நீ எப்படிப் பிடிக்கிறாயா அவ்விதமே அது சுடும். நீ அதைச் சரியாகப் பற்றினால் வைத்த குறி தவறாது சுடும். என்றாவது நீ வேலைக்குப் போய் பணக்காரனானால், நீ இங்கிலாந்து சென்று, உனக்கே உனக்கென்று இரட்டைக்குழல் துப்பாக்கிகள் வாங்கிக் கொள்ளலாம். அல்லது இந்நாட்டிலேயே விசேஷமாகத் தயாரிக்கப்பட்ட, பொன்னிறப் பறவைகளும் நாய்களும் நிறையச் சித்தரிக்கப்பெற்ற, துப்பாக்கி ஒன்றை வாங்கலாம். ஆனால், சுடக் கற்றுக்கொள்வதற்கு உனக்கு இப்போது தேவையான துப்பாக்கி இதுதான்" என்று தாத்தா சொன்னார்.

ஒரு சிறுவனுக்கு அந்தத் துப்பாக்கியே மிக அழகானதாக இருக்கும். அதிலும் அவனுக்கு அப்பொழுது எட்டே வயதுதான்; எனினும் அவனை நம்பி அபாயகரமான ஆயுதம் ஒன்றைக் கொடுக்கலாம் எனத் தாத்தா தீர்மானித்துவிட்டார் என்கிறபோது அது அற்புதமாகவே தோன்றும். இருபது டாலர் மதிப்புள்ள சிறிய துப்பாக்கிதான் அது. ஆனால் அந்தக் காலத்தில் இருபது டாலர் என்பதே பெரும் நிதியாகும். அதைக் கொண்டு ஏகப்பட்ட பொருள்கள் வாங்கலாமே.

தாத்தா தன் குழாயை நிரப்பி, அதை மீசைக்கு அடியில் திணித்தார். துரத்துகிற நாய் ஒன்று, சமூகரீதியாய் கவனிக்க உரிமையற்றது என விலக்கப்பட்டிருக்கும் முயலை நோக்குவதுபோல, அவர் வெளியே துருத்தி நிற்கும் தன் காதுகளை என் பக்கமாகத் திருப்பினார்.

"இன்னும் ஒரு நிமிஷத்தில் நான் நாய்களுக்குச் சீட்டி அடிக்கப்போகிறேன். நீ இத்துப்பாக்கியைச் சிறந்த முறையில் பயன்படுத்து. ஆனால் காட்டுக்குள்ளே

புகும் முன்பு நான் ஒன்று சொல்ல விரும்புகிறேன். எனது கீர்த்தி இப்போது உன் கையில் இருக்கிறது. நீண்டு தொங்கும் சட்டை அணிந்த சிறுவனிடம் அவன் உயரத்துக்குச் சரியாக வருகிற துப்பாக்கி ஒன்றைக் கொடுத்ததால், என்னை அடு மடையன் என்றே உன் தாய் கருதுகிறாள். உனக்கும் துப்பாக்கிக்கும் நீ அதைப் பயன்படுத்தும் முறைக்கும் நானே பொறுப்பு என்று அவளிடம் நான் சொன்னேன். ஒரு சிறுவன் எப்பொழுது துப்பாக்கிகளைப் பற்றிக் கற்றுக்கொள்ளத் தயாராகிறானோ அப்பொழுதே அவன் தயாராகிவிட்டான். அவன் எவ்வளவு சின்னவனாக இருப்பினும் பரவாயில்லை. கவனமாக இருப்பது எப்படி என்பதை அறியாப் பிராயத்திலேயே துவங்க முடியாது. உன் கையிலிருப்பது ஆபத்தான ஆயுதம். அது உன்னைக் கொல்லலாம். என்னை அல்லது நாயைக் கொல்லலாம். கெட்டிக்கப்பட்ட துப்பாக்கி, அதை எடுத்தாளுகிறவன் கையில் சக்தி வாய்ந்த கொலைக்கருவியாக விளங்குகிறது என்பதை நீ சதா நினைவில் நிறுத்து. ஒருபோதும் மறந்துவிடாதே” என்று அவர் சொன்னார்.

நான் மறக்கமாட்டேன் என்றேன். என்றும் நான் அதை மறந்ததுமில்லை.

தாத்தா தொப்பியை அணிந்து, பிராங்க், ஸேன்டி எனும் நாய்களை அழைத்துச் சீட்டியடித்தார். பழகிய பறவைகள் இருந்த வீட்டுக்குப் பின்புறமாக நாங்கள் நடந்தோம். அது நவம்பர் மாதத்தின் இனிய நாள். சூரியன் கதகதப்பாக இருந்தது. காற்றும் கடுமையாக இல்லை. இலைகளில் பொன்னிறமும் சிவப்பும் சிறிது தங்கியிருந்தன இன்னும். நாங்கள் ஒரு வேலியை அணுகினோம். முள் கம்பியாலான தணிந்த வேலி அது. நான் ஒரு கையால் துப்பாக்கியை உயர்த்திப் பிடித்து, மறுகையால் தூணைப் பற்றிக்கொண்டு, வேலி மீது ஏறினேன். பாதி உயரம் போயிருப்பேன். அதற்குள் முள்கம்பி என் கால் சட்டை நடுவில் குத்திப் பற்றிக்கொண்டது. தாத்தா கூச்சலிட்டார்.

“நில்லு! காற்றில் ஆடும் துப்பாக்கியோடு, ஒரு பாதம் வெளியிலும் மறுபாதம் கம்பியிலுமாக, வேலியில் சிக்கித் தவிக்கும் நீ மடத்தனமாகக் காட்சி தருகிறாய், இல்லையா?” என்றார் அவர்.

“அப்படித்தான் நானும் நினைக்கிறேன்” என்றேன்.

“அதற்காக நான் உன்னை நன்றாகக் கோபித்துக் குறை கூறுவேன். நீ தவறு செய்தால் உனக்குச் சரியானபடி கொடுப்பேன். நீ இன்னும் துப்பாக்கியைக் கெட்டிக்கவில்லை என்பது தெரியும். நீ துப்பாக்கியும் கையுமாக வேலி ஏறத் துணிந்ததால் தவறு ஏற்பட்டால்கூட யாரும் சுடப்பெற மாட்டார்கள் என்பதையும் அறிவேன். ஆனால் அதையே நீ பழக்கமாக்கிக்

கொண்டால் என்றாவது ஒரு நாள் கெட்டித்த துப்பாக்கியுடன் ஏறுவாய்; உன் கால் சறுக்கும்; துப்பாக்கியின் விசை கம்பியில் மாட்டி இழுபட்டு, மருந்து வெடிக்கும். அது உன்னை அல்லது என்னை அல்லது வேறு யாரையாவது சுட்டுவிடும். அப்புறம் வருத்தப்பட்ட நேரமிராது.

"காடுகளையும் வயல்களையும் சுற்றி அநேக வேலிகள் உள்ளன. இனி உன் வாழ்வு முழுவதும் நீ வேலிகளைத் தாண்டிக் கொண்டிருப்பாய். இப்பொழுதிலிருந்தே அதைச் சரியாகச் செய்யத் துவங்குவது நல்லது. வேலி ஏறும்போது, துப்பாக்கியைத் தரையில் படுக்கப்போடு, நீ எந்த இடத்தில் ஏற விரும்புகிறாயோ அதற்குப் பத்து அடி தள்ளி, வேலிக்குக் கீழே அதைப் பாதுகாப்பு மூடியோடு வை. நீ எப்பக்கம் போகிறாயோ அதற்கு எதிர்த்திசை நோக்கி இருக்கட்டும் அதன் வாய். வேலியைத் தாண்டிய பிறகு நீ திரும்பிப்போய் துப்பாக்கியை எடுத்து, மூடி சரியாக இருக்கிறதா என்று கவனி. இதை நீ ஒரு வழக்கமாகக் கொள்க. அடிக்கடி பார்த்து மூடி பத்திரமாக மாட்டப்பட்டுள்ளதா என்று கவனிப்பதால் நஷ்டம் எதுவும் ஏற்படாது" என்று சொல்லி முடித்தார் அவர்.

வயலின் மூலையை அடையும் வரை நாங்கள் நேரே நடந்தோம். கிழ ஸேன்டி – லேசான மஞ்சளும் வெண்மையும் படிந்த நாய் – காற்றை மோப்பம் பிடித்தவாறே வெளி ஓரத்தில் சுற்றியது. அதிக வயசும் மந்த குணமும் பெற்றுவிட்ட பிராங்க் சிரத்தையோடு தரையை நாசியால் ஆராய்ந்து வந்தது. விரைவில் ஸேன்டிக்குச் செய்தி கிட்டவே, அது துள்ளிப் பாய்ந்து ஓடியது. வேகமாக ஓடியபோதே அது சடக்கென நின்று, பெர்ரிச்செடிக் குவியல்களின் அருகே உறைந்ததுபோல் காட்சி தந்தது. பிராங்க் கொஞ்சம் வேகம் பெற்று அதே தடத்தில் ஸேன்டியை நோக்கிச் சென்றது. அது தன் தலையை ஒருமுறை உயர்த்திப் பார்த்தது. ஸேன்டி சுட்டியபடி நிற்பதைக் கண்டதும் அது ஒதுங்கி விறைப்பாகவும் நேர்த்தியாகவும் காத்து நின்றது. அதைவிட அழகு மிகுந்த படங்களை நீங்கள் பார்த்திருக்கலாம். நான் கண்டதில்லை.

"நிஜமாகவே நான் இப்போது சுடலாமா?" என்று கேட்டேன்.

"துப்பாக்கியைக் கெட்டி பண்ணு. பிறகு அங்கே போ. பறவைகள் வெளியே வரும்போது ஒன்றைக் குறி வை. அதையே சுடு" என்றார் தாத்தா.

நான் துப்பாக்கியைக் கெட்டித்து, நாய்களின் அருகே போனேன். மூடியின் கொக்கியை நீக்கினேன். அது 'கிளிக்' என எழுப்பிய ஓசை காதுகளில் நன்கு விழவில்லை. ஆனால் தாத்தா அதைக் கேட்டுவிட்டார்.

"நில். துப்பாக்கியை என்னிடம் தா" என்றார் அவர்.

நான் குழப்பமடைந்தேன். என் உள்ளம் வேதனையுற்றது. அது என் துப்பாக்கி, தாத்தா அதை எனக்குத் தந்துவிட்டார். ஆனால் இப்பொழுது அவரே அதைத் திரும்ப எடுத்துக்கொண்டார். அவர் புகைக்குழாயை வாயின் ஒரு ஓரத்துக்கு ஒதுக்கியபடி நாய்களின் பின் சென்றார். பறவைகள் இருந்த இடத்தை அவர் பார்க்கவேயில்லை. தனக்கு நேரே பார்வையைச் செலுத்தினார். துப்பாக்கி அவர் உடலோடு 45 டிகிரி கோணத்தில் ஒண்டியிருந்தது. பறவைகள் மேலெழவும், தாத்தா துப்பாக்கியை உயர்த்தினார். அது உயரும்போதே அவர் கட்டை விரல் 'ஸேப்டி'யை நீக்கியது. துப்பாக்கி மெதுவாக அவர் மோவாயண்டை வந்தது. அப்படி வந்த உடனேயே அவர் சுட்டதாகத் தோன்றியது. இருபத்தைந்து கஜங்களுக்கு அப்பால் இறகுச் சிதறல்களோடு கீழே விழுந்தது ஒரு பறவை.

தாத்தா, மற்றொரு குண்டை வெளிப்படுத்தியவாறே சொன்னார். "அதை எடுத்து வா" என்று.

"என்னிடமிருந்து துப்பாக்கியை ஏன் பிடுங்கினாய்?" என்று நான் கத்தினேன். நனைந்துவிட்ட கோழி மாதிரி வெறி பிடித்தவனானேன் நான். "நாசமாய்ப் போக. அது என் துப்பாக்கிதானே. உன்னுடையது இல்லையே" என்றேன்.

தாத்தா சொன்னார்: "திட்டுவதற்கு நீ இன்னும் பெரியவனாகவில்லை. வயது வந்தவர்களின் விசேஷ உரிமை அது. பல விஷயங்களைச் செய்ய நீ உரிமை பெறவேண்டியிருப்பது போலவே திட்டும் உரிமையையும் பெற்றாகவேணும். அழுத்தமாகக் கூறுவதற்காகவே திட்டுதல் ஏற்பட்டது. சொல்லுக்குச் சொல் வசவும் இடம் பெறுமானால் அது சப்பென்றாகிவிடும். அப்புறம் அதற்கு அர்த்தமே இராது. உன்னிடமிருந்து துப்பாக்கியை நான் ஏன் பிடுங்கினேன் என்று சொல்வேன். நீ அதை ஒருபோதும் மறக்க மாட்டாயே?"

"பந்தயம். நான் மறக்கவே மாட்டேன்" என்றேன், தணியாத வெறியோடு. எனக்கு அழுகை வந்துவிடும் போலிருந்தது.

"உன் அம்மாவைத் திருப்திப்படுத்தவாவது நான் உன்னைத் தொணதொணப்பேன் என்று அப்பொழுதே சொன்னேன். அந்தப் பாடத்தின் ஒரு பகுதிதான் இதுவும். உன்னிடமிருந்து உன் புதிய துப்பாக்கியை நான் பிடுங்கிக்கொண்ட நாளின் நினைவு வராமல் நீ இனி என்றுமே பறவைகளின் நடுவில், அல்லது எங்குமே, போக மாட்டாய்."

"நீ ஏன் அதைப் பிடுங்கினாய் என்றே எனக்குத் தெரியவில்லை. நான் என்ன தவறு செய்தேன்?"

"ஸேப்டியின் பிடிப்பு" என்றார் அவர். "மூடியின் கொக்கியை நீக்கிவிட்டுத் துப்பாக்கியைச் சுமந்து திரிய எவனுக்கும் எவ்வித முகாந்திரமும் இல்லை. நாய்கள் சுட்டிக்காட்டும் இடத்திலிருந்து பறவைகள் நிச்சயம் மேலெழும் என்பது உனக்குத் தெரியாது. அவை உன்னிடம் பாய்ச்சல் காட்டலாம். அதனால் நாய் காவலை விட்டு முன்னேறலாம். நீயும் அதன்பின் நகருவாய். ஒரு குழியில் விழ நேரலாம். அல்லது கல் தடுக்கிவிடலாம். உடனே துப்பாக்கி வெடிக்கிறது புளுய்ய்!"

"எதையாவது சுடத் திட்டமிட்டிருந்தால் எப்போதாவது அதை அகற்றத்தானே வேண்டும்" என்றேன்.

"பழக்கம் என்பது அற்புதமான விஷயம். நல்லவற்றைப் போலவே கெட்டவைகளும் பழக்கமாவது எளிதுதான். ஒருதடவை செய்தால், அவை விடாது ஒட்டிக்கொள்ளும். சுடக் குறி பார்க்கிற வரை துப்பாக்கி மூடியை அகற்றி வைப்பதில் பயனில்லை. பறவைகள் கிளம்பிய பிறகு துப்பாக்கி உன் தோளுக்கு வந்ததும் மூடியை நீக்கப் போதுமான நேரம் இருக்கிறது. ஒரு வகையில் துப்பாக்கி சுடுவது தன்னிச்சையாக நிகழும் வேலையேயாகும்.

"நீ சுட வேண்டிய விதம் இதுவே. உன் உடலுக்குக் குறுக்காகத் துப்பாக்கியைப் பிடி. உன் சகாவிடமிருந்து விலக்கியே பிடித்துக்கொள். நேரே பார். பறவைகள் மேலே வந்ததும் ஒரு பறவையைக் குறி வை. உடனே தன்மய உணர்வுகள் வேலை செய்யும். துப்பாக்கி மேலெழுந்து உன் கண்களின் கீழே வரும். அப்படி அது வருகையில், உன் கட்டைவிரல் ஸேப்டியை நீக்கி, ஒரு விரல் விசையிடம் செல்கிறது. உன் கண்கள் பறவை மீதும்; விரல் விசை மேலும் பதிந்திருக்கையில், துப்பாக்கி வெடிக்கிறது; பறவை செத்து விழுகிறது. நீ ஒழுங்காகச் செய்யத் துவங்கினால் ஒவ்வொன்றும் எளிதேயாகும். சில தடவைகள் முயன்று பார். 'பைன்' மரத்தை அல்லது எதையாவது சும்மா சுட்டுப்பழகு" என்றார். நான் துப்பாக்கியை மேலே உயர்த்தி முடுக்கினேன். அது பயங்கர ஓசையோடு வெடித்தது. எனக்கு ஏற்பட்ட பயத்தால் நான் அதைக் கீழே போட்டேன்.

"அஹ்ஹஹ்" என்று தாத்தா குத்தலாகச் சொன்னார்: "துப்பாக்கியை வெறுமெனச் சுடுவதற்கு முன்பு அதில் குண்டு இருக்கிறதா இல்லையா என்று கவனிக்க உனக்கு அறிவு இருக்குமென்று நினைத்தேன். அப்படிச் செய்திருந்தால் நீ கவனிக்காத வேளையில் நான் குண்டை உள்ளே போட்டுவிட்டேன் என்பதைப் பார்த்திருப்பாய். இப்போது உன் செய்கையால் நீ என்னையோ, நாய்களில் ஒன்றையோ சுட்டிருக்கக் கூடுமே."

முதல் பாடத்துக்கு அது முடிவு கட்டியது. இப்பொழுது நான் எவ்வளவோ வளர்ந்துவிட்டேன். ஆயினும் அன்று தாத்தா என்னிடமிருந்து துப்பாக்கியைப் பிடுங்கியதையும், அதிலிருந்து குண்டை அகற்றியதையும், எனக்கு எச்சரிக்கை உண்டாக்குவதற்காக நான் அறியாதவகையில் மீண்டும் அதைத் துப்பாக்கியில் போட்டதையும் நான் மறக்கவேயில்லை. இரண்டு மூன்று விஷயங்களைச் செய்து காட்டி அவர் உணர்த்திய அந்தப் பாடத்துக்கு உலகத்திலுள்ள வார்த்தைகள் அனைத்தும் இணையாக முடியாது. நாங்கள் வீடு திரும்பியபோது அவர் வேறொரு விஷயமும் சொன்னார்: "வயதாக ஆக, நீ அதிக எச்சரிக்கை அடைவாய். என்னவ்வளவு வயது ஆகிறபோது, துப்பாக்கியிடம் உனக்குப் பயம் ஏற்பட்டு விடும். அதனால் ஒவ்வொரு இளைஞனும் உன்னை உருப்படாத கிழவி என்று சொல்வான். ஆனால் உருப்படாக்கிழவிகள், வாத்து வேட்டையின்போது நண்பர்களின் தலைகளைச் சுடமாட்டார்கள். அல்லது ஒரு மான் பதுங்கிய புதருள் சுட்டுவிட்டு பிறகு அங்கு போய் மார்பில் குண்டு அடிபட்டுக் கிடக்கும் அருமை நண்பனைக் கண்டெடுக்கவும் மாட்டார்கள்."

நாங்கள் வீடு சேர்ந்து, தாத்தாவின் அறையை அடைந்தோம். அவர் கணப்புத் தீயைக் கிளறிவிட்டு, உள் அறை ஒன்றுள் சென்று, பழைய மது நிறைந்த ஒரு புட்டியை எடுத்து வந்தார். அரை கிளாஸ் மது ஊற்றி உறிஞ்சினார். உதடுகளைச் சுவைத்தார்.

"பெரியவனானதும் நீ புகை பிடிக்கவும், மது குடிக்கவும் ஆரம்பிப்பாய். பெரும்பாலர் இதைச் செய்கிறார்கள். ஆனால், வேட்டை முடிந்து வீடு சேர்ந்ததும் துப்பாக்கியைச் சுத்தம் செய்து அதன் இடத்தில் வைத்தபின் நெருப்பருகே அமர்ந்து குடிப்பதனால் யாரும் அடிபடப் போவதில்லை. நீ உன் துப்பாக்கியைச் சுத்தப்படுத்துவது இருக்கட்டும். இன்னும் நீ அதைக் கழட்டி வைக்கவில்லை என்று தெரிகிறது. குழந்தையின் கைக்கு எட்டும்படி அல்லது நாய் கீழே தள்ள வசதியாக அது ஒரு மூலையில் நிற்கிறது. இப்பொழுது அதை நீ துடைக்கவேண்டும். அதன் மூலம் அதில் குண்டுகள் எதுவுமில்லை என்பது உனக்குப் புரியும். அதனால் அதில் துரு ஏறாது. சுத்தம் செய்ய அதைத் தனித்தனியே பிரிக்க வேண்டுமாதலால் பிறகு அதை அதன் பெட்டியிலேயே வைத்துவிடலாம்."

தாத்தாவுக்கு பைத்தியம் போலும் என்று நீங்கள் எண்ணலாம். அன்று நான் இவ்விதமே எண்ணினேன். இப்போது அப்படியில்லை. ஒரு துப்பாக்கியால் எல்லாம் ஏற்படும் என நான் கண்டுகொண்டேன். நானறிந்த ஒருவன்,

டானியல் பூன் மாதிரி, தன் துப்பாக்கி வாய் மீது கைகளை வைத்து நிற்பது வழக்கம். ஒருநாள் ஏதோ நடந்தது. துப்பாக்கி வெடித்தது. அப்புறம் அவனுக்குக் கைகளே இல்லாது போயிற்று. அதனால் அவனுக்கு அசௌகரியம் தான்.

குண்டுகள் அகற்றப்படாத துப்பாக்கிகளைக் குடியர்கள் சேட்டை செய்வதையும், வீட்டினுள்ளேயே அவை வெடிப்பதையும், எல்லோரும் அறிவுத் தெளிவு பெறுவதையும் நான் கண்டிருக்கிறேன். ஒரு நாள் வாத்து வேட்டையின்போது. இயந்திரத் துப்பாக்கி ஒன்று தறிகெட்டு, தன்னுள்ளிருந்த குண்டுகள் அனைத்தையும் விட்டெறிந்தது. நான் வழக்கம்போல் அதை ஆள் இல்லாத பக்கம் நோக்கிப் பிடித்திருந்தேன். இல்லையெனில் என் தோழனின் தலை துண்டாகியிருக்கும். குண்டுகளை எல்லாம் அகற்றிவிட்ட நினைப்பில் கையாண்ட துப்பாக்கியால் ஒருவன் தன் காலையே சுட்டுக்கொள்வதற்கிருந்தான். இன்னொருவன் மான் வேட்டையின் போது ஒரு மான் ஓடி மறைந்த புதருள் சுட்டதையும், அதன்மூலம் தன் அருமை நண்பனின் மனைவியை விதவையாக்கியதையும் நான் கண்டதுண்டு.

தாத்தா மூன்று வருஷ காலம் என்னைக் குறை கூறி இடித்துரைத்தார். ஒரு முறை நான் மறந்துபோய், கெட்டித்த துப்பாக்கியோடு வேலி மீது ஏறினேன். அவர் ஒரு கம்பை எடுத்து என்னை அடிக்க வந்தார்.

"துப்பாக்கிகளையும் வேலிகளையும் பற்றி நான் சொன்னதை நினைவு வைத்துக்கொள்ள உனக்கு வயது வரவில்லையானால், நீ அடிபடாமல் இருக்கவும் பெரியவனாகிவிடவில்லை. இது உன் உடலைப் புண்ணாக்காவிடினும் உன் உணர்வைப் பாதிக்கும்" என்றார் அவர்.

எனக்குப் பதினோரு வயதானதும் தாத்தா என் 20 கேஜ் துப்பாக்கியைத் திருடிக்கொண்டார். அவர் ஒரு தினுசாகச் சிரித்து, தான் உண்மையான இந்தியக் கொடையாளி என்றார். நான் குழப்பமுற்றேன். ஆயினும் அதிகமாக இல்லை. ஏனெனில், தாத்தா விசித்திரப் பேர்வழி. கள்ளத்தனம் பெற்றவரும்கூட. பிறகு நான் படுக்கை அறைக்குப் போனேன். படுக்கை மீது 16 கேஜ் இரட்டைத் துப்பாக்கியும் தோல் பையும் இருந்தன. அதில் என் பெயர் காணப்பட்டது. துப்பாக்கியின் இருபுறங்களிலும் காடைகள், நாய்கள் ஆகியவற்றின் சித்திரங்கள் வெள்ளியில் பதிக்கப்பட்டிருந்தன. என் பெயர் வெள்ளித்தகட்டில் மின்னியது.

என் புதுத் துப்பாக்கியை கைகளில் பற்றி நான் அவர் அறைக்குள் பாய்ந்தபோது, தாத்தா தன் வயிற்று நோய்க்கு மாற்றாக மது குடிப்பதில் முனைந்திருந்தார். கிளாசுக்கும் மேலாகப் பல்லைக் காட்டினார்.

"நீ தேறிவிட்டதற்கான வெகுமதி இதுதான். இவ்வேலையை நாம் தொடங்கி மூன்று வருஷங்கள் ஆகின்றன. நீ என்னையோ, உன்னையோ, நாய்களையோ சுட்டுவிடவில்லை. உனக்குச் சுதந்திரம் அளிப்பதால் ஆபத்தில்லை என்று கருதுகிறேன். ஆனால் நீ அஜாக்கிரதையாய்க் கையாண்டால் நான் அதை உன்னிடமிருந்து பிடுங்கிக் கொள்வேன்" என்று அவர் சொன்னார்.

இப்போது நான் திட்டுவதற்கு அருகதை பெற்ற பெரியவன்தான். துப்பாக்கிகளைத் தவறாக உபயோகித்து, ஜாக்கிரதையான பலரை மருளச் செய்துவிட்ட மடத்தன நாசகார முட்டாள்கள் அநேகரை நான் பார்த்திருக்கிறேன். ஆனால் அவர்கள் தாத்தாவை ஆசானாகப் பெற்றதில்லையே. சிலபேர் வேறு சிலரைப்போல் அதிர்ஷ்டசாலிகள் அல்லர்.

2. கானகத்தில் உலா

உலாவுவது அவசியம் என்ற ஆசையைத் தூண்டும் நாள் அது. தாத்தாவும் நானும் நடக்கலானோம். திட்டம் அல்லது நோக்கம் எதுவுமின்றிக் காட்டுக்குக் கிளம்பினோம். குறிப்பாக அல்லது அவசரமாக எந்த இடத்துக்கும் போகவேண்டியது இல்லையெனில் நடப்பது இனியதுதான். எங்களுக்குக் குறிப்பிட்ட ஒரு இடமோ அவசரமோ எதுவுமில்லை. நாங்கள் விசேஷமான எதையும் தேடிப் போகவுமில்லை.

நதியை, மணற் குன்றுகளின் மேலே ஓர் இடத்தில் நீந்தி அல்லது நடந்து கடப்பதற்கு ஏற்ற பகுதியை நாடிச் செல்கையில், தாத்தா சொன்னார்: "உண்மையில் இது வேடிக்கையானதுதான். ஒருவன் விழித்த கண்களுடன் வாழலாம். ஆயினும் முக்கிய விஷயம் எதையுமே கவனிப்பதில்லை. வாழ்க்கை எனும் முட்டாள்தனமான விவகாரத்தில் பெரும்பாலர், கூரிய நோக்கும் அடர்ந்த வாலும் உடையவர்களாக இடறி விழுகிறார்கள். ஆனால் காலக்கிழவன் தன் வீச்சரிவாளால் கொய்யும் வேளை வந்ததும் அவர்கள் அதிகமாக எதையும் பார்த்திருக்க மாட்டார்கள். அனைத்தையும் பதிவு செய்துகொண்டு பின் மறந்துவிடும் காமிரா போலில்லாமல், பலவற்றையும் பார்த்தறிவதற்கு உன்னைப் பழக்குவதில் இக்கோடையின் ஒரு பகுதியை நாம் கழிக்கலாம் என்று நினைத்தேன்."

ஒரு மரத்தின் உயரே ஏதோ சலசலப்புக் கேட்டது. நாங்கள் பைன் இலைகள் மீது ஓசையின்றி கால் ஊன்றி அங்கே சென்றோம். மரக்கிளைகளில் இரு அணில்கள் ஆனந்தமாக ஒன்றை ஒன்று துரத்திக்கொண்டிருந்தன. மரத்தடியில் நின்றவர்களை அவை கவனிக்கவேயில்லை.

"நில்" என்று தாத்தா சொன்னார். "காதலைப் பற்றியும், பொதுவாக எல்லாவற்றிலும் அதன் தீய பயன்கள் எவ்வாறு படிகின்றன என்றும் நான் உனக்குச் சற்று விரிவாகவே கூறுவேன். மேலே உள்ள அணில்களில் ஒன்று பெண், ஒன்று ஆண். அவை காதல் புரியும் அணில்கள். ஏனெனில் காதலுக்கு உரிய காலம் இது. அவை துள்ளிக்குதிப்பதைக் கவனி. இலையுதிர்காலம் வந்ததும், ஒன்று மரத்தின் மறுபுறம் ஒட்டிக்கிடக்கும். மற்றது அதற்கு முன்னரே வேறு நாடுகளுக்குப் போய் விடும்.

"அது இப்போதல்ல. அணில் உலகத்துக்குக் காதல் வந்து விட்டது. அவை எதைப்பற்றியும் எக்கவலையும் கொள்வதில்லை. நான் அவற்றைச் சுடப்போவதில்லை. ஆனால் நீ கவண் எறிந்து அவற்றைப் பிடித்துவிடலாம். தம்மைத் தாக்கியது எது என்றே அவற்றுக்குத் தெரியாது. ஒரு பெண்ணிடம் மனசைப் பறிகொடுப்பது என்பது இதுதான். அணிலாயினும் பையனாயினும் இந்நிலை ஆபத்தானதே."

"சரிதான்" என்றேன் நான். தாத்தாவுக்குத் தத்துவ வெறி பிடித்து விட்டால், நாம் பேசாமல் கேட்டுக்கொண்டிருப்பது தவிர வேறு வழியில்லை. இன்றும் தத்துவ தினம்தான். நாங்கள் அமைதியாய் உட்கார்ந்து, அணில்கள் விளையாடுவதை கவனித்தோம்.

தாத்தா தன் குழாயைப் பற்றவைத்தார். புகையிலைக் கறை படிந்த மீசையை விரல்களால் தடவினார். அணில்கள் என்றுமே புதிர்தான் எனச் சொன்னார். சில சிவப்பாக இருந்தன. சில நரை நிறத்தவை. பூனை அணில்கள் சில. கறுப்பும் நரையும் கலந்த பெரியன நரி அணில்களாம். நீர்நாயின் பற்களோடு, பெண் பூனை அளவு பெரியதாய் இருக்கும் அவை.

"பல ரகமானவற்றையும் சிருஷ்டித்தபோது கடவுள் என்னதான் எண்ணியிருப்பார் என்று உணர நான் முயல்வது உண்டு. அணில்களில் இத்தனை ரகங்களை அவர் ஏன் படைத்தார் என்று என்னால் தீர்மானிக்கவே முடியவில்லை. நாம் அணில்களைச் சிருஷ்டிக்க விரும்பினால், அனைத்தையும் ஒரே அச்சில் அமைத்து அவ்விவகாரத்தை

அப்படியே ஒதுக்கிவிடுவோம். ஆனால் அவர் ஏகப்பட்ட சின்ன மனிதர்களையும், பெரிய மனிதர்களையும் பலவகை நிறங்கள் பல மொழிகள்

பெற்ற மனிதர்களையும் படைத்திருக்கிறார். அதற்கு ஈடுகட்டுவதற்காக அணில்களையும் இவ்விதம் சிருஷ்டித்திருக்கலாம் என்று நான் யூகிக்கிறேன். ஒவ்வொன்றிலும் இது மாதிரிதான். சுறாமீன்களில் பல ரகம். மான்கள் விதம் விதமானவை. காடைகள், முயல்கள், மனிதர் எல்லாம் பற்பல வகைகள். இவை எனக்குக் குழப்பம் தருகின்றன... அங்கே பார்!"

கணுக்கணுவாயிருந்த கட்டைவிரலை அணில்கள் விளையாடிய பக்கம் சுண்டினார் அவர். அங்கு புதிதாக ஆண் அணில் ஒன்று வந்திருந்தது. மயிரடர்ந்த வால் அசைந்தாட அது கிளைமீது குதித்தது. உடனடியாக விளையாட்டு நின்றுவிட்டது. மூன்று அணில்கள் – ஆண், பெண், மற்றுமொரு ஆண் வெள்ளை அணிலை விரட்டின. அணில் முறைப்படி அவை சீறிக் கத்தின. ஆண்களில் பெரியது அதைக் கடித்தது. அது 'கிர்ர்' என உரக்கக் கத்தி, மரத்தின் உச்சிக்கிளைகளூடே ஓடியது. மற்ற மூன்று அணில்களும் ஒரு தினுசாக உறுமியவாறு அதைத் துரத்தின.

"இதுவரை இதை நான் பார்த்ததில்லை. பலவித மிருகங்களிலும் விதம்விதமான நிற மாறுபாடுகளைக் கண்டிருக்கிறேன். ஆனால் மங்கிய வெள்ளை நிற அணிலை இதற்கு முன்பு கண்டதேயில்லை. மற்ற மூன்று அணில்களும் அதை எப்படி விரட்டின பார்த்தாயா? அது ஏன் தெரியுமா?" என்றார் தாத்தா.

"தெரியாது" என்றேன் நான்.

"அது வித்தியாசமாக இருந்ததுதான் காரணம். கடவுள் அதை மோசம் செய்துவிட்டார். இதர அணில்கள் எல்லாம் சிவப்பாய், நரைநிறமாய் அல்லது கறுப்பாக விளங்குகையில், இதை மட்டும் வெள்ளையாக்கி விட்டார். அணில் உலகில் அது ஒரு புதுமைதான். பிற அணில்கள் அதைக் கண்டதும் 'என்ன இது? வெள்ளை அணிலா? இது அன்னியனாகத்தான் இருக்கும்' என்று தமக்குள் பேசுகின்றன. உடனே அதைத் துரத்துகின்றன. வெள்ளை அணிலாக இருப்பது கஷ்டமானதே. ஒவ்வொரு அணிலும் அதற்கு எதிரி. அது போதுமான தூரம் ஓடித் தப்பிக் கொண்டதும், யாராவது அதைக் கொல்லாது விட்டிருந்தால், அது மாறுபட்ட நிறத்தோடு துரதிர்ஷ்டமுள்ள அணிலாகப் பிறக்காமல், ஒரு முதலையாகவோ, ஆமையாகவோ, அல்லது வேறு எதுவாகவேனும் பிறந்திருக்கலாமே என்று ஆசைப்படும் என்றே நான் நினைக்கிறேன்" என்று தாத்தா சொன்னார்.

அணில்கள் விஷயத்தில் எனக்கு அலுப்பு பிறந்தது. எனக்கு வேண்டியது அதிகமான செயலும் குறைவான தத்துவமும்தான்.

“நாம் காரில் காஸ்வெல் போகலாமே. இரவை அங்கு குடிசையிலேயே கழிக்கலாம். ஆமைகள் முட்டைகளிடுவதற்கு வசதியாக நிலவு பிரகாசிக்கிறது” என்றேன்.

“நானும் அப்படித்தான் நினைக்கிறேன். அது நல்ல யோசனையே. கடல் ஆமைகள் விநோதமானவை. முக்கியமாக, பௌர்ணமி நெருங்கும்போது மணலில் தன் முட்டைகளைப் புதைத்து வைப்பதற்காக வரும் ஆமை அற்புதமானது. நீ அதைப் பார்த்ததில்லையே?” என்றார் தாத்தா.

“இல்லை. ஆமை வேட்டைக்கு என்னை அழைத்துப்போவதாய்ச் சொன்னாய். ஆனால் நீ கூட்டிச் செல்லவில்லை. இப்போது போகலாமா?”

“நிச்சயமாக. நம் காரைக் கிளப்புவோம் வா” என்று தாத்தா கூறினார்.

காஸ்வெல் பெரிய தீவு. அங்கு எங்களுக்குச் சிறு குடில் ஒன்று உண்டு. பிரமாதமான குடிசை அல்ல அது. கரடுமுரடான பலகைகளாலும் தார்பேப்பராலும் அமைந்த ஒரே ஒரு அறைதான். பெரிய அறையிலேயே ‘காமா சோமாவென்று’ ஒரு சமையலறை அமைந்திருந்தது. பெரிய அறைக்கு மேலே உள்ள தளத்தில் ஒரு பட்டாளமே படுத்துறங்கலாம். அவ்வளவு இடமிருந்தது. ஆனால் இறைப்பில் முட்டிக்கொள்வது பற்றி அவர்கள் கவலைப்படக் கூடாது. அது கடலோரத்தில் இருந்தது. முன்வாசல் கதவு மீது அலைகள் வந்து மோதும். மீன் பிடிக்க அல்லது அரசாங்கப் பகுதியிலுள்ள அணில்களைத் திருட, அல்லது அலையோசையை அனுபவிப்பதற்கு என்று அங்கே போவதில் எனக்கு அதிக ஆசை. முட்டையிடுவதற்கு வந்து போன ஆமைகளின் பெரிய அடிச்சுவடுகளை நான் பலமுறை கண்டதுண்டு. எனினும் அவை முட்டையிடுவதைக் காணும் வாய்ப்பை நான் பெற்றதேயில்லை.

பலபேர் ஆமை முட்டைகளை விரும்புவதில்லை. ஏனெனில் அவற்றின் வெள்ளைப்பகுதி கட்டியாகும்படி வேக வைப்பதற்கு வழி எதுவுமில்லை. அதனால் அவை கூழ் மாதிரி ஆகிவிடும். ஆயினும் எனக்கு அவை பிடிக்கும். அவற்றைத் தின்ன வேண்டிய முறை இதுதான். அவைகளைச் சுமார் ஐந்து நிமிஷங்கள் – மஞ்சள் கரு கட்டியாகும் வரை – வேக வைக்கவேண்டும். பிறகு தலைப்பக்கத்திலிருந்து தோல் போன்ற மேல் பகுதியைக் கிள்ளி சிறிது வெண்ணெய், மிளகு, உப்பு ஆகியவற்றைத் திணிக்கவேண்டும். பின்னர் அடிப்பக்கத்தை அமுக்க வேண்டும். அங்குதான் குழிவு இருக்கும். முட்டையிலிருந்து குழிவை அகற்றவே முடியாது. இப்படிச் சாப்பிட்டால் – அதன் வெள்ளையைப்பற்றி அதிகம் கவலைப்படாதிருந்தால் – அதன் ருசி வெகு அருமையானது.

ஒரு சமயம் தாத்தா கொஞ்சம் முட்டைகளை வீட்டுக்குக் கொண்டு வந்தார். முட்டையிடும்போதே ஆமையைப் பிடித்துவிட்ட யாரிடமிருந்தோ அவர் அவற்றை வாங்கி வந்தார். இறைச்சிக்கண்டம் அல்லது பணியாரம் மாதிரி நேர்த்தியாக இல்லாதவற்றையும் பயமின்றித் தின்னும் முறையை அவர் எனக்குக் கற்றுத்தந்தார். சிப்பி, நத்தை அல்லது அவை போன்றவற்றை – பழகிப்போன முறையில் அவை இல்லை என்பதனால் தின்ன மறுக்கிறவர்களிடம் தான் பொறுமை காட்ட முடியாது என்றும் அவர் சொன்னார்.

நாங்கள் காஸ்வெல்லை அடைந்தோம். எளிய இனிய உணவு தயாரித்தோம். தாத்தா மண்எண்ணெய் ஸ்டவ்வுடன் மல்லாடிக் கொண்டிருந்தபோது நான் உடையைக் களைந்துவிட்டுக் கடலில் நீந்தினேன். நான் நீரிலிருந்து வெளியேறியபோது தாத்தா முனகியவாறே சமையல் வேலையை முடித்துக்கொண்டிருந்தார். பெண்களை விட ஆண்களே சிறந்த சமையல்காரர்கள்; அவர்கள் வீண் சந்தடி செய்வதில்லை. ஆறேழு வகை கறி வகைகள் பற்றி அலட்டிக்கொள்வதில்லை. இரண்டு பொருள்களைச் சமைப்பதோடு திருப்தி கொள்கிறார்கள் என்று அவர் முணுமுணுத்தார். வழக்கம்போல் உப்பிட்ட பன்றித் தொடையும் முட்டையும்தான் உணவு. பெட்டைக் கோழிகளையும் பன்றிகளையும் படைத்ததோடு கடவுள் வேலையை நிறுத்தியிருக்கலாம்; பன்றிக் கறியும் முட்டைகளும் வெள்ளைச் சோளமுமே மனிதன் உயிர் வாழ்வதற்கு அவசியம் என்று தாத்தா சொல்கிறார்.

நாங்கள் சாப்பிட்டுவிட்டு, சந்திரன் உதயமாவதைக் காணக் குடிலின் முன்புறம் சென்றோம். விரைவிலேயே அது கடலினுள்ளிருந்து மேலெழுந்தது. ஆழ்கடலின் அடியிலிருந்து வருவது கிரேக்கர் காண்பதற்காக வெளிப்பட்ட வீனஸ் தேவதை அல்ல என்றே தாம் கருதுவதாகத் தாத்தா சொன்னார். திங்கள் எழுவதைக் கண்ட குடிகார கிரேக்கன் எவனோ அதையும் பெண்களையும் ஒப்பிட்டுக் குழப்பம் அடைந்திருக்கலாம்.

"இந்தச் சமயத்திலேயே உனக்கு ஒரு பாடம் சொல்வது நல்லது. வீனஸ் தெமிலோ (Venus de Milo) என்று இனி நீ சொல்லக்கூடாது. அப்ரடைட் (Aphrodite) என்பதுதான் அவள் பெயர். மிலாஸ் எனும் கிரேக்கத் தீவிலிருந்து அவள் வந்தாள். வீனஸ் ரோமன் மங்கை. மிலோ இத்தாலியில் உள்ளது. தெ ஃபிரெஞ்சுச் சொல். ஒரு பெரும் தவறு எப்படிக் கால காலமாக. வாழ்ந்து வரக்கூடும் என்பது குறிப்பிடத்தகுந்தது" என்று தாத்தா அறிவித்தார்.

கிரேக்கர், ரோமானியர், பொதுவாக சரித்திரக்காரர்கள் பற்றி எல்லாம் அவர் ஒரு பிரசங்கம் செய்து முடிப்பதற்குள் அம்புலி கொஞ்சதூரம் உயரே

வந்துவிட்டது. ஆமையைத் தேடிச்செல்ல நாங்கள் தீர்மானித்தபோது அவர் எகிப்தியர் பற்றியும் பிரமிடுகள் பற்றியும் பேசத் தொடங்கியிருந்தார். நான் வெறும் பாதங்களோடு, இறுகி மணி மணியாயும், குளிர்ந்து ஈரமாயும் இருந்த மணலில், அலைகள் சலசலக்கும் இடத்தருகே நடந்தேன். இரவு ஒளி நிறைந்து விளங்கியது. அவ்வெளிச்சத்தில் தாராளமாகப் புத்தகம் படிக்கலாம். இதை நான் தாத்தாவிடம் சொல்லவில்லை. சொன்னால் நான் மிகைப்படுத்திப் பேசவில்லை என்பதை நிரூபிப்பதற்காக ஒரு புத்தகத்தைத் தேடி எடுத்து வரும்படி என்னை அனுப்பிவிடுவார்.

இரவு வேளையில் கடலோரத்தில் ஓர் அற்புத அழகு நிலவுகிறது. கூச்சலிடுவதற்கு எவருமில்லை அங்கே. கடற்பறவைகள் அமைதியாகவே கத்துகின்றன. அலைகள் மென்மையாகவும் திருப்தியோடும் கரைமீது மோதுகின்றன. ஆமைகளின் அடிச்சுவடுகளைத் தேடித்திரிந்தேன் நான். தாத்தாலைப் போலவே நானும் எண்ணலானேன். நீரையும் மலைகளையும் கடவுள் படைத்தபோது, அவர் என்ன செய்கிறார் என்பதை அவரே நன்கு அறிந்திருப்பார் என்று நினைத்தேன்.

நாங்கள் ஒரு மைல்தான் நடந்திருப்போம். அதற்குள் ஆமையின் புதிய தடங்கள் சில தென்பட்டன. சில சுவடுகள் மணலில் இன்னும் பசுமையாகவே இருந்தன. கடலுக்குத் திரும்பும் சுவடு எதுவுமில்லை. நாங்கள் மிகவும் சுலபமாக அவற்றைப் பின்பற்றிச் சென்று மணல் குன்றுகள் ஆரம்பிக்கும் இடத்தை அடைந்தோம். அங்கு கடல் ஓட்ஸ் (Sea Oats) பயிர் தலையெடுக்கவில்லை. அங்கேதான் ஆமை இருந்தது. சாப்பாட்டு அறையில் உள்ள மேஜை அளவு பெரிது அது.

அது ஆழமான குழி பறித்து அதனுள் முட்டைகளைக் கொட்டுவதற்கு வசதியாகக் குழாய் போன்ற ஒன்றைத் தொங்க விட்டிருந்தது. அப்பள்ளம் அடியில் பெரிதாகவும் மேலே சிறிதாகவுமிருந்தது. அதில் பாதியை முட்டைகளால் நிறைத்திருந்தது. நிமிஷத்துக்கு ஆறு எனும் வேகத்தில் முட்டைகள் விழுந்து கொண்டிருந்தன. வளைந்த பெரிய மூக்கு அந்த ஆமைக்கு இருந்தது. அதனால் வயது முதிர்ந்த கிளி போல் தோன்றியது அது. அரைகுறையாக மூடியிருந்த அதன் கண்களில் நீர் நிறைந்து நின்றது. ஆமை முட்டையிடும் பொழுது ஏன் அழுகிறது என நான் அறியேன். வேதனைதான் காரணமாக இருக்கவேண்டும். ஆனால் கணவனிடம் கோபம் கொண்டு அதையே சாக்காக வைத்து அழும் மனைவிபோல்தான் அதுவும் அழுகிறது.

ஆமைகள் உண்மையிலேயே விசித்திரமான பிராணிகள்தான். ஆண்

பெண்ணைவிட மிகவும் சிறியது என்றும், அது கடலைவிட்டு ஒருபோதும் வெளிவருவதில்லை என்றும் சொல்கிறார்கள். அது கடலிலேயே வசிக்கிறது. அங்கேயே இனவிருத்தி செய்கிறது. பெண் முட்டையிடத் தயாரானதும் கடலினின்று வெளியேறி, வேதனையோடு கரைமீது நகர்ந்து. தானே பள்ளம் பறிக்கிறது. பிறகு ஒரு குழாய் வழியாக அது முட்டைகளைச் சிந்துகிறது. முடிவில் குழியை மூடிவிட்டு அது மீண்டும் கடலுக்குச் செல்கிறது. சூரியன் முட்டைகளுக்குக் கதகதப்பு அளித்து, குட்டிகள் பிறக்கத் துணைபுரிகிறது. தோல் போன்ற முட்டைகளைக் கிழித்து வெளியேறியதும் குட்டிகள் நேரே தண்ணீரை நோக்கி ஓடுகின்றன. தன் குட்டிகள் எப்படி இருக்கின்றன என்று பார்க்க ஆமை கூட வெளியே திரியும் என நான் நினைப்பது உண்டு. ஆனால் விஷயங்ளை அறிய வேண்டும் எனும் ஆவல் ஆமைகளுக்கு இருப்பதாகத் தெரியவில்லை.

அப்ரடைட் (தாத்தாவின் பிரசங்கத்தை நான் மறக்கவில்லை என்பதை அவருக்கு அறிவிக்கவே7 நான் ஆமைக்கு இப் பெயரிட்டேன்) அழுதபடி முட்டைகளிட்டுக் கொண்டிருந்தபோது நான் நன்கு கவனித்தேன். அது சுமார் ஆறு அடி நீளமும் ஓட்டுப்புறம் நான்கு அடி அகலமும் இருந்தது. அதன்மீது பெரிய பெரிய நத்தைக் கூடுகள் ஒட்டியிருந்தன. தண்ணீருக்கு அடியில் நெடுங்காலம் கிடந்த மரக்கட்டை மீது காணப்படுவதுபோல் அதன்மேலும் ஏகப்பட்ட பாசி பற்றியிருந்தது. அதற்கு எவ்வளவு வயது இருக்கும் என்று நான் தாத்தாவைக் கேட்டேன். அது தனக்குத் தெரியாது என்றும், ஆனால் கவனிக்கும்போது அந்த ஆமை பாட்டியைவிட மூத்ததாகவே தோன்றுகிறது என்றும் அவர் சொன்னார்.

இறுதியாக அது தன் அலுவலை முடித்து, மண்ணைத் தள்ளுகிற புல்டோஸர்போல் தன் துடுப்புகளை வீசி வீசிப் பள்ளத்தை மூடியது. பிறகு மண்ணை நன்கு மிதித்துச்சமப்படுத்திவிட்டு அது கடலை நோக்கிச் சென்றது.

“அதன் மேல் சவாரி போ. காளைமீது ஏறிக் கடலுள் சென்று அப்புறம் வீடு திரும்பாமலே போய்விட்ட புராண வீரன் மாதிரி நீயும் போ” என்றார் தாத்தா.

நான் ஆமை சவாரி செய்தேன். அதன் முதுகின் மீது நான் ஏறிக்கொண்டேன். அது தள்ளாடித் தண்ணீரை அடைந்தது. அது நீந்தி ஆழத்தை நோக்கி முன்னேறும் வரை நான் அதன் முதுகிலேயே இருந்தேன். பிறகு கரை சேர்ந்தேன். நாங்கள் குழியைத் தோண்டி முட்டைகளை எண்ணினோம். 137 இருந்தன. பெரிய அக்ரோட் கொட்டை அளவு பெரிதாக இருந்த ஒவ்வொரு முட்டையிலும் ஒரே விதமான சிறு குழிவு காணப்பட்டது.

“இரண்டு டஜன் முட்டைகளை நாம் எடுத்துக்கொள்வோம். மீதியை ஆமைகளாக மாற விட்டுவிடுவோம். அந்த ஆமையின் உழைப்பைப் பயனற்றதாகும்படிச் செய்வது நமக்கு அவமானமாகும். இவைகளை நாளைக் காலை ஆகாரத்துக்கு உபயோகிப்போம். மற்றவை குட்டிகளாவதைக் காண இன்னொரு நாள் வருவோம். ஆனால் முட்டையிலிருந்து குட்டி ஆமை வெளிவர எத்தனை நாட்களாகும். என்பது எனக்குத் தெரியாது” என்று தாத்தா கூறினர்.

நாங்கள் நிலவில் மெதுவாக வீடு நோக்கி நடந்தோம். என் குல்லாய் நிறையப் புது ஆமை முட்டைகள் இருந்தன. யாரும் பேசவேயில்லை. நாங்கள் படுக்கச் சென்றபோது அலைகளின் ஆரவாரமும், கடல் பறவைகளின் கூச்சலும் காதில் விழுந்து கொண்டிருந்தன. அம்புலி மிக உயரே வந்திருந்தது. நான் வீட்டிலேயே தங்கியிருந்து சினிமாவுக்குப் போயிருந்தால் நன்றாக இருந்திருக்கும் என்று எண்ணியபடி தூக்கத்தில் ஆழ்ந்தேன். ஆயினும் அவ்வாறு செய்யாததில் எனக்கு மிகுந்த மகிழ்ச்சிதான்.

3. வாத்துக்கும் வாத்துக்கும் வித்தியாசம்

நவம்பர் வாரங்களில் ஒரு வாரம். வானம் சிமின்ட் நிறத்தில் விளங்கியது. காற்று உடலில் குத்தித் துளைத்தது. தெற்குப் பிராந்தியத்தில் கூடக் காற்றோடு பனியும் கலந்து வீசுவதுபோல் தோன்றும் காலம் அது. மேகங்கள் மிகவும் தாழ்ந்து தொங்கின. சாம்பல் நிற நதி மேலும் கீழுமாகத் துள்ளிக்கொண்டிருந்தது. இரவு நேரச் சாப்பாட்டுக்குப் பிறகு தாத்தா தன் வாயுமானியைக் கவனித்தார். அதில் வீழ்ச்சி காணப்படுவதாகச் சொன்னார்.

"உனக்கு வாத்துகளைப் பற்றி அதிகம் தெரியாது என்றே நினைக்கிறேன். நாளைப் பருவநிலை படுமோசமாக இருக்கும். ஆலங்கட்டி மழை பெய்யும். பனியும் சிறிது பெய்யலாம். வாடைக்காற்று கடுமையாக இருக்கும். ஆறு கொந்தளிக்கும். அப்பொழுது வாத்துக்கள் பறக்கும். தணிவாகவே பறக்கும். நாம் அதிகாலையிலேயே எழுந்து செல்வோம். காடை வேட்டையில் நிபுணனாகிவிட்ட உனக்கு வாத்துகளைப்பற்றிக் கற்றுத் தருவேன்" என்று தாத்தா சொன்னார்.

அவர் என்னைப் பார்த்துச் சிரித்தார். நானும் பதிலுக்குச் சிரித்தேன். முந்திய நாள் பிற்பகல் முதல் நான் கர்வத்தோடு விளங்கினேன். முதல் தடவையாக நான் அதிகபட்சம் காடைகளைச் சுட்டிருந்தேன். அன்று பறவைகள் நாய்களுக்கு வசமாய்ச் சிக்கும் குளிர் நாட்களில் ஒன்று. தனிப்பறவைகள் புல்லில் சிதறிச்

சரியானபடி அகப்பட்டன. தாத்தா தந்த புதிய 16 கேஜ் இரட்டைத் துப்பாக்கியால் நான் அவசரப்படாது சுட்டேன். பறவைக்கூட்டத்தின் மீது இருமுறை வெடி தீர்த்தேன். ஒரே ஒரு தடவைதான் குறி தவறியது. நான் பதினைந்தாவது பறவையைச் சுட்டபோது நாய்கள்கூட மகிழ்வுடன் காணப்பட்டன. எனினும் என்னளவுக்கு அவை ஆனந்தம் அடைந்ததாகத் தோன்றவில்லை.

"காடை விஷயத்தைக் கற்றுவிட்டதால் வாத்துகளுக்கும் அதே வகைதான் என்று எண்ணிவிடாதே. நான் முன்பே சொன்னதுபோல். காடை சுடுவது தன்னியக்கம் ஆகும். நிதானமாய்க் கணிப்பதற்கு அங்கு நேரமில்லை. ஆனால் வாத்துகள் விஷயம் கமனக் கணிப்புக் கலையாம்" என்று தாத்தா சொன்னார்.

"கமனக் கணிப்புக் கலை என்றால் என்ன?" என்று நான் கேட்டேன்.

தாத்தாவுக்குப் பெரிய பதங்கள் நிறையவே தெரியும். விளக்கம் கூறாமலே அவற்றை அவர் என்னிடம் பிரயோகித்துவிட்டு நானாக விசாரிக்கவேணும் என்று காத்திருப்பார். ஆராயும் ஆவல் அறிவுக்கு அவசியமானது. அறியும் ஆவல் ஒருபோதும் பூனையைக் கொன்றதில்லை. மந்தபுத்தியால் பூனை செத்தது. அல்லது எலிகளை அதிகம் தின்றதால் இருக்கலாம் என்று அவர் சொல்வார்.

"கமனக் கணிப்புக் கலை என்பதை விளக்குவது கஷ்டம்தான். என்னால் முடியுமா என்று பார்க்கிறேன். பறவையின் வேகம், அது பறக்கும் கோணம், காற்றின் வேகம், அது வீசும் திசை, பறவை பறக்கும் உயரம், துப்பாக்கியின் அளவு, சுடுதல் வேகம் அல்லது வெடிமருந்தின் சக்தி முதலியவைகளை ஒன்றுசேர்த்துக் குழப்பி எடுத்தால் சரியான விடை கிடைக்கும். இது புத்தகத்தில் காணக்கூடிய விளக்கமில்லைதான். ஆனால் எனது விளக்கம் ஆகும். ஒருசில வாத்துகளை நீ தப்பவிட்டபிறகுதான் நான் இதை உனக்கு எளிதில் விவரிக்க முடியும்" என்று தாத்தா கூறினார்.

மறுநாள் காலை, உதயத்துக்கு முன்னரே நாங்கள் எழுந்தோம். அப்பொழுது குளிர் மிக அதிகம். அதனால் மூச்சுக்காற்றுகூட நம் முன்னால் உறைந்து நிற்பது போலிருந்தது. காதுகள் சிறிது தொடப்பட்டால் கூட உதிர்ந்து விழுந்து விடும் போல் தோன்றியது. கதகதப்பான படுக்கையைவிட்டு எழுந்து, ஐஸ் போல் குளிர்ந்த கால் சட்டைகளையும் மிகவும் குளிரான பூட்ஸையும் அணிவது சித்திரவதையாகவே இருந்தது.

நான் மாடியிலிருந்து கீழே வந்தபோது, தாத்தா அடுப்பங்கரையில் இருந்தார். அவர் அடுப்பில் தீ மூட்டிக்கொண்டிருந்தார். பழைய, பெரிய, சதுர

அடுப்பு அது. கட்டைகள் எரியத் தொடங்கியதும் அது இளஞ்சிவப்பு நிறம் பெற்று, பெரிய உலை போல் அறை முழுவதையும் சூடாக்கும்.

தாத்தா தன் குழாயைப் புகைத்தபடி சில முட்டைகளை உடைத்து சிறு கொப்பரையில் ஊற்றிக்கொண்டிருந்தார். ஏற்கனவே அதில் ரொட்டித் துண்டுகள் பன்றிக்கொழுப்புடன் கலந்து கொதித்தன. வறுத்த பன்றி இறைச்சித் துண்டுகளை ஒரு தகரத்தட்டில் பரப்பியிருந்தார். காப்பிச்சட்டி அடுப்பின் பின்புறம் இரைந்து கொண்டிருந்தது.

“குளிர்ச்சியான வாத்து வேட்டைக்காரனைப் போல் முற்றிலும் குளிர்ந்தவன் வேறு யாரும் கிடையாது. வேண்டுமானால், பசியோடிருக்கும் குளிர்ந்த வாத்து வேட்டையாளைச் சொல்லலாம். சூடான உணவுப்பொருள் மூலம் நீ உன் வயிற்றில் நெருப்பு உண்டாக்கினால் அது உன் தேகம் முழுதும் பரவும். அதனால் உன் உள்ளெலாம் கதகதப்பு நிலவும். உன் காதுகளும் கைகளும் குளிர்ந்துவிட்டாலும் பரவாயில்லை. ஒருவன் காலை உணவு அதிகமாக உண்டால் அவன் பிற்பகல் உணவு பற்றிக் கவலைப்பட வேண்டியதில்லை என நான் சதா சொல்வேன். வா. இதை உண்ணு” என்றார் அவர்.

பொரித்த ரொட்டி மீது தாத்தா முட்டைகளை உடைத்து வைத்தார். அவற்றின் மஞ்சள் கரு கீழிறங்கி ரொட்டியை நன்கு நனைத்து, நுரைத்தெழுந்தது. இதனால் ரொட்டி வாட்டி எடுத்தது போல் கரகரவென்று இல்லாது, முட்டை, பன்றிக்கொழுப்பு ஆகியவற்றின் பகுதி போலவே இருந்தது. உப்பிட்ட பன்றி இறைச்சித் துண்டுகளை முட்டைகளுக்குக் குறுக்கே பரப்பினார். நாங்கள் ஆளுக்கு ஆறு முட்டைகள் தின்றோம். வெளியே, பாவத்தைப்போல் கடுங்குளிரும், அறையினுள் கதகத]9ப்பும் நிலவும்போது, இவ்விதம் சமைத்த முட்டைகளைப்போல் சுவை உடையவை வேறெதையும் நான் அறிந்ததில்லை. அதுபோன்ற காப்பியை இப்போதெல்லாம் யாரும் தயாரிப்பதில்லை. தகர வடிகட்டியில் அமுக்கி வடிகட்டுவதன் மூலம் அதற்கு ஒரு தனித்தன்மையே ஏற்பட்டிருக்கும். வீடு முழுவதும் காப்பியின் மணம் பரவி நிற்பதை நுகரலாம்.

நாங்கள் சாப்பிட்டானதும் தாத்தா மண்ஜாடி இருந்த இடம் சென்றார். என்னைப் பார்த்துக் கண் சிமிட்டினார். மிஸ் லாட்டி முன்தினம் தயாரித்திருந்த ரொட்டிகளில் மேலேயிருந்து இரு டஜன் திருடினார். இரண்டு ஆப்பிள்களும் இரண்டு ஆரஞ்சுகளும் எடுத்தார். எல்லாவற்றையும் சேர்த்துக் கட்டினார். தெர்மாஸ் கூஜாவை எடுத்து, மீதி இருந்த காப்பியை அதில் ஊற்றினார். பால்புட்டியில் குழாய்த் தண்ணீரை நிரப்பினார். தனது கட்டையான கோட்டையும், காதுகளை மூடும்படி அமைந்த பழைய உல்லன் குல்லாயையும்

அணிந்து, குழல் துப்பாக்கியை எடுத்துக் கொண்டு "வாத்து வேட்டைக்குப் போக நாம் தயார்" என்று அறிவித்தார் அவர்.

குளிர்மயமான இரவினூடே நாங்கள் நடந்தோம். வானில் வெள்ளிகள் இன்னும் ஒளி வீசியதை, ஓடும் மேகங்களுக்கு ஊடாகக் காண முடிந்தது. சாகத் தயாராகிவிட்ட சந்திரனையும், சந்தடியற்ற வீதிகளின் வழியே ஆறு நோக்கி நடந்த நாங்கள் கண்டோம். இப்பொழுதுதான் சேவல்கள் கூவத்தொடங்கின. நாய்கள் அசைந்து கொடுத்தன; மனமில்லாமலே குரைத்தன. ஆற்றருகே கடுங்குளிரும் கும்மிருட்டும் கவிந்திருந்தன.

தாத்தா சிறு படகை வைத்திருந்த இடத்துக்கு நாங்கள் சென்றோம். அவர் என்னை முன்பக்கம் அனுப்பினார். பிறகு முன்புறக் கயிற்றை அவிழ்த்து, படகைக் கரையிலிருந்து உதைத்துத் தள்ளினார். தானே படகைச் செலுத்தப்போவதாகவும், அதன்மூலம் தன் ரத்த ஓட்டம் வேகம் பெறும் என்றும் அவர் சொன்னார். வெயில் வேளையில் நாம் வீடு திரும்பும்போது – அப்படித் திரும்பி வருவதாயிருந்தால் – நான் படகு ஓட்டலாம் என்றார் அவர். தாத்தா படகு வலித்தபொழுது காற்று என் முதுகில் கடுமையாக வீசியது. படகின் மூக்கு சிற்றலைகள் மீது குதித்துச் செல்கையில், நுரைகள் மேலெழுந்து என் கழுத்தில் தெறித்தன. எனது உல்லன் மேல் சட்டையின் மயிர்கள் மீது அவை பனித்துளிகள்போல் தேங்கி நின்றன. ஆயினும் தாத்தா சொன்னதுபோல, காலை உணவுக்குப் பிறகு எனக்குள்ளே கதகதப்பாகத்தானிருந்தது.

தாத்தா தோள்களைத் தள்ளித் துடுப்புகள்மீது குனியும்போது, அவர் கழுத்தின் பின்புறத்தை நான் பார்த்தேன். அவர் தலையின் பக்கத்தில் வெளியே நீண்டிருந்த காதுகளையும், வாயின் ஓரத்திலிருந்த குழாயையும். காலைக் காற்றில் ஆடிய மீசை நுனிகளையும் நான் காணமுடிந்தது. அவர் சுமார் இரண்டு மைல் தூரம் ஓட்டியபிறகு, சகதியும் புல்லுமாயிருந்த மூலையைச் சுற்றிப் படகைத் தள்ளினார். துடுப்புகளுக்கு ஓய்வு கொடுத்தார். அவற்றைப் படகில் போட்டுவிட்டு எழுந்து நின்றவாறே அவர் சொன்னார், "தள்ளு கம்பை என்னிடம் தா" என்று.

உந்துகோலை நான் அவரிடம் கொடுத்தேன். நான் கத்தியால் வெட்டிய கம்புகளில் எல்லாம் முரடானது அது. அதைச் செம்மைப்படுத்துவதில் தாத்தாவுக்கு நானும் உதவி புரிந்தது உண்டு. அது வளையும் தன்மை பெற்றது. அதை அரைவட்ட வடிவமாக வளைக்கும் அளவுக்கு நீர் பலசாலியாக இருந்தாலும்கூட, அக்கம்பை ஒடிக்கமுடியாது. அதன் முண்டுகள்கூடக் கண்ணாடி போல் மழமழப்புற்று, ஒரு சிராய்கூடக் கைக்குத் தட்டுப்படாதபடி நாங்கள் மணலால் தேய்த்திருந்தோம்.

தாத்தா என்னை நோக்கியபடி படகின் பின்புறத்தில் நின்றார். சிறிய, ஆழமில்லாத, நல்ல தண்ணீர்க்குளம் ஒன்றை அடையும் வரை அவர் படகைத் தள்ளினார். மடுவின் மேல்பரப்பில் குவளைக் கொத்துக்கள் மிதந்தன. கருஞ்சேறு படிந்த அடிமட்டத்தில் விசித்திரப் பாம்புகள் போல் தோன்றும் தண்டுகள் வேர் விட்டிருந்தன. உந்துகோல் அங்கு பதிந்து நீரைக் கலக்கி, சகதிச் சுழல்களைக் கிளப்பியது. படகு நீர்மேல் குமிழியிட்டு மிதப்பது போலிருந்தது. அதற்குத் தட்டையான அடிப்பகுதி இருந்ததால், அது வேகமாய் ஓடவில்லை. வெறுமென வழுக்கிச்சென்றது. நாங்கள் குளம் முழுவதையும் குறுக்கே கடந்து, ஐந்தாறு அடி உயரம் புல் வளர்ந்து நின்ற சிறு நிலப்பகுதியை அடைந்தோம்.

“எந்த இடத்தையும்போல் இதுவும் நல்லதுதான்” என்று தாத்தா சொன்னார்.

அவர் தன் பெரிய பூட்ஸை உயர இழுத்து, பெல்ட்டுடன் கயிற்றால் இணைத்துக்கொண்டு வெளியேறினார். பாதங்களை இறுக்கி, என்னையும் சேர்த்தபடி படகைப் புல்பரப்பினூடு தள்ளினார். முடிவில் புல் படகின் முன்புறத்தை அமுக்கிவிட்டது. அவர் துடுப்பின் துணையோடு படகின் பின்பக்கத்தை உள்ளே தள்ளினார். புல்லிதழ்கள் சேற்றினுள் ஆழ அமுங்கின. “ஏய்ப்பு (decoys)களை என்னிடம் வீசு என்றார் அவர்.

நான் ஏய்ப்புகளை அவரிடம் எறிந்தேன். எங்களிடம் ஒரு டஜனுக்கு அதிகமில்லை அவை. தாத்தா வீட்டின் பின்பக்கத்துப் படிகளில் அத்தி மரத்தடியில் அமர்ந்து, கார்க்கில் அவற்றைச் செய்தார். மிகுந்த சிரத்தையோடு உருவாக்கினார். பிறகு சில வர்ணங்களைக்கொண்டு அவற்றுக்குச் சாயம் பூசினார். எனக்கு அவை வாத்துகள் போலக் காட்சி தரவேயில்லை. அதை நான் அவரிடம் சொன்னபோது அவர் எனக்கு வெகு சுருக்கமாகப் பதில் அளித்தார்.

“ஒரு வாத்துக்கு அவை வாத்துகள் போல்தான் தோன்றுகின்றன. பல பேரிடமுள்ள தொல்லை என்னவெனில் அவர்கள் எப்பொழுதும் எல்லாவற்றையும் தன்னலத்தோடுதான் எண்ணுகிறார்கள். நீ வாத்து வேட்டைக்குப் போவது உன்னைச் சுடுவதற்காக அல்ல. நீதான் வாத்துகளைச் சுடப்போகிறாய். வானிலிருந்து பார்க்கையில் இவை எல்லாம் ஒரு வாத்துக்கு வாத்துகளாகவே தோன்றும்” என்று அவர் சொன்னார்.

ஏய்ப்புகள் அவர் மேலெல்லாம் தொங்க. தாத்தா நீரில் நடந்தார். நுனியில் ஈயக் கூண்டுகள் கட்டிய கயிறுகளில் பிணைக்கப்பட்ட ஏய்ப்புகள் அவர் கைகளிலும், தோள்கள் மீதும் ஊசலிட்டன. நானிருந்த இடத்திருந்து சுமார்

இருபத்தைந்து கெஜம் தள்ளி, அவற்றை அவர் வீசி எறியத் தொடங்கினார். அவை தற்செயலாக இருப்பதுபோலத் தோன்றும்படி ஓர் இடத்தில் தனியாக ஒன்றையும், வேறு இடத்தில் இரண்டு மூன்று சேர்ந்த கும்பலாகவும், இங்கொரு ஜோடி, அங்கொரு ஜோடியாகவும் அவற்றை வீசினார். எல்லாம் கூடி புல் தரையைச் சுற்றித் தோன்றிய அரைவட்டமாக அமைந்தது. காற்று எங்களுக்குப் பின்னாலிருந்து வீசியதை நான் கவனித்தேன். ஏய்ப்புகள், அநேகமாகக் காற்று தங்கள் முகத்தில் அடிக்கும்படியாக, நீரின் மீது குதித்து ஆடிக்கொண்டிருந்தன.

"புல் தண்டுகளைக் கீழே வளைத்து அமுக்கு. வானத்திலிருந்து பார்த்தால் படகு தெரியாமலிருக்கும்படி நன்றாக மூடு. நாம் மேலே எழுந்து பார்க்காமல் படகில் அமர்ந்தவாறே கவனிக்க வசதியாக இரண்டு துளைகளும் செய்துவை. இதோ நேரே நான் அங்கு வருவேன்" என்று கத்தினார் அவர்.

நான் படகில் உட்கார்ந்திருந்தால் புல்லுக்குள்ளே ஒரு பையனோ படகோ இருப்பதை யாரும் காணமுடியாதபடி, புல் தண்டுகளை அமுக்கி மிதித்து மூடிவைத்தேன். முன்புறத்தில் இரண்டு துவாரங்கள் செய்துவிட்டு நான் பின்னால் அமர்ந்தேன். தாத்தா இப்போது திரும்பி வந்துகொண்டிருந்தார். சிறிது சிறிதாக வெளிச்சம் பரவி வந்தது. நட்சத்திரங்கள் மறைந்துபோயின. மேகங்கள் திரண்டு, வெகுவாகத் தணிந்து காணப்பட்டன. காற்று குறிப்பிடத்தகுந்த வலிமை பெற்றுவிட்டது. குளிர் அதிகரித்துக் கொண்டிருப்பதாகவே தோன்றியது.

கரிய வானிலே ஒலித்த சிறகுகளின் மென் சரசரப்பை நன்கு கேட்க முடிந்தது. இடைக்கிடையே ஏதாவது டீல் (teal) வாத்து தணிந்து கிளுகிளுத்தபடி பறந்து செல்லும்போது கீச்சுக்குரல் கேட்டது. சதுப்பு நிலத்திலுள்ள சேற்று வளையில் தான் உண்ணும் இடத்திலிருந்தபடியே பெட்டை மல்லார்ட் (Mallard) வாத்து ஒன்று, பறந்து செல்லும் கூட்டத்தை வம்புக்கிழுத்தது. உயரே வானில் பறந்தவாறே ஆண் வாத்து ஒன்று பதில் கூறிச் சென்றது. இப்பொழுது எங்களைச் சுற்றிலும் இறக்கைகளின் வேகத் துடிப்பு மட்டுமே நிலவியது. அவ்வப்போது, ஒளி நிறைந்த வானில் கறுப்பு ஒன்று சிறியதாய்ப் பளிச்சிட்டதைக் காண முடிந்தது.

தண்ணீர் ஆழமற்றுக் கிடந்த குட்டைகளில் யந்திரப் படகுகள் போல் மல்லார்ட் வாத்துகள் உட்காரத் தொடங்கவும், சதுப்பு நிலத்திலே கூட நீர் தெறிப்பதைக் கேட்க முடிந்தது.

"இன்னும் எவ்வளவு நேரம்" என்று நான் பேசத் தொடங்கவும், தாத்தா என் வாயை அடக்கினார்.

“வாத்து வேட்டையின்போது அதிகம் பேசலாகாது என்பதை இப்போதே கற்றுக்கொள்வது நன்று” என்று அவர் கூறினார். “அதனால் எதுவும் பின்னபப்பட்டு விடாதுதான். ஆனால் அது உன் கவனத்தைக் கலைத்துவிடும். வாத்து வேட்டையில் பெரும்பகுதி விழிப்புடன் கவனிப்பதுதான். இஷ்ஷ். சூரியன் கொஞ்சம் மேலெழத் தொடங்கிவிட்டது. சீக்கிரமே ஒளியை அள்ளி வீசும் அது. நீ சுடும்பொழுது, உன் முறையையே பின்பற்று.”

உதயமாவதற்குச் சற்று முன்பு, வாத்து வேட்டைக்காகக் காத்திருக்கையில், காலம் மெல்ல ஊர்கிறது எனும் உணர்வைத் தவிர ஏனைய அனைத்தையும் மறக்கச் செய்யும் எதுவோ ஒன்று உண்டு என்றே தோன்றுகிறது. சுடுவதற்குப் போதுமான வெளிச்சம் ஒருபோதும் வராது என்றே நான் நினைத்தேன். வானம் முழுவதும் ஓசை நிறைந்து நின்றது. வாத்துகளின் நீண்ட வரிசைகள் பார்வையில் பட்டன. அவை உயரத்தில் பறப்பதுபோல் தோன்றின. ஆயினும் அவை வெகு உயரத்தில் பறக்கவில்லை. ஏனெனில் அவற்றின் சிறகுகள் எழுப்பிய மெல்லொலியை நன்கு கேட்க முடிந்தது. நீர்ப் பரப்பில் ஏய்ப்புகள் இடித்தும் ஆடியும், தண்ணீரில் சிறுசிறு ஓசைகள் எழுப்பியும் கிடந்தன. ஒன்று தலைகீழாக நிற்பதுபோல் காட்சி தந்தது. மற்றொன்று இறக்கையின் அடியில் பார்த்துக் கொண்டிருந்தது. அரைகுறை வெளிச்சத்தில் அவை அசல் வாத்துகள் போலவே தென்பட்டன. நான் ஒரு வாத்தாக இருப்பின், அவையும் வாத்துகளே என்றுதான் நினைப்பேன் என எனக்கு நானே சொல்லிக்கொண்டேன்.

குளிரை நான் மறந்தேன். எனது துவாரத்தின் வழியே நோக்கி வாத்துகளைக் காண முயன்றேன். சதுப்பு நிலம் எங்கும், செஞ்சிறகு பெற்ற கரும் பறவைகள் பாடத் தொடங்கின. நாரைகள் கத்தின. சதுப்புக் கோழிகள் கிலுகிலுத்தன. தடித் தவளைகள் முறுமுறுத்தன. நெடுகிலும் வாத்துகள் இரைச்சலிட்டன. எங்களுக்கு முன்னால் ‘இஸ்’ ஒலி எழுந்தது. டீல் வாத்துக்கூட்டம் ஒன்று கீழிறங்கியது; தண்ணீர் மீது தணிந்து பறந்தது. வழிவிலகிச் செல்வதற்காக. பின் மறைந்தே போயிற்று. இப்பொழுது மிகுந்த லேசான வெளிச்சம் வந்துவிட்டது. பழுப்பு நிறம் இல்லை. அடிவானத்தில் இளஞ்சிவப்பு மேலும் அதிகமாகத் தலைகாட்டியது.

“சுடுவதற்கேற்ற எதைக் கண்டாலும் இப்போது நீ சுடலாம்” என்று தாத்தா சொன்னார்.

நான் எனது 16 கேஜ் துப்பாக்கியைக் கெட்டித்தேன். அதன் முனையைத் தாத்தாவிடமிருந்து தள்ளிவைத்தேன். படகின் பின்பகுதிக்கு மேலாக அதன் குழலை வைத்துக் குறிபார்த்தேன். மேகங்கள் முன்னிலும் அதிகமாகத் தணிந்திருந்தன. வாத்துகளின் வரிசைகளும், அவற்றின் சிறகடிப்பு

மிகத்தெளிவாய் காதில் விழும் அளவுக்குத் தாழ்ந்து பறந்தன. ஒரு கூட்டம் எங்கள் தலைக்குமேலே பறந்து போனபோது, வெண்மையான அடிவயிறுகளில் ஒளி மினுமினுத்ததைக் காண முடிந்தது.

"ஊசிவால்கள் பெரியவை" என்றார் தாத்தா. விரைவில் அவர் என்னை அடைந்து, முடிச்சு விழுந்த பெரிய கையால் என் தோளை இறுகப்பற்றினார். தலையை அசைத்து, வெகுநேராக நோக்கினார். "மல்லார்ட் வாத்துகள். இந்தப் பக்கமாக வருகின்றன" என்றார்.

நான் உற்று உற்றுப் பார்த்தேன். எதையும் காண இயலவில்லை. ஆயினும் சில கணங்களில் புள்ளிகளின் வரிசை ஒன்றை நான் கண்டுகொண்டேன். அவை என்ன, எவ்வழி அவை வருகின்றன என்பதை அவர் எப்படி அறிந்தார் என்று என்னால் சொல்லமுடியாது. ஆனால் அவை பெரிதாகிக் கொண்டிருந்தன. அவை அருகே நெருங்கி வந்தன. நான் விறைப்புடன், என் துப்பாக்கியைப் பாதி உயர்த்தினேன். அவை எங்களைச் சுற்றி வந்து இடப்புறம் சென்ற சமயத்தில், தாத்தா சொன்னார்: "வேண்டாம். அவை திரும்பி வரும்" என்று மல்லார்டுகள் புழக்கடைச் சேற்றில் செய்வது போலவே அவரும் களகளவென்றும் கிளுகிளுவென்றும் ஒலிபரப்பினார். பிறகு அவர் வலப்புறம் தலையசைத்தார். பறவைகள் போவதை நான் கண்டேன். இப்போது அவர், தனது உயிரே அதில்தான் ஒட்டிக்கொண்டிருப்பதுபோல் மும்முரமாக அலப்பத் தொடங்கினார். வாயில் குழாயை வைத்தபடியே. "கக் – கேக் – கக்கிள் – கர்கிள் – கேக்" என்று சொல்லிக்கொண்டிருந்தார்.

பறவைகள் சுழன்று எங்களை நோக்கி வேகமாக வந்தன. சுமார் இருபது இருந்தன. பெரிய பச்சைத் தலையன் ஒன்று முன்னே வந்தது. அவை சிறகுகளை நிலையாக வைத்து வேகத்துக்குத் தடையிட்டு, தண்ணீர் மேலே தணிந்து பறந்து வந்தன. ஏய்ப்புகளின் வெளிப்புறமாகத் தங்கள் பாதங்களைப் பரப்பின.

"இப்போ" என்று தாத்தா சொன்னார். நான் என் கால்களில் சாய்ந்து, துப்பாக்கியை என் மோவாயின் கீழ் கொண்டு வந்தேன். இறங்குவதற்காக வந்து கொண்டிருந்த பெரிய பச்சைத் தலையனை விட்டு என் கண்கள் விலகவே இல்லை.

அது என்னைப் பார்த்ததும் திரும்பி நேராக உயரே சென்றது. அதைக் குறி பார்த்து நான் சுட்டேன். அது போய்க் கொண்டேயிருந்தது. நான் மீண்டும் சுட்டேன். மேலும் போய்க்கொண்டிருந்தது அது. உடல் பதற, முகம் வெளுக்க, உளம் கசந்து நான் தாத்தாவின் பக்கம் திரும்பினேன்.

"இன்னும் அதிகமான பறவைகள் வரும்" என்று சொன்னார் தாத்தா.

பெரிய வாத்து மற்ற வாத்துகளையும் தன்னோடு அழைத்துக் கொண்டு போனதும் என் மனம் தடுமாறியது. வயிற்றில் குழப்பம் ஏற்பட்டது. அப்பெரிய மல்லார்டுகள், தங்கள் வாழ்வு பூராவையும் அங்கேயே கழிக்கத் திட்டமிட்டதுபோல், இரைச்சலிட்டுக் கொண்டு ஏய்ப்புகளிடையே வந்தன. ஆண் வாத்து மிகப்பெரியதாக இருந்தது. அது வெகு சமீபமாகவும் வந்தது. அதன் உடலில் உள்ள நரை நிறம், நீலம், பச்சை, மஞ்சள் ஆகியவற்றைத் தெளிவாகக் காணமுடிந்தது. அதன் விலாப்புறங்களில் உள்ள நெருக்கமான கோடுகளையும், குறிகளையும், சிறகுகளிலுள்ள நீல இறகுகளையும் காணக்கூடிய அளவுக்கு மிக நெருங்கிவந்தது அது.

மறுபடியும் அழவேண்டும் என்று ஆசைப்பட்டேன் நான். தாத்தாவைக் கைவிட்டுவிட்டது போன்ற உணர்வு எனக்கிருந்தது. ஆனால் இப்போது நான் மிகப்பெரிய பையன் என்றும், அழுகிற பெரிய பையன்களிடமிருந்து துப்பாக்கி பிடுங்கிக்கொள்ளப்படும் எனவும் உணர்ந்தேன். நான் மறுபடியும் சிரமத்தோடு சமாளித்தேன்.

"சரி, சரி. நான் மறுபடியும் தவறு செய்துவிட்டேன். குறியைத் தப்பவிட்டேன். அதற்காக நான் மகிழவில்லை. நான் ஏதோ தவறு இழைத்திருக்க வேண்டும். அது என்ன என்று சொல்லிவிடு. அது என்ன?" எனக் கேட்டேன்.

தாத்தா மிகவும் சந்தோஷமாகச் சிரித்தார். பெரிய செந்தலைத் தீக்குச்சியைப் பற்ற வைப்பதிலும், குழாயை சுற்றிக் கையைக் குவித்துக்கொண்டு காற்று நெருப்பை அணைத்துவிடாமல் பாதுகாப்பதிலும் அவர் அதிக நேரம் போக்கினார். தாத்தா கொடிய குணத்தில் மகிழ்வு காணும் வேளைகளும் உண்டு.

"நீ செய்தது முற்றிலும் சரி. அந்தப் பெரிய வாத்தை நீ தப்பவிட்டாய். நீ அதைத் தவறவிட்டதன் காரணம் கமனக் கணிப்புக்கலை ஆகும். அதைப்பற்றி நாம் நேற்றுப் பேசினோமே, உனக்கு நினைவிருக்கிறதா? என்றார் அவர்.

"ஆமாம். ஆனால் கமனக் கணிப்புக்கலை பற்றி நிச்சயமான உணர்வு உனக்கு இருந்ததில்லை என்றும் நினைவு வருகிறது. அக்கலை பற்றி மேலும் கொஞ்சம் சொல்லேன்."

இவ்வளவு நேரமும் நான் எண்ணிக்கொண்டது இதுதான். கமனக்கணிப்புக் கலை ஒழிக! அந்த வாத்தை, வான்கோழி மாதிரி பெரிதான வாத்தை, வீடு மாதிரி பெரிதாக இருந்ததை நான் தவறவிட்டேன். ஏன் என்று தெரியவில்லை. ஆகவே இப்போது தாத்தாவிடமிருந்து உபதேசம் பெறவேண்டியிருக்கிறது.

தாத்தா மேலும் சிறிது கிளுகிளுத்தார். "இந்தக் கமனக் கணிப்பை நீ புரிந்துகொள்கிற அளவுக்கு நான் விவரித்தேன் என்றே நினைக்கிறேன். அதை

அதனுடைய முக்கிய அம்சங்களுக்கு அடக்கிக் கொடுத்தேன்.

"நீ புல்தரைக்குத் தண்ணீர் தெளிக்கிறாய் என்று வைத்துக் கொள்வோம். உன் தம்பி ராய் பின்புறத் தோட்டத்தினூடே ஓடுகிறான். அவனை நனைய வைக்கவேணும் என்ற எண்ணம் திடீரென்று உனக்கு ஏற்படுகிறது. அவன் ஸ்நானத் தொட்டியை உபயோகிக்க முடியும். ஆனால் நாம் ரொம்பவும் சொந்தமான விஷயங்களைத் தொட வேண்டாமே.

"பையன் காற்றுக்கு எதிராக ஓடுகிறான். உன் கையில் நீர்க்குழாய் இருக்கிறது. நீ அவனை நனைக்க விரும்பினால் அநேக காரியங்கள் செய்யவேண்டும். ஒன்று, குழாயைப் பிடிக்கவேண்டிய விதம். இரண்டு, காற்றின் வேகத்தைக் கணக்கிடல். மூன்றாவது, ராய், எவ்வளவு வேகத்தில் ஓடுகிறான் என்று தீர்மானிப்பது.

"அதனால், குழாய் காற்றினால் பின்னுக்குத் தள்ளப்படுவதற்கு முந்தி இவ்வளவு தூரம்தான் தண்ணீரை விசிறும் என்பது தெரியும். ராய் இவ்வளவு வேகத்தில்தான் ஓடமுடியும் எனப் புரியும். ஆகவே நான் நினைக்கிறபடி நீ புத்திசாலியாக இருந்தால், ராய்க்குச் சிறிது முன்னாடியே குறி வைத்துக் குழாயைப் பிடிப்பாய். தண்ணீர்ச் சிவிறலைக் காற்று பின்னுக்கடிக்கும். நீ முதலிலேயே கணக்குப் பண்ணிய இடத்தில் ராயும் தண்ணீரும் மோதுவது சாத்தியமாகும்.

"இதுதான் வாத்து சுடும் வித்தை. கமனக் கணிப்புக்கலையும் இதுவே. குழாயிலிருந்து நீர் பாய்வதுபோல், துப்பாக்கியிலிருந்து குண்டு செல்கிறது. ராய் ஓடி வருவதுமாதிரி வாத்து பறக்கிறது. தண்ணீர் ஒரு பக்கம் போவதுபோல், குண்டு ஒரு திசையில் போகிறது. ராய்க்கும் தண்ணீருக்கும், வாத்துக்கும் குண்டுக்குமிடையே உறவு ஏற்படுத்துவது காற்றுதான். ஏனென்றால் எப்போதும் குண்டு, குழாயிலிருந்து தண்ணீர் வெளிப்படுவது போலவே துப்பாக்கியிலிருந்து பாய்கிறது."

ஏதாவது கேள்வி உண்டா என்று கேட்கிற தோரணையோடு காணப்பட்டார் தாத்தா. நான் ஒன்று கேட்கவேண்டியிருந்தது. "நிச்சயமாக, இந்த ராய் – தண்ணீர் விவகாரம் நேர்த்தியாகத் தானிருக்கிறது. ஆனால் சற்று நேரத்துக்கு முன்பு நான் தவறவிட்ட வாத்து வேகமாகக் கீழே வந்துகொண்டிருந்தது. பிறகு வேகமாய் மேலேறிச் சென்றது. இதற்குச் சரியான கமனக் கணிப்பைச் சொல்லு. நீ அடிக்கடி சொல்வாயே கட்டை விரல் விதி என்று, அதைக் கூறு."

தாத்தா சொன்னார்: "உண்மையிலேயே வெட்கமானதுதான். நான் உன்னைச் சிறுவயதிலேயே பாழடிக்க விரும்பவில்லை. ஆனால் ரொம்ப காலத்துக்கு முந்தி நான் லூசியானாவில் ஒரு காஜன் வழிகாட்டியோடு

வாத்துகளைச் சுட்டு வந்தேன். புத்திசாலித்தனமான விஷயம் ஒன்றை அவன் எனக்குச் சொன்னான். அதை இப்போது நான் உனக்குச் சொல்வேன். ஒரு வாத்து கீழ்நோக்கி வரும்போது அதன் வாலைக் குறிவை. வாத்து மேல் நோக்கி வருகையில் அதன் மூக்கைக் குறிபார். இவற்றில் ஒன்றை அது குறுக்கு வெட்டாகச் சாய்த்தால், நீ அதற்கு முன்னாகக் குறிவை. அதை எவ்வளவு முன்னுக்கு இழுக்கவேணும் என நீ கருதுகிறாயோ அதற்கு இரு மடங்கு முன்னிடு. அது வெகுதொலைவு ஆகிவிடாது. ஆனால் நீ அதன் வாலைத் தாக்கி, எப்படியும் அதைக் கீழிறங்கச் செய்வாய்."

"முன்னுக்கு இழுப்பது, ஒரு வாத்தை நிஜமாக முன்னிடச் செய்வது எவ்வளவு தூரம் சாத்தியமாகும்? அதிலிருந்து ஒரு விதி செய்வது எப்படி என்றுதான் கேட்கிறேன்" என நான் வினவினேன்.

"பறவைக்கு முன்னால் உன் துப்பாக்கியை எவ்வளவுக்குச் சுழற்ற முடியுமோ அவ்வளவே முன்னடிப்பு என்பது. ஒன்றை வெகுதூரம் முன்னிழுக்க இயலாது; ஏனெனில் உனக்குள்ள குறுகிய காலத்திற்குள் நீ துப்பாக்கியைப் பறவைக்கு முன்னே வெகுதூரம் இழுத்துக் குறி பார்க்க முடியாது. வெவ்வேறு வித வேகத்தில் பறக்கும் பலவிதமான வாத்துகள் இருக்கின்றன. இதர வாத்துகளைவிட அதிக வேகத்தில் சமவரிசையில் பறக்கக்கூடியது டீல். ஆனால் குறித்த சில சந்தர்ப்பங்களில் மல்லார்ட் டீலைவிட அதிக வேகமாய்ப் பறக்கும். தணிந்து வரும் புளூ பில் (Blue bill) பெருத்த கமனக்கணிப்புக்கு இடமளிக்கிறது. ஏனெனில் பார்ப்பதற்குத்தான் வேகம்போல் தோன்றும் அதன் வருகை. அநேகமாக நீ அவற்றின் கீழே சுடுகிறாய். அதாவது அவற்றின் மேலே குறி பார்க்கிறாய். சனியன், இதை எப்படிச் செய்வது என்று என்னால் சொல்லமுடியாது. இயல்பாகிப் பழகிப் போவதற்கு முந்தி நீ போதுமான பறவைகளைத் தவறவிடவேணும். நீ தப்ப விடுவதற்குப் போதுமானவை எப்பொழுதும் இருந்தே தீரும். இப்போது போல. கவனி, குழந்தாய். காற்றோடு ஊசிவால்கள் (Pin tails) வருகின்றன" என்று தாத்தா சொன்னார்.

ஊசிகள் வழக்கமான சுபாவப்படி வந்தன. வேகமாயும், சஞ்சல சித்தத்தோடும், எவராவது தங்களைக் கேட்டுக்கொண்டால் ஒழியத் தங்குவதில்லை என்ற எண்ணத்தோடும் அவை வந்தன. தாத்தா அவற்றைக் கேட்டுக்கொண்டார். இம்முறை அவர் ஊசிவாலின் கெஞ்சும் குரலை ஒலிபரப்பினார். அவை பெரிய வட்டமிட்டுச் சுழன்று, தணிந்து சரிந்தன. பிறகு தங்களுக்குத் தேவையில்லாத நீரைவிட்டு அமைதியாய் விலகிக் கடுமென உயரப் பாய்ந்தன. அவை மேலேறிப் பறந்தபோது நான் படகில் நிமிர்ந்து நின்றேன். சுட்டபோது பின் வளைந்திருந்தேன். நான் குறிபார்த்த ஊசிவால், நான் தண்ணீரில் விழுந்த அதே வேளையில் விழுந்தது. துப்பாக்கி வெடித்த

வேகம் என்னைத் தலைகுப்புறச் சேற்று நீரில் தள்ளிவிட்டது. புல் தண்டுகளை நசுக்கி, படகைப் பின்புறம் உயரச்செய்தபடி நான் விழுந்தேன். விளைவுகளைக் கண்டு தாத்தா ஆனந்தப்பட்டதாகவே தோன்றியது.

"உன்னை நீயே கவனித்துக்கொண்டால், நான் வெளியேறி அருமையான ஆண் வாத்து ஒன்றை எடுத்து வருவேன். நீ அதைத் தற்செயலாகச் சுருட்டிருக்கவேணும். ஊசிவால் மிக அருமையான பறவை. அது ஏமாற்றாது. சிலபேரைப் பற்றிச் சொல்லக்கூடியதைவிட உயர்ந்த பேச்சுதான் இது. மல்லார்ட் அல்லது சித்தான் முதுகு செய்வது போல் இது உன்னை ஏய்த்து மீன் தின்னுவதில்லை. பார்ப்பதற்கும் மிகச் சிறந்தது இது. ஃபிரெஞ்சு வாத்துகள் – பெரும் பச்சைத் தலையன் போல் இவையும் அழுத்தமான வர்ணம் பெற்றிருக்க வேணும் என்று நீ விரும்புவாயோ என்னவோ!" என்றார் அவர்.

நீர் சொட்ட நான் மறுபடியும் படகில் ஏறினேன். மோசமாக நாறிய சகதியில் சிறிதை என்மீதிருந்து சுரண்டித் தள்ளினேன். என் முதல் வாத்தை தாத்தா எடுத்து வருவதைக் கவனித்தேன். உங்கள் முதல் வாத்தை, அல்லது முதல் வான்கோழியை, மிக அருகாமையில் நீங்கள் பார்த்தது உண்டோ? ஆண் ஊசி வாத்தை எப்பவாவது அருகாமையில் கண்டதுண்டோ?

இது வெகு விசேஷமான ஊசி வாலாக இல்லாதிருக்கலாம். ஆனால் அதன் மீதிருந்த நரைநிறம் சித்திர உடுப்பென இனிது அமைந்திருந்தது. அதன் அடிவயிறு வெண்மையானது. அதன் தலை மீதிருந்த செண்டு இன்னும் சிலிர்த்து நின்றது. அதன் திறந்த கண் வெள்ளை வரையினுள் அடங்கியிருந்தது. அதன் தலை மந்தமான செம்பொற் கபில நிறம். அதன் வால் அம்புபோல் கூரானது. அது மல்லார்ட் அளவு பெரியது. அதுபோன்று இன்சுவை உடையதாகவும் இருக்கலாம். ஏனெனில் அது யோக்கியமான வாத்து உம்மை ஏமாற்றித் தன் வயிற்றை மீனினால் நிரப்பிக்கொள்ளும் சுபாவம் பெற்றதல்ல அது.

அது எனது ஊசிவால், என் முதல் வாத்து, என் முதல் பெரும் வாத்து. பிற்காலத்தில் என்றாவது நான் ஒரு 'கூஸ்'ஐ, அல்லது காட்டு வான்கோழியை, அல்லது எதை வேண்டுமாயினும் சுடலாம். ஆனால் இதுவே எனது முதலாவது உண்மையான பெரிய வாத்து. அது விறைப்புற்று, அதன் மினுமினுச் சிறகுகள் மங்கலாக, அழகான விழிகள் மந்தமாய் ஒளி குன்றிவிடும் என்று எண்ணவும் வெறுப்பாக இருந்தது எனக்கு. ஒருவனது முதல் வாத்து விசேஷ சம்பவம்தான்.

அதை நான் எப்படிச் சுட்டேன் என்பது எனக்குத் தெரியாது. நான் செய்தது என்னவாயினும் அது என்னைப் பின்னுக்குத் தள்ளி படகை விட்டு வெளியே விழும்படி பண்ணியது என்பது மட்டும் தெரிந்தது. இனி நன்கு

செயலாற்றுவேன் என உறுதி கூறினேன். இடைக்காலத்தில் என் ஊசிவாலனை வியந்து மகிழ்ந்தேன். நன்கு மலர்ந்து வந்த என் கனவுக்குத் தடைபோட்டார் தாத்தா.

"உன் சிறப்பில் நீயே ஆழ்ந்து விடாதிருந்தால், ஒரு கப்பல் மல்லார்டுகள் உன் முன்னே வந்திறங்கப் போகின்றன எனும் விஷயம் உனக்குச் சிரத்தை அளிக்கும். நீயே அதை நிர்ணயிப்பது நல்லது" என்று அவர் ரகசியம் பேசினார்.

மன மயக்கத்திலிருந்து நான் விடுபட்டேன். ஏற்கனவே இரு டஜன் மல்லார்ட் வாத்துகள் தண்ணீரில் ஏய்ப்புகளுக்கு நடுவே இறங்கியிருந்தன. ஆண் பறவைகள் இரண்டு முன்னால் நீந்தி பொம்மைகளை நோக்கிச் சென்றன. கபிலப்புள்ளிகள் பெற்ற பெட்டைகள் சில பின்தொடர்ந்தன. அவை ஆனந்தத்தால் கிளுகிளுத்து, தலையை ஊன்றி நின்றன. இன்னும் சில ஆண்களும், மேலும் சில பெட்டைகளும், நண்பர்களையும் பணம் படைத்த உறவினரையும் கண்டுவிட்டதுபோல, மகிழ்வோடு ஏய்ப்புகளுக்கு இடையே வந்து சேர்ந்தன. நான் தாத்தாவை நோக்கினேன். அவர் விதியைத் தகர்த்துவிட்டுப் பேசினார்.

"மூன்று அல்லது நான்கு வரிசையாக உள்ளன. நீ பசியோடிருந்தால், ஏகமாய் அனைத்தையும் சுட்டு, படகை நிரப்பிக்கொள். ஆனால் நீ எவ்வளவு திறமையாகச் சுடக்கூடும் என்ற திகைப்பு உனக்கிருந்தால், இப்படி நான் சிபாரிசு செய்வேன்; எழுந்து நின்று, 'ஷூ!' என்று கத்து. பிறகு உன் திறமையைப்பார். அது உன் இஷ்டம், பையா" என்றார் அவர்.

தாத்தா என்னையே கூர்ந்து நோக்குவதாகத் தோன்றியது. எழுந்து நின்று "ஷூ" என இரைச்சலிடுவதே நல்லது என்று நான் தீர்மானித்தேன். அதையே செய்தேன். இரு ஆண் வாத்துகள் செங்குத்தாக மேலெழுந்து நீரைவிட்டகன்றன. மற்றவை என்ன செய்தன என்பதை நான் காணவேயில்லை. ஆண் மல்லார்ட் வாத்துகளால் என் கண்கள் நிறைந்துவிட்டன.

தாத்தா கூறியிருந்ததுபோல், முதல் வாத்தின் மூக்கைப் பார்த்து துப்பாக்கியை நீட்டினேன். பிறகு அதை இரண்டடி தள்ளி வைத்து. விசையை அழுத்தினேன். முதல் வாத்து மாவு மூட்டை போல் கீழே விழுந்தது. இன்னொன்று வெகு உயரப்போய், திரும்பி வேறெங்கோ பறக்க முயன்றது. அதை எவ்வளவு தூரம் முடியுமோ அவ்வளவுக்கு துப்பாக்கியை முன்னிழுத்து, குறி வைத்துச் சுட்டேன். அதுவும் விழுந்தது கீழே மற்றுமோர் மூட்டைபோல நீலச்சிறகும், மஞ்சள் அலகும், மஞ்சள் பாதங்களும், சுருண்ட வாலும், பெரும் பச்சைத்தலையும் பெற்ற ஆண் மல்லார்டுகள் இரண்டு திடீரென்று மடுவில் மிதந்தன, அடிவயிற்றை மேலே காட்டியவாறு. அவையும் எனக்கே சொந்தம்.

“எளிதுதான். இல்லையா? அதாவது எப்படி என்பதை நீ புரிந்து கொண்டால்தான்” என்று தாத்தா சொன்னார்.

“அது வெகு சுலபம் என்றே எண்ணுகிறேன். நீ சொல்கிற முறையின் மூலம் அதை மிகவும் எளிதாக்குகிறாய்”என்று நான் அதை ஒப்புக்கொண்டேன்.

“நான் நீயாக இருந்தால் அதற்காக அதிகம் கர்வப்பட மாட்டேன். படகில் மூன்று வாத்துகள் உள்ளன. அவை நல்ல பெரிய வாத்துகள் என்பதற்காக மட்டும் நான் கர்வம் கொள்ளேன். என்னைப்போல் கிழவனாவதற்குள், நீ ஏகப்பட்ட வாத்துகளைத் தப்பவிடுவாய். இன்று கூட சில வாத்துகளைத் தப்பவிடலாம்'' என்று எச்சரித்தார்.

அவர் சொன்னது சரிதான். சற்று நேரத்திற்குப் பிறகு மேலும் சில ஊசி வால்கள் வந்தன. தாத்தா எழுப்பிய இனிய கெஞ்சுதல் ஒலியினால் கவரப்பட்டு, நீல அலகுப் பறவைகள் போல, சாந்தமாய் இறங்கின. நான் மல்லார்டுகளைக் கொன்ற முறைப்படி இவற்றையும் சுட்டேன். ஆயினும் ஒரு சிறகைக்கூட வீழ்த்தவில்லை. டீல் வாத்துகள் சில வந்தன. ஏய்ப்புகளுக்கூடே விரைந்தன. ஒன்றை நான் ஒரு மைலுக்கு இழுத்தடித்தேன். கல் போல கீழே விழுந்தது அது. இன்னொன்றை அதே தூரம் இழுத்துச் சுட்டேன். அது மெக்ஸிகோ நோக்கிப் பறந்துவிட்டது.

அந்நாட்களில் ஏராளமான வாத்துகள் இருந்தன. கவலைப்படுவதற்கு ஓர் எல்லை இருந்ததில்லை. காலை நேரம் கழிந்ததும் சீதோஷ்ண நிலை வலுவடைந்தது. மேகங்கள் ஒன்றுதிரண்டு, தணிந்து, கனத்தன. அதனால் வாத்துகள் கீழேயே தங்கின. திறந்தவெளி நீர்ப்பரப்பு கொந்தளிப்புற்றதால், வாத்துகள் அமைதியான குளங்களைத் தேடின.

என் கைச் சதை கறுத்துப்போகும் வரை நான் வெடி மருந்தைத் தீர்த்தேன். அன்று நான் என் மூக்கிலிருந்து சிறிது சுட்டிருந்தால்கூட அதை உணர்ந்திருக்கமாட்டேன். தாத்தா அதிகமாக எதுவும் கற்றுத்தரவில்லை. கடுமையான ஒன்றை நான் சுட்டால் அவர் தலையை ஆட்டுவார். எளிதான ஒன்றை நான் தப்பவிட்டால் அவர் பலமாகத் தலையை அசைப்பார். பறந்தது எதை23யும் அவர் சுட்டதில்லை. நான் முடமாக்கிய பறவைகள் நிறையவே இருந்தன. அவர் தமது பழந்துப்பாக்கியால் அவற்றின் தலைகளைச் சுட்டெறிந்தார். முடப்பறவை ஒவ்வொன்றையும் சுடும்தோறும் அவர் சோகமாகவும் வெறுப்பாகவும் பார்த்தார் – ஒருவன் வாத்துகளை முடமாக்குவது நல்லதல்ல. ஏனெனில், வெடிமருந்தின் விலை அதிகம் என்று கூறுவதுபோல.

காலை முடியும் தறுவாயில் ஒன்பதரை மணி சுமாருக்கு வாத்துகள் அவற்றின் சுபாவப்படி நின்றுபோனதும், தாத்தாவின் கமனக்கணிப்புக்

கலையை நான் கிரகித்துக்கொண்டதாகக் கருதினேன். ஒரு விஷயம் எனக்கு நிச்சயமாகப் புரிந்தது. அது நம்மை நோக்கி நேராக வந்தால் ஒழிய, அல்லது நேரே போனால் தவிர, அதையே குறிவைத்துச் சுடுவது சாத்தியமாகாது. உண்மையில் அது இவ்விதம் செய்வதில்லை. வருகின்ற வாத்து கீழ்நோக்கித் தாழ்ந்து அல்லது மேலே சாய்வாகவோதான் பறக்கிறது. போகிற வாத்து எப்பவும் சற்று மேல்நோக்கியே போகிறது. குண்டு போய்ச் சேருகிறபோது பறவை எங்கிருக்கும் என்று கருதுகிறோமோ, அந்த இடத்தையே குறிபார்க்க வேண்டும்.

பத்து மணிக்குச் சிறிது பனி விழத் தொடங்கியது. படகில் கிடந்த வாத்துகளை தாத்தா எண்ணினார். "இது போதும். வீட்டில் நாமும் தின்று, அயலாருக்கும் கொடுப்பதற்குப் போதுமானபடி நிறையவே இருக்கின்றன. அடுத்த வாரத்துக்கு அல்லது அடுத்த பருவத்துக்கோ, கொஞ்சம் விட்டு வைப்போம்" என்றார்.8

நாங்கள் சதுப்பு நிலத்தில் அமர்ந்து, காப்பியில் எஞ்சியிருந்ததைக் குடித்தோம். ஆப்பிள்களையும், மிஸ் லாட்டி ஆக்கி வைத்திருந்தவற்றிலிருந்து நாங்கள் திருடி வந்ததையும் தின்றோம். சகதி நாற்றம் பலமாய் காற்றோடு கலந்து வந்தது. மென்மையான பனித்திவலைகள் விழுந்து கொண்டிருந்தன. செஞ்சிறகுக் கரும் பறவைகள் வாய்மூடிக் கொண்டன. அவ்வப்போது, கனத்த மேகங்களின் கீழ் தணிந்து பறந்துபோகும் வாத்துக்கூட்டம் மட்டுமே காணப்பட்டது. ஓயாது குளிர் அதிகரித்துக்கொண்டேயிருந்தது.

"நமது காலைப்பொழுது மிக அருமையாக இருந்தது. அமெச்சூரான நீ அற்புதமாய்ச் செயலாற்றினாய் என்றே நான் நினைத்தேன். இதைக் கொண்டாட வேணும் என்ற உணர்ச்சி உனக்கு இருப்பதாகத் தோன்றுகிறது. ஆகவே இப்போது நீ படகைச் செலுத்து. அது உனக்கு அமைதி தரும்" என்று தாத்தா சொன்னார்.

4. மீன்கள் ஒருவனை தொல்லையிலிருந்து காப்பாற்றும்

கோடைக்காலம், தென்பகுதியில் வேகமாய் வருவதுபோலவே வந்துவிட்டது. மரங்களெல்லாம் கோடை நறுமணம் பெற்றுத் திகழ்ந்தன. மிஸ் லாட்டியின் தோட்டத்தில் ரோஜாக்கள் பூத்துக் குலுங்கின. மக்னோலியா முழுமையும் பெரிய கனத்த, மெழுகுமயப் புஷ்பங்கள் சூடிநின்றன. அம்மலர்களைத் தொட்டால் அவை கபில நிறமாக மாறிவிடும்.

ஒருநாள் நாங்கள் விளையாடுவதைத் தாத்தா கவனித்துக் கொண்டிருந்தார். நாங்கள் ஆடிமுடித்ததும் என்னை அவர் ஒருபுறம் அழைத்தார். "நாம் மீன்பிடிக்கப் போவதற்குரிய வேளை வந்துவிட்டது" என்று தான் கருதுவதாக அவர் சொன்னார். எந்த ரக மீன்களைப் பிடிப்பது என்பதுதான் பிரச்னை.

தாத்தா சொன்னார்: "இது கோடைக்காலம். பாரமீன் பிடிப்பதற்கு ஏற்ற பருவம் இது அல்ல. கோடையில் நாம் முரட்டு வேலை செய்வதற்கில்லை. கோடை மீன் பிடிப்பு பற்றி என் எண்ணம் இதுவே – ஒரு கோலையும் நீளக் கயிற்றையும் எடுக்க வேண்டியது. புது நீர் பாயும் ஓடையருகே அமர்ந்து கறுப்பு மீனைப் பிடிக்க வேண்டும். அல்லது படகில் ஏறிக்கொண்டு, புள்ளி விழுந்த ஆற்று மீன்கள் நிறைந்த பெரிய வளை எதையாவது தேடிச் செல்ல

வேணும்; கைத்தூண்டிலால் அவற்றைப் பிடிக்கலாம். கோடை மீன் பிடிப்பின் பூரண நோக்கம் மீனைப் பிடிப்பது பற்றிக் கவலை கொள்வது அல்ல; வீட்டை விட்டு வெளியே போய், அமைதியாயிருந்து சிறிது சிந்தனை செய்வதேயாகும். கோடையில் பெண்கள் கடுகடுப்புடன் இருப்பர். நீ எவ்வளவு குறைவாக வீட்டில் சுற்றித்திரிகிறாயோ அவ்வளவு குறைவாகத்தான் தொல்லை ஏற்படும்."

"வாய்க்காலுக்குப் படகில் போய், ஆற்றில் மீன் வளையைத் தேடி, கைத்தூண்டில் வீசிவிட்டு, நடப்பது நடக்கட்டும் என்று காத்திருக்கலாம்" என நான் சொன்னேன். "இது அருமையான கருத்துத்தான்; ஆயினும் கோடை மீன்பிடிப்புக்குக் கூடச் சில முன்னேற்பாடுகள் செய்ய வேண்டும்" என்று தாத்தாகூறினார். அவர் பையில் கைவிட்டு, ஒரு காசை எடுத்து என்னிடம் சுண்டி எறிந்தார்.

"இறால் மீன் கடைக்குப்போய். இந்தக் காசு பெறுமானமுள்ளதை வாங்கி வா. அவை புதியதாய், சிறியதாய் இருக்க வேண்டும். படகுகளில் ஒன்று வந்து சேரும் வரை காத்திருந்து, அவை உயிர்த்துடிப்போடு இருக்கும்பொழுதே வாங்கிவிடு" என்று அவர் சொன்னார். பிறகு சிறிது நேரத்திற்கெல்லாம் "வேண்டாம். அந்தக் காசை என்னிடம் கொடு. நமக்கு வேண்டியதை நாமே பிடிக்கலாம். வீச்சு வலையை எப்படி உபயோகிப்பது என்பதை நீ இந்தச் சமயத்திலேயே கற்றுக்கொள்ளலாம். நீ அதை ஒழுங்காகச் செய்தால், அது கூட மீன்பிடிப்பது போலவே வேடிக்கையானதுதான்'' என்று கூறினார்.

சிற்றுண்டிக்குத் தேவையானவற்றை எடுக்கவும், கூஜாவில் நீர் நிரப்புவதற்காகவும் நான் சமையலறைக்குப் போனேன். கூடாரச் சாமான்கள், அதிகப்படியான படகுகள், மிஸ் லாட்டி சவாரி செய்ய உபயோகித்து வந்த சேணம் ஆகியவற்றை வைத்திருந்த சிறு வீட்டினுள் தாத்தா ஊர்ந்து சென்றார். வலையை ஜாக்கிரதையாகக் கையில் சுற்றி வைத்தபடி, அவர் கழுத்துப் பிடிப்போடும் வசவுகளோடும் வெளிப்பட்டார். அவ்வலையைத் தாத்தாவே செய்திருந்தார். நேர்த்தியான, மென் பின்னலாக அமையும்படி ஒவ்வொரு நூலையும் முடிந்தும், விளிம்பில் தொங்கும் ஈயக்குண்டுகளை சிரத்தையோடு அகற்றி அளவோடமைத்தும் வலை தயாரித்திருந்தார். அது ஒரு கலாசிருஷ்டி, அதைச் செய்ய மாரிக்காலம் பூராவும் பிடித்தது என்பது என் நினைவுக்கு வருகிறது. அதே சமயத்தில் அவர் சின்னக் கப்பல் ஒன்றும் செய்து கொண்டிருந்தார். அவர் வேட்டைக்குப் போகாமலோ, பிடில் வாசிக்காமலோ இருந்த நேரத்தின் பெரும்பகுதி அதிலேயே செலவழிந்தது.

நாங்கள் தண்ணீரை நோக்கி நடந்தோம். வலையையும் இரண்டு கைத் தூண்டில்களையும் தாத்தா தோளில் சுமந்து வந்தார். தூண்டில்கள்,

முனைகளில் குறுக்காக வெட்டிய இரண்டு கம்புகளில் அழகாகச் சுற்றப்பட்டிருந்தன. அவற்றின் கொக்கிகள் கம்பியில் அழுத்தமாய்ப் பதிக்கப்பட்டும், குண்டுகள் தொங்கிக்கொண்டுமிருந்தன. உணவுப் பெட்டி, தண்ணீர்ப்புட்டி, அதிகப்படியான கொக்கிகள், குண்டுகள், மிதப்புகள் முதலியன கொண்ட சாமான் பெட்டி ஆகியவற்றை நான் வைத்திருந்தேன். அதிகச் சாமான்கள் பற்றி தாத்தா மிகுந்த அக்கறை காட்டுவதுண்டு. ஒருதூண்டில் முள்ளைத் தொலைத்துவிடுகிற மீனவன். மற்றுமொரு முள்ளை வைத்திராவிட்டால், அந்த இடத்தில் இல்லாதொழிவதே நன்று; அதிகமாக ஒரு துப்பாக்கியைக் கையோடு கொண்டு போகாத வேட்டைக்காரன் காட்டில் நேரத்தை வீணாக்குவான் என்று தாத்தா எப்போதும் கூறுவார்.

படகு கரை மீது இழுத்து உலர வைக்கப்பட்டிருந்தது. அதன் அடியில் துடுப்புகள் கிடந்தன. படகைத் தண்ணீருக்குள் தள்ளிவிட்டோம். நான் வெறும் காலுடன் நீரினுள் சென்றேன். மினுமினுக்கும் கோடைக்காலச் சிற்றலைகளிடையே படகை மிதக்கச் செய்தோம். சாமான்களைத் துறையில் ஓர் இடத்தில் வைத்தோம். தாத்தா உந்துகோலை எடுத்து, படகைச் சதுப்பு நிலத்தின் மூலைக்குத் தள்ளினார். அங்கு சேறு வெகு உப்பாகவும், மோசமாகவும் நாற்றமடித்தது. ஆயினும் சிறு மீன்களும் இறால்களும் கும்பல் கும்பலாக நீரில் சலனம் ஏற்படுத்திக் கிடந்தன. தாத்தா கோலை படகில் போட்டுவிட்டு வீச்சு வலையை எடுத்தார். ஈய விளிம்பு கட்டிய பாவாடை மாதிரிக் கனமாய், சிக்கலற்றுத் தொங்கும் வரை அதை அவர் உதறினார். முறுமுறுக்காமல் இருப்பதற்காக வலையை நனைத்துப் பிரிவுபடுத்தும் நோக்கத்தோடு அவர் அதை வெகுசிரத்தையாக நீரில் சுழற்றினார்.

அடியில் அகன்று விரியும் வட்டமான பெரிய பாவாடைபோல் இருக்கும் வீச்சு வலை. அதை இழுத்துச்சுருக்கும் கயிறுகள் அடியிலிருந்து மேலே வந்து, குறுகிய கொம்பு விளிம்புடைய கழுத்து வழியே வெளிப்படும். தண்ணீர் மீது தட்டையாக விழும் அதை ஈயக்குண்டுகள் வேகமாக அடிமட்டத்துக்கு இழுத்துச்செல்கின்றன. சாதாரணமான ஒரு இழுப்பு வலையின் அகன்ற அடியை மூடி, அதனுள் அகப்பட்ட அனைத்தையும் பத்திரமாக அடக்கிக்கொள்ளும் பையாக மாற்றிவிடுகிறது. அதை ஆழமற்ற தண்ணீரில்தான் உபயோகிக்க முடியும். நான்கு அல்லது ஐந்து அடிக்கு அதிகமான ஆழமுள்ள நீரில் அது நன்கு பயன்படுவதில்லை. ஆனால் அதை எறிவது ஒரு கலை என்றும், நமக்குத் தேவையான தூண்டில் இரையை சுலபமாகச் சேகரிக்க அது நிச்சயமான வழி என்றும் நான் கண்டுகொண்டேன்.

தாத்தா எழுந்து நின்று, எருதுடன் சமரிடுபவன் தன் துணியைச் சுண்டி

அடிப்பதுபோல் வலையை வீசி அடித்தார். வலை விளிம்பில் உள்ள ஈயக்குண்டுகளில் ஒன்றை அவர் தன் வாயில் வைத்தார். இழுப்புக்கயிற்றை இடது கையில் பிடித்துக்கொண்டு, ஓரத்தின் மற்றொரு பகுதியைப் பற்றுவதற்காகத் தன் வலது கையை நீட்டினார். வலைவிளிம்பின் இடதுபுற வெளி ஓரத்தைத் தனது இடது கையால் பற்றிக்கொண்டு – வலக்கை ஒருபுறமும், வாய் நடுவிலுமாக அமைந்த மும்முனை ஏற்பாடு முழுவதையும் ஒருநிலைப்படுத்தினார். பிறகு இடது கையைத் தன் பின்னால் கொண்டு போனார். வலையின் ஒரு பகுதியும் உடன் சென்றது. வலக்கையை மார்புக்கு மேலே குறுக்காக ஓட்டி வலையை வீசினார். வலை இனிமையாய், சிங்காரமாய், வட்டமிட்டுச் சுழன்று, அதன் குறுக்களவு முழுமைக்கும் பரவி விரிந்தது. பெரியதொரு வட்ட வண்ணப் பூச்சிபோல். அது முழு அளவும் நீரில் படர்ந்து. துள்ளிக்குதித்துக் கொண்டிருந்த இறால் மீன் கூட்டம் ஒன்றைத் தன்னுள் அடக்கி அமர்ந்தது. இறால்களைத் தன்னோடு இழுத்துக்கொண்டு கீழே ஆழ்ந்தது. தாத்தாவின் இடக்கரம் சுருக்குக் கயிற்றைப்பற்றி இழுத்தது. பிறகு அவர் வலையை ஈர்க்க ஆரம்பித்தார்.

ஈயக்குண்டுகள் கொண்ட அடிப்பகுதி, இழுப்புக் கயிற்றின் அழுத்தத்தால் சுருக்குண்டு, இறால்களுக்குப் பத்திரமான கண்ணியாயிற்று. வலையிலிருந்து தண்ணீர் வெளியே வடிந்தபோது சின்னஞ்சிறிய நரைமய மஞ்சள் நிற இறால்கள் உள்ளே சண்டையிட்டு உதைத்துக்கொண்டிருந்ததைக் காண முடிந்தது. கனமேறிய பகுதியைத் தாத்தா படகின் தளத்தில் தொப்பெனப் போட்டார். கயிற்றைத் தளர்த்தி, கொம்பு வளையத்தை விரல்களால் பற்றிக்கொண்டு வலையை மெதுவாக உதறினார். மூடியிருந்த அதன் அடிப்பாகம் திறந்தது. நூற்றுக்கும் அதிகமான இறால்கள் தளத்தின் கை மீது துள்ளின. உதைத்தன. துடித்தன. தாத்தா அவற்றைக் கை நிறைய அள்ளி எடுத்து உப்புநீர் வாளி ஒன்றில் நழுவவிட்டார்.

"இப்போது நீ செய்து பார். தோன்றுவதுபோல, வலைவீசுவது அவ்வளவு எளிதல்ல. அதை வீசும்போது, பெண்ணின் சுழன்றாடும் பாவாடை மாதிரி வலையும் சுற்றிப்பரவும்படி நீ கவனிக்க வேண்டும். எச்சரிக்கையோடு இல்லாவிடில், உன் வாயில் இருக்கும் ஈயக்குண்டு முன்பற்கள் இரண்டைப் பிடுங்கிவிடும். சுருக்குக் கயிற்றை இறுக்கி இழுப்பதிலும் ஒரு சாமர்த்தியம் உண்டு. இறால்கள் மீது வலை படிவதற்கு வாய்ப்பு அளிக்க வேண்டும். எனினும் அதிக நேரம் விட்டுவிடக்கூடாது. அப்படி விட்டால்; இறால்கள் கீழே பாய்ந்து வெளியேறிவிடும். வலையைச் சுற்றி வீசு" என்றார் அவர்.

காலையின் பெரும்பகுதியை நான் வலையோடுதான் கழித்தேன். குண்டினால் என் பற்களைச் சேதப்படுத்தினேன். வலையைச் சிக்கலாக்கினேன்.

கெடுத்தேன். ஒரு தடவை சீக்கிரம் சுருக்கி இழுத்தேன். சிலசமயம் வேகமாய் இழுக்காது விட்டேன். எனது பயிற்சிக்கு உதவிய இறால்கள், சிறு மீன்கள் கூட்டங்களை வலைநோக்கி இழுக்க மறந்தேன். முடிவில் அதை வீசி எறிந்து, சுழல வைக்கும் தன்மை பெற்றேன். அதனால் சில ராத்தல் இறால்களும், கொஞ்சம் சிறு மீன்களும் பிடித்தேன். வெகு நாட்களுக்கு அப்பால் நான் அவ்வலை கொண்டு விளையாடி, ஆழமற்ற நீர்நிலைகளில் மீன்பிடித்து, தூண்டில் முள்ளுக்கு ஏற்ற இரைகளைச் சேகரிக்கும் திறமை பெற இருந்தேன். ஆனால் அன்று காலை வேளையில் என் கைகள் இற்று விழலாம் என்றே தோன்றியது. அதற்குள் தாத்தா, "இவ்வளவு போதும்; சிற்றுண்டியை முடித்துக்கொண்டு, வடிநீரில் மீன் பிடிக்கப் போகலாம்" என்றார்.

தண்ணீர், சில பாறைகளைச் சுற்றிலும் சுழல் அமைத்திருந்த இடத்தை அடைவதற்காக நாங்கள் சுமார் ஒரு மைல் படகு வலித்தோம். தாத்தா நங்கூரத்தை வெளியே போட்டார். தூண்டிலின் கயிறு பூராவையும் எறிந்தார். படகு விலகிச் சுற்றி, தெளிவான இடம் ஒன்றில் ஊசலிட்டது. அதன் இருபுறமும் நீர் வேகமாய் ஓடிக்கொண்டிருந்தது. நாங்கள் கயிற்றுச் சுருள்களைப் பிரித்து. அவற்றின் முறுக்குகள் நனைவதற்காக, நீரோட்டத்தோடு மிதக்கவிட்டோம். பிறகு, கை வீசி, பிடிப் பிடியாய் பற்றி அவற்றை இழுத்து, படகுத்தளத்தில் அழகிய ஈரச்சுருளாய் கிடக்கச் செய்தோம். தாத்தா இறால் பானைக்குள் கைவிட்டு, கொழுத்த மீனாகப் பார்த்தெடுத்து, தூண்டில் முள்ளில் கோத்தார். அப்படிச் செய்கையில் அதன் முதுகை முள் கம்பியால் மெல்ல சுற்றி வளைத்தார். பிறகு படகுக்கு வெளியே விட்டெறிந்தார். நானும் அவ்விதமே செய்தேன்.

அன்று நாங்கள் மீன் பிடித்தோம். பெரிய 'கடல் ட்ரௌட்', வடிகால் வழியாக வந்து சேர்ந்த சோதா மீன்கள், மூன்று நான்கு ராத்தல் எடை வரக்கூடியவை – பெரிய, அழகான, புள்ளிகளுடைய, உப்புத்தண்ணீரில் ஓடிவரும் மீன்கள், நடுத்தர மோவாயும் வாயில் குத்திய முள்கள் மீது கோபமும் உடைய மீன்கள் பிடித்தோம். கறுப்பு மீன்களையும் மகிழ்ச்சியற்ற பன்றி மாதிரி உறுமுகிற முணமுணப்பான்களையும் பிடித்தோம். சிறு சுறாமீன்கள் சிலவற்றையும், இடைக்கிடை வரும் பெரிய பெர்ச் மீனையும் பிடித்தோம். எங்கள் கைகள் வெட்டுண்டு புண்ணாகி, அவற்றை இழுத்து இழுத்துக் களைப்படையும் வரை மீன் பிடித்தோம்.

கோடைக்காலம் மிகையாக மதிக்கப்படுவது! வெயில் சூடு, விஷக்கொடி, செலவுக்கு வழிசெய்யும் ஓய்வுநாள் எல்லாம் நிறைந்த பருவம் என இன்று நான் நினைக்கிறேன். ஆனால் அந்நாட்களில் சிறுவனான எனக்கு, தாங்கமுடியாத பேரானந்தம் கொண்ட காலமே கோடையாய் விளங்கியது.

சந்தேகமில்லாமல், பள்ளிக்கூடம் விடுமுறைதான். "பள்ளி இல்லை, ஏடு இல்லை; வாத்தியாரின் கோணல் நோக்கும் இல்லையே" என்று ஒரு பாட்டுகூட இருந்தது. அப்பா, அம்மாவிடமிருந்து விடுபட்டு, நான் என் தாத்தாவோடு வசிக்கச் செல்லும் காலம் அது. ஜூன் வண்டும், மின்மினியும் பறக்கும் காலம்; ஒவ்வொரு சிறு பூச்சியும் தனது ஒளிவிளக்கை அணைத்து அணைத்து ஏற்றி மகிழும் காலம் அது.

சின்னஞ்சிறு பையனுக்கு நீரருகே வசிக்கும் வாய்ப்பு ஏற்படின் கோடைக்காலம் அற்புதமானதாக அமையும். நடனமிடும் சிற்றலைகள் மீது வெயில் தரும் முத்தம், முகத்தில் வீசும் உப்பங்காற்றின் புதிய ஸ்பரிசம், தலையில் விழும் கதிரொளி, உதடுகளில் படியும் உப்பின் சுவை இவற்றில் எல்லாம் ஓர் இனிமை இருக்கத்தான் செய்கிறது. வீச்சு வலையை எறியும் கலையை தாத்தா எனக்குக் கற்றுத்தந்த அந்த நாளில், ஆவிபடர்ந்த சதுப்புகளில் நாங்கள் பிடித்த இறால்களைச் சுவைக்க எல்லா மீன்களும் பசியோடிருந்த சமயத்தில் இதை நான் உணர்ந்தேன்.

பிடித்தது போதும் என்று கூறி, துறைக்குப் படகை ஓட்டும்படி தாத்தா என்னை ஏவியபோது சூரியன் கீழிறங்கிவிட்டது. கதிரொளியால் என் முகம் வெம்மையாயிருந்தது; மயிர்க்கால்களில் உப்பு படிந்துவிட்டது. துடுப்புகளின் முரட்டுக் கைப்பிடிகள் மீது என் கைகள் வேதனைப்பட்டன. ஆயினும் நான் நேரிய நல்லெண்ணத்தோடு என் முதுகை வளைத்து உழைத்தேன். அதேசமயம், தனக்குத் தானே பேசிக்கொள்வதுபோல் தோன்றிய தாத்தாவின் பேச்சையும் கவனித்தேன்.

"மீன்பிடிப்பில் முக்கியமானது, எவ்வளவு மீன்களை, அல்லது எந்த ரகமான மீன்களை நீ பிடித்தாய் என்பது அல்ல. மீன் பிடிப்பையே தலையாய தொழிலாகக் கொள்வது என்பது என்னைப் பொறுத்தவரையில் கால விரயமேயாகும். ஏனெனில் மீன்கள் வெறும் மீன் மட்டுமேயாம். அவற்றினின்றும் ஏகப்பட்ட வேலை செய்யலாம் என்று கிளம்புகிறபோது, அதனுடைய முக்கியத்துவத்தை நீ இழந்துவிடுகிறாய்.

"நீரின் அடி ஆழத்தில், நீ காணமுடியாதபடி இருக்கிற மீன் மண்ணகத்தில் அமைதியின் ஒருவகைச் சின்னமேயாகும்; உனக்கென அமைந்த நல்லெண்ணமும் கூட. மீன்பிடிப்பு, மனிதன் சிந்தனை செய்வதற்குச் சிறிது நேரம் அளிக்கிறது. அவன் எண்ணங்களைத் திரட்டி, அழகாகவும் ஒழுங்கான முறையிலும் சீர்ப்படுத்துவதற்கு அவனுக்கு அது வாய்ப்புத் தருகிறது.

"தூண்டிலில் கவர்ச்சி தரும் இரையை மாட்டி நங்கூரம் பாய்ச்சியதும், ஒருவனின் சிந்தனைக்குக் குறுக்கே வர எதுவுமில்லை. அவ்வப்போது மீன்

வந்து கவ்வுவது குறுக்கிடலாம். ஆனால் உணர்ச்சிகள் பெற்ற மடையன்கூட, தன் எண்ண ஓட்டத்துக்கு ஊறு செய்யாமலே. மீனைப்பிடித்து இழுக்க முடியும். ஆட்டமாகவும் வேட்டையாகவும் மீன் பிடிக்கையில் இது சரிப்பட்டு வராது என்று கூற விரும்புகிறேன். அதற்கு ஏகப்பட்ட எண்ண ஒருமைப்பாடும், சிறிது திறமையும், அதிகபட்ச உழைப்பும் தேவை.

"உன் மூளைக்கு ஓய்வுச் சிகிச்சையும், உனக்கு விடுமுறையும், ஒருவன் அடையக்கூடிய சகலவித அனுபவங்களும் பெறுவதற்கு. இப்போது நாம் செய்ய முடித்தது போன்ற மீன்பிடிப்பை நீ மேற்கொள்வது நல்லது. இப்படி இந்தப் படகில் அமர்ந்துவிட்டால், உன்னை உன் அம்மாவோ, பாட்டியோ எட்டிப்பிடிக்க முடியாது. இடையே டெலிபோன், தபால் போக்குவரத்து, ரேடியோ அல்லது மோட்டார் வசதி எதுவுமே கிடையாது. உன்னையும் மீனையும் தவிர வேறு ஒன்றுமேயில்லை. இந்த இன மீன்களோ சுத்த முட்டாள்கள். ஆகவே, நீ தூண்டிலில் ஒரு இறாலைக் குத்தி நீரில் போடுகிறாய். மீன் வந்து கடித்தால் அதை உள்ளே இழுக்கிறாய். எதுவும் கடிக்காது போயினும் நஷ்டமில்லை. வெம்பரப்பில் கடற்பறவைகளின் ஓசையைத் தவிர சதா அமைதியே நிலவும் இடத்தில் அற்புதமாக நாளைக் கழிக்கும் பேறு கிட்டும்.

"எப்போதாவது ஒருமுறை, சகல குழப்பங்களிலிருந்தும் விடுபட்டுச்செல்ல ஒவ்வொருவனும் விரும்புவான். அதைச் செய்வதற்குரிய உண்மையான வழி மீன்பிடிக்கப் போவது ஒன்றே. இப்போது நாம் தீவிரமான மீன்பிடிப்பைக் கவனிப்போம். அதுதான் நிஜமான வேலை. ஆனால் அதைக் கோடைக் காலத்தில் செய்யக்கூடாது. ஜனங்கள் செத்து விழுவதற்கு உரிய காரணங்களில் கோடைக்காலத்தில் கடுமையான வேலைகளைச் செய்வதும் ஒன்று ஆகும்.

"நம்மையே எடுத்துக்கொள். பெண்களிடமிருந்து விடுபட்டு நாம் ஒரு தினத்தை இனிமையாகக் கழித்தோம். அநாவசியமான பிரச்னைகளை வைத்து ஒருவரை ஒருவர் அலட்டிக்கொள்ளவில்லை. வீச்சு வலையை எப்படி எறிவது என்பதை நீ கற்றாய். இன்று பிற்பகலில் நாம் மிக ஏராளமான மீன்களைப் பிடித்துவிட்டோம். ஆகவே இப்போது நாம் நமது குறைகள் நீக்கப்பட்டு, பசியோடு, களைப்பாக, சாப்பிடவும் படுத்துறங்கவும் தயாராக வீடு செல்கிறோம். பெண்கள் கோபத்துடன் காணப்பட மாட்டார்கள். ஏனெனில் பகல் பூராவும் நாம் அவர்களுக்கிடையே திரியவில்லை. அதற்கும் மேலாக அனைவருக்கும் போதுமான மீன்கள் வேறு உள்ளன. ஒருவகையில் நாம் வீரர்கள்தாம். பிறர் நம்மைப் பார்க்காத விதத்தில் நாள் பூராவும் சோம்பி இருப்பதற்கு வேண்டிய ஞானம் இருந்ததே, அதனால்தான்."

பிறகு தாத்தா என்னை நோக்கிப் பேசினார்: "பிறர் பார்வையில் நீ ஒருபோதும் சோம்பேறியாக இருக்கக்கூடாது. இதை நீ கற்பது அவசியம். சோம்பி இருப்பது இனியதுதான். ஆனால் ஊக்கமுள்ளவர்கள் முன்னால் நீ சோம்பித் திரிந்தால் அவர்கள் உன்னை வெறுப்பது இயல்பு. பெண்களிடமுள்ள தொல்லைகளில் இதுவும் ஒன்று. அவர்களுள் ஒரு டைனமோ இருக்கிறது. அவர்கள் ஊக்கத்தால் இயங்குகிறார்கள். உழைப்பு தேவைப்படாத எதன் மூலமும் ஆண் உல்லாசம் பெறுவதைக் கண்டால் பெண் ஆத்திரம் கொள்கிறாள். அதனால்தான் மீன்பிடிப்பு கண்டுபிடிக்கப்பட்டது. உழைப்போர் பார்வையிலிருந்து அது நம்மை அப்புறப்படுத்துகிறது. சோம்பேறி ஆட்கள்தான் மிகச்சிறந்த மீனவர்களாக விளங்குகிறார்கள். முடிவில் அவர்கள் நன்னிலை அடைவதும் உண்டு. ஏனெனில் தங்கள் மூளையைக் குழப்பங்களிலிருந்து விடுவித்து, உண்மையான தெளிந்த ஆதாரங்களில் ஈடுபடுத்த அவர்களுக்கு நேரம் கிடைக்கிறது."

"எப்பொழுதும் கறுகறுப்பாக இருக்கிறவர்களை நான் புகழ்வதில்லை. சிறு ஈக்களை ஓங்கி அடித்து, கொசுக்களைத் தப்பவிடுகிற ரகத்தினர் அவர்கள். சதா முட்டாள்தன அலுவல்களின் காரணமாக அங்கும் இங்கும் ஓடித்திரிவதால், அமைதியாக உட்கார்ந்து சிந்தனை செய்ய அவர்களுக்கு நேரம் கிடைப்பதேயில்லை. துடுப்புகள் மீது சற்றுக் கடுமையாகச் சாய்ந்து இழு, பையா. நான் குத்திக்காட்டுவதில் வன்மை பெற்று வருகிறேன்.

நாங்கள் மீண்டும் கடலோரம் வந்து சேர்ந்தோம். படகைக் கரைக்கு இழுத்தோம். துடுப்புகளைப் பதுக்கினோம். அவற்றின் பூட்டுக்களை எடுத்துக் கொண்டோம். எங்கள் பின் நீந்தி வருவதற்கு வகை செய்த கயிற்றிலிருந்து மீன்களைப் பறித்தோம். குன்றுகள் மீது நடந்து வீடு திரும்பினோம். களைத்து, வெயிலில் காய்ந்து. ஓய்வும் பெற்று வந்தோம்.

நாங்கள் அங்கே சேர்ந்தபோது, மிஸ் லாட்டி வீட்டு முற்றத்தில் இருந்தாள். இரவு உணவுக்கு நாங்கள் வந்து சேரத் தாமதம் ஆகிவிட்டது என்பதால் அவள் கலக்கத்துடன் காணப்பட்டாள். எனக்கு என் அம்மாவிடமிருந்து ஏதோ ஒரு போன் செய்தி வந்ததாம். நான் வீட்டில் இருந்திருப்பின் அதற்குப் பதில் கூற நேர்ந்திருக்கும். நான் இல்லாமல் போனதால் அது அமைதியாகத் தீர்ந்து போயிற்று. நாங்கள் சீக்கிரமே சாப்பிட்டுவிட்டோம். அதிகமாக ஒன்றுமில்லை. அந்நாட்களில் மத்தியான சாப்பாடுதான் பலமாக இருக்கும். இரவு வேளைக்குப் பன்றித் தொடையும், முட்டைகளும், வெள்ளைச் சோளமும் காப்பியும்தான். சிறிது கேக் இருந்தாலும் இருக்கலாம். நான் சாப்பிட்டு முடிப்பதற்குள்ளாகவே கொட்டாவி விடலானேன். உடனே தாத்தா பின்புறத் தோட்டத்தைச் சுட்டிக்காட்டினார்.

"அந்த மீன்களைச் சுத்தம் செய். போ. எனக்கு வயது அதிகமாகிவிட்டது. அதைச் செய்ய முடியாதபடி களைத்துவிட்டேன். மீன்களைப் பிடிக்கிறவன், அல்லது பறவைகளைச் சுடுகிறவன், அவற்றைத் தின்பதற்குத் தகுதியானவையாக மாற்ற வேண்டியதும் அவசியம். உறங்கப்போவதற்கு முன்பே இதைச் செய்துவிட வேண்டும். இல்லையேல் எல்லாம் பாழ்தான். பயன்படுத்த முடியாததை நீ எடுத்து வருவதும் பாபமேயாகும்" என்றார்.

அத்திமரத்தடியில் அமர்ந்து, மீன்களைச் சுத்தம் செய்வதற்குள் நான் தூங்கிவிடுவேன் என்று தோன்றியது. அத்தனை மீன்களை அதுவரை நான் கண்டதேயில்லை. நீரில் உள்ள எல்லா மீன்களையும் பிடித்துவிட்டோம் என்று எண்ணினேன். இறுதியில் அவை அனைத்தையும் குடல் நீக்கி செதிளுரித்து, ஒழுங்குபடுத்தி, உப்பு நீரில் கழுவி, ஐஸ் பெட்டியில் வைத்தேன். நான் படுக்கை நோக்கித் தள்ளாடிச் சென்றபோது, தாத்தா கூச்சலிட்டார்.

"போய் குளி. உன் நாற்றம் மூக்கைத் துளைக்கிறது. மீன் கடை மாதிரி ஒரேயடியாக நாறுகிறாய். அழகிய சுத்தமான படுக்கைத் துணிகளை மீன் நாறும்படி செய்தால் மிஸ் லாட்டி வெகுவாகக் கோபிப்பாள். அப்புறம் நாம் என்றுமே மீன் பிடிக்கப் போக முடியாது."

நான் போய் என் உடம்பைக் கழுவிவிட்டு, சோர்ந்து வந்து படுக்கையில் விழுந்தேன். என் கடைசி எண்ணம் இப்படி அமைந்தது: 'நாம் மீன் பிடித்தது வேலையே அல்ல' என்று தாத்தா சொன்னது சரி, ஆனால் அது அவருக்காகச் சொன்னதாகும். என்னை எண்ணிச் சொன்னது அல்ல. என் வாழ்நாளில் இதுபோல் மிகவும் கஷ்டப்பட்டு நான் உழைத்ததில்லை. ஆயினும் மறுநாள் காலையில் சாப்பிடும்போது. சமையல்காரி கலீனா புது மீன்களைச் சமைத்து எடுத்து வந்ததும் நான் உழைத்தது தகும் என உணர்ந்தேன்.

5. செப்டம்பர் கீதம்

காடை வேட்டைக்கு உரிய காலத்துக்குச் சிறிது முன்பு, இலையுதிர் காலம் வந்தது. கோடைக்கால அதிதிகள் அனைவரும் ரைட்ஸ்வில் பீச்சிலிருந்து போய்விட்டார்கள். முதிர்ந்த மென்பலகை வேய்ந்த கடற்கரை வீடுகளின் ஜன்னல்கள் வாடைக்காற்று புகாமலிருப்பதற்காக இறுக்கி மூடப்பட்டு விட்டன. வானமும் பலகைகளைப்போலவே நரைநிறம் பெற்றது. இரவில் கட்டைகளை எரிய விட்டபடி இருந்தது சுகமளித்தது. லாபம் தராத பருவத்தை உத்தேசித்து எல்லாச் சிறு கடைகளும் மூடப்பெற்றன. அந்தச் சமயத்தில்தான் தாத்தாவும் நானும் பெரிய விவகாரத்தில் ஈடுபட்டோம்.

தாத்தா, மரத் தொகுதியைச் சிந்தனையோடு பார்த்து, "இயற்கையின் சமன சக்தி அற்புதமானது" என்றார். அதனால் ஒரு கோடரியும், அதை எடுத்தான ஒரு சிறுவனும் தேவை என்று அவர் கூறுவார் எனத் திடீரென்று தோன்றியது எனக்கு. "பலவீனமான யாத்ரீகர்கள் போய்விட்டபிறகு, நீல மீன்கள் வருவதற்கு வெகு நாட்கள் பிடிக்காது. அதுபற்றி ஒரு புத்தகம் உண்டு. 'கார்காலம் வந்தால்' என்றோ என்னவோ ஒரு பெயர். அதை எழுதியவரின் எழுத்தில் நீல மீனைவிட வசந்தத்தின் வாடையே அதிகம் என நான் நினைக்கிறேன்" என்றார் அவர்.

பல பொருள் கொள்ளும் விதத்திலேயே தாத்தா எதையும் சொல்வது வழக்கம். எனினும் அதில் நாம் புதிய கருத்தைக் காண முடியும். அந்நாட்களில்

நான் ஒதுங்கியிருந்து தாத்தாவின் பேச்சை ஒரு காதால் மட்டுமே கேட்டு வந்தேன். அதிலிருந்து தத்துவத்தையும் சுவையான விஷயத்தையும் பிரித்தெடுக்க முயன்றேன். பிற்காலத்தில் நான் வளர்ந்து பெரியவனான பிறகுதான் சுவையான விஷயத்தை விட தத்துவமே அதிகமாக என் நினைவில் நின்றதாக உணர்ந்தேன்.

தாத்தா சொன்னார்: "இன்று தொழிலாளர் தினம். இதை ஏனிப்படி அழைக்கிறார்கள் என்பது எனக்குப் புரியவே இல்லை. இந்தப் பெயர் பெற்ற திங்கட்கிழமைக்கு முந்திய வார முடிவில் யாகும் வேலை செய்வதில்லை. செவ்வாயன்றோ எல்லாச் சிறுவர்களும் போய் விடுகிறார்கள். பெரியவர்கள் மட்டுமே தங்கியிருப்பர். நீலமீன் மேல் பகுதியிலிருந்து கவனித்துக்கொண்டு மனிதர்களோடு உறவாட வந்து சேரும். அதற்குக் கோடை யாத்ரீகர்களைப் பிடிக்காது. வடகீழ்க்காற்றை மதித்து. கொஞ்சம் மழை அல்லது சூறையைப் பொருட்படுத்தாது இருப்பவர்களை நீல மீன்கள் விரும்புகின்றன.

'நீல மீன் விஷயத்தில் நாம் செய்யப்போகும் முதல் காரியம் அவற்றை நிறையவே எளிதில் பிடிப்பதுதான். அப்பொழுதுதான் நீ அவற்றை மதிக்கக் கற்றுக்கொள்வாய். நிலத்துள் சதுப்பை நாடி அவை வர இன்னும் நாளாகவில்லை. ஆகவே நாம் செல்வர்கள் செய்வதுபோல நீல மீன் பிடிப்பதற்காகப் படகில் செல்வோம். படகு அவற்றைக் கொல்லட்டும். கரைப் பாதுகாப்பாளரிடம் எனக்குத் தொடர்பு உண்டு. நாம் ஸௌத் போர்ட் போய், அங்கிருந்து அதிகாலையில் காப்டன் வில்லிசுடன் கிளம்புவோம்."

நாங்கள் படகில் காஸ்வெல்லைக் கடந்து, ஸௌத் போர்ட்டிலிருந்து கிளம்பி, 'ஃபிரையிங்பான் ஷோல்ஸ்' எனும் இடத்தைச் சுற்றிச் சென்றோம். படகோட்டி பெயரை மிட்யெட் என்றே கூறவேண்டும். அநேகமாக கரைக்காவலர் அனைவரும் ஹாட்டராஸ் அருகிலுள்ள ஆக்ரகோக் தீவிலிருந்து வந்தவர்கள்தாம். அங்குள்ள எல்லோருக்கும் மிட்யெட் என்றே பெயர். அவர் சிறிய படகைக் கரையின் ஓரமாகவே செலுத்தியதால் நாம் இடது கையால் மணலைத் தொடலாம். வலப்புறம் ஆழமிகுதி தென்பட்டது.

நீர் பெர்முடாவில் உள்ளதுபோவே குளிர் நீலமாய் விளங்கியது. மணல் வெண்மையாக இருந்தது. மணி மிதவை சற்று பின்தள்ளி, சோக ஒலிகளை எழுப்பியவாறு கிடந்தது. தீபக்கப்பல், தன்னுள் தங்கியிருந்த ஆட்களைப்போலவே, தன்னந்தனியாய்க் காட்சி தந்தது. 'கல்'பறவைகள் கிரீச்சிட்டு வளைய வந்தன. கேனட் பறவைகள் இரைதேடி நீர் மீது திரிந்தன. மணல் மேடுகளிலிருந்து தள்ளி நீரில் பெரிய சிவந்த. மென்ஹேடன் மீன்கூட்டங்கள் மொய்ப்பது தெரிந்தது.இவற்றை நாங்கள் 'போகீஸ்' என

அழைப்போம். மீன் பிடிக்கும் படகினர் மீன் செத்தை உரம் செய்வற்காக இவற்றை ஏகமாய்ப் பிடிப்பர்.

இங்குதான் மாக்கரெவ் (அவற்றை நாங்கள் ஸ்பானிஷ் மாக்கரேல் என்போம்). ராஜமீன் என்கிற குதிரை மாக்கரெல் மீன்கள் வசித்தன. அழமற்ற நீர்ப்பரப்பில் வசிக்கும் சிறு முல்லட்களையும். ஆழமல்லின் ஓரங்களில் உள்ள வரும் நின்பதற்காக தல மின்களும் கடல் ட்ரௌட்களும் இங்கேதான் வரும்.

“இது முட்டாள்தனமான மீன்பிடிப்புதான் ஞானமோ, திறமையே இதற்குத் தேவையில்லை. இதற்கு வேண்டியதெல்லாம், ஒரு கம்பு, கொஞ்சம் கயிறு – ஒரு முள், முள்ளை மின்னோ மீன் மாதிரித் தோன்ற வைப்பதற்காக ஒரு எலும்புத்துண்டு – இவ்வளவே. அதை வீசி எறிந்ததும் முதலில் கவ்வும் உரிமைக்காக மீன்கள் சண்டை போடும். படகின் வேகம் அவற்றை அரைவாசி சாகடிக்கும். எனவே நாம் அவற்றை அப்படியே அள்ளி எடுத்துப்போட வேண்டியதுதான். நீயே முயற்சி செய்துபார்” என்று தாத்தா சொன்னார்.

கனமற்ற தூண்டில் ஒன்றை அவர் என்னிடம் தந்தார். எலும்புத் துண்டை நான் நீரில் எறிந்தேன். கயிறு இருபது கெஜம் கூட நீண்டிராது. அதற்குள் தூண்டில் வளைந்து தாழ்ந்தது. படகு ஒரு திசையிலும், மீள் வேறொரு திக்கிலும் போக முயன்றதால், தூண்டிலை இழுப்பது மிகவும் கஷ்டமாகத்தானிருந்தது. ஆயினும் நான் மீனை உள்ளே இழுத்துப்போட்டேன். அது அருமையான நீல மீன். சுமார் இரண்டு ராத்தல் கனமிருக்கும். வெயிலில் உருக்கு நீலமாய் மின்னியது அது. வாய் சிறியதாய், சண்டைக்கிழுப்பதாய், கூரிய பற்களோடு விளங்கிற்று. நூறு மீன்களில் முதல் மீன் அது. சிறியன சில. அவற்றை நாங்கள் தண்ணீரிலேயே வீசிவிட்டோம். சில பெரியன. ஒன்று நான்கு ராத்தல் கனமிருந்தது.

பிறகு மாக்கரெல் கூட்டத்தினூடே தூண்டில் எறிந்தோம். வேக இயக்கத்துக்கு ஏற்ற உருவமும், புள்ளிகளும் பெற்ற பெரிய மீன்கள் அவை. அவற்றின் மோவாய் பாரக்கூடாமீனின் மோவாய் போலிருந்தது. இப்பவும் பழைய கதைதான். காலை மணி பத்துக்கு நாங்கள் முடிவு கட்டியபோது படகு நிறைய மீன்கள் நீலம், மாக்கரெல், பானிட்டோ, பெரிய ராஜமீன் இரண்டு –இருந்தன. கடற்கரைப் பாதுகாப்பு நிலையம் முழுமைக்கும், பாதி நகரத்துக்கும் விருந்திடப் போதுமான மீன்கள் கிடைத்திருந்தன. தாத்தா சொன்னதுபோல், முதல் டஜனுக்கு அப்புறம் அவற்றைப் பிடித்ததில் உல்லாசமில்லைதான். ஆனால் சிறு கொப்பரையிலும், குடிலின் முன் தாத்தா அமைத்த பெரிய சட்டியிலும் பொரிக்கப்படுகையில் அவற்றிடம் குறை எதுவும் காணப்படவில்லை.

சுத்தம் செய்வதற்கு முன்பு கொல்லப்படவேண்டிய நிலையில் உயிர்த்துடிப்போடு புதுமையாய் இருந்து, பொரிக்கப்பட்ட நீலமீன் அல்லது மாக்கரெல்லைச் சுவைக்கும் பேறு பெறாத மனிதர்களுக்காக நான் உண்மையாகவே வருந்துகிறேன். நிலமும் மாக்கரெல்லும் அதிகமான கொழுப்பும் எண்ணெய்ச்சத்தும் பெற்றுள்ளன என்று சிலர் கூறுகிறார்கள் ஆனால் நத்தை, சிப்பிப் புழு முதலியவற்றை விரும்பாதவர்களும், காரட்டுக்கிழங்கு மிகவும் நேர்த்தியானது எனர் சொல்கிறவர்களும் இருக்கிறார்களே. தாத்தா சமையல் செய்த முறையினால், எந்த மீனும் இயல்பாகப் பெற்றிருக்கும் சுவையினும் மிக்க சுவையுடையதாய் இருந்தன. அவர் அவற்றை வெறுமனே வெப்பமான கரிக்கங்குள் மீது வேக வைத்தார். அவற்றின் சருமம் கொப்பளித்து, வெடித்து, பொன்னாக மாறிப் பின் கறுப்பாயிற்று. உள்வெள்ளை புலனாகி, கொழுப்பு சிடுசிடென ஒலித்து நெருப்பில் விழும்வரை அப்படியே விட்டு வைத்திருந்தார். முடிவில் அவற்றை எடுக்கையில் அவர் தோசைத்திருப்பியை உபயோகிக்க வேண்டியிருந்தது. அவை உதிர்ந்துவிடும் அளவுக்கு மென்மை பெற்றுவிட்டன. ஒரு மீனுக்கு அரை ராத்தல் எனும் விகிதத்தில் அவற்றை அவ அவர் வெண்ணையில் தோய்த்தார். மேலே (Vinegar) புளிக்காடியை ஊற்றினார். மிளகைத் தூவினார். ஒரே வேளையில் நான் சுமார் நான்கு ராத்தல் மீன் தின்றேன்.

பின்னர் இலையுதிர்ப் பருவத்தில் நிலையாக வந்த வடகாற்று கடற்கரையில் பள்ளம் பறிக்கத் துவங்கியதும், பிற்பகல் நேரம் குளிர் மிகுந்ததாகிவிட்டதும், ஒருநாள் சிற்றுண்டிக்குப் பிறகு தாத்தா சொன்னார், உண்மையான மீன்பிடிப்புக்கு உரிய காலம் இதுதான்" என்று.

"நாம் கார்ன்கேக் செல்வோம். சிறு சிறு முரசு மீன்கள் பசியோடிருக்கின்றன; மணலில் உள்ள தெள்ளுப்பூச்சிகளால் வயிற்றை நிரப்பிக்கொண்டு அவை சதுப்புகளிலே கிடக்கின்றன என்று எனக்குத் தோன்றுகிறது. எனக்கு ஏற்ற மீன்பிடிப்பு இதுவே. இது கொலை அல்ல மீன்பிடித்தல்தான்" என்றும் அவர் சொன்னார்.

பெருந்தூண்டில்கள் இரண்டை வீட்டினுள்ளிருந்து தேடி எடுத்தார். படுக்கையறையிலிருந்து பெரிய தளவாடப்பெட்டியை எடுத்தார். நாங்கள் கடற்கரைக்குச் சென்று, உப்பு முல்லட் மீன்கள் சில வாங்கினோம். அவை பெரியதாய், கனமாக உப்புப் படிந்து இருந்தன. எங்களுக்குரிய நேரத்தை நாங்கள் தேர்ந்தெடுத்தோம். அதிகாலை வேளை, அல்லது பிற்பகலின் பின் நேரம் தவிர்ந்த இதர சமயங்களில் மின் பிடிப்பதிலோ, வேட்டையாடுவதிலோ பயன் கிடையாது என்று தாத்தா சொன்னார். ஏனெனில் மீனுக்கும் முயலுக்கும் கூட வெயில் வேளையில் பரபரத்து அலையக்கடாது என்ற உணர்வு உண்டு என்றார்.

அன்று மந்தாரமுள்ள, மோசமான நாள். நுரை பறந்தது.கடல் பறவைகள் தணிந்த குரலில் முனங்கிக் குறை கூறின. அப்பொழுது மாலை சுமார் ஐந்து மணி ஸ்வெட்டர் தேவைப்படும். குளிரடித்தது. எனது வெறும் கால்களில் பட்ட தண்ணீர் இரைந்த முள்ளில் இரை இல்லாமலே, தாண்டிலை எறில் தற்கு எனக்கும் இருந்ததி எடுப்பதில் ஆரம்ப நேர்த்தான்றியதும் நான் செய்தாமஅவைர் செய்த விதத்தில் அது எளிதாய்த் தோன்றியது. நான் செய்த முறையில் அசாத்தியமானதாக விளங்கியது அது அவர் தூண்டிலை எசந்த்தி கொண்டு, முழங்கால் அளவு தண்ணீருள் சென்று கம்பைத் தோளுக்கு மேலாக முதுகுப்புறம் இழுத்து, சுமார் நாலு அடிக்கயிற்றை ஓடவிடுவார். பிறகு மென்மையான ஒரே அசைவுமூலம் கோலை உயர்த்தி மேலே கொண்டு வருவார். சுழல் வட்டத்தினூடே கயிறு ஒலி எழுப்பிச்செல்லும். கனமான, கோபுர வடிவம் பெற்ற குண்டு கிரீச்சிட்டபடி கடலில் நாற்பது அல்லது ஐம்பது கெஜம் போய் அவர்குறி வைத்த இடத்தில் சரியாக ஓசை எழுப்பி விழும். பிறகு தூண்டில் கயிறு தேவையான அளவு விறைப்பாக இருக்கும்படி அவர் இழுத்துச் சுற்றுவார்.

நான் அப்படிச் செய்கையில், குண்டை என் காலடியிலேயே தண்ணீரில் போட்டேன். அல்லது சுழல்வட்டில் தடை உண்டாக்கி குண்டை வெகுதூரம் வீசினேன்; அல்லது கயிற்றின் நடுவில் முடிச்சு விழவைத்தேன். வட்டைச் சரிப்படுத்துவதிலும், வெட்டிக்கொண்ட விரல்களுக்கும். கயிறால் சூடுண்ட கைக்கும் அயடின் போடுவதிலும் பிற்பகலின் பெரும்பங்கு நேரம் காலியாயிற்று ஆயினும் சிறுவர்கள் தங்கள் கைகளால் செயல்புரியும் வித்தையை வெகு விரைவிலேயே கற்றுக்கொள்கிறார்கள். அந்தி வந்தபோது நான் பழக்கப்படாதவனாகவே இருந்தாலும், ஏதோ கொஞ்சம் மீன்கள் உள்ள இடத்தில் தூண்டில் விழும்படி செய்ய முடிந்தது. பிறகு தாத்தாரம்பமுள்ள அறுப்புக்கத்தியை எடுத்து முல்லட் மீன்களைத் துண்டு துண்டாக– ஒன்றரை அங்குலத் துண்டுகளை மீனின் குறுக்கே மூலைவிட்டமாக வெட்டுவது எப்படி என்று எனக்குக் காட்டினார். அத்துண்டுகளில் முள்ளை எப்படி மாட்டுவது என்று காட்டினார். அதை முன்னும் பின்னுமாக ஆட்டி, மீன் துண்டு உறுதியாகப் படிந்து முள்முனை மட்டுமே நீட்டிக் கொண்டிருந்தது. இறால்களையோ புதிய இரையையோ வைக்காமல் உப்பிட்ட முல்லட்டை முள்ளில் குத்துவது ஏனென்றால், உப்பு அதன் தோலைக் கடினமாக்கியிருப்பதால் பெரிய அலைகளில்கூட அது தூண்டிலிலேயே தங்கிநிற்கும். ஆனால் இதரப் பொருள்களோ ஒவ்வொரு வீச்சின்போதும் அழிந்துவிடும் என்று அவர் கூறினார்.

கம்பியாலான நீண்ட வழிகாட்டியைத் தாத்தா உபயோகித்தார். ஒவ்வொரு கயிற்றுக்கும் இரண்டு வழிகாட்டிகள், இரு முள்கள், இரண்டு இரைகள் இணைத்தார். இவற்றை ஒழுங்குபடுத்தும்போது. அமைதியாய்க் கீழ்க்குரலில் பாடி, தானாகவே சிரித்துக்கொண்டார். உடைந்து கட்டையான விரல்களும் பின்புறம் வயோதிகத்தின் கபில் நிறத் தேமல்களும் பெற்றிருந்த அவரது கைகள் திறமையற்றன போல் தோன்றின ஆனால் உண்மை அது அல்ல அவர் தொட்டது எதுவும் கத்தி, துப்பாக்கி, பிடில் எதுவாயினும் மிக எளிதெனத் தோன்றும் விதத்தில் வேகமாகவும் நன்றாகவும் கையாள்வார்.

சாம்பல் நிறக் குளிர் நீரில் இறங்கி நான் தூண்டில் எறியும்போது இருட்டிவிட்டது. இரைத்துண்டுகள் காற்றில் சுழல, கயிறு மிக நன்றாகச் சென்று திருப்திகரமான ஓசையோடு சதுப்பிலே ஆழ்ந்தது. இரு மின்வீச்சுகள் தெறித்தபோது நான் கயிற்றைச் சுருட்டி இழுக்கத் தொடங்கினேன். வட்டிலிருந்து கயிறு இரைச்சலிட்டு விலகியது. அதைச் சரிப்படுத்தி இழுப்பதற்குள் என் விரல்கள் மேலும் கொஞ்சம் புண்ணாயின. தாம் நினைத்த மூப்பாக இழுக்கும் இரண்டு குதிரைகளோடு சேர்த்துக் கட்டுண்டிருப்பதுபோல் தோன்றியது எனக்கு தூண்டிலில் மாட்டியிருப்பது எதுவாயினும், அது என்னை ஆழ்கடலில் அமிழ்த்தவே துடிக்கிறது என நினைத்தேன் நான். சற்றே வளைந்து, தூண்டில் விறைப்பைப் பாதுகாக்க அதன் நுனியை உயரமாக வைத்தபடி நான் மெதுவாகப் பின்னுக்கு நடக்கலானேன். சுழல்வட்டு என் வயிற்றருகிலும், தூண்டில் கம்பு புஜத்தின் கீழும் இருந்தன.

இறுதியில், மணல் குன்றுகள் ஆரம்பமாகி கடல் ஓட் பயிர் வளர்ந்து நின்ற இடம் சேர்ந்தேன். மீன்கள் நீரிலிருந்து வெளிப்பட்டதையும். வெள்ளிய மணலில்கூட துள்ளிக்கொண்டு போராடியதையும் நான் பார்க்க முடிந்தது. கடற்கரையில் கிடக்கும் உயிருள்ள கட்டைகள்போல் தோன்றின அவை. நான் கயிற்றை வட்டில் சுற்றியபடி அவற்றை நோக்கி நடந்து மணல் மீது அவை கிடந்த இடத்தை அடைந்தேன். இரண்டும் பெரிய நீலமீன்கள். ஒவ்வொன்றும் மூன்று அல்லது நான்கு ராத்தல் இருக்கும். காலால் உந்தும் பந்து விளையாட்டைப் பூரணமாக ஆடியது போன்ற உணர்ச்சி எனக்கு ஏற்பட்டது.

நான் வெகு விரைவில் ஓய்ந்துபோனேன். ஏனெனில் தூண்டிலும் வட்டும் கனமாயிருந்தன. நான் சரியாக எறிந்த ஒவ்வொரு முறையும் இரண்டு பெரிய நீலமீன்கள் என்னோடு கட்டுண்டு பொருதன. சிக்கும் மீன்களைப் பிடிப்பதற்கு பதினைந்து முதல் இருபது நிமிஷங்கள் வரை ஆயின. நான் இழந்த மீன்கள் இவ்வளவு காலத்தைப் பறிக்கவில்லை. மொத்தத்தில் நான் கரை சேர்த்ததைவிடத் தப்பவிட்ட மீன்களே அதிகமாகும்.

காரிருள் கவிந்தபோது நான் குளிர்ந்து, நனைத்து, உடல் எங்கும் நோவுற்று இருந்தேன். என் கைகள் வெட்டுப்பட்டு, எரிக்கும் உப்பு நிறைந்து விளங்கின. என் முதுகு, அசைவுகொண்ட பல் போல் வலித்தது. ஆயினும் நான் ஒரு டஜன் பெரிய நீல மீன்களைப் பிடித்திருந்தேன். பத்து ராத்தல் கனமுள்ள பீப்பா மீன் வெண்மையான முதுகின் மீது பெரிய கரும்புள்ளி கொண்டது ஒன்றையும் பிடித்திருந்தேன்.

சிறிது தோம் சென்றதும், நான் அலைகள் ஏற்றிய கட்டைகள் சிலவற்றைச் சேகரித்து நீ மூட்டினேன். பச்சையாக முல்லட் மீனைத் தின்னவும் அது மிக்க கவை உடையது தாத்தா உழைப்பதைக் கவனிக்கவும் உட்கார்ந்தேன். சந்திரன், ஏகதேசம் பூரணமாய், எழுந்தது. நான் கண்டிராத, அல்லது கற்பனை கூடச்செய்திராத, காட்சி அது தாத்தா நீரிலிறங்கி, சதுப்பில் தூண்டில் எறிந்தார். பின்னுக்கு நகர்ந்து சடாரெனத் தூண்டிலைச் சுண்டுவார். அது இரண்டாய் வளையும் பிறகு மீனுடன் போராடிக்கொண்டே அவர் கரைப்பக்கமாய் பின் நோக்கி கம்பீர தடை போடுவார். அதன் விளைவாகக் கருங்கடலிலிருந்து நிலவு பொழியும் மணல்மீது வந்து விழும் மீன்களைக் கண்டு, கவர்ச்சிக்கப்பட்டேன்.

நள்ளிரவு வரை அவர் மீன்பிடித்தார். ஒருமுறை பீப்பா மீன்கள் இரண்டை இழுத்தார். அவை சிறியன அல்ல. ஒன்று இருபத்து இரண்டு ராத்தலும், இன்னொன்று இருபது ராத்தலுமிருந்தன. அவற்றைக் கரை சேர்க்க அவருக்கு ஒரு மணி நேரம் பிடித்தது. அவை மணல் மீது வழுக்கி வந்தபோது கடலோரப் பாதுகாப்புப் படகுகள் இரண்டு போலவே காட்சியளித்தன. முள்ளில் இரு மீன்கள் இல்லாமல் அவர் கடலை விட்டுத் தூண்டிலை இழுத்ததே இல்லை. அவை பசியோடிருந்தன போலும். ஏனெனில், அவர் சோர்ந்துபோகும் வரை மீன் பிடிப்பது வழக்கம். இரை தண்ணீரைத் தொட வேண்டியதுதான். உடனேயே இரண்டு மீன்கள் கவ்வுவதும், தவறவில்லை. கால்வாய் மீன்கள் இரண்டைக் கரைக்கு இழுத்தபோது நிலவில், பறவைகள் கிரீச்சிட, கூடும் காற்று வீசிய சூழலில் தாத்தா அளித்த தோற்றத்தை நான் ஒருபோதும் மறவேன்.

கார் நிறைய மீன் சுமந்து நாங்கள் வீடு திரும்பியபோது தாத்தா சொன்னார்: "நிஜமான மீன் பிடிப்பு இப்படித்தானிருக்க முடியும். நாம் உழைத்து நமக்கு உரிய மீனை அடைகிறோம். படகால் அதைக் கொல்லதில்லை. உலகத்தில் உள்ள பாய்மீன்கள், மார்லின்கள் பூராவையும் பிடிப்பதைவிட குளிர்ந்த கடலில் ஒரே தூண்டிலில் வெறித்தனமான நீலமீன்கள் இரண்டைப் பிடிக்கவே நான் ஆசைப்படுவேன். எனக்குத் தெரிந்தவரையில் அதைவிடச் சிறந்தது ஒன்றே ஒன்றுதான் உண்டு. குளுமையான கானடா நீரோடையில், ஆறு அவுன்ஸ் சிறு தூண்டிலில் சிக்கித் துள்ளுகிற அட்லாண்டிக் ஸால்மன் மீன்தான் அது.

நீ பெரியவனான பிறகு என்றாவது ஒருநாள் அதைப் பிடிக்கும் வாய்ப்புப் பெறுவாய் என நம்புகிறேன்.

நான் பெரியவனானதும் அவ்வாய்ப்பைப் பெறவே செய்தேன். இருபத்தெட்டு ராத்தல் கனமுள்ள ஸால்மன் அது. எனக்கு அது ஒன்றரை மணி நேரம் வேலை வைத்தது எனினும், கொந்தளித்து நின்ற இலையுதிர் காலத்துக் கடலில் முதன்முதலாக நான் பிடித்த இரு நீலமீன்கள் தந்த உணர்ச்சியை அது எனக்குத் தரவேயில்லை.

இப்பொழுது கோடை முற்றிலும் போய்விட்டது. அத்துடன் கோடைக்கால நினைவுகளும் போயின. இதர பருவங்களை விட நான் பெரிதும் விரும்பிய காலம் ஆரம்பமாகிவிட்டது. கோடை முடிந்துவிட்டது என்பதைப் பல வகைகளில் கூற முடியும். நம் கால்கள் அதிகமாக வியர்த்து, கால்சட்டை ஓரத்தின் மடிப்புகளை தனைப்பதில்லை. மாலைக் காற்றில் லேசாகக் குளிர் மட்டும் இருந்தது. உறுத்தும் உஷ்ணத்தால் மயிரைக் கொட்டிக்கொண்டு, அமைதியற்றுக் கிடந்த நாய்கள், மருந்து கொடுக்கப்படாமலே மீண்டும் நன்னிலை அடைந்தன. சவாரியை எதிர்பார்த்து வாகனத்தை நோக்கி நின்றன.

கோடையின் பால்மய வாசனை காற்றிலிருந்து நீங்கியது. அதற்குப் பதிலாக எரியும் இலைகளின் நாற்றமும். திராட்சைகளின் புளிப்பு வாசனையும் சேர்ந்தன. நம் தேகத்தில் ரத்தம் கோடைச் சாம்பலால் மந்தமாக இல்லாமல் இப்போது துள்ளி ஓடியதை உணர முடிந்தது. தோசைகள், மசாலையிட்டுச் சமைத்த இறைச்சி, உடைத்து நொய்யரிசியோடு கலக்கப்பட்ட முட்டை ஆகியவை கொண்ட சூடான காலை உணவு இனிதாய் ருசித்தது. இலைகள் ஓரங்களில் சிறிதே சுருங்கி மடிய ஆரம்பித்தன. நீர் பெருகிய சதுப்பு நிலங்களிலிருந்து சதுப்புக் கோழிகளை அழைத்து வரும் முதல் வாடைக் காற்று ஏற்கனவே வந்து போய்விட்டது. சொற்பமான வாத்துக்கள்– முக்கியமாக டீல் – வந்திறங்கத் தொடங்கின.

இலையுதிர் காலத்தின் ஆரம்ப நாட்கள், அதிகாலையில் புல்நுனிகளில் வெண்மை சேர்க்கப் பனி வருவதற்கு முன்னால் ‘சிங்காபின்’ காய்கள் முன்முள்ளான தோடுகளினுள் பழுத்துத் திகழ்வதற்கு முன்னால் –நம் வாயைத் திருகும் படிக்காரச் சுவையை ‘பெர்சிம்மன்’ பழங்கள் இழப்பதற்கு முன்னால், மௌனமாக உறுதி கூறும் உளக்கிளர்ச்சி உங்களுக்குத் தெளிவாக நினைவிருக்கிறதோ என்னவோ, நானறியேன். டிசம்பரின் இருபத்தி மூன்றாவது நாள் மாதிரி கிறிஸ்துமஸ் நம்மிடையே வரவில்லை. ஆயினும் நம் தூக்கத்தைக் கெடுக்கும் அளவுக்கு நெருங்கிவிட்டதுபோல் தான் இதுவும்.

வார இறுதியில் கர்ம சிரத்தையோடு நாங்கள் மீன் பிடிக்கச் சென்ற காலம்

இதுதான். நீண்ட மென்மையான சதுப்புகள் தவிர்த்த ஏனைய இடமெல்லாம் எப்பொழுதும் மீனுடன் விளங்கிய குளிர்ச்சியான சாம்பல் வண்ணக் கடலிலே மீன் பிடித்தோம்; குடாக்களில் பிடித்தோம்; கடலினுள் நீளச் சென்றிருந்த அலைதாங்கியிலும் மீன் பிடித்தோய். அது கூர்ஸ் பீயர் என அழைக்கப்பட்டது என்றே நினைக்கிறேன் அதனருகில் மீன் பிடிக்க ஏதோ கொஞ்சம் பத்து சதம் அல்லது இரண்டு காககள் செவ்வாகும். பீயரிலிருந்து, நூற்றுக்கணக்கான மீளவர்கள் தூண்டில் எறிவதை பார்த்திருக்கிறேன். அந்நாட்களில் மீன் பிடிப்போரிடையே தொழில் மரியாதை அதிகமிருந்தது. ஒருவன் மிகப்பெரிய கால்வாய் மீனைப் பிடித்துவிட்டால், பக்கத்திலுள்ள எல்லா மீனவர்களும் தங்கள் வேலையை நிறுத்தி விட்டு அவன் அந்த மீனைக் கரை சேர்ப்பதற்குத் துணை புரிவர்.

ஆனால் கூர்ஸ் பீயர் அருகில் பெரிய மீன்கள் அதிகமிருந்ததில்லை. இரண்டு ராத்தல் பருமனான நீலங்களும், எப்போதாவது வரும் கடல் ட்ரௌட்டும். ஒற்றையான பேரிகை மீனில் சிறியதும், வர்ஜீனிய முல்லட் என அழைக்கப்பட்ட வெள்ளை மீன்களில் மிகப்பலவும் தான் அங்கே கிடைத்தன. தாத்தாவும் நானும் துணைவர்களை அதிகம் நாடியதில்லை. நாங்கள் கரோலினோ பீச்சிலிருந்து கூர்ஸைத் தாண்டி, கரையோரம் வெகு தூரத்திலுள்ள பழைய போர்ட் பிஷர் எனும் இடத்துக்குப் போவோம். உள்நாட்டு யுத்தத்தில் பெரிய துப்பாக்கிகளை நிறுத்திப் போராடிய இடம் அது.

அங்கே தான் தாத்தா அவாவிய தனிமை நிலவியது. அன்று நானும் அதை விரும்பினேன். நாங்கள் ஏன் அதை விரும்பினோம் என்பதன் காரணம் எங்களுக்கே தெரியாது. ஆனால் அது ஆள் நடமாட்டமற்ற பயங்கரமான கடற்கரை. பாயும் நீர்ச்சுழிப்புகள் பெரிய சதுப்புகளை ஏற்படுத்தின. அவற்றிடையே பெரிய மீன்கள் தங்கின. கடல் ஓட் பயிர் விளிம்பு கட்டியிருந்த, மலை உயர செங்குத்தான மணல் குன்றுகளிலிருந்து, வெள்ளிய மணல் பரந்த கடற்கரை கீழே வந்திருந்தது. பார்வை எட்டும் தூரம் வரையில் வீடுகள் எதுவும் கிடையா. ஓயாத காற்றினால் புதர்கள் பின்னிப் புரண்டு நெருடின. மிர்ட்டில், ஸிடார், கூனி வளைந்த சிறு ஓக் மரங்கள் திருகி, வதையுண்டு, எப்பொழுதும் அடிபட்டு, தவித்தன. காற்றின் மெல்லிய இரைச்சல் ஓயாது கேட்டது. தண்ணீர் குளிர்ந்து கிடந்தது. மிதக்கும் கடல் வாத்துக்கள் துயருற்றுத் தோன்றின. வேறு எந்தக் கடற்கரையிலும் கூச்சலிடுவதைவிடப் பலமாகவே பறவைகள் இங்கு அலறின. சதா நாம் பழைய பீரங்கிக் குண்டு அல்லது துருப்பிடித்த வாள்மீது இடற நேர்ந்ததாலும், இரவு வந்ததும் பிசாசுகள் அதிகமாகத் திரிந்ததாலும் பொதுவாகவே அச்சூழ்நிலையின் கால மதிப்பு உயர்ந்திருந்தது.

எப்போதாவது ஒரு தடவை. மீன் பிடிக்கும் நண்பர்களோடு பொய்களைப் பரிமாறிக்கொள்வதற்காக, நாங்கள் கூர்ஸ் பீயரில் தங்குவது வழக்கம். நாங்கள் விசித்திரமான கோஷ்டி என்பதை நான் ஒப்புக்கொள்ளத்தான் வேண்டும். நான் மிகுதியும் விரும்பியது கிறிஸைத்தான். கிறிஸ் ரங்கோட்டிஸ் அல்லது அதுபோன்ற ஏதோ பெயருடையவர். தட்டைக் கழுத்து உடைய கிரேக்கர் அவர் நகரத்தில் அவருக்கு ஒரு சிற்றுண்டிக்கடை இருந்தது கிறிஸ் மீன் பிடிப்பதற்காகவே வாழ்ந்தார். ஹோட்டல் உபதொழில்தான் கிறிஸ் எப்போதும் எனக்காகத் தமாஷ் கதை வைத்திருப்பார். அல்லது ஹோட்டலிலிருந்து ஆப்ளாபை பீனாப்ளா பை', 'ஸ்ட்ரம்பரி ஸார்ட் கேக்' என்று அவர் ஏதேனும் எடுத்து வைத்திருப்பார். ரொம்பவும் சூடான காப்பி தெர்மாஸில் இருக்கும். கிரீஸில் எப்படி இருந்தது என்பது பற்றி அவர் கதை கதையாகச் சொல்வார். கிரேக்கத் தேசிய கீதத்தில் மூன்று அடிகளை நான் சுற்றுவிட்டேன். என் கிரேக்க மொழி உச்சரிப்பைக் கேட்டு வயிறு வலிக்கச் சிரிப்பார் அவர்.

இன்னும் ஒரு டாக்டர், பல் வைத்தியர், தன்னில் பெரும்பகுதியை இழந்து விட்ட உலக மகாயுத்த வீரன் ஒருவன் ஆகியோரும் இருந்தனர். ஒரு போர்ச்சுகீஸியனும், ஒரு ஃபிரெஞ்சுக்காரனும், பெரிய கிழவி ஒருத்தியும் உண்டு, அவள் கால்சட்டையும் பூட்சும் அணிந்திருப்பாள். ஒரு மீனைத் தவறவிட்டு விட்டால் அவள் மற்ற எல்லோரையும் பார்க்கினும் மோசமாக ஏசுவாள். சர்வதேசிய நபர்களுடன் எனக்கு ஏற்பட்ட முதல் தொடர்பு அதுதான் என்று நினைக்கிறேன். ஆனால் இச்சர்வதேசியவாதி களில் ஒருவர்கூட, எவ்வளவுதான் பணம் கொடுத்தாலும், கௌரவமான இடம் எதனுள்ளும் பிரவேசிக்க முடியாது. போர்ச்சுகீஸியன் தன் காதுகளில் பெரிய தங்க வளையங்கள் அணிந்திருந்தான். ஜூலை மாதம் நாலாம்தேதி தோறும் அவன் முக க்ஷவரம் செய்துகொள்வான்.

நம் தூண்டில் முறிந்துவிட்டால், கடைசி வழிகாட்டியும், தண்ணீரில் போய்விட்டால், அல்லது இரைகாலியாய்ப் போனால், யாராவது ஒருவர் முன்வந்து நமக்குத் துணை புரிவர். அவர் உபகாரம் புரிவதாகவே தோன்றாது.

இலையுதிர் காலத்தில், அக்டோபர் இறுதியிலும், நவம்பர் முற்பகுதியிலும், மின்னோக்களையும் மணலிலுள்ள தெள்ளுப் பூச்சிகளையும் தின்பதற்காகப் பெரிய நீலமீன்கள் கரையோரமாக வருகிறபோது எவ்வளவு நேர்த்தியாக இருந்தது என்பதை உங்களுக்குச் சொல்லவே நான் முயற்சி செய்தேன். இப்பொழுது எண்ணிப் பார்க்கையில், நிசமாகவே பெரிதான மீன் எதையாவது பிடித்தது, அல்லது எந்த உயிரையாவது காப்பாற்றியது, கவிதாமயமான அல்லது அலங்காரமானது எதுவும் என் நினைவில் எழவில்லை. ஆனால் இது

என் நினைவுக்கு வருகிறது ஆண்டவன் அருள் இருக்குமானால், என்றுமே நான் போக்கடிக்க விரும்பாத தொத்து நோய் ஒன்று என்னைப் பற்றிக்கொண்டது. வரவிருக்கும் கடும் குளிருக்குத் தன்னையே தயார்படுத்திக் கொள்வதுபோல், மாரிக்காலத்துக்காகக் குளிர்ச்சி பெற்றுவரும் தனிமை நிறைந்த கடற்கரையில் ஒருவன் அடையக்கூடிய அற்புதமான மனநிறைவுதான் அது.

பருவகால மீன் பிடிப்புக்காக நாங்கள், காலத்தால் அடிபட்டு வெளுத்த கனமற்ற பலகைகளாலான சிறு குடில் ஒன்றை வாடகைக்கு எடுத்திருந்தோம். கரோலினாவுக்கும் கூர்ஸ் பீச்சுக்கும் இடையே உயர்ந்து செங்குந்தாய்த் தோன்றிய கரைப்பகுதியில் அது அமைந்திருந்தது. அதன் முன் வராந்தாவிலிருந்து வேகமாக இறங்கினால் நேரே பாறைகள் மீது மோதவேண்டியதுதான். பாசிபடிந்து பழுப்பாகத் தோன்றிய அலை. உண்மையில் பாறைகளே அல்ல. உறைந்து கடினமாகிவிட்ட மணலேயாகும். கடற்கரையிலிருந்து சுமார் ஐம்பது கெஜ உயரம் மேலே ஏறுவதற்கென்று முரட்டுப்பலகைப் படிக்கட்டு இருந்தது. அதை ஏணி என்றே கூறலாம்.

அது பிரமாதமான குடிசை அல்ல. குளிக்குமிடம், நன்கு கட்டப்பெறாத அடுப்பு, உட்காரும் அறை, தீ எரியுமிடம் ஆகியவை இருந்தன. தீ எரிக்கும் இடம்தான் அதற்கு மதிப்பு தந்தது. கட்டைகளை நேரே சிம்ப்ளி'க்குள்ளாகக் கொண்டு போவதுபோல் அது வேகமாக இழுத்தது. 'சிம்னி என்பதை நான் பெரியவனாகிறவரையில் 'சிம்ப்ளி' என்றே உச்சரித்தேன். இப்போது கூட அப்படித்தான் எண்ணுகிறேன்.

விடாய், கோட்டையாய். புகலிடமாய் விளங்கியது இந்த இடம். இருண்ட இரவில் அக்கடற்கரையிலிருந்து வீடு திரும்பும் நிலை என் மனசில் தெளிவாகப் பதிந்துள்ளது. கடலலை பேய்த்தனமாய், கடுகடுப்பாய் ஓசையிட்டு மோதும். காற்று வலுக்கும்போது வெறித்தனமாய் கோபத்தோடு நுரை எற்றிச் சாடும். கனத்த கரிய ரப்பர் பூட்ஸ் அணிந்த பாதங்கள் மணலுள் ஆழப்புதையும். நீரோரத்தில் உள்ள இறுகிய ஈர மணலிலிருந்து நடந்து, செங்குத்தான கரையின் ஆரம்ப ஏற்றத்தில் ஏற ஆழமான தளர் மணலில் சிரமத்தோடு அடி எடுத்து வைக்கும்பொழுது பாதங்களைப் பலத்த முயற்சியோடு தான் இழுக்க வேண்டியிருந்தது.இயல்பாகவே நம்மிடம் கனத்த தூண்டிலும், கனமான சுழல்வட்டும், ஒரு தளவாடப் பெட்டியும் இருக்கும். ஒரு சுமை மீன் களையும் இழுத்து வருவோம். ஆரம்பத்தில் ஆங்கோவிச் சிறு மீன்களின் கனமே இருப்பதாகத் தோன்றும் அந்தச் சுமை, நாம் வீடு சேருவதற்குள் மார்லீன் மீன்கள் மாதிரி அதிகம் கனமேறிக் காட்டும்.

நாலு அவுன்ஸ் கனமுள்ள குண்டையும் பெரிய முல்லட் துண்டையும். இணைத்த பளுவான தூண்டிலை எறிந்ததனால் தோள்பட்டை எல்லாம்

வலி பரவி நிற்கும். தண்ணீரில் நடந்ததாலும், பிறகு தூண்டிலை இழுக்கப் பின்னுக்கு நகர்ந்ததனாலும் கால்களின் பின்புறத்தில் நோவு நீடிக்கும். குளிர்ந்து, உப்பு நீரால் சுருங்கிச் சிவந்துள்ள விரல்களில் வலிப்புகள் இருக்கும். மூக்கு சிவப்பாகி, நீரை வடிக்கும். எவராவது காதின் மேலே அடித்தால், அது இற்று விழுந்துவிடும். பிசுபிசுக்கும் ரப்பர் பூட்சினுள் பாதங்கள் உறைந்துபோயிருக்கும். நம் உடம்பு முழுவதும் உப்பும் மணலும் அப்பியிருக்கும்.

எப்படியோ போராடி, இருட்டில் செங்குத்தான படிகளை ஏறிக் கடக்கிறோம். மரக்கட்டைத் தாழ்ப்பாளைத் தள்ளியதும், கதவு திறந்துகொள்ளும். உள்ளே நுழையும் முதல் நபர் விளக்குகளை ஏற்ற வேண்டும். பழமையான, புகை கக்கும் மண் எண்ணெய் விளக்குகள் அவை. யார் தீ மூட்டுவது என்ற சண்டை எதுவும் கிடையாது. தாத்தா வகைப்படுத்தியிருந்த விதிகளில் தகர்க்க முடியாத விதி இது: வீட்டை விட்டு வெளியே கிளம்புவதற்கு முன்னால் பாத்திரங்களைக் கழுவித் துடைத்து உரிய இடத்தில் வைக்க வேண்டும். படுக்கையை ஒழுங்குபடுத்தி தரையைச் சுத்தம் செய்யவேண்டும். அனைத்தினும் முக்கியமாக, நீண்ட, மஞ்சள் குச்சியும், செந்தலையும் பெற்ற தீக்குச்சி தொட்ட உடனேயே நெருப்பு உயிர்பெற்றுப் பிரகாசிப்பதற்கு வசதியான பக்குவ நிலையில் கனலை விட்டு வைத்திருக்கவேண்டும். நெருப்பிடம் நாம் மிக அதிகமான மதிப்பு வைக்கமுடியாது. பார்க்கப்போனால் மனிதனை மிருகத்திடமிருந்து வேறுபடுத்துவது நெருப்புதான் என்று தாத்தா சொல்வார். நான் அவரை நம்புகிறேன். திறந்த நெருப்பெரியிடம் இல்லாத வீட்டினுள் வசிப்பதைவிட வெளிமுற்றத்தில் வசிக்கவே நான் விரும்புவேன்.

நான் செய்வதற்கு என்றுமே பின்னிடாத கடமைகளில் ஒன்று, எரிபொருள் நிர்வாகத்தின் உபதலைவராக இருப்பதாகும். காலை நேரங்களில், சூரியன் வெப்பமாகவும் பிரகாசமாகவும் இருக்கும்போது. பிற்பகல் காற்றும் மேகங்களும் கடற்கரையைக் குளிர்ப்படுத்துவதற்கு முன்னர், விறகு தேடித்திரிவதில் எனக்கு ஆசை உண்டு. எங்களிடம் அற்புதமான விறகுக்கட்டைகள் சேர்ந்திருந்தன – சோகமாய் திருகிமுறுகிய பழங்கட்டைகள், உப்பினால் மங்கிய வெண்ணிறம் பெற்றவை, பெரிய மரத்துண்டுகள், சிதைந்த படகுகளின் பலகைகள், இவை போன்ற இன்னும் பல பொருள்கள். எல்லாம் காற்றில் உலர்ந்து. வற்றக்காய்ந்தவை. அவற்றிலுள்ள உப்போ எதுவோ, கட்டைகளை மெதுவாகவும் நிதானமாகவும் மதுசாரம் ஏரிவதுபோல், நீலக்கொழுந்துவிட்டு எரியச்செய்தது. உப்பு, மண், கடல் முந்திரி, தீ எல்லாம் கலந்த மணம் பரவும். அதன் கீழே வைப்பதற்குத் தேவையானவை: தூண்டில் இரையைச் சுற்றியதால் பசை ஏறிப் பின் சுருட்டிக் கசக்கப்பட்ட பழைய தாளும், ஒன்றிரண்டு மரச் சிராய்களும்தான். அப்புறம் தீக்குச்சியால்

கீச்சியதும், கிழவி ஒருத்தியின் பசு லாந்தரை உதைத்ததும் சிகாகோ நகரம் பற்றி எரிந்ததே அதுமாதிரி. இதுவும் குபுக்கெனப் பற்றிக்கொள்ளும்.

நெருப்பு இரைச்சலிட்டு எரியும் பொழுது விளக்குகளில் ஒன்றை அணைத்துவிடலாம். ஏனெனில் அற்புதமாக ஆடி மினுமினுக்கும் ஒலியைப் பரப்புகிறது அந்நெருப்பு அதில் படிக்க முயன்றால் கண்கள் கெட்டுவிடும். ஆயினும், உண்மை மிக்க ஆபிரஹாமை ஜனாதிபதியாக உயர்த்திய பெருமை அதற்கு உண்டு என நான் நம்புகிறேன். நெருப்பின் பக்கம் முதுகைத் திருப்பி, கால்சட்டையின் பின்புறத்தைக் கதகதப்பாக்குவோம். வெடித்துச்சுருங்கிய கைகளை அதில் வாட்டிச் சிறிது குளிரைப் போக்கடிப்போம். அதன்பிறகுதாள் நான் உட்கார்ந்து, தாத்தாவின் பூட்ஸை அகற்றுவேன். அவரது பாதங்களில் ஒன்றை என் கால்களுக்கிடையிலும், மற்றதை என் மார்பிலும் பற்றிக் கொண்டிருப்பேன். பிறகு அவரும் அதே முறையில் என் பூட்ஸைக் கழற்ற உதவிபுரிவார்.

நாம் நினைவு கூறும் விஷயங்கள் விநோதமானவை; இல்லையா? சுருண்ட ரோமம் உள்ளே இருக்கும்படியாக, ஆட்டுத்தோலினால் செய்யப்பட்ட ஒரு ஜதை ஸ்லிப்பர்கள் என் நினைவில் எழுகிறது. நான் வீட்டுக்குள் வந்ததும் அவற்றை நெருப்பருகே காயவைப்பேன். என் வெறும் பாதங்களை அவற்றுள் திணிக்கும்போது அவை கனன்று கொண்டிருக்கும். வெந்நீர் ஸ்நானம்போல், ஒரு கப் காப்பி மாதிரி, கிறிஸ்துமஸ் பரிசாசு ஒரு குதிரைக்குட்டி கிடைத்ததுபோல் உணர்வு தரும். பிறகு, உப்பையும் மீன் பிசுக்கையும், அழுக்கையும் நீக்குவதற்காக என் கைகளை வெந்நீரில் கழுவுவேன். உடனே இரவு உணவுக்கு ஆயத்தம் செய்வேன்.

தனது வயது முதிர்ச்சி காரணமாக அவரது நரம்புக்கு ஊக்கமளிக்கும் மருந்தில் சிறிது சாப்பிட்டாக வேண்டும். ஒரு சிறுவன் செய்யக்கூடிய சொற்பமான காரியம் மேஜையைச் சரிசெய்து சாப்பாட்டை எடுத்து வைப்பதேயாகும் என்று தாத்தா சொன்னார். அதுவும் எனக்குப் பிடித்திருந்தது. அவரது பாதங்கள் தீயை நோக்கி நீண்டு கிடக்க, அவர் கால்களை அகலப் பரப்பியபடி நெருப்பின் முன்னே ஆடும் நாற்காலி ஒன்றில் அமர்ந்திருப்பார். குழாயை உறிஞ்சியும், சிறிதே மூக்கைச் சீறிக்கொண்டும், அன்று நிகழ்ந்தவை பற்றிச் சோம்பல் ரீதியில் பேசிக்கொண்டுமிருப்பார். அடபோ. இரவு உணவுக்கு ஏற்பாடு செய்வது தொல்லையே அல்ல.

தகர வடிகட்டியில் காப்பிக்கு ஊற்ற வேண்டியது; அலமாரியிலிருந்து வெண்ணெயை எடுப்பதும், ரொட்டிகளைத் துண்டு பண்ணுவதும், மர்மலேட் அல்லது ஜெல்லியை எடுத்து வருவதும் தானே! அடுப்பில் தீ இனிய இளஞ்சிவப்புக் கங்குகளாக மாற ஆரம்பித்ததுமே எங்களிடமுள்ள இரும்புப் பாத்திரத்தை அதில் வைத்து விடுவோம். முந்திய நாளின் நீலமீன் பகுதிகளை

அல்லது கடல் ட்ரௌட்டை அதனுள்ளிட அதிக நேரமாகாது. மீன்கள் உதிர்ந்து கீழே சிந்தும் சமயத்தில், உடைந்துக் குழப்பிய முட்டைகள் நிறைந்த சிறு கொப்பரையை நீ மீது வைப்பேன் இருநொடியில் ஆகாரம் தயாராகிவிடும்.

உண்ணிகள்போல் நிறைவடைந்து, நாங்கள் வசதியாய் அமர்ந்து, இரண்டாவது கப் காப்பியைச் சுவைத்தபடி பேசிக் கொண்டிருப்போம். பிறகு தாத்தா நெருப்பை உள்ளடங்கவைத்து, விளக்கை அணைத்து விடுவார். களைப்பு, சாப்பாடு, நெருப்பு இவற்றால் பெற்ற அசதியோடு நாங்கள் படுக்கையில் புரளுவோம்.

இந்தப் பிரயாணங்கள் வார இறுதி நாட்களில்தான் நிகழும் ஏனெனில், கல்வி விவகாரம் வேறு இருந்ததே. அதனால் வாரத்தில் ஐந்து நாட்கள் எனக்கு போதிக்கப்படும். வெள்ளிக்கிழமை பிற்பகல் முதல் திங்கட்கிழமை அதிகாலை வரையில் அன்று பொழுது புலரும் முன்பே தாத்தா என்னைப் படுக்கையிலிருந்து வெளியே இழுப்பார்; எனது விரல் நகமெல்லாம் சுத்தமாக இருக்கிறதா என்று கவனித்து, கண்ணியம் பற்றி உபதேசிப்பார்; அதுவரை நான் பிரமாதமான ஆனந்தம் உடையவன்தான்.

நாள் முன்னால் குறித்ததுபோல, இது வேடிக்கையானதுதான். மீன்களை என்னால் ஞாபகப்படுத்த இயலவில்லை. கிறிஸ் எனும் கிரேக்கனும், கூசாது ஏசுகின்ற கிழவியும், காது வளையங்கள் அணிந்த போர்க்சுகீசியனும் என் நினைவில் பசுமையாக நிழலிடுகிறார்கள். தீயினால் பிரகாசமுற்ற தாத்தாவின் முகம் எப்படி விளங்கியது. ஓர்புறம் செக்கச் சிவந்தும் மறுபக்கம் கருமையாய் நிழலிட்டும் தோன்றிய காட்சி என் நினைவில் எழுகிறது. புயலிலிருந்து எங்களைப் பாதுகாத்த, உறுதியான மங்கல் வெண்ணிறப் பலகைகளை அடித்துச் சாடிய காற்று எப்படி ஓசையிட்டது என்பது ஞாபகமிருக்கிறது. அன்று முதல் இன்று வரை நான் எப்பொழுது தீ மூட்டினாலும் சரி, தாத்தாவை உருவாக்கிய தாடி, பூர்பான் விஸ்கி, புகையிலை, உப்பங்காற்று. நெருப்பு ஆகியவற்றைக் கண்ணெதிரே காணாமல் அவற்றின் மணத்தை ஒரு சிறிது நுகராது இருப்பதில்லை. சிலர் என்னை நெருப்புப் பூச்சி என அழைப்பது இதனால்தான் போலும்!

6. உண்மையான கனவான் மிஸ்டர் ஹோவர்ட்

அவ்வருஷம் நன்றி அறிவிப்புக்கு முந்திய வாரம், எங்கள் குடும்பத்தோடு சில நாள் தங்குவதற்காக தாத்தாவின் சிறந்த நண்பர்களில் ஒருவர் மேரிலாந்திலிருந்து வந்தார். ஆரம்ப முதலே அவரை நான் மிகுதியாக விரும்பினேன். அவர் தாத்தாவைப் போலவே இருந்தது காரணமாக இருக்கலாம். தொங்கு மீசையும், உறுதியான உடலமைப் பெற்றிருந்தார் அவர். புகைக்குழாய் உபயோகித்தார். வளர்ந்து பெரியவனாகி விட்டவனைப்போல் என்னை அவர் மதித்தார். நான் செய்து கொண்டிருந்தவைகளில் அக்கறை காட்டினார். எனது துப்பாக்கியை மெச்சினார். பால்டிமூருக்கு வெளியே அமைந்திருந்த அவரது பெரிய பண்ணையிலுள்ள நாய்களையும் குதிரைகளையும் பற்றி என்னிடம் அதிகம் பேசினார்.

அவரும் தாத்தாவும் ரொம்ப காலமாக நண்பர்கள். இருவரும் உலகம் பூராவும் சுற்றி வந்திருக்கிறார்கள். சதா அவர்கள் வீட்டின் முன்வாசல் புறத்தில் உட்கார்ந்து புகை பிடித்தபடியே, நான் பிறப்பதற்கு முந்தி எப்பவோ அவர்கள் நிகழ்த்திய விஷமங்களைப் பற்றிப் பேசி மெதுவாகச் சிரித்துக்கொண்டிருப்பார்கள். என் பாட்டியான மிஸ் லாட்டி அங்கே வந்தால் அவர்கள் உடனடியாக வாயடைத்துப் போவதை நான் கவனித்தேன். சில சமயங்களில் இருவரும் ஆற்றோரமாக உலாத்திவிட்டு வீடு திரும்புகையில்

அவர்களைச் சுற்றிலும் கனிந்த நறுமணம் சிறிது நிலவுவதை நான் நுகர முடிந்தது. தாத்தா தன் குளிரைப் போக்குவதற்கென்று அவர் அறையில் வைத்திருந்த மருந்தின் வாசனையைப் பெரிதும் ஒத்திருந்தது அது. தாத்தாவின் நண்பருக்கு மிஸ்டர் ஹோவர்ட் என்று பெயர்.

நாய்கள், துப்பாக்கிகள், கூடாரம் முதலியவற்றோடு கிளம்பி, நகரிலிருந்து பதினைந்து மைல்களுக்கு அப்பால் இருக்கும் அல்லன்ஸ் க்ரீக் எனும் குடாவுக்குப் பின்னுள்ள காட்டில் ஒருவார காலம் தங்குவது என்று அவர்கள் திட்டமிட்டுக் கொண்டிருந்தார்கள். நாட்கணக்கில் அதைப்பற்றிப் பேசியும், சமையல் சாதனங்களைச் சேகரித்தும், அதையும் இதையும் வாங்குவதற்கெனக் கடைக்குப் போய் வந்தும், உடுப்புகளை எடுத்து வைத்தும் பொழுது போக்கினர். என்னிடம் அதுபற்றி ஒரு வார்த்தை கூடச் சொல்லவில்லை. நான் அங்கு இல்லாதது மாதிரியே அவர்கள் நடந்து கொண்டனர். நானும் நல்லவனாக இருந்தேன். சாப்பிடும்போது என்னிடம் பேச்சுக் கொடுத்தாலொழிய நானாக வாய் திறப்பதில்லை. சாப்பிடுவதைவிட அதிகம் வேண்டும் என்று நான் கேட்கவேயில்லை. அனைத்தையும் சுத்தமாகவும் சீராகவும் வைத்திருந்தேன். தாகமெடுத்த வேட்டை நாயின் நாக்குப்போல் என் நாக்கும் வெளியே தொங்கிக்கொண்டிருந்தது. ஒருநாள் என்னால் மேலும் பொறுக்க முடியவில்லை.

“நானும் போக விரும்புகிறேன். நான் ஒழுங்காக நடந்துகொண்டால், உன் சுருட்டுகளைத் திருடாமல் இருந்தால், நீரில் மூழ்கிப்போகாவிடில், என்னையும் முகாமுக்கு இட்டுச்செல்வதாக நீ சென்ற கோடையின்போதே உறுதி கூறினாய்” என்று நான் சொன்னேன்.

“நீ என்ன நினைக்கிறாய், நெட்? முகாமில் சிறுசிறு வேலைகளைச் செய்யவும், தண்ணீர் எடுக்கவும், அதுபோன்ற பலவற்றுக்கும் இவனைப் பயன்படுத்தலாம் என்று எண்ணுகிறேன்” என மிஸ்டர் ஹோவர்ட் தாத்தாவிடம் கூறினார்.

தாத்தா சொன்னார்: “எனக்குத் தெரியாது. அநேகமாக அவன் பெருந்தொல்லையாகவே விளங்குவான் ஒருவேளை அவன் வழி தவறிப் போய்விடலாம். நாம் அவனைத் தேடி அலைய நேரிடும். அல்லது ஏதோ மான் என்று எண்ணி நம்மில் ஒருவரைச் சுட்டுவிடுவான். அல்லது சீக்கில் விழலாம். காலை அல்லது வேறு எதையாவது முறித்துக்கொள்வான். எப்பொழுதும் அவன் எதையேனும் உடைத்துக்கொண்டே இருக்கிறான்.

எலும்பு முறியும் சப்தம் காதில் விழுந்துகொண்டேயிருப்பதால் இந்த வீட்டில் ஒருவன் அமைதியாய் பேப்பர் படிக்க முடிவதில்லை."

"போகுது போ, நெட். அவனையும் கூட்டிச்செல்வோம். அவனுக்குச் சில விஷயங்களை நாம் கற்பிக்கலாம். அவள் ஒழுங்காக நடந்து கொள்ளவில்லை என்றால், அவனை மோட்டாரில் வைத்து, பீட் அல்லது டாமை துணை சேர்ந்து, வீட்டுக்கு அனுப்பி விடலாம் "என்று ஹோவர்ட் சொன்னார்.

"நல்லது. அவனையும் அழைத்துச் செல்வது என்றுதான் நான் ஆதிமுதலே திட்டமிட்டிருந்தேன். ஆனால் அவனாகக் கேட்பதற்கு எவ்வளவு காலம் பிடிக்கிறது என்று பார்ப்பதற்காகக் காத்திருந்தேன்" எனத் தாத்தா சிரித்துக்கொண்டே சொன்னார்.

அந்தப் பழைய லிஸ் என்னும் காரில் நாங்கள் ஏகப்பட்ட சுமைகளைத் திணித்தோம். மிஸ்டர் ஹோவர்ட், தாத்தா, நான், பறவை பிடிக்கும் நாய்கள் இரண்டு, வேட்டை நாய்கள் இரண்டு, அணில்களுக்கு எமனாக விளங்கிய நாய் ஒன்று; வாத்துக்களைச் சாகடிக்கும் பாய்ச்சல் நாய் ஒன்று. அப்புறம், டாம், பீட் எனும் கலப்பு இந்தியர்கள். காட்டாள்களான இவர்கள் தங்கள் வருஷத்தை நான்கு பகுதிகளாக வகுத்திருந்தனர். கோடையில் மீன் பிடிப்பர். இலையுதிர் காலத்தில் வேட்டையாடுவார்கள். மாரிக்காலத்தில் தானியங்களிலிருந்து மது காய்ச்சுவர். வசந்த காலத்தில் அதைக் குடிப்பார்கள். பெரிதாய், கறுப்பாய், ஒல்லியாய்த் தோன்றிய அவர்கள் மிக்க அமைதியும் வலிமையும் வாய்ந்தவர்கள். மீன் பிடிக்கும் காலத்தில், போகி மீன்கள் பெரியதாய், சிவப்பாய் கொழுப்பு மிகுந்து கூட்டம் கூட்டமாகத் திரியும் பருவத்தில், அவ்விருவரும் தாத்தாவுக்காக உழைப்பார்கள். நாய்கள், காடுகள், தண்ணீர், வேட்டைக்குரியன பற்றி நான் அறிய விரும்பும் ஒவ்வொன்றையும் பற்றியும் – அவர்கள் தெரிந்து வைத்திருந்தார்கள்.

பின்ஸீட்டில், நாய்களும் ஆட்களும், சமையல் சாமான்களும் துப்பாக்கிகளுமாக நிறைந்துவிட்டன. சின்னதும் பெரிதுமான இரு கூடாரங்கள் காரின் உயரே வைத்துக் கட்டப்பட்டிருந்தன. சதுப்பு நிலத்தில் மரக்கட்டைகளாலும் களிமண்ணாலுமான ரஸ்தாவின் புடைப்புகள் மீது ஓடியபோது எங்களுடைய பழைய தகர டப்பா, பாயிலர் பாக்டரி மாதிரி ஓசை எழுப்பியது. பிரயாணத்தின் பொழுது நான் ஒன்றுமே பேசவில்லை. நான் அதிகம் பரபரப்பு அடைந்திருந்தேன். மேலும் அவர்கள் என்னை வீட்டுக்குத் திருப்பி அனுப்பிவிடலாம் என்ற எண்ணமும் எனக்கிருந்தது.

ஆங்காங்கே மரங்களும், மிகுதியான புல்லும் வளரும் பிரதேசத்தின் நீண்ட, மஞ்சள் நிறக் குன்றுகளில் மோதி அடித்தவாறு சில மணி நேரம் பிரயாணம் செய்து, பெரிய குளம் ஒன்றை அடைந்தோம். ஒரு சதுப்புப் பகுதியிலிருந்து சுமார் ஐந்நூறு கெஜம் தள்ளியிருந்தது அது. தெளிந்த நீரோடை ஒன்று அங்கு ஓடிக்கொண்டிருந்தது. மூன்று பெரிய ஓக் மரங்கள் சேர்ந்து நின்ற இடத்துக்கு எங்கள் காரை ஓட்டி, நிறுத்தினோம். தாத்தா முன்னர் பல தடவைகள் அங்கு முகாமிட்டதாகச் சொன்னார். மரங்களுக்கும் ஓடைக்கும் இடையே சுமார் ஐம்பது கெஜம் சதுர இடம் சீர்திருத்தப்பட்டு, சுத்தமாக விளங்கியது. பெருங்கற்களாலான சிறு அடுப்பு ஒன்று அல்லது, முன்பு சிறு அடுப்பாக இருந்தது. காணப்பட்டது. இப்போது கற்கள் அந்த இடத்தில் நெடுகிலும் சிதறிக் கிடந்தது. அநேக தகர டப்பாக்களும், பழைய புட்டிகள் சிலவும் செடிகளூடே விட்டெறியப்பட்டிருந்தன.

காரின் பின்புறமிருந்த தகரப் பாத்திரங்களை அவிழ்த்தெடுக்கும் போதே தாத்தா முணுமுணுத்தார்: "நாசமாய்ப் போகும் பிரயாணிகள். ஒருவனின் மிகச்சிறந்த இடத்துக்கு வந்து சேருகிறார்கள். அதைப் பன்றி உழன்ற இடம் மாதிரி விட்டுவிட்டுப் போகிறார்கள். குழந்தாய், நீ அந்த டப்பாக்களை எல்லாம் எடுத்து. என் பார்வையில் படாத இடத்தில் எங்காவது புதைத்துவிட்டு வா. பிறகு கூடாரம் அமைக்க உதவி செய்."

நான் அவற்றை எல்லாம் சேகரித்துப் புதைத்து முடிப்பதற்குள், மற்றவர்கள் கூடாரச் சாமான்களைத் தரையில் பரப்பிவிட்டார்கள். வாசல் படுதாக்கள் தென்முகமாய்க் கிடந்தன. ஏனெனில், கடுமையான வடகாற்று எழுந்து, குளமிருந்த திக்கு நோக்கி வீசிக்கொண்டிருந்தது. டாம். ஒரு கம்பும் கயிறும் எடுத்துக் கொண்டு. கூடாரத் துணிக்குள்ளே ஊர்ந்தான். முன் ஓரத்தை மற்றொரு கம்பினாலும் கயிற்றின் மறுநுனியாலும் சேர்த்து பீட் உயர்த்தினான். டாம் பிடித்திருந்த கயிற்று நுனி,ஒரு முளை, பெரிய சுத்தி ஆகியவற்றோடு மிஸ்டர் ஹோவர்ட் பின்பக்கம் நின்றார். பீட்டின் கயிற்று நுனி, மற்றொரு முளை, சுத்தியோடு தாத்தா முன்புறம் நின்றார். உள்ளே இருந்தவர்கள் கூடாரத்தை உயர்த்தி, கம்புகளை நாட்டினார்கள். முதியோர் இருவரும் கயிறுகளை இழுத்து இறுக்கி, முளைகளை அடித்துப் பதித்தார்கள்.

அந்நாட்களில் நாங்கள் படுக்கை விரிப்புகளோ கட்டில்களோ வைத்திருக்கவில்லை. தாத்தா என்னிடம் கைக்கோடரியைத் தந்து, சுற்றிலும் வளர்ந்து நின்ற நீண்ட இலைப் பைன்மரக் கன்றுகளின் கிளைகளை வெட்டிவரச் சொன்னார். அவற்றின் இலைகள் ஒன்றரை அடி நீளமான பச்சை

ஊசிகள் போலிருந்தன. நான் அதற்காகப் போன சமயத்தில், பழைய அடிமரம் ஒன்றிலிருந்து பைன் முளைகள் எட்டு வெட்டி வைத்தார் அவர். அடிமரத்தைப் பிளந்த ஒவ்வொரு முறையும் அவர் இரண்டடி நீள முளை ஒன்றை அடைந்திருந்தார். பிறகு நீளமான ஓக் மரக்கன்றுகள் நான்கை வெட்டினார். முளைகளைக் கூடாரத்தினுள்ளே தரையில் இறக்கி ஆறடிக்கு எட்டடி அளவுள்ள விசாலமான நீண்ட சதுரம் அமைத்தார். பிறகு முளைகளின் தலைகளைப் பிளந்தார். இரண்டு கன்றுகளை முளைகளுக்குள் நீளவாட்டாகத் திணித்து, கோடரிக் கொண்டையினால் அடித்து மட்டப்படுத்தினார். பின் குட்டையான இரண்டு கன்றுகளை மற்ற முளைகளுக்குள் குறுக்காகப் பதித்தார். கனமான தூண்டில் கயிற்றில் நான்கு துணுக்குகள் எடுத்து. கன்றுகளை முளைகளோடு சேர்த்து, நான்கு மூலைகளிலும் இறுக்கிக் கட்டினார். இப்படியாக, தரைக்கு மேலே ஆறு அங்குல உயரத்தில் ஒரு சட்டம் அமைத்தார்.

“அந்தப் பைன் கிளைகளை என்னிடம் தா. நான் போதும் என்று சொல்லும் வரை, கிளைகளை வெட்டி வா” என என்னிடம் அவர் சொன்னார்.

மஞ்சளாய்ப் பளிச்சிட்ட வெட்டுக்காயங்களில் பிசுபிசுக்கும் பிசினை இன்னும் வடித்துக்கொண்டிருந்த பசிய பைன் கிளைகளைத் தாத்தா சட்டங்களின் மீது பரப்பலானார். அவற்றின் முடிச்சுகள் தரைநோக்கி இருக்கும்படி செய்தார். இலையின் ஊசிகள், வீடுகள் மேலே வேயப்பட்டிருப்பது போலவே, ஒன்றின் மீதொன்றாக –இலைப்பகுதி மேல்நோக்கியும், தண்டுப்பக்கம் கீழ்நோக்கியும் வரும்படி கவனித்துக்கொண்டார். இப்படிச் செய்ய அவருக்குப் பதினைந்து நிமிடங்கள் ஆயின. ஆயினும் முடிவில், ஆறுக்கு எட்டு விசாலமான பாய் இன்மணம் நிறைந்த பைன் கிளைகளால் ஆனது கிடைத்துவிட்டது. பிறகு, தார் பூசிய கித்தான் பாய்த்துண்டை எடுத்து. அதன்மீது நன்கு பரப்பினார். நான்கு மூலைகளிலும் சிறு சிறு கண்கள் தென்பட்டன. கிளைகளை உள்ளடக்கிய கன்றுகளின் தலைப்பில் கித்தானை இழுத்து இறுகத் திணித்தார் அவர். அவர் பூர்த்தி செய்ததும் அதைக் கையால் குத்தினால் அது துள்ளிக் குதித்தது; ஆயினும் உறுதியாய் இருந்தது.

கோடரியால் கடைசித்தரமாக அடித்தபோது அவர் நன்றாய்ச் சிரித்துக்கொண்டேசொன்னார்: “உன் பாட்டி வைத்திருப்பதை விடச் சிறந்த பாய் இது. இனித் தேவையானதெல்லாம், நமக்குக் கீழே ஒரு துப்பட்டியும் மேலே ஒன்றும்தான். நாம் தரையைவிட உயர்ந்தும், எலும்பு போல உலர்ந்தும் இருப்போம். கனவு காண்கையில் நுகருவதற்கு பைன் மணம் வேறு இருக்கிறது. இரண்டு பெரியவர்களும் ஒரு பையனும் படுப்பதற்குப்

போதுமான அளவு பெரிதாக உள்ளது இது பையன் மத்தியில் படுத்துறங்க வேண்டும். அவன் உருண்டு புரளவோ, குறட்டை விடவோகூடாது."

அவர் பேசி முடிந்தபோது, நான் துப்பட்டிகளைப் பரப்பி முடித்த சமயத்தில் டாமும், பீட்டும் இதே ரீதியில் தங்களுக்கென ஒரு படுக்கையை மற்றொரு கூடாரத்தில் அமைத்துவிட்டார்கள். காரை நிறுத்தியது முதல், இரண்டு கூடாரங்களையும் படுக்கைகளையும் தயாரித்தது வரை எல்லா வேலையும் உருவாவதற்கு அரை மணிகூடப் பிடிக்கவில்லை.

நாங்கள் படுக்கைகளை அமைத்துக்கொண்டிருந்தபோது, மிஸ்டர் ஹோவர்ட் ஒருகயிற்றை இரு மரங்களுக்கிடையே கட்டினார். நாய்களின் நீளமான தோல்வார்கள் ஒவ்வொன்றிலும் கண்ணியிட்டு, அக்கண்ணிகளைப் பெரிய கயிற்றில் திணித்து, அதை மரங்களுக்கிடையே பலமாகக் கட்டிவிட்டார். நாய்கள் நடமாடப் போதிய இடமிருந்தது. ஒன்றோடொன்று கலந்து சிக்கல் ஏற்படுத்துவதற்கு இடமில்லை. வயிறார உண்டு முடித்ததும் அவை சண்டை பிடிப்பதற்கு வேண்டிய இடம் இல்லவேயில்லை. பெரும் குழப்பம் உண்டாக்குவதற்கு இடமின்றி ஒன்றையொன்று பார்த்து உறுமவும் பழகவும் போதுமான இடம்தான் நாய்களுக்கிடையே இருந்தது. எனவே வெகு விரைவில் உறுமுவதை விட்டு விட்டு அவை அமைதியாகப் படுத்துக்கிடந்தன.

நாங்கள் காரின் முகப்பிலே பெரிய கித்தான் தண்ணீர்ப் பைகள் இரண்டைக் கட்டியிருந்தோம். தாத்தா அவற்றைச் சுட்டிக் காட்டினார். "முகாமில் தண்ணீர் வசதியைப் பையன்களே கவனிக்கவேண்டும். ஓடைக்குப் போய் அவற்றில் தண்ணீர் நிரப்பு, தண்ணீரைக் சுலக்கிவிடாதே. பைகளின் கழுத்தை அகலமாக்கி, பைகளினுள்ளே தண்ணீரை ஓடவிடு" என்றார்.

குட்டையான மஞ்சள் புல், மின்னும் பெர்ரிச் செடிகள் முதலியவற்றினூடே நடந்து நான் ஓடையை அடைந்தேன். மணல் படுகையில் உள்ள பாறைகளின்மீது குமிழியிட்டு ஓடும்போது நீரோடை சிறு கிளுகிளு ஓசைகள் எழுப்பியதை நன்கு கேட்க முடிந்தது. தெளிவாய். பழுப்பு நிறமாயிருந்த தண்ணீர், நசுக்கப்பட்ட பெர்ன் செடிகள் மாதிரியும், அதனுள்ளும், சுற்றிலும் கிடந்த ஈரப்பழுப்பு இலைகளைப் போலவும் சற்றே நாற்றமடித்தது. நான் திரும்பியபோது, ஓக் செடிகள் மண்டிய புதரில், டாமும் பீட்டும் விறகு சேகரிக்கச் சென்ற இடத்தில், கோடரிகளின் ஓசை எழுவதைக் கேட்டேன். மிஸ்டர் ஹோவர்ட் துப்பாக்கிகளை வகைப்படுத்திக் கொண்டிருந்தார். நெருப்பின் அடையாளங்கள் இருந்த இடத்தில் தாத்தா கற்களை வைத்து வேலை செய்வதில் ஈடுபட்டிருந்தார். அவர் தலைநிமிர்ந்து பார்க்கவில்லை.

“கைக்கோடரியை எடுத்துக்கொள். சிறுசிறு முடிச்சுகளாக உள்ள அந்த அடிமரத்திலிருந்து, தீ எரிப்பதற்கு வசதியானவற்றை வெட்டி வா. சிறிதாக வெட்ட வேண்டும் முடிச்சை வெட்ட வேண்டும் என முயன்று உன்காலை வெட்டிக்கொள்ளாதே. அதிகம் தேவையில்லை கை நிறைய எடுத்து வந்தால் போதும் என்று அவர் சொன்னார்.

விறகுச் சிராய்களோடு நான் திரும்பியபோது. டாமும், பீட்டும் ஓக் புதரிலிருந்து வெளியே வந்து கொண்டிருந்தார்கள். காய்ந்த கிளைகளையும், நம் கால் அளவு பருமனான சிறு கட்டைகளையும் அவர்கள் கை கொள்ளுமட்டும் சுமந்து வந்தார்கள். தாத்தா அடுப்பு கட்டி முடித்திருந்த இடத்துக்குச் சற்றே தள்ளி அவற்றைக் குவித்தார்கள். அது பிரமாதமான அடுப்பு அல்ல. கற்களால் அமைந்த மூன்று பக்கங்கள். ஒருபக்கம் திறப்பு. மத்தியில் இடம்விட்டு விட்டுச் சில கற்கள் – இவ்வளவுதான். நான் சுள்ளிகளை அவரருகே கொட்டினேன். பழைய தாள் ஒன்றைக் கசக்கி எடுத்து பருமனான கட்டை மீது சுற்றி, ஊசி முனை உடைய கூடாரம் மாதிரிச் செய்தார்.

ஓக்கின்சிறு குச்சிகள் சிலவற்றை குறுக்கும் நெடுக்குமாக அதன்மேல் வைத்தார். பிறகு நான்கு சிறு கட்டைகளை, அவற்றின் முனைகள் ஒன்றை ஒன்று தொட்டுக்கொண்டிருக்கும்படி வைத்தார். அவை கற்களுக்கும் மேலாக, கூடாரம் மாதிரியிருந்த எரிபொருள்களுக்குமேலே, × என்னும் பெருக்கல் அடையாளம் அமைத்து நின்றன. பிறகு அவர் காகிதத்தை நீக்குச்சியால் தொட்டார். குபுக்கெனப் பற்றிக்கொண்டது அது. தீ நாக்கு, பிசின் நிறைந்த விறகுக் கட்டையை நக்கியது. அது இரைந்து ஜ்வாலையாய் வெடித்தது. மஞ்சள் தாரைகளாய் மேலெழுந்து இதர கனமான சுள்ளிகளில் தாவியது. கட்டைகளின் விளிம்புகளைச் சுற்றி ஆர்வக் கொழுந்துகளைப் படரவிட்டது. ஐந்து ஐந்து நிமிஷங்களுக்குள் அது ஆரவாரித்து, கற்கள் மீது பிரகாசமான சிவப்பைப் பூசிக்கொண்டிருந்தது.

தாத்தா எழுந்து நின்று முழங்கால்களில் ஏற்பட்ட குறண்டலைப் போக்குவதற்காகத் தன் பாதங்களை உதறினார். அப்போது அந்தி வேளையின் இறுதி நேரம். சூரியன், குன்று முகடுகளைச் சிவப்பாக்கி மறைந்துவிட்டது. இரவின் குளிர் முன்னேறியது. குளத்தின் பிரிவிலிருந்து பாம்பு வளையமிட்டு மூடுபனி எழுவதை நன்கு காணமுடிந்தது. தவளைகள் குரலெழுப்பத் தொடங்கின. சதுப்பின் ஓரத்தில் இரவு நேரப் நேரப் பறவைகள் பறவைகள் சலசலக்கலாயின. சலசல ‘விப்பூர்வில்’ பறவை ஒன்று இசை எழுப்பியது.

“நாம் ஒரு மூச்சு இழுக்க வேண்டிய நேரம் வந்துவிட்டது. ஹோவர்ட்

இப்போது மிகுந்த குளிரடிக்கப்போகிறது. ஜாடியை எடுத்து வா, பீட்!" என்று தாத்தா கூறினார்.

பீட்தன் கூடாரத்துள் புகுந்து, பழுப்புச் சோளச் சாராயம் இருந்த அரை காலன் ஜாடியோடு திரும்பி வந்தான். பைகளைத் தொங்கவிட்டிருந்த மரத்தடியிலிருந்த சமையல் பாத்திரங்களிலிருந்து நான்கு தகரக் கோப்பைகளை டாம் எடுத்து வந்தான். ஒவ்வொருவரும் தன் கோப்பையில் அரை அளவுக்கு விஸ்கி ஊற்றிக்கொண்டார்கள். ஒவ்வொரு கோப்பையிலும் குறைந்த பட்சம் அரை பைன்ட் இருக்கும் என்று எனக்குத் தோன்றியது. தண்ணீர்ப் பைகளில் ஒன்றை எடுத்து. டாம் விஸ்கியோடு நீர் கலந்தான். ஒவ்வொருவரும் "நிறுத்து" என்று சொல்லும்வரை அவன் ஊற்றினான். அவர்கள் குடித்துவிட்டு நெடுமூச்செறிந்தனர். தாத்தா என்னை நோக்கி ஒரு கண்ணைச் சுழட்டிக்கொண்டு, "நீ பெரியவன் ஆன பிறகுதான் உனக்கு இது கிடைக்கும்" என்றார்.

தீ எரிந்து, கரி விழுவதற்கு முந்தி அவர்கள் மற்றுமோர் தடவை குடித்தார்கள். அவ்வப்போது டாம் அல்லது பீட் எழுந்து எரிந்த கொள்ளிக் கட்டைகளை ஏறத் தள்ளிக் கொண்டிருந்தனர். கற்களின் நடுவே கனலும் கங்குகள் நிறைந்ததும், தாத்தா எழுந்து, ஒரு பொரிக்கும் சட்டியையும் சில காகிதப் பொட்டலங்களையும் எடுத்துக் கொண்டு தன் வேலையில் முனைந்தார். ஒரு பக்கத்தில் காப்பிச் சட்டியை வைத்தார். ஐந்து தகரத் தட்டுக்களைப் பரப்பினார். சட்டிக்குள் காப்பிப் பொடியைத் தூவினார். அதில் ஊற்றத் தண்ணீர் கொண்டு வரும்படி என்னைக் கூவினார். ரொட்டியைத் துண்டுகளாக வெட்டத் தொடங்கினார். பன்றி இறைச்சியின் கனத்த துண்டுகளைப் பொரிக்கும் சட்டியில் போட்டார்.

பன்றிக்கறி பதமானதும், அத்துண்டுகளை ஒவ்வொன்றாய், தீயினால் கதகதப்பு பெற்றிருந்த தகரத் தட்டுகளில் எடுத்து வைத்து, கொதித்து நிற்கும் பன்றிக் கொழுப்பில் ரொட்டித் துண்டுகளைப் போட்டார். பிறகு, முட்டைகளை உடைத்து ரொட்டி மேல் ஊற்றி, எல்லாவற்றையும் சேர்த்துக் குழப்பி ரொட்டி முட்டை – பன்றிக் கறி கொழுப்பு ஆம்லெட் ஆக்கினார். அதைப் பாகம் பாகமாக வெட்டி, ஒவ்வொரு பகுதியையும் ஒரு பன்றிக் கறித்துண்டு மீது போட்டார். ஆவி பறக்கும் காப்பியை கோப்பைகளில் ஊற்றினார். இறுகிய பால் டப்பியையும். சக்கரைப் பையையும் கட்டை விரலால் தள்ளினார். 'சாப்பாடு தயார்' என அறிவித்தார்.

நாங்கள் சாப்பிட்டு முடிப்பதற்குள் இதே மாதிரித் தயாரிப்புகளை அவர்

மூன்று முறைகள் ஆக்கவும், காப்பிச் சட்டியில் மீண்டும் நீர் நிரப்பவும் நேர்ந்தது. தீயின் முன் நாங்கள் படுத்தபோது, எங்கும் கும்மிருட்டாக இருந்தது, நிலவு கிடையாது. பறவைகளுக்கும் மேலாக ஆந்தைகள் அலறின. வறட்டுக்கத்தல் கத்திக் கொணடிருந்தன.

தாத்தா என்னை அழைத்தார். “அழுக்குப் பாத்திரங்களையும் தட்டுகளையும் ஓடைக்குக் கொண்டுபோய் சுத்தப்படுத்து. இப்போதே, கொழுப்பு ஒட்டிக்கொள்ளும் முன், கழுவிவிடு, சோப்பு தேவைப்படாது. மணலை உபயோகி, கையில் பிளாஷ் லைட் எடுத்துப் போவது நல்லது. பாம்புகள் இருக்கின்றனவா என்று பார்த்தபடி நட” என்றார்.

புல்லும் மரங்களும் நிறைந்த அந்த நெடும் வழியினூடே நான் தன்னந்தனியாகச் செல்ல மிகவும் அஞ்சினேன். ஆயினும் அதை ஒப்புக்கொள்வதற்கு முன்பு நான் உயிரை விட்டிருப்பேன். மரங்கள் விசித்திரமான பேய் உருவங்கள் பலவற்றையும் சித்திரித்தன. ஓசைகள் பலமாக ஒலித்தன. நான் திரும்பி வந்தபோது. மிஸ்டர் ஹோவர்ட் நாய்களுக்குத் தீனி வைத்துக்கொண்டிருந்தார். தாத்தா மேலும் பல கட்டைகளை நெருப்பில் போட்டிருந்தார்.

“இப்போது நீ படுத்துக் கொள்ளலாம். படுக்கையின் நடுவில் படு. நாம் அதிகாலையில் எழுந்திருக்க வேண்டும். நமக்கு வான் கோழி அசுப்படலாம்” என்று தாத்தா சொன்னார்.

நான் பாதரட்சைகளை நீக்கிவிட்டு, துப்பட்டியினுள் புகுந்து கொண்டேன். ஆந்தை அலறலும், தீயின் முன்னால் அசுரக் கரும் உருவங்களென அமர்ந்திருந்த மனிதரின் முணுமுணுப்பும் காதில் விழுந்தன. என் கீழேயிருந்த பைன் இலைகளின் பாய் அற்புதமான வாசனை தந்தது; துப்பட்டிகள் சுதகதவென்று இருந்தன. நெருப்பு கூடாரத்தினுள் வெம்மை வீசியது. என் வயிறு நன்கு நிறைந்திருந்தது. நான் உணர்விழப்பதற்கு முன், அடுத்த நாள் சுவர்க்க இனிமை பெற்றதாக இருக்கும் என்று எண்ணிக் கொண்டேன்.

தாத்தா தன் முழங்கையால் என் விலாவில் குத்தி என்னை எழுப்பியபோது குளிர் பயங்கரமாக இருந்தது. “எழுந்திரு பையா. தீயைச் சரி பண்ணு” என்றார் அவர். நட்சத்திரங்கள் இன்னும் மின்னிக்கொண்டிருந்தன; ஆகாயம் பனிமயமாக விளங்கியது. கூடாரங்களின் மூலைகளைச் சுற்றி காற்று கீச்சிட்டுத் திரிந்தது. சதுப்பின் கரிய பகைப்புலனில் நெருப்பு மிகவும் சொல்பமாய் மின்னுவது புலப்பட்டது. மிஸ்டர் ஹோவர்ட் அவரது பகுதியில் கிடந்து

குறட்டை போட்டுக்கொண்டிருந்தார். அவர் மீசை. காற்றில் சதுப்பு நிலப் புல் 64 அசைவது போல், துடித்துக் கொண்டிருந்தது. டாமும், பீட்டும் உறங்கிய கூடாரத்தில் இரண்டு வகைக் குறட்டைகள் ஒலித்தன. ஒன்று கிர்ரொலி செய்தது.மற்றது, முள்வேலியில் மாட்டிக்கொண்ட காளை போல் சப்தமிட்டது. நான் நடுங்கியவாறே போர்வைக்குள்ளிருந்து வெளிப்பட்டு, வேட்டை பூட்ஸை அணிந்தேன். அவை விறைப்பாகவும் மிகக் குளிர்ந்துமிருந்தன. எனக்கிருந்த இதர உடைமைகளை அகற்றாமலேதான் நான் தூங்கி எழுந்தேன்.

நெருப்பு மிகவும் ஒடுங்கிக்கிடந்தது அறிந்து பழுப்புச். சாம்பலாக அடங்கிவிட்டது. காலை இளங்காற்றில் சுற்றிச் சுழன்றன. சாம்பலின் அடியில் சிறிய செங்கள் கொஞ்சம் சாம்பலைத் நேர்த்தியான பழுப்பு மாவு போன்ற ஒன்று லேசாக ஒளி சிமிட்டியது. என் விறகுச் சிறாய்கள் சிலவற்றை தள்ளிவிட்டு, மினுமினுக்கும் கரியின் மீது வைத்தேன். பசிய ஓக் மாக்கட்டைகளை அதன் மேலே போட்டுவிட்டும் தீ பற்றுவதற்காகக் காத்திருந்தேன். அது பற்றிக்கொண்டது. தீயின் சிறிய சுவாலை பெரிதாகி ஓக் கட்டைகளைத் தின்னத் தொடங்கியது. விரைவிலேயே பெருந் தீ பற்றியது. நான் அதனுள் சிக்கிவிட்டதுபோல் தோன்றினேன். அன்று காலையில் குளிர் நிதானமாகத் தானிருந்தது.

தீ கூத்திடுவதைக் கண்ட தாத்தா மிஸ்டர் ஹோவர்டை எழுப்பினார். முதலில் புகைக் குழாயையும், அதன் பிறகு பூட்ஸையும் எடுத்தார். பின், புட்டியை எடுத்து, ஒரு கோப்பையில் தனக்காக ஒரு திராம் ஊற்றினார். அது உள்ளே சென்றதும் அவர் உடல் குலுங்கியது.

“காலையில் குடிப்பதை நான் மனப்பூர்வமாக வெறுக்கிறேன். எனினும் சில காலைவேளைகளில் குடிக்கலாம். காலையில் குடிப்பது நல்லதா இல்லையா என்று தீர்மானிக்க ஒருவனுக்கு அறுபது வயசு அனுபவம் வேண்டியிருக்கிறது. என்ன ஹோவர்ட்?” என்று தாத்தா கூறினார்.

“எனக்கும் அறுபதுக்கு மேலாகிவிட்டது. ஜாடியை இப்படிக் கொடு” என்றார் ஹோவர்ட்.

டாமும், பீட்டும்,தூக்கம் தெளியாத கண்களைக் கசக்கியபடி, அடுத்த கூடாரத்திலிருந்து வந்தார்கள். பீட் ஓடைக்குச் சென்று ஒரு வாளித் தண்ணீர் கொண்டுவந்தான். எல்லோரும் முகம் கழுவினார்கள். பிறகு பீட் தீயருகே சென்று, பன்றிக் கறியை ஒரு சட்டியிலும், முட்டைகளைச் சிறு கொப்பரையிலும் இட்டான். கொஞ்சம் ரொட்டியை வாட்டினான். காப்பிச்

சட்டியை நிரப்பினான். காலை உணவுக்கு நீண்ட நேரம் பிடிக்கவில்லை. அன்று எங்களுக்கு நிறைய வேலை இருந்தது.

இரண்டாவது கோப்பை காப்பி குடித்தோம். இறுகிய பால் இனிதாய், கட்டியாய் மேலே மிதக்க, காப்பியோடு கலந்த ஓடைத் தண்ணீரும் மரப்புகையும் கூடிய தனிச்சுவை இப்போதுகூட நாக்கில் நிற்கிறது. பிறகு நாங்கள் துப்பாக்கிகளை வகைப்படுத்துவதில் முனைந்தோம்.

தாத்தா, தன் குழல் துப்பாக்கியின் பெருங்குழல் வழியாகப் பார்த்துக் கொண்டே சொன்னார்: இன்று மான் சுடும் நாள். இன்று நமக்காக ஒரு மானை அடைவது நல்லது. நமக்கு இறைச்சி தேவை. பையனுக்கு ரத்த ஸ்நானம் செய்துவைக்கலாம். டாம், பீட், நீங்கள் ஓடையோரம் செல்லுங்கள். கலைமான் நடக்கக் கூடிய இடமாகப் பார்த்து, பையனை நிறுத்துவோம். நீயும் நானும் சலசலப்பு எங்கே கேட்கிறதோ அந்தப்

பக்கம் போகலாம். நம்மில் யாராவது ஒருவர் ஒரு மானை அவசியம் சுடவேண்டும். இந்த ஓடையருகே மான்கள் நிறைய வசிக்கின்றன."

தாத்தா புகைக்குழாயைப் பற்றவைப்பதற்காகப் பேச்சை நிறுத்தினார். பிறகு திரும்பி, குழாய்த் தண்டை என் பக்கம் சுட்டினார்.

''பையா, இதற்குள் நீ துப்பாக்கி பற்றி அதிகம் தெரிந்து கொண்டாய். ஆனால் துப்பாக்கிகளையும் மான்களையும் சேர்த்து நீ தெரிந்து கொண்டது அதிகமல்ல. தலையில் கிளைகளோடு பெரிய மான் புதர் நடுவிலிருந்து திடீரென்று பாய்ந்து வருவதைக் கண்டு புத்தி குழம்பிவிட்ட மனிதர்கள் பலராம். அனுபவமுள்ள வேட்டைக்காரர்களே ஒருவரை ஒருவர் சுட்டுவிடுவர். அவர்கள் அதிகப் பரபரப்புற்று செடிகளுக்குள் சுட்டு விடுகிறார்கள். நான் சொல்வதைக் கவனி, தலையில் கொம்புகள் இல்லாத மான் மானேயல்ல. கொம்பு முழுவதையும் ஒரேயடியாக நீ பார்க்க முடியும். பெண் மான்களையும், கிளைவிடாத நேர் கொம்புகள் பெற்ற இளம் மான்களையும் நாம் சுடுவதில்லை. பரஸ்பரம் நம்மை நாமே சுடுவதுமில்லை. பெண் மானையோ, இளம் மானையோ கொல்வதில் அர்த்தம் கிடையாது. ஒரு ஆண் மான் நூற்றுக்கணக்கான பெண் மாண்களுக்குப் பலன் அளிக்க முடியும். ஒரு பெண் மான் ஏகப்பட்ட மான்களை உற்பத்தி செய்யும். நீ இளம் மானை சுட்டுவிட்டால், உனக்கு அதிகமான இறைச்சி கிட்டாது; கொம்புகளும் இரா. வருங்காலத்தில் சுடுவதற்கு வசதியாக அதிகப்பட்ச மான்களை அது உற்பத்தி பண்ணுவதையும் கெடுத்து விடுகிறாய். நீ ஒரு மனிதனைச்சுட்டால், உன்னையே தூக்கிலிட்டு விடுவார்கள்.

சுடப்படும் ஆள் நானாக இருந்தால், நான் மிகுந்த தொல்லைக்குள்ளாவேன். அப்புறம் ஆவியாக வந்து உன்னைப் பயமுறுத்துவேன். நீதுப்பாக்கியை ஜாக்கிரதையாகக் கையாள வேண்டும். எதைச் சுடப்போகிறோம், அது எங்கே இருக்கிறது என்பதை நன்கு கண்டுகொள்ளும் வரை. விசையை இழுக்காதே; நிதானி" என்று அவர் சொன்னார்.

டாமும் பீட்டும் தங்கள் துப்பாக்கிகளைக் கெட்டித்தார்கள். உள்ளறையில் இல்லாது, குண்டுகள் அவற்றுக்கென அமைந்த தனி இடத்தில் பத்திரமாய் இருக்கும்படி லீவரைத் தள்ளினார்கள். தாத்தா என் சிறிய துப்பாக்கியைக் கவனித்தார். "நீ உரிய இடத்தில் போய் நிற்கும்வரை இதை கெட்டிக்க வேண்டாம். ஒரு மணி நேரம்வரை நீ சுடுவதற்குரிய எதையும் காணமாட்டாய் "என்றார்.

இரண்டு மரங்களுக்கிடையே நாய்கள் சேர்த்துக் கட்டப்பட்டிருந்த இடத்துக்கு டாமும் பீட்டும் போனார்கள், பெல், புளூ என்கிற வேட்டை நாய்கள் இரண்டையும் அவிழ்த்துவிட்டார்கள். பெல், கறுப்பும் கபிலமும் கலந்த நிறம் உடையது; சுயம்புவான வேட்டை நாய். புளூ, பல ரகங்களும் சேர்ந்த ஒருவகை நாய் கொஞ்சம் சாதா நாய், சிறிது வாக்கர் நாய், சிறிது புல் டாக். ஒரு சிறிது பிகிள், மோப்ப நாய் கொஞ்சம், இப்படிப் பலவற்றையும் தன்னுள் கொண்டிருந்தது அது. நீலம், பழுப்பு, கறுப்பு. மஞ்சள், வெண்மை, எல்லா நிறங்களும் அதன் உடலில் இருந்தன. கட்டங்களிட்ட மேஜைத் துணி மீது யாரோ முட்டைகளை உடைத்துச் சிதறி விட்டது போல் அது காணப்பட்டது. ஆனால் மான் வேட்டையில் அது மகா வல்லமை பெற்ற, முதல் ரகமான நாயாகும். பலரும் இதைச் சொன்னார்கள். வீதியின் எதிர்ப்புறம் வசிக்கும் கிழ ஸாம் வாட்ஸ் அடிக்கடி சொல்லுவார்: 'புளூவிடம் எதையும் சொல்ல முயல்வதில் பலனில்லை. ஏனெனில் நாம் அறிந்ததைவிட அதிகமாக அது சுற்று மறந்து விட்டது. ஆகவே அதன் தொழில் பற்றி நாம் அதற்குக் கற்றுத்தர முயல்கையில் அது நிலை குலைகிறது.

டாம் புளூ மீது சங்கிலி கட்டினான். பீட் வேறொன்றை பெல்லுக்குக் சுட்டினான். இருவரும் துப்பாக்கியைத் தோளில் வைத்துக் கொண்டு, காற்றை எதிர்த்து, ஓடைப் பக்கமாக நடந்தனர். அவர்களை வேகமாக நடக்க விட்டு விட்டு. தாத்தாவும் ஹோவர்டும், கிழவர்களும், பெரும்பாலான பெண்களும் செய்வது போல, குறிப்பற்று அங்குமிங்கும் திரிந்தார்கள். இந்தப் போக்கு சிறுவனுக்கு வெறி தருவது. நான் விரும்பியது உடனே போய் ஒரு மானை நானே – இப்போதே சுடவேண்டும் என்பதுதான்.

சுமார் பத்து நிமிஷங்களுக்குப் பிறகு, தாத்தா தன் துப்பாக்கியை எடுத்துக் கொண்டு. "நாம் போகலாம் என்றார். நாங்கள் சதுப்பின் ஓரமாக அரை மைல் தூரம் நடந்தோம். இப்பொழுது வெளிச்சம் வந்துவிட்டது. மஞ்சள் நிற ஒளி பரவியது. பிசின் மரங்களிடையே நரி அணில்கள் ஒன்றை ஒன்று துரத்தி விளையாடத் தொடங்கின. ஒரு பெர்சிம்மன் மரத்தில் வயதான போஸம் ஒன்றைக் கண்டோம். அது பந்துபோல் உருண்டு, தான் அங்கே இருப்பது யாருக்கும் தெரியாது என்பது போல் நடித்துக் கொண்டிருந்தது. தூரத்தில் எங்கோ ஒரு வான்கோழி தனது தனிரசுக் குரலை ஒலிபரப்பியதை நாங்கள் கேட்டோம்.

ஊவ் – ஊஹூ – ஊ – ஊவ்' என்று புறாக்கள் முனகத் தொடங்கியதையுந்தான் கேட்க முடிந்தது.

எல்லாச் சிறு பறவைகளும் கீச்சிடவும், சுத்தவும், கூச்சல் போடவும் ஆரம்பித்தன. புல்லின் மீதும், மினுமினு பெர்ரி, கசப்பு பெர்ரி ஆகிய செடிகளின் மேலும் பனி இறுக்கமாய் பலமாய்ப் பற்றிக் கிடந்தந்து. இன்னும் குளிரடித்தது. ஆயினும் வெம்மை பரவி வந்தது.காலை ஆகாரம் என் வயிற்றில் திடமாய்ப் படிந்து விட்டது. எங்கள் காலடியிலிருந்து முயல்கள் குதித்து ஓடின. சதுப்பிலிருந்து வெளியேற முயன்ற காடைக் கூட்டம் ஒன்றின் மத்தியில் நாங்கள் கணக்காய் மிதித்து விட்டோம். அவை எங்கள் பாதங்களின் கீழிருந்து பாய்ந்து கிளம்பியபோது என்னைப் பயந்து சாகும்படி செய்தன. அன்று காலை வேளையில் அந்தச் சதுப்பு நிலத்தில் எவ்வளவோ நிகழ்ந்தன.

முடிவில் நாங்கள் ஓடைக்கரை அருகே திரும்பி, மான் ஓடிய தடம் என்று தாத்தா குறிப்பிட்ட ஒரு பாதைக்கு வந்து சேர்ந்தோம். அவர் சுற்றிலும் நோக்கினார். ஒரு புறத்தில், காய்ந்த செடிகளால் மறைக்கப்பட்டிருந்த அடிமரம் ஒன்றைக் கண்டார். அதன் மேலிருந்து சுற்று வட்டத்துக்கு சுமார் ஐம்பது கெஜம் வரை தெளிவாகப் பார்க்க முடியும்.

"நீ போய் அந்த அடிமரத்தின் மீது உட்கார், பையா. சற்று நேரத்துக்குப் பிறகு நாய்கள் குரைப்பதைக் கேட்பாய். மான் ஏதாவது இக்கிளை வழியே வந்தால், அது அங்கேதான் வெளிப்படும். அங்குதான் பாதை வெட்ட வெளியில் கூடுகிறது. சதுப்பை விட்டு விலகாது தாண்டிச் செல்ல வேறு பாதை இல்லை. நீ கவனியாதிருக்கும்படி நாய்கள் ஏமாற்றாது பார்த்துக் கொள். அவற்றின் குரைப்பு ஒரு மைலுக்கு அப்பால் கேட்டால். அநேகமாக மான் உன் கண் முன்னால் வந்து குதிக்கக்கூடும். சில சமயம் மான்கள் நாய்களைவிட

இரண்டு மைல்கள் முந்திச் செல்லும். அப்போது அவை நழுவிச் செல்லுமே தவிர, வேகமாக ஓடுவதில்லை. ஓசை எழுப்பாத கால் குளம்புகளால் வெறுமனே வழுக்கி நழுவிச் செல்லும் நீ ஆடாமல் அசையாமல் இரு. நீ அசைவற்றிருந்தால், உன் வாடை அதன் பக்கமாக வீசாதிருந்தால், ஒரு மான் உன் தலைக்கும் மேலாக ஓடும். ஆனால், நீ கண்ணைச் சிமிட்டினால்கூட, அது இருநூறு கெஜத்திற்கு அப்பாலேயே கண்டு விடும்: வேறு வழியே ஓடி மறையும்"என்று தாத்தா சொன்னார்.

நான் அடிமரத்தின் மேல் அமர்ந்தேன். தாத்தாவும் மிஸ்டர் ஹோவர்டும் அப்பால் சென்றனர். அவர்கள் மறைகையில் அமைதியாகப் பேசிக்கொண்டு போனதை நான் கேட்க முடிந்தது. நான் என்னைச் சுற்றிலும் கவனித்தேன். இப்பொழுது அதிகமாக எதுவும் நடைபெறவில்லை. என் தலைக்கு மேலே இரண்டு ஆண் அணில்கள் பெருத்த சண்டை போட்டுக் கொண்டிருந்தன. கிளைகளில் வேகமாக ஓடி, அணில்மொழி ஏச்சுக்களை அள்ளி வீசின. ஒரு சிக்காடி, செடி ஒன்றில் தலை கீழாக நின்று சிக்காடி ஓசைகள் எழுப்பியது. செந்தலை மாங்கொத்தி ஒன்று வளரும் ஓக் மரத்தின் அடிப்பகுதியைத் தன் அலகால் கொத்தி இரண்டாக்க முயன்றது. மழைக் காக்கை அது ஒருவகைக் கக்கூதான் – எனக்குப் பின்னால், சதுப்பில், சோக ஒலிகள் எழுப்பிக் கொண்டிருந்தது. முதிர்ச்சியுற்ற பெரிய மஞ்சள்சுத்தி ஒன்று மரத்துக்கு மரம் ஆழ்ந்தும் எழுந்தும் சிறகடித்தது.

எரிந்து கருகிய தரையின் ஒரு இடத்தில் ராபின்கள் சில, தம்முள் உரையாடியவாறே, தத்தித் திரிந்தன. காகங்கள் கரைந்தன. இரண்டு புறாக்கள் ஒரு மரத்தில் அமர்ந்து பரஸ்பரம் கிளுகிளுப்பதற்காக உள்ளே பாய்ந்தன. டூவிப் பறவை ஒன்று பிறாண்டிக் கொண்டும், ஒரு கூட்டம் வான்கோழிகளை விட அதிகமான கூச்சல் எழுப்பியும் திரிந்தது. தாழ்ந்த புதரிடையே சில பூனைப் பறவைகள் 'மியோவ்' ஒலி செய்தன. குறும்புள்ள பெரிய கிழட்டு ஏகதாளிப் பறவை ஒன்று அவற்றைப் போலவே கூவிப் பழிப்புக் காட்டியது. காடு அமைதி நிறைந்தது என்று சொல்கிறவன் பைத்தியக்காரனே. கூர்ந்து கவனிக்கும் கலையை நாம் இங்கு கற்கிறோம். பேபல் கோபுரம் என்பது, அதிகாலை நேரத்தில் காட்டின் அருகே, வெறும் நடிப்பு முயற்சியே ஆகும்.

காலை மணம் நுகர அற்புதமானது. காலை ஒரு விதமாய், உச்சி வேளை வேறு விதமாய், அந்தி மற்றொரு விதமாய், இரவு அனைத்தினும் மாறுபட்டதாய் மணம் பரப்புகிறது. நாறும் தாவரங்கள் இரவில் காட்டமான வாசனை வீசுகின்றன. காலை தூய்மையாய், பூமயமாய். சிறிது காற்றுக்

கலந்ததாய். பனியும், பளிச்சிடும் புதுமையும் நிறைந்ததாய் மணக்கிறது. நடுப்பகல் வெப்பமாய், சற்று தூசி கலந்ததாய், தூக்க மயமாய் வாசமடிக்கிறது. அப்போது காற்று நின்று விடுகிறது! தலைகள் சோர்ந்து சாய்கின்றன. கொஞ்சமாவது அறிவு பெற்றுள்ள அனைத்தும் சற்றே கண் துஞ்ச நிழலில் ஒதுங்குகின்றன. அந்தி, அச்சம் தரும் மணத்துடன் வருகிறது. குளிர் அதிகரிக்கிறது. ஒவ்வொருவரும் அன்றையப் பொழுதை ஓட்டிய களைப்புடன் வீடு திரும்புகின்றனர். மரங்களின் வெட்டுக் காயங்களில் கசியும் தைல நாற்றத்தையும், கருகிய தரை, நசுக்குண்ட பெரன் செடிகள், மேலெழும் காற்று ஆகியவற்றின் மணத்தையும் நாம் நுகர முடியும். சுருட்டி மடக்கும் ஓசைதான் எனது இன்றையப் பாடு தீர்ந்தது எனக் கூறும் சப்தங்களே எங்கும் நிலவுகின்றன. பசுக்களை வீட்டுக்கு ஓட்டிச் செல்லும்போது தங்களுக்குப் பயம் எதுவுமில்லை என்று நிரூபிப்பதற்காக நீக்ரோச் சிறுவர்கள் சீட்டி அடிப்பதும் இதில் சேரும். இரவில் தீ, கதகதப்பான துப்பட்டிகள், கொதிக்கும் காப்பி முதலியவற்றின் மணத்தை ஏன், நட்சத்திரங்களின் வாசனையைக் கூட நாம் அனுபவிக்கலாம். இது மடத்தனமாகத் தொனிக்கிறது என நான் அறிவேன். ஆனால், குளுமையான, களங்கமற்ற, பனி மயமான இரவில் நட்சத்திரங்கள் ஒரு மணம் பெறுகின்றன. அல்லது, நாம் சிறுவர்களாய் பொட்டுப் பூச்சியைவிடப் பெரிதான அனைத்தையும் பற்றிய உணர்வு வெகு நுண்ணியதாக உள்ள பருவத்தில் – இருக்கிறபோது அவ்விதம்தான் தோன்றுகிறது.

அது இன்மணம் நிறைந்த காலைதான். உண்மையிலேயே நேர்த்தியான மணம் மிகுந்த நாளுக்கு முன்னறிவிப்பு போல் சுமழ்ந்தது அது – சூரியன் மேலெழுந்து உலகுக்கு வெம்மைதரத் தொடங்கியது. பனி உலர ஆரம்பித்தது. புல் இதழ்கள் முழு ஈரமாய் விளங்கவில்லை இப்போது, அவை, மூக்குச் சளி ஒழுகும் சிறு பிள்ளைகளைப் போல் நுனிகளில் மட்டும் சிறு துளிகள் பெற்று விளங்கின. நான் சுமார் அரை மணி நேரம் அடிமரத்தின்மீது இருந்தேன். பிறகு, சதுப்பில் சுமார் ஒரு மைலுக்கு அப்பால் நாய்கள் குரைப்பதைக் கேட்டேன். முதலில் பெல்தான் கத்தத் தொடங்கியது. பணி புரியத் திறந்து வைக்கப்பட்ட மாதா கோயில் போல், அது விடாமல் ஒலி செய்தது. அதை அடுத்து புளு கத்தியது. இசைப்பெட்டியின் ஓசையிட்டது அது. இரண்டு சப்தங்களும் இணைந்து ஒலித்தன – சில சமயங்களில் தேய்ந்தும், பிறகு பலம் பெற்றும், சதா திசைமாற்றம் காதில் விழுந்தன.

இளம் மென்காற்றும், வானில் வெம்மை பரப்பும் கதிரும், ஏதோ ஒரு பெரிய விஷயம் நமக்கு எதிர்ப்படப் போகிறது என்ற பெரும் பரபரப்பும்

இருக்கின்ற, பனி விழும் காலை வேளையில் காட்டில் திரியும் வேட்டை நாயின் குரைப்பை நீங்கள் கேளாமலே இருக்கலாம். அது போன்றவை மிகுதியாக இல்லை. வேட்டை நாய்களின் இடைவிடாத குரைப்பு நெருங்கி, நெருங்கி, மிக நெருங்கி வர வர, ஏதாவது சடுதினில் நிகழவில்லையேல் நாம் வெடித்து விடுவோம் என்பது போன்ற உணர்வு நமக்கு ஏற்படுகிறது. திடீரென்று திசை மாறி, நாய்களின் ஓசை மங்கி மறையவும், நமக்கு மிக்கக் குழப்பம் உண்டாகிறது.

ஆனால் பெல்லும், புளூவும் மோப்பத்தில் உறுதியாக இருந்தன. அவற்றின் குரைப்பு தெளிவாகவும் நிதானமாகவும் ஒலித்தன. மான்ஒரே நிலையில் நேராக ஓடிக்கொண்டிருந்தது. அது வளைந்து திரிந்து நாய்களுக்கு ஏய்ப்புக் காட்ட முயலவே இல்லை. அது யோக்கியமாக ஓடியது. ஓடை ஓரமாக நேரே என்னை நோக்கி ஓடி வந்தது.

நாய்கள், அவற்றின் நெடுமூச்சு என் காதில் விழுகிற அளவுக்கு, மிக நெருங்கி விட்டன. ஒன்றிரண்டு தடவைகள், அவைகளில் ஒன்று தொடர்ந்து குரலெழுப்புவதை விட்டுவிட்டு அவ்வப்போது குரைத்தது. நாய்களின் குரைப்புக்கிடையே, நாய்களுக்கு முந்தி ஓடிவரும் டிப் – டப் என்னும் ஓசையைக் கேட்க முடிகிறது என நான் நினைத்தேன். காகிதங்களிடையே சுண்டெலிகள் ஓடுவதைப் போல, அல்லது உலர்ந்த இலைகளினூடே முயல் குதித்துச் செல்வது போல அது ஒலித்தது. திறந்த வெளியில் வந்து சேரும் மான் தடத்திலேயே நான் என் பார்வையைப் பதித்தேன். நாய்கள் மிகவும் நெருங்கி விட்டன. அவற்றின் பாய்ச்சலை நான் நன்கு கேட்க முடிந்தது.

திடீரென்று பழுப்பு நிறம் பளிச்சிட்டது. இரண்டு பெண் மான்கள் அரைவாசி வளர்ச்சியுற்ற இரு குட்டிகளோடு, புதரிலிருந்து வெளிப்பட்டன. என் முன்னால் அசைவற்று நின்றன. என் முகத்தை உற்று நோக்கின. உடனே, மிகப் பெரிய தாவு தாவின. அது வெட்ட வெளியில் பாதி தூரத்துக்கு அவற்றைக் கொண்டு சேர்த்தது. மறுபடியும் அவை, வெண்மையான வால்களை உயர்த்திக் கொண்டு, துள்ளின. எனக்குப் பின்னாலிருந்த புதரில் மறைந்தன. அவை போவதைக் கவனிக்க நான் திரும்பியபோது என் முன்னே மற்றொரு பேரோசை எழுந்தது. ஆண் மான் பந்தயக் குதிரை மாதிரிப் பாய்ந்து வந்தது. இது தாலிக் குதிக்கவில்லை. காற்று மாதிரி ஓடிக் கொண்டிருந்தது. அதன் கொம்புகள் முதுகோடு படிந்திருந்தன; காதுகள் அது எழுப்பிய காற்றினால் பதிந்து கிடந்தன. நாய்கள் அதன் பின்னாலேயே துரத்தி வந்தன. தனது குடும்பம் முன்னாடி செல்ல வேண்டும் என்பதற்காக அந்த மான் சற்றுத்

தயங்கி நாய்களை அலைக்கழித்திருக்கிறது. இப்போது, நெருப்பு பற்றிக் கொண்டது போல் வீட்டுக்கு விழுந்தடித்து ஓடியது.

என்னிடம் துப்பாக்கி இருந்தது. அது கெட்டிக்கப்பட்டிருந்தது. அதன் விசையை இழுக்க வேணும் என்ற எண்ணம் எனக்கு உதயமாயிருக்கு மானால் அது வெடி தீர்த்திருக்கும். ஆனால் அந்த எண்ணம் எனக்கு எழவேயில்லை. நான் திறந்த வாயுடனும், பிதுங்கிய விழிகளோடும் உட்கார்ந்து, அந்தப் பெரிய ஆண்மான் ஓடுவதையே கவனித்தேன்.

நாய்கள் புதரைக் கிழித்துக் கொண்டு, தலைதெறிக்கக் கத்தியவாறு மானைத் துரத்தியபடி பாய்ந்து வந்தன. கிழட்டுப் புளூ என்னைத் தாண்டிச் சென்றபோது என்னை ஒரு பார்வை பார்த்து, உதட்டைச் சுளித்தது. “இது பெரிய ஆள் செய்ய வேண்டிய வேலை. என் உழைப்பைக் கெடுத்துக்கொண்டு ஒரு பையன் இங்கு என்ன பண்ணுகிறான்?” என்று கூறுவதுபோல் பார்த்தது அது. பிறகு புதருள் புகுந்து மானின் பின்னே ஓடியது.

நான் அங்கே அந்த அடிமரத்தின் மீது தான் இருந்தேன். என் உடல் பதறி நடுங்கியது. ஐந்து நிமிஷங்களுக்குப் பிறகு, சதுப்பில் கால் மைல் தள்ளி ஒரு குண்டு சுடப்பட்டது. நான் அடிமரத்தின் மீதே இருந்தேன். அரை மணி நேரத்தில் டாமும் பீட்டும் நானிருந்த இடத்துக்கு வந்தார்கள்.

“அந்த மானுக்கு என்ன நேர்ந்தது? அது இந்தப் பக்கம் வரவில்லையா? அதைக் கணக்காக உனக்கு நேரே விரட்டிவிட்டதாக நான் நினைத்தேனே’ என்று பீட் சொன்னான்.

“அது நேராக இங்கேதான் வந்தது. ஆனால் நான் சுடவேயில்லை. அது ஓடி மறையும் வரை எனக்கு அந்த எண்ணம் கூட வரவில்லை. இனிமேல் நீங்கள் எல்லோரும் என்னை உங்களோடு கூட்டிச் செல்ல மாட்டீர்கள் என்று நினைக்கிறேன” என்றேன். அல்பனாகி விட்டதாக உணர்ந்தேன் நான். என் உதடு துடித்தது. நான் அழுவதற்கிருந்தேன்.

டாம் என்னருகே வந்து, தன் கையால் என் தலையைத் தட்டினான். “இது எல்லோருக்கும் நிகழ்வதுதான். பெரியவர்களும் சின்னவர்களும், எல்லோருமே மான் ஜுரம் அடைகிறார்கள். அதைப் போக்கடிக்க ஒரு தடவை அதை அனுபவிக்க வேண்டியதுதான் இதை மறந்துவிடு. சென்ற வருஷம் பீட், குதிரை மாதிரிப் பெரிதாகயிருந்த ஒரு மானை ஐந்து நடவைகள் சுட்டான். ஐந்து முறையும் குறி தவற விட்டான்” என்று சொன்னான்.

மான் மறைந்து போன பகுதியில் காலடி ஓசை கேட்டது. சிறிது நேரத்தில்,

மிஸ்டர் ஹோவர்டும் தாத்தாவும், களைத்து மூச்சுவாங்கும் நாய்களைப் பிடித்தபடி வந்து சேர்ந்தார்கள்.

தாத்தா உற்சாகமாகப் பேசினார், "சுத்தமாகத் தப்பவிட்டேன். ஒரு தடவை சுட்டேன். இடையே முப்பது கெஜம் கூட இராது. ஆனாலும் அதைத் தவறவிட்டேன். அது அப்படித்தான் நிகழும். என்றாலும், நாளை என்பது நிச்சயமாக இருக்கிறதே. சமையலுக்காக நாம் சில அணில்களைச் சுடுவோம். நாய்களுக்கு ஓய்வு அளிப்போம். மறுபடியும் இன்று மாலை முயற்சி செய்யலாம். நீ அதைப் பார்த்தாயா. பையா?"

"நான் பார்த்தேன். அதை நான் என்றுமே மறக்கப்போவதில்லை" என்றேன்.

நாங்கள் முகாமுக்குத் திரும்பி நாய்களைக் கட்டிப் போட்டோம். ஜேக்கி எனும் நாயை அவிழ்த்தோம். மஞ்சள் நிற நரியின டெர்ரியர் போன்ற, எந்த ஜாதியையும் சேராத சிறிய நாய் குத்துக்காதுகளும், கூரிய நரி முகமும், முதுகின்மேல் சுருண்டு கிடந்த அடர்த்தியான வாலும் பெற்றது –அது. நான் பீட்டுடன் அணில் வேட்டையாடச் சென்றேன். முதியவர்கள் முகாமைக் காவல் காத்து ஓய்வு பெற்று, கொஞ்சம் குடித்துவிட்டு, சிற்றுண்டி தயாரிக்க முனைந்தார்கள். அப்பொழுது காலையில் வெகுநேரம் ஆகிவிட்டது. அணில் வேட்டைக்கு அது வேளை அல்ல. ஆனால் இந்தச் சதுப்பு, மிகுந்த வேட்டைகளுக்கு இலக்கானதில்லை, அதிகாலையில் நான் மானுக்காகக் காத்திருக்கையில், இந்தப் பிரதேசம் அணில்கள் நிறைந்து விளங்கக் கண்டேன். பெரும்பாலும் நரி அணில்களே இருந்தன. சாம்பலும் வெண்மையுமான தோல்கள் மீது அதிகக் கரு மயிர் பெற்ற மிகப் பெரிய அணில்கள் அவை.

பீட்டும் நானும் சதுப்பை நோக்கிச் செல்கையில், தாத்தா, ''உனக்கு அணில் ஜுரம் ஏற்படாது பார்த்துக்கொள். இல்லையோ. நான் பட்டினியால் சாக நேரிடும். பன்றிக் கறியும் முட்டைகளும் அநேகமாகத் தீர்ந்து விட்டன என்று கூச்சலிட்டார்.

"அவர் பேச்சைப் பொருட்படுத்தாதே. அவர் மிகவும் கேலிக்காரர்" என்று பீட் சொன்னான்.

"அவர் தொலையட்டும். அவர் மானைத் தப்பவிட்டாரே. இல்லையா? நான் அதைக் குறிவைத்துத் தப்பவிடவில்லையே" என்று சொன்னேன்,

"அது சரிதான். அவற்றைத் தவறவிட வேண்டுமானால், நீ அவற்றைச்

சுடவேண்டியது அவசியமே" என்று பீட் களிப்புடன் ஒப்பினான்.

நான் வேகமாய்,கூர்மையாய் பீட்டை நோக்கினேன். அவன் என்னைக் குத்திக்காட்டியதாகத் தோன்றவில்லை. அவன் வாயின் ஒரு ஓரத்தில் சிகரெட் தொங்கிக் கொண்டிருந்தது. அவனது ஒட்டிப்போன, பழுப்பு நிறமான, இந்தியத் தோற்றம் கொண்ட முகம் முற்றிலும் நேராகவே இருந்தது. அப்பொழுது ஜேக்கி, அதை யாரோநாய் என்று கூறி அவமதித்து விட்டதால் அதிருப்தி கொண்டதுபோல், குரைத்தது எங்கள் காதில் விழுந்தது.

"ஜேக்கி ஒரு அணிலை மரமேறச் செய்துவிட்டதாகத் தெரிகிறது. ஜேக்கி மாதிரி நாயால் நமக்கு ஒரு அனுகூலம் உண்டு. அணில்கள் இரை தேடத் தரைக்கு இறங்கி வரும்போது, நம் ஜேக்கி அவைகளை விரட்டி மரத்தின் மீது ஓடும்படி பண்ணும். பிறகு அணில்களின் கவனத்தைக் கவரும் விதத்தில் அது அதிகக் கூச்சல் போடும். நாம் போய் அதைச் சரியாக உதைக்கிற வரை கத்திக் கொண்டிருக்கும். இப்படி அணிலைக் கொல்ல இரண்டு பேர்தேவை. நாய் குரைக்கிறது. நான் மரத்துக்கு அந்தப் பக்கம் போகிறேன். அணில் என்னைக் கண்டு நகருகிறது. அப்போது தான், அது உன் பக்கமாக நழுவி வரும்போதுதான், நீ அதைச் சுட வேண்டும். உன் துப்பாக்கியை என்னிடம் தா" என்று பீட் சொன்னான்.

"ஏன்? பின் நான் எதைக்கொண்டு சுடுவது?"

"என்னுடைய துப்பாக்கியை உபயோகி. அணிலைச் சுட பெரிய துப்பாக்கி வேண்டும் என்று சொல்லாதே. ஏழைச்சிறு அணிலை எவனும் பெரிய துப்பாக்கியால் சுட்டுவிடலாம். மேலும், அத்துப்பாக்கிக் குண்டு ஒவ்வொன்றும் விலை அதிகம் "என்று பீட் கூறினான்.

அப்பொழுதுதான் நான் பீட்டின் துப்பாக்கியைக் கவனித்தேன். அவன் தன் குழல் துப்பாக்கியை முகாமில் வைத்துவிட்டு .22 சிறியது ஒன்றை எடுத்து வந்திருக்கிறான். என் துப்பாக்கியை வாங்கிக்கொண்டு, அவன் 22ஐயும், கை நிறையக் குண்டுகளும் தந்தான்.

பெரிய நீலநிறப் பிசின் மரம் ஒன்றை நோக்கி நாங்கள் நடந்தோம். ஜேக்கி அதனடியில்தான் வெறிபிடித்தது போல் கத்தி நின்றது. "இன்னுமொரு விஷயம் நீ தெரிந்து கொள்ளவேண்டும். சமையலுக்காகப் பிராணிகளை வேட்டையாடும் போது, நீ தேவைக்கு அதிகமாக துப்பாக்கிச் சப்தம் எழுப்பக்கூடாது. ஷாட்கள் பூம் பூம் என்று பெரும் ஓசை எழுப்பி, அக்கம் பக்கத்தில் உள்ள அனைத்தையும் அதிரச் செய்கிறது. 22 துப்பாக்கியோ

குச்சி முறிவது போன்ற ஓசையைத்தான் கிளப்புகிறது. காற்றை எதிர்த்து அந்த ஓசை நூறு கெஜங்களுக்கும் அப்பால் எட்டுவதில்லை. இறைச்சி சம்பாதிப்பதற்கு,உலகத்திலேயே மிகவும் சிறந்தது .22 துப்பாக்கியேதான். ஏனெனில் அது பலத்த ஓசை எழுப்புவதில்லை;இறைச்சியைக் கெடுப்பதுமில்லை .... அங்கே நாலாவது கிளை மேலே பார். பெரிய நரி அணில், மேல் பூராவும் கறுப்பு திறம் பெற்றது. இருக்கிறது"என்றான் பீட்.

அந்த அணில் மரத்தோடு மரமாக ஒன்றியிருந்தது. பீட் மரத்தைச் சுற்றியதும், அவன்கூட அதுவும் நகர்ந்தது. பீட் மறுபக்கம் போய் பெரும் கூச்சல் போட்டுக்கொண்டிருக்கையில், அது சுற்றி நகர்ந்து என் பக்கமாக வந்தது. அது பீட்டை எட்டிப் பார்த்துக் கொண்டிருந்தது. ஆயினும் அதன் தோள்களும் முதுகும் பின்கால்களும் என் பக்கமிருந்தன. நான் சிறிது துப்பாக்கியை உயர்த்தி, அதன் தோள்களுக்கு மத்தியில் சுட்டேன். கல்மூட்டை மாதிரிக் கீழே விழுந்தது அது. ஜேக்கி பாய்ந்து சென்று. அதன் முதுகில் கவ்வி எடுத்து. அதை ஒரு தரம் உலுக்கி அதனுடைய முதுகெலும்பை முறித்து, தரையிலே விட்டெறிந்தது. அந்த அணில் கிட்டத்தட்ட ஜேக்கி அளவு பெரிதாக இருந்தது.

பீட்டும் நானும் சுமார் ஒரு மணிநேரம் வேட்டையாடினோம். மொத்தம் பத்து அணில்களைச் சுட்டோம். ஐந்து பேருக்கு இரண்டு வேளை உணவுக்கு அது போதும்; இறைச்சி கெட்டுப் போகும் என்றால் அதை அதிகம் சுடுவதில் அர்த்தமே கிடையாது என்று பீட் கூறினான். "எப்படியும் நாளைக்கு நமக்கு மானிறைச்சி கிடைக்கும். நம்மில் யாராவது ஒருவர் மானைச் சுட்டே தீர்ப்பர். இந்தச் சின்னஞ்சிறு துப்பாக்கியால் நீ வெகு நன்றாகச் சுட்டாய். நீ எங்கே குறிவைக்கிறாயோ அங்கே இது தப்பாது சுடும். இல்லையா?" என்றான் அவன்.

முகாமுக்குள் நாங்கள் நுழைந்தபோது நான் அதிக உற்சாகமாக இருந்தேன். தாத்தாவும், ஹோவர்டும். டாமும் விசாரிப்பது போல் ஏறெடுத்துப் பார்த்தார்கள். பீட்டும் நானும் எங்கள் வேட்டை அங்கிகளிலிருந்து அணில்களை எடுத்து வெளியே போட்டோம். அவை பந்தும் கணிசமான குவியலாகவே அமைந்தன.

"அணில்களை யார் சுட்டது? நாயா?" என்று தாத்தா உவகையோடு கேட்டார்.

"சந்தேகமில்லாமல், நாய் நல்ல பிராணியாகையால், நாங்கள் அதற்குத்

துப்பாக்கி சுடவும் கற்றுக் கொடுத்தோம். துப்பாக்கியை ஜேக்கியிடம் கொடுத்து, அதைத் தனியே காட்டுக்குள் அனுப்பிவிட்டு, நாங்கள் சும்மா ஒரு கட்டை மீது உட்கார்ந்திருந்தோம். அணில்களைத் தோலுரிக்கவும் சமைக்கவும் அதற்குக் சுற்றுத்தரத் திட்டமிட்டிருக்கிறோம். நான் பார்த்திருப்பவற்றில் இதுதான் சிறந்த நாய். மனிதரை விட அதிக அறிவு பெற்றுள்ளது" என்று கூறிச் சிரித்தான் பீட்

"சில மனிதரை விட அதிக அறிவு பெற்றது அது" என்று தாத்தா முனங்கினார். "வா பையா, இதை எடுத்துக் கொள். சிற்றுண்டிக்குப் பிறகு நீயும் ஜேக்கியும் அணில்களைத் தோலுரிக்கலாம்" என்றார்.

அந்தச் சிற்றுண்டி அன்றும் இன்றும் நான் விரும்பும் சிற்றுண்டி தான். அதனால்தான் என்றுமே நாள் சாப்பாட்டு ரசிகன் என அழைக்கப் பெறு மாட்டேன். இது நாட்டுப் பாங்கான வேட்டைச் சிற்றுண்டி, கரோலினா ஸ்டைலில் அமைந்தது. வியன்னா ஸாஸேஜ், ஸார்டைன் மீன்கள், எலிப்பாலடைகள், இஞ்சித் துண்டுகள், ஊறுகாய், சிறு சிப்பிப் புழுக்கள், டப்பியிலடைத்த ஸால்மன் மீன் எல்லாம் குளிர்ந்தவைதான். காப்பியைத் தவிர. நமது பாதம் வரை சுட்டுப்போகும் அளவுக்கு அது கொதித்திருக்கும். இது கோரமாய் தொனிக்கலாம். ஆயினும், வீயன்னா ஸாஸேஜ். ஸார்டைன், எலிப்பாலடை, இஞ்சித் துண்டுகள் எல்லாம் சேர்ந்து தரும் சுவைக்கு ஈடானது எதையும் நான் அறிந்ததில்லை. விசேஷமாக, உதயத்துக்கு முன்னரே எழுந்து இளம் காற்றில் பத்து மைல் நடந்து வந்த பிறகு அதன் சுவை தன்னிகரற்றே தோன்றும்.

சிற்றுண்டிக்குப் பிறகு நாங்கள் நிழலில் படுத்து, சிறு துயில் பயின்றோம். இரண்டு மணி சுமாருக்கு நான் விழிப்புற்றேன். டாமும் பீட்டும் எழுந்தனர். மூவரும் அணில்களின் தோலை உரிக்க ஆரம்பித்தோம். பீட்டும் நானும் உரித்தெடுத்தோம். டாம் அவற்றைக் கழுவி சுத்தப்படுத்தினான். நான் அணிலின் தலையைப் பிடித்துத் தூக்குவேன். அதன் பின் காலைகளை பீட் பற்றுவான். நாங்கள் அதை இழுத்துப் பிடிப்போம். பீட், அதன் வயிற்றிலும், கால்களில் பாதம் வரையும் கீறுவான். பிறகு, தோலை தலையின் பக்கமாக இழுத்தபடி, அவன் சோளக் கதிரை உதறுவது போல் அணிலைக் குலுக்குவான். தோல் அணிலின் தலைக்கும் மேலே கையற்ற அங்கி போல் தோற்றமளிக்கும். அணில் அம்மணமாயிருக்கும். உடனே அதன் தலை, தோல் முதலியவைகளைத் தனியே வெட்டி விட்டு மீதியை அவன் டாமிடம் வீசுவான்.

சிறிய புனுகுச் சுரப்பிகளை வெட்டி எடுப்பதில் டாம் விசேஷ சிரத்தை காட்டினான். புனுகுச்சுரப்பி நீக்கப்பட்ட அணில் பிற இறைச்சி எதையும் போல் சுவையானதுதான். ஆனால் அச்சுரப்பிகளை நீக்காவிட்டால். முதிர்ந்த ஆண் அணில் ஒரு ஆண் ஆடு போலவே நாறும். ஆண் ஆட்டின் நாற்றம் போல்தான் அதன் ருசியும் இருக்கும். டாம், அணில் உடல்களைத் துண்டுபண்ணி, சுத்தமாய்க் கழுவினான். தலை, தோல், குடல் முதலியவற்றைப் புதைப்பதற்குப் போனேன் நான்.

பூரா வேலையும் முடிய எங்கள் மூவருக்கும் நாற்பத்தைந்து நிமிஷங்கள் கூட ஆகவில்லை. சுத்தமான சிவப்பு இறைச்சித் துண்டுகளை ஒரு சட்டியில் போட்டு மூடிவிட்டு நாங்கள் தாத்தாவையும் மிஸ்டர் ஹோவர்டையும் எழுப்பினோம். நாங்கள் மீண்டும் மான் வேட்டைக்குப் போனோம்.

நாய்களும் ஓய்வு பெற்றிருந்தன. ஒவ்வொன்றும் அரை டப்பா ஸால்மன் தின்றுவிட்டு, மூன்று மணி நேரம் தூங்கின. டாமும் பீட்டும். புளூவையும் பெல்லையும் நடை சங்கிலிகளில் பிணைத்துக் கொண்டு கிளம்புகையில், குளிர்பரவத் தொடங்கியிருந்தது. இப்பொழுது நாங்கள் சதுப்பின் வேறு பகுதிக்குச் சென்றோம். அது பெரிய சதுப்பு நிலத்திலிருந்து Y போல் பிரிந்திருந்தது. அதில் நிறையத் தண்ணீரும் இருந்தது. அது குளுமையான சதுப்புப் பகுதி. வெயிலின் காரணமாக மான் அங்கே படுத்துக் கிடக்கும் என்றும், அந்தி வந்ததும் அது எழுந்து இரை தேடச்சிறிதே அலைந்து திரியும் என்றும் டாமும் பீட்டும் கருதினர்.

எவ்வளவு நேரம் காத்திருக்க நேரிடும் என்பது பற்றி நான் சிந்திக்கத் தொடங்கியபோது, வேட்டை நாய்களின் கூச்சல் மிக அருகில் கேட்டது. அவை ஓடையிலிருந்து நேரே எனக்கு வலப்பக்கமாய் வருவதாகத் தோன்றியது. ஓடைக் கரைகள் வெறும் வெளியாய், தடைகளற்று இருந்தன. அங்கங்கே சில மினுமினு பெர்ரிகளும், கசப்பு பெர்ரிச் செடிகளும்தான் காணப்படும். ஹூ ஹூ என்னும் சப்தம் கனத்து பலம் பெற்று வந்தது. நாய்கள் உறுமின, குரைத்தன. அவ்வப்போது ஊ – ஊ என நெடுமூச்செறிந்தன. செடிகள் சுழலிடும் ஓசை நிலையாக வந்து கொண்டிருந்தது.

அந்த ஓசையை எழுப்பியது எது என்பதை நான் காண முடிந்தது. அது ஒரு ஆண் மான். பெரியது. தாழ்ந்த செடிகளூடே அது உறுதியாகவும் கடுமையாவும் ஓடி வந்தது. அதற்குக் கொம்புகள் இருந்தன ஆண்டவனே, அவை கொம்புகள்தானா! காய்ந்த மரம் ஒன்றை அதன் தலைமேல் வைத்துக் கட்டியிருப்பதாகத் தோன்றியது எனக்கு. நான் துப்பாக்கியின் கொக்கியை

விலக்கினேன். அசையாதிருந்தேன். மான் நேராக என்னை நோக்கி வந்தது. அதன் பின்னால் நாய்கள் வெறியோடு ஓடி வந்தன.

மான் நீரோரமாக வந்தது. அது ஐம்பது கெஜங்களுக்குள் வந்ததும். நான் எழுந்து நின்று துப்பாக்கியை என் முகத்துக்கு நேரே உயர்த்தினேன். அது வந்து கொண்டே இருந்தது. நானும் அதை வரவிட்டேன். இருபத்தைந்து கெஜம் இருக்கையில் அது என்னைப் பார்த்து விட்டது. மூக்கால் சீறியது. அதன் இடப்பக்கம் துள்ளியது, அதனுள் யாரோ வில்விசை ஒன்றை முறித்து விட்டது போல். அது ஒரு மான் என்பதை நான் மறந்தேன். ஒரு வாத்தை அல்லது காடையை முன்னுக்கிழுத்துச் சுடுவது போலவே அதையும் சுட்டேன் அதன் தோளுக்கு முன்புறம் குறி வைத்தேன்.

துப்பாக்கி விசையை அழுத்தினேன். என்ன காரணத்தினாலோ அமுக்கு குழலில் வெடி தீர்த்தேன். மான், பாய்ச்சலின் நடுவே. தரையிலிருந்து அது ஆறடி உயரத்திலிருந்தபோது, குண்டு அதைத்தாக்கியது. அதனால் மான் இருபது கெஜம் தள்ளிப் புதருள் பாய்ந்து. என் வாழ்விலிருந்தே மறைந்து போயிருக்க வேண்டும். துப்பாக்கி பூம் என்றது; ஆனால் நான் அதைக் கேட்கவில்லை. துப்பாக்கி உதைந்தது. ஆனால் நான் அதை உணரவில்லை. நான் பார்த்ததெல்லாம், எனக்காக ஆகாய விமானம் ஒன்றைச் சுட்டுக் கொண்டது போல இந்த பயங்கரப் பிராணி வானத்திலிருந்து கீழே வந்து விழுந்ததைத்தான். அது முற்றிலும் புரண்டு, முதுகின்மேல் விழுந்து கிடந்தது. அசையவேயில்லை.

நாய்கள் மூர்க்கமாய் வந்து, அதைப் பற்றத் தொடங்கின. ஆனால் அவற்றுக்கு அறிவு இருந்ததால், மானுக்கு அதிகப்படியான பறிப்பு தேவையில்லை என உணர்ந்து விட்டன. அமுக்குக் குழாயில் இருந்த முதல்தர மான் குண்டில் மூன்று அவுன்சுகளை எறிந்து நான் அதைச் சரியானபடி பிடித்து விட்டேன். அதன் தோளைக் காயப்படுத்தினேன். கழுத்தில் வெடிப்பு உண்டாக்கினேன். அதன் இருதயத்தின் மத்தியில் சுட்டுவிட்டேன். அதன் தோளில் உள்ள திரளையைப் பறித்தெடுக்க வசதியாக அது மிக நெருங்கி வரும்படி நான் அனுமதித்தேன். இது என்னுடைய ஆண் மான். வேறு எவரும் அதைச் சுடவில்லை. என்னைத் தவிர வேறு யாரும் அதைக் காணவில்லை. யாரும் எனக்கு ஆலோசனை கூறவில்லை, உதவி செய்யவுமில்லை. இந்த பயங்கர மிருகம் என்னுடையதே.

பயங்கரப் பிராணி என்பது சரிதான். கரோலினா வெள்ளை வால் மானை விட அது பெரியது என்று எல்லோரும் அப்புறம் சொன்னார்கள்.

அதன் கொம்புகளில் பதினான்கு கிளைகள் இருந்தன. அதன் எடை 150 ராத்தல் இருந்திருக்க வேண்டும். மேல்புறம் அழகிய பொன்னிறமும், அடிப்பக்கம் பிரகாசமான வெண்மையும் பெற்றிருந்தது அது. அதன் சிறிய கறுப்புக் குளம்புகள் சுத்தமாக விளங்கின. கால்களில், வாசனைச் சுரப்பிகள் உள்ள இடத்தில், வட்டமாக அமைந்த மயிர்த் தொகுதிகள் பளிச்சிடும் வெண் சிவப்பாய், வளையாததாய், ஆணி மாதிரி இருந்தன. அதன் கொம்புகள், கம்பிக் குச்சு கொண்டு சுரண்டப்பட்டது போல். சுத்தமாகவும், கணுக் கணுவாகவும், சமமாய் கிளைத்தும் விளங்கின. அவற்றின் நிறம், தளமெல்லாம் மினுமினுக்கும்படி அப்பொழுது தான் மென் கற்களால் மெருகிடப்பட்ட நல்ல படகின் பலகைகளின் வண்ணம் போலிருந்தது.

சிதைவுண்டு மணம் வீசிய பெர்ன் செடிகள் மீது கிடந்த மானை தன்னந் தனியாக வியந்தபடி நான் இருந்தேன். விசாலமான சதுப்பு நிலத்தில், ஓக், சைப்ரஸ் ஆகிய விருட்சங்களாலான பெரிய கோயிலில் தனித்திருக்கும் சிறுவன் போல நான் மட்டுமே அங்கிருந்தேன். அங்கே புறாக்கள் அழுகைக் குரல் எழுப்பின. பிந்திக் கூடு அடையும் பறவைகள் மின்னுபெர்ரிச் செடிகளில் நடந்தும் பேசியும் பொழுதை ஓட்டின. நாய்கள் படுத்து விட்டன. கிழ புளூ தன் நீண்ட மூஞ்சியை பெரிய மானின் முதுகு மேல் வைத்திருந்தது. பெல் என்னருகே வந்து, என் முகத்தை நக்கி, “நீ நல்ல வேலை செய்தாய், பையா” என்று சொல்வது போல் தன் வாலை ஆட்டியது. பிறகு அது கீழே படுத்து தன் முகத்தை மானின் பின் புறத்தில் வைத்துக் கொண்டது.

இது எங்கள் மான். நாசமாய்ப் போகும் கரடியோ வேறு எதுவோ அதை எங்களிடமிருந்து பறித்துக் கொள்ள முடியாது. நாங்கள் நான், பெல், புளூ ஒரு கோஷ்டி.

பிற்காலத்தில் நான் வளர்ச்சி அடைந்து யானைகளையும், சிங்கங்களையும், காண்டாமிருகங்களையும் ஏனைய பிறவற்றையும் சுடுவேன் என்பதை அன்று நான் அறிய முடியவில்லை. அன்று அங்கே நசுக்குண்ட பெர்ன் செடிகளில் அமர்ந்து எனது முதல் ஆண் மானின் பட்டுப் போன்ற தோலைத் தடவியும், கொம்புகளைத் தட்டியும், அதன் இனிய மணத்தை நுகர்ந்தும், அதன் அழகிய தோற்றத்தை வியந்தும் மகிழ்ந்து கொண்டிருந்தபோது, இந்த உலகத்திலேயே மிக அதிகமான செல்வம் பெற்ற சிறுவன் நான்தான் என்று எனக்குத் தோன்றியது. அது எவ்வளவு அழகாக இருந்தது. அதற்காக நான் எவ்வளவு அனுதாபப் பட்டேன் என்று எண்ணி என் உள்ளம் சிறிது கசிந்தது. அது வெறும் பிரதிபலிப்பு இருபத்தைந்து வருஷங்களுக்குப் பிறகு நான்

முதலாவது தடவையாக ஆப்பிரிக்க எருமையைச் சுட்டபோது ஏற்பட்ட நோய் போன்றதுதான் என யூகிக்கிறேன்.

நான் தொடர்ந்து மானையும் நாய்களையும் தட்டிக் கொண்டிருந்த போது, டாமும் பீட்டும் ஒரு வழியாயும், தாத்தாவும் மிஸ்டர் ஹோவர்டும் மற்றொரு வழியாகவும் வந்து சேர்ந்தார்கள். நாம் சிறுவனாக இருக்கையில், நான்கு பெரிய நன்கு வளர்ந்த மனிதர்கள் சின்னப் பையன் பார்வையில் எல்லாமே பென்னம் பெரியனதான் காட்டினுள்ளிருந்து கூச்சலிட்டபடி ஓடி வந்து, நமது மகத்தான முதல் வெற்றியின் அருகிலே நாம் உட்கார்ந்திருப்பதைப் பார்க்கிற அனுபவம் இருக்கிறதே அது அற்புதமானது தான். 'ஸ்மக்' (தன் பெருமையில் தானே ஆழ்ந்த மகிழ்ச்சி) என்பது பிற்காலத்தில் நான் கற்றுக்கொண்ட ஒரு வார்த்தை, அவ்வேளையில் நான் பெற்ற உணர்வை 'ஸ்மக்" என்று குறிப்பிடுவது மிகவும் மிதமேயாகும்.

தாத்தா, சிரிக்காதிருக்க முயன்றவாறே, "நல்லது" என்றார். "நல்லது" என்று மிஸ்டர் ஹோவர்ட்டும் சொன்னார்.

"பையன் அவனுக்காக, கொம்பு உள்ள குதிரை ஒன்றைச் சுட்டுவிட்டான்" என்று பீட் சொன்னான். நான் கள்ளச் சாராயம் காய்ச்சக் சு கற்று விட்டது போல் அவன் எனக்காகப் பெருமை கொண்டான்.

"அதை நேர்த்தியாகவும் கட்டிருக்கிறான். மான் அசையாமல் நின்றிருக்க வேண்டும். பையன் தூங்கியபடி இருந்திருப்பான். திடீரென்று விழித்துக்கொண்டு, தற்காப்புக்காக அதைச் சுட்டிருப்பான" என்று டாம் கூறினான்,

"அப்படி ஒன்றுமில்லை" என்று சொல்ல நான் வாயெலுத்தேன் ஆனால் அவர்கள் நால்வரும் சிரித்துக் கொண்டிருப்பதைக் கண்டேன்.

மான் தாவிய இடத்திலுள்ள அழுத்தமான வடுக்களை அவர்கள் ஏற்கனவே ஆராய்ந்து விட்டார்கள், அது பாய்ந்த நிலையிலேயே நான் அதைச் சுட்டிருக்கிறேன் என்பதை அவர்கள் அறிவர். பிறகு பீட்மானைத் திருப்பிப்போட்டு அதன் வயிற்றைக் கிழித்தான். அதன் அடிவயிற்றை வெளியே இழுத்து, கீறித் திறந்தான். அதில் பச்சைப் பொருள் நிறைந்திருந்தது. படுமோசமாய் நாற்றமடித்தது. அவர்கள் நால்வரும் பெரிதாகக் கூச்சலிட்டு, என்னைப் பிடித்துக் கொண்டார்கள். பீட் அதன் அடிவயிற்றைப் பற்றியிருக்க, மற்றவர்கள் என் தலையை அதற்குள்ளே ரத்தம், குடல், பச்சைப் பொருள் எல்லாவற்றினுள்ளும் – திணித்தார்கள் நான் நுகர்ந்த நாற்றங்களில் எல்லாம்

மகாமோசமான நாற்றம் அதுதான் நான் ரத்த மயம் ஆனோன், அரைவாசி ஜீரணமான மான் உணவு என் தலை முதல் இடுப்பு வரை வடிந்தது.

அந்த அசிங்கத்தை நான் என் மீதிருந்து தட்டித் துடைத்தபடி, என் தலையை ஓடையில் அமுக்குவதற்காக ஓடியபோது தாத்தா சொன்னார்: "இது உன்னைப் பெரியவனாக்குகிறது. நீ ரத்த ஸ்தானம் பெற்று விட்டாய், பையா. இன்றிலிருந்து நீ என்றைக்காவது ஒரு மானைத் தப்பவிட்டாயானால், உன் சட்டை வாலை நாங்கள் வெட்டிவிடுவோம். இது மிக நல்ல ஆண் மான். இதற்காக நீ மிக மிகப் பெருமை கொள்ளலாம்." இதை அவர் மெதுவாகக் கூறினார்.

டாமும் பீட்டும் நீண்ட மரக்கன்று ஒன்றை வெட்டினார்கள். மானின் கால்களில் முழங்கால்களின் குருத்தெலும்புக்குப் பின்னால் கீறினார்கள். இளமரத்தைப் பிளவுகளுக்குள் திணித்து, மானைத் தூக்கித் தங்கள் தோள்கள் மீது தொங்கவிட்டார்கள். அவர்கள் அதை சதுப்பு வழியே எடுத்துச் சென்றபோது, திடீரென்று தாத்தா மிஸ்டர் ஹோவர்ட் பக்கம் திரும்பினார். "ஹேரவர்ட், உனக்குச் சம்மதமானால், நாம் நம்முடையமானிடம் சென்று அதையும் முகாமில் சேர்த்துவிடலாம். அது கால் மைல் தூரத்துக்குள் தான் கிடக்கிறது. அங்கே காட்டுப் பூனைகள் அதை நாசமாக்குவதை நான் விரும்பவில்லை" என்றார்.

"என்ன மான்?" என்று கேட்டேன் "இன்று சாயங்காலம் நீ சுடவேயில்லை. காலையில் நீ சுட்டதைத் தப்பவிட்டாய்"

தாத்தா சிரித்தார். புகைக்குழாயைப் பற்ற வைப்பதுபோல் பாவனை பண்ணினார். "நான் அதைத் தப்பவிட வில்லை, குழந்தாய். உனது முதல் மான் விஷயத்தில் உனக்குத் தாழ்மை மனோபாவம் ஏற்படக்கூடாது என்று விரும்பினேன். நீ இதைச் சுடாமல் இருந்தால் என் மானைவிட இது எவ்வளவோ சிறந்தது நான் அதை அப்படியே மரங்களுக்கிடையே போட்டுவிட்டு, அது பற்றி வாயே திறப்பதில்லை என்று தீர்மானித்தேன். ஒரு மானைப் பாழாக்குவது அவமானம்தான். ஆனால் ஒரு பையனைப் பாழாக்குவது கூட வெட்கரமானது தான்" என்றார்.

அப்பொழுதுதான் நான் பெரிய மனிதனாக இருப்பதை விட்டு விட்டேன் என்று நினைக்கிறேன். நான் என் வாயைத் திறந்து கூப்பாடு போட்டேன். ஆனால் ஒருவரும் என்னைப் பார்த்துச் சிரிக்கவில்லை.

7. அண்டை வீட்டு நெய்யே என் பெண்டாட்டி கையே

கிறிஸ்துமஸ் நெருங்கி வந்தது. ஒரு நாள் என் பாட்டி மிஸ் லாட்டி, காப்பி வழங்கிய பிறகு, வாயைச் சுளித்தாள். வீட்டில் ஆண்கள் என்ற பெயருக்குத் தகுதி படைத்தவர்கள் இருந்தால் அவர்கள் வெளியே போய் காட்டு வான்கோழிகள் சிலவற்றைப் பிடித்து வரட்டும் என்று சொன்னாள். "இந்த வருஷம் இறைச்சி விலை பயங்கரமாக ஏறிவிட்டது. ஒரு ராத்தல் பத்து சதம் என்ற வீதத்தில் பணம் கொடுத்து நான் வான்கோழி வாங்கப் போவதில்லை: வேண்டுமானால் அதை வேட்டையாடி வாருங்கள். இல்லையெனில் இந்த வருஷம் அது வேண்டாம்" என்று பாட்டி குறிப்பிட்டாள்.

தாத்தா காப்பிக் கோப்பைக்கு மேலாக என்னை நோக்கிக் கண் வெட்டினார். தான் புகை பிடிக்க வேண்டியிருப்பதால், திண்ணைக்குச் சென்று மீதிக் காப்பியைப் பருகப்போவதாகக் கிளம்பினார். வீட்டினுள் புகை பிடிப்பதுபற்றி மிஸ் லாட்டிக்கு திட்டவட்டமான கருத்துக்கள் உண்டு. அவள் புகைப்பது விதிவிலக்கு. அவளுக்கு ஆஸ்துமா இருந்தது. அவள் நெஞ்சுவலிக்கு மருந்தாக கியூபப் சிகரெட்டுகள் பிடித்தாள். நானும் மிகச்சிறுபிராயம் முதல் கியூபப் பிடிக்கக் கற்றுவிட்டேன்.

தனது நாற்காலியில் அமர்ந்து, புகையிலையைப் பற்ற வைத்ததும். தாத்தா சொன்னார்: "ஒரு பெண்பிள்ளையோடு வாழும் ஆணின் பாடு சிரமம்தான். இவளையும் இவள் போஷிப்பையும் விட்டுவிட்டுச் சிறிது காலம் வெளியே போவதுதான் நல்லது. இது கடுமையான வாழ்க்கை. பையா: இதை நீ சீக்கிரமே உணர்வது நன்று. காட்டில் ஒரு வாரம் கழித்துவிட்டு நாம் இப்பொழுதுதான் இங்கு வந்தோம். ஒவ்வொரு நாளும் உதயத்துக்கு முந்தி எழுந்து, நமக்கு வேண்டிய சாப்பாட்டை நாமே தயாரித்து, நாள் பூராவும் நடந்து திரிந்து, மான் வருகிறதா என்று பார்த்தபடி உட்கார்ந்து குளிரில் விறைத்து, கஷ்டப்பட்டோம். இப்போது நாம் மீண்டும் அதே இடத்துக்குப் போய் அவற்றை எல்லாம் திரும்பவும் செய்யவேண்டும். அடா, அடா! பெண்கள் நியதியில்லாதவர்கள். நீயும் நானும் வான்கோழி வேட்டைக்குப் போகவேண்டும் என்று நானாக ஒரு வார்த்தை சொல்லியிருந்தால், நம்மை வீட்டில் நிறுத்துவதற்கு அவள் அறுபது காரணங்கள் கண்டுபிடிப்பாள்."

தாத்தா குழாயிலிருந்த சாம்பலைக் கீழே கொட்டிவிட்டு, சிரமத்தோடு மாடிக்குச் சென்றார். ஐந்து நிமிஷங்களுக்குப் பிறகு திரும்பி வந்தார். விசித்திரமான ஊதுகுழல் ஒன்றும், சுண்ணாம்புக் கட்டி ஒன்றும் அவர் கையில் இருந்தன. ஸிடார் மரத்தாலான ஊது குழல் மீது சுண்ணும்பைத் தடவினார் அவர். சில கட்டைகளை அசைத்தார். பெட்டை வான்கோழி சுத்துவது போன்ற தனிரக ஓசை அதிலிருந்து எழுந்தது. பிறகு, அந்த வாத்தியத்தில் வேறு என்னவோ பண்ணினார். ஆண் பறவையில் கோரமான கூச்சல் பிறந்தது. பின்னர், ஊதுகுழலைச் சட்டைப் பையில் போட்டுவிட்டு, அவர்தன் கடிகாரத்தை எடுத்தார்.

"நாலு நிமிஷம் பிடிக்கும். அஞ்சு கூட ஆகலாம்" என்று அவர் முனங்கினார். என்ன விஷயம் என நான் கேட்கவும், அவர் சும்மா தலையை ஆட்டி காத்திருக்கும்படி சொன்னார்.

என்னிடமும் ஒரு கடிகாரம் உண்டு. அதை எடுத்துப் பார்த்தபடி நானும் காத்திருந்தேன். சரியாக நாலரை நிமிஷங்களில் டாமும் பீட்டும். வீதி வழியே அசுர நடை போட்டு வேகமாக வந்தார்கள்.

"என் கணிப்பு ஏறக்குறைய சரிதான். நாலு அல்லது அஞ்சு நிமிஷமாகும் என்றேன். இரண்டுக்குமுள்ள வித்தியாசத்தை நீங்கள் பகிர்ந்து விட்டீர்கள். உங்களுக்கு வயதாகி விட்டதாகத் தோன்றுகிறது. முன்பெல்லாம் நான் வான்கோழியின் கூச்சலை எழுப்பியதும், நீங்கள் கணக்காக இரண்டு நிமிஷங்களில் இங்கு வந்து நிற்பீர்களே" என்று தாத்தா சொன்னார்.

டாமும் பீட்டும் நகைத்தனர்: “நீங்கள் புறப்படத் தயார் என்றால், நாங்களும் தயார்தான். பையனையும் காரையும் கொடுங்கள். ஒரு மணி நேரத்தில் கிளம்புவதற்குச் சித்தமாகிவிடுவோம். கூடாரம், துப்பாக்கி, சாப்பாடு, துப்பட்டி, குண்டுகள் முதலியவற்றை காரில் போடும் வேலை தவிர வேறு ஒன்றுமில்லை” என்றார்கள்.

“காரைத் தயார்ப்படுத்துங்கள். அவசரமாகப் போனால் இருட்டுவதற்குள் நாம் அந்த இடம் சேர்ந்து விடலாம். காலையில் விழித்தெழ வசதியாக இருக்கும். வான்கோழி தேவை என்று மிஸ் லாட்டி கேட்கிறபோது, அவளுக்கு ஏமாற்றம் அளிக்க நான் விரும்பமாட்டேன்” என்று தாத்தா சொன்னார்.

இந்த உரையாடலின்போது நான் ஒரு வார்த்தை கூடப் பேசவில்லை. ஏனெனில் நானும் உடன் செல்ல வேண்டுமா, இல்லையா என்பது பற்றி எவரும் நேரடியாகக் குறிப்பிடவில்லை. அண்மையில் ஒரு மானைச் சுட்டதிலிருந்து, நானும் தொழில் நிபுணனாகி விட்டதாகவே கருதி வந்தேன். ஆனால் தாத்தாவை நான் கட்டாயப்படுத்த முடியாதே! அவரும் பீட்டும், டாமும், பாட்டியும் எல்லோரும் கூடி என்னைச் சித்திரவதை செய்வதற்கென்றே ஏதோ சதித் திட்டத்தில் ஈடுபட்டுள்ளதாகத்தான் எனக்குத் தோன்றியது. அப்படி நிகழ்வது இதுதான் முதல் முறை என்று சொல்வதற்கில்லை.

சாமான்கள் அனைத்தையும் காரில் ஏற்றுவதில் டாமுக்கும் பீட்டுக்கும் நான் உதவி செய்தேன். பீட் காரை வீட்டின் முன்புறம் சேர்த்தான். நான் அங்கே பேசாமலே நின்றேன். மேலும் கொஞ்சம் கஞ்சி தேவை என்று கேட்ட ஆலிவர் ட்விஸ்ட் மாதிரி தான் நானும் காணப்பட்டேன்.

“என்ன பையா, காரில் உன் துப்பாக்கி தவிர எல்லாம் இருக்கின்றனவே. நீ மாடிக்கு ஓடி அதை எடுத்து வரவில்லையானால், வான்கோழிகளை யார்தான் சுடுவது?” என்று தாத்தா கூறினார்

நான் ஓடினேன்.

டாமும் பீட்டும் காரின் முன் ஸீட்டிலும், தாத்தாவும் நானும் பின்புறத்திலும் அமர்ந்தோம். பிரதான ரஸ்தா வழி நாங்கள் போகவில்லை. ஒதுங்கிய ரஸ்தாவான ஆற்றுப் பாதை வழியே சென்றோம். டாம் தலையின் பின்புறத்தைப் பார்த்துத் தாத்தா பேசினார்.

“காட்டில் திரிபவை கடவுளுக்குச் சொந்தம் என்றுதான் எனக்குத் தோன்றும். ஒரு வான்கோழி அல்லது மான் பிறக்கிறது. தான் ஒரு பணக்காரனுக்குச் சொந்தமா அல்லது ஏழையின் உடைமையா என்பதை அறிந்துகொள்ள

அதற்கு எவ்வித வசதியுமில்லை. ஆனால் பணக்காரன் ஒருவன் வருகிறான்; பெரும் பரப்பு நிலத்தை விலைக்கு வாங்குகிறான். அதை அப்படியே போட்டுவிட்டு அவன் பாட்டுக்கு நியூயார்க் அல்லது ஃபிரான்சில் உள்ள பாரிசுக்குப் போய்விடுகிறான். மெதுமெதுவாக, காட்டுப் பிராணிகளிடையே விஷயம் பரவுகிறது. இங்கே பூமியில் இதுவே சொர்க்கம், ஒவ்வொருவருக்கும் உணவு காய்த்துத் தொங்குகிறது என்றுதான். சீமான், மக்னோலியா ஏக்கர்ஸ் என்கிற இந்தப் பகுதியின் சொந்தக்காரனைப் போன்றவன். இஷ்டம்போல் எங்கேயாவது படகில் உட்கார்ந்து பொழுது போக்குவான். இங்கே என்ன நடக்கிறது? அவன் நிலத்தில் யாரும் வேட்டையாடுவதில்லை. ஆனால் சுற்றுப்புறத்தில் உள்ள சகல பறவைகளும் மிருகங்களும் அங்கேயே மண்டிவிடுகின்றன. ஆண் பறவைகள் இதர ஆண் பறவைகளோடு சண்டையிடுகின்றன. மான்கள் மான்களோடு போராடுகின்றன. தங்களுக்குள் புணர்ந்து இன அபிவிருத்தி பண்ணுகின்றன. முதல் விஷயமாக, வியாதிகள் கிளம்பும். அப்புறம் கருநாக்கு. அல்லது கொக்கிப்புழு, அல்லது வாய்ப்புண் போன்ற தொத்து வியாதி பரவும். எல்லாஜந்துக்களும் செத்துப் போகும்; அல்லது என்னவாவது ஆகும். இடைக்காலத்தில் யாருக்கும் எவ்விதமான பலனும் அளிக்காது.

“நான் சட்டத்துக்குக் கீழ்ப்படிந்து நடப்பவன். ஆதியிலும், இப்போதும், எப்பொழுதுமேதான். படகோட்டி மகிழும் செல்வன் தனது சொத்தைக் கண்காணிக்கும்படி என்னைக் கேட்டுக் கொண்டால், நான் அவன் காட்டிலுள்ள பறவைகள், பிராணிகளை, நியாயமான வரம்புக்கு உள்ளாகும்படிச் சுடுவதில் மகிழ்ச்சி அடைவேன். ஆனால் என்னிடம் ஒரு உல்லாசப் படகு இல்லாத வரையில், நான் ஃபிரெஞ்சு ரிவீராவில் வசிக்காத வரை, அவன் என்னை அவ்விதம் கோருவதற்கு வாய்ப்பு ஏற்படப் போவதேயில்லை. நான் அவனுடைய நிலத்தில் அடி எடுத்து வைக்கமாட்டேன். ஏனென்றால், ஒவ்வொரு அங்குலமும் பிரத்தியேகமானது என்று அம்பலப்படுத்துகிறது. ஆனால் ரஸ்தாவுக்கு மறுபுறத்தை அவன் வாங்கிவிடவில்லை. அது அவனுக்குச் சொந்தமல்ல. அது பொது இடம், ஏதாவது வான்கோழி மடத்தனமாக அந்த ரஸ்தாவைக் கடந்து வந்தால், நாம் சட்டத்தை மீறாமலே அதைச் சுடமுடியும்: அப்படிச்சுடுவதற்கு நம்மிடம் லைசென்சு இருக்கிறது. இது எவருடைய தரும், நியாய அல்லது சட்ட உணர்வையாவது பாதிக்குமென்றால் அவர் அதை இப்போதே சொல்லிவிடலாம்” என்று தாத்தா கூறினார்.

டாமும் பீட்டும் சிரித்தனர் என்பதை அவர்கள் கழுத்தின் சருமத்தில்

ஏற்பட்ட சுருக்கத்தினால் நான் காணமுடிந்தது. வான்கோழிகள் இல்லாமல் கிறிஸ்துமஸ் அல்லது புத்தாண்டு தினம் எங்கள் வீட்டில் எந்த வருஷமும் கழிந்ததில்லை என்றே தோன்றியது. நான் பிறப்பதற்குப் பல வருஷங்களுக்கு முன்னிருந்தே அம்மூவரும் குறிதவறாது வேட்டையாடி இன்புற்றிருக்கிறார்கள் என்று கருதினேன். ஆனால் இந்த ரக வேட்டையில் இதுதானே எனக்கு முதல் அனுபவம்.

ஒரு மணிக்கும் அதிகமாகவே நாங்கள் காரில் சென்று. கோடீஸ்வரனின் இடத்தை அடைந்தோம். ரோட்டின் ஒரு புறம் நெடுகிலும் உயரமாக வேலி கட்டப்பட்டிருந்தது. பத்து மரத்துக்கு ஒரு தரம் 'வேட்டையாடக்கூடாது' என்ற அறிவிப்பு பெரிதாகக் காணப்பட்டது. சிறு களிமண் ரஸ்தா ஒன்றில் திரும்பி நாங்கள் மறுதிசையில் அரைமைல் தூரம் போனோம். முகாமிடும் இடம் ஒன்றை அடைந்தோம். சென்ற வேட்டையின்போது தாத்தா தேர்ந்தெடுத்த இடம் மாதிரியே இதுவும் இருந்தது. அவர் முகாமிட்ட இடங்களில் எல்லாம் தனது முத்திரையை இட்டிருந்தார். அவற்றை விட்டு நீங்குவதற்கு முன் இடம் பூராவையும் சுத்தப்படுத்துவது அவர் வழக்கம் என்பதை அவை எடுத்துக் காட்டும். இதை நான் அறிவேன். சென்ற முகாமை நான் சுத்தப்படுத்தினேன். இறுதியில் அடுப்புக்கு வேண்டிய கற்குவியல் மட்டுமே ஒழுங்காக இருந்தது. மற்றவை எல்லாம் எரிக்கப்பட்டன; அல்லது புதைக்கப்பெற்றன.

நாங்கள் வேகமாகக் கூடாரம் அமைத்து, விரைவாகச் சாப்பிட்டு, அவசரமாய்ப் படுக்கைகள் தயாரித்து, சடுதியில் உறங்கினோம். நான் நன்றாக உருண்டு புரண்டு தூங்கவில்லை; அதற்குள் பீட் என்னை உலுக்கி எழுப்பினான். அப்பொழுது அம்புலி உயரத்திலேயே இருந்தது. நட்சத்திரங்கள் இன்னும் ஜொலிப்புடன் விளங்கின. காலை மணி நான்குதான் ஆயிற்று. விழித்தெழுவதற்கு பயங்கரமான வேளையே அது. கனடாவில் கிறிஸ்துமஸ் தாள் எவ்வளவு குளிராக இருக்குமோ அவ்வளவு குளிரடித்தது இங்கும். நாங்கள் ஒரு கப் காப்பி மட்டுமே குடித்திருந்தோம்.

"அப்பா இளையவனே, நீ என்னையும் பீட்டையும் டாமையும் பின் தொடர்ந்து வந்து, நாங்கள் செய்வதையே செய்யவேண்டும். உன் வாயைத் திறவாதே. காய்ந்த குச்சிகள்மீது காலடி வைக்காதே. நாங்கள் உட்காரும்போது உட்கார்ந்து, நான் உன் கையில் குத்தியதும் சுட்டுவிடு. இவ்வளவுதான் நான் உன்னிடம் கேட்பது. எதைச்சுடவேண்டும் என்பது உனக்கே தெரியும்" என்று தாத்தா சொன்னார்.

இருண்ட காட்டினூடே, பழகிய மான் தடம் ஒன்றில் எச்சரிக்கையோடு

வல்லிக்கண்ணன் | 95

நடந்து, நாங்கள் முன்சென்றோம். முதலில் டாம், பீட் இரண்டாவதாக, அப்புறம் தாத்தா, முடிவில் நான். இப்படி சுமார் கால் மைல் தூரம் நடந்து, சிறு காட்டுவழி ஒன்றை அடைந்தோம். அது பெரிய ரஸ்தாவிலிருந்து ஆயிரம் கெஜம் விலகியிருந்தது. அதைச் சுற்றிலும் செடிகள் அடர்ந்து நின்றன. ரஸ்தாவிலிருந்து விலகிச் சென்ற பகுதியில், தொலைவில், சந்தேகத்துக்குரிய தோற்றத்தோடு புதர் ஒன்று மண்டிக்கிடந்தது. அது இதரச் செடிகளைப் போலில்லை. பீட்டும். டாமும், தாத்தாவும் அதில் மறைந்தார்கள். நானும் பின்சென்றேன். அது வசதியான மறைவிடம்தான்; நான்கு துப்பாக்கியாட்கள் தங்குவதற்குப் போதுமான அகலம் பெற்றிருந்தது. கண்களால் பார்ப்பதற்குச் சிறு கீறல்கள் செய்யப்பட்டிருந்தன. வெளியே துப்பாக்கியை நீட்டுவதற்குத் தகுந்த அளவு பெரிதாக அவை விளங்கின. இன்னும் இருள் நீடித்தது; குளிர் நிலவியது. வெறும் பழுப்புப் பைன் ஊசி இலைகள் மீது, நடுங்கும் உடல்களோடு நாங்கள் இருந்தோம்.

தாத்தா மெல்லிய குரலில் பேசினார். "நரை வெளிச்சம் பரவியதும் வான்கோழிகள் சிலவற்றை நீ காண்பாய். அவை பறந்து வந்து, மரங்களில் இறங்கி, சுற்று முற்றும் பார்க்கும்; பிறகு கீழே வரும். காலையில் அவை அதிகமாக அப்படிச் செய்வதில்லை. ஆனால் நான் வான்கோழியை என்றும் நம்புவதே கிடையாது. அவை எப்பொழுதும் உன்னை விடச் சுறுசுறுப்புள்ளவைதான். அநேகமாக அவை நடக்கலாம். சிறு கும்பலாக வந்தால், அவற்றிடையே ஒரு ஆணும், மூன்று, நான்கு. ஐந்து பெட்டைகளும் இருக்கலாம். அது பெரிய கூட்டமானால், ஒன்றுக்கு அதிகமான ஆண்களும், ஏகப்பட்ட பெட்டைகளும் இருக்கும் உணக்கு அருகில் உள்ளவற்றில் மிகப் பெரியது எதுவோ அதையே. உன்னைக் குத்திய உடனே, அதற்கு முந்தி அல்ல நீ சுடவேண்டும். அதன் தலையை நோக்கி குண்டு எறி, ராபின் குருவியைச் சுடுவதாகடும் எண்ணிக்கொள். உண் கண் முன்னால், நல்ல குறிக்கு இலக்காக அதல் தலை விளங்குகிறபோது அதனுடைய இறைச்சியைப் பாழடிப்பதில் தயனில்லை. இதோவருவது உன்பாட்டிக்காக இப்போது அமைதியாக இருந்து கவனி."

உதயத்தில் அது வந்தது. உடனே தாத்தா தன் ஊதுகுழலை வெளியே எடுத்தார், மங்கலான வெள்ளொளியில் அவர் அதில் சில வேலைகள் எடுத்தார். பிறகு வான்கோழிப் பண்ணை ஒன்றின் சொந்தக்காரர் போல் அவர் குரல் எழுப்பினார். தன் தோழனைத் தேடி அலையும் பெட்டை வான்கோழி போல் அவர் ஆசைக் கிளுகிளுப்பு கூவினார். பெட்டையை தாடிக் கூவும்

ஆண் பறவை போல் கத்தினார். அப்புறம் வாயை மூடிக்கொண்டு, மறுகுரல் எழுப்பாமல் இருந்தார். வான்கோழிக் கூச்சலை ஒலிபரப்புகையில் நாம் வரம்பு கடந்துவிடக் கூடாது என்று பின்னர் அவர் என்னிடம் சொன்னார். எதிர்க்குரல் தரக்கூடிய வான்கோழி ஏதாவது அருகிலிருந்தால், அது அவசியம் வந்துவிடும்.

பல வருஷங்களுக்குப் பிறகு, நான் செம்புலி வேட்டையில் பதுங்கியிருந்தது உண்டு. அது உணர்வுக்கிளர்ச்சி அளிக்கக் கூடியதுதான். ஆயினும் வான்கோழிகளுக்காகக் காத்திருப்பது போல் கடுமையானது அல்ல. வான்கோழிகள் பறந்து வரவில்லை. குறுகிய சந்துக்களுக்குள் மூடுபனி பாய்வதுபோல், அவை அங்கே காணப்படுவதில்லை. பிறகு, பசுமாடுகள் மாதிரிப் பெரியதாக அவை அங்கு தோன்றுகின்றன. சிறிய வழி ஒன்றிலிருந்து அவை ஒன்றின் பின் ஒன்றாக வெளிப்பட்டன. முதலில் பெட்டைக் கோழிகளும், பிறகு முதிராத ஆண் பறவைகள் சிலவும் வந்தன. அப்புறம், பல பெட்டைகள், கடைசியாகத் தலைவன்.

அவை விலகிப் பரவி, மெதுவாக எங்களை நோக்கி நகர்ந்தன. டாமும் பீட்டும் முன்னதாகவே அந்த இடத்தில் நிறைய தானியங்களைச் சிதறிவைத்திருக்கலாம் என்ற சந்தேகம் எனக்கு இப்பொழுது ஏற்படுகிறது. வேட்டையை வசீகரிக்க இரை உபயோகிப்பது சட்டபூர்வமானதுதான். ஒருவேளை, அப்பறவைகள் பைன்மரச் சிதறல்களைத் தின்றிருக்கவும் கூடும். அது எப்படியிருப்பினும் எனக்குக் கவலையில்லைதான். தலைவனான அந்த ஆண்வான்கோழியையே நான் கவனித்துக் கொண்டிருந்தேன். அது தன் வால் பகுதியை பெரிய விசிறி போல் பரப்பியது. மாதாகோயில் மணி போல் ஒலித்த பேரோசையை எழுப்பியது. தன்னைச் சுற்றிலும் கர்வமாகப் பார்த்தது. சுற்றுவட்டாரத்திலுள்ள எந்த ஆணாவது தன் மனைவிமாரில் எதையாவது பார்த்துச் சிறு ஜாடை செய்யட்டும்; தலைவனான தானே அதை உடல் வேறு இறக்கை வேறாகப் பிய்த்தெறியத் தயார் என்று சவாலிட்டது அது. தனது கூட்டத்தைத் தள்ளிக்கொண்டு அது நேராக எங்கள் மறைவிடம் நோக்கி வந்தது. அக்கூட்டத்தில் பதினைத்து, பதினாறு கோழிகள் இருந்ததாக பீட் பின்னர் என்னிடம் சொன்னான். அதை நான் அறியேன். நான் கண்டதெல்லாம் தலைவனைத்தான். அதன் தாடையில் தொங்கிய சதை விடியற்காலையில் செக்கச் சிவந்திருந்தது. அதன் கருஞ்சிவப்பு மார்பு பெரிய இறகு மெத்தைபோல் தோன்றியது. பரவிவந்த ஒளி வீச்சில் அதன் செம்மையும் கருமையும் எடுப்பாக விளங்கின. நாள் மோ பறவையைப் பார்த்ததில்லை. ஆனால், இது ஒரு தீக்கோழியை விடப் பெரியதாக இருந்தது.

முடிவில் அது, வான்கோழி பாஷையில் தனக்குத்தானே ஏசிக்கொண்டு, தன் குடும்பத்தின் நடுவில் வந்து சேர்ந்தது. நாங்கள் பதுங்கியிருந்த இடத்துக்கு முப்பது கெஜ தூரத்தில் நின்று, தனது படையை நோக்கும் ஒரு தளபதி மாதிரி கவனித்தது. பிறகு, பாரிஸ் நகரிலுள்ள கோடீஸ்வரனை விழித்தெழச் செய்யும்படியான கூச்சல் ஒன்றை ஒலிபரப்பியது. அன்று காலையில் கட்டற்றுத் திரியும் தேவதூதர்களைக் கூடத் தான் பிடிக்கப் போவதாகக் கூறுவதுபோல் அது வான் நோக்கிக் கழுத்தை நிமிர்த்தியது. அப்பொழுது தான் தாத்தா என் புஜத்தில் குத்தினார்.

நான் எனது சிறு துப்பாக்கி முகப்பினால் அதன் தலையை மறைத்து, விசையை அழுத்தினேன். அதே சமயம் டாமும் பீட்டும் தாத்தாவும் சுட்டார்கள். நான் ஒரு முறைதான் சுட்டேன். அவர்கள் இருமுறை சுட்டனர். புல்லடர்ந்த அந்தச் சிறு பைன்மரப் பாதையில் நிகழ்ந்ததை நான் மறக்கவே மாட்டேன். என்னால் சுடப்பட்ட பெரிய பறவை தலையை இழந்து கீழே விழுந்தது. ஆனால் அது தன் சிறகுகளை அடித்துக் கொண்டு, வெறிபிடித்த யந்திரம் போல் சுற்றிச் சுழன்றது. இன்னும் ஆறு வான்கோழிகளும் அவ்விதமே செய்தன. காட்டு வான்கோழிகள் ஏழு, சூரியன் எழுவதற்கு முன்னர் அமைதி நிறைந்த காட்டின் நிழற் பாதையில், மரண நாட்டியம் பயின்ற காட்சி, அதுவரை நான் கண்டிருந்த நரகலோகத்தில் அவதியுறுவோர் பற்றிய சித்திரங்களை எல்லாம் ஜீவனற்ற கிராமியத் தோற்றங்களாகச் செய்துவிட்டது.

ஒவ்வொன்றும் கத்திக்கொண்டு ஓட முயன்றது. எழுந்து, புதரை நோக்கி ஓடிய இரு வான்கோழிகளும் இதில் அடங்கும். ஆனால் அவற்றின் உடலில் குண்டுகள் புகுந்ததும் அவை அசைவற்றுக் கிடக்க முடிவுசெய்தன. குழப்பம் மிகுந்த காட்சி அதைப் போல வேறெதையும் நான் அன்றும், இன்றும், என்றுமே கண்டதில்லை. நான் பெரியவனாகி, ஒன்பது சிங்கங்களுக்கிடையே அகப்பட்டுக் கொண்டது கூட அதற்கு இணையாகாது அந்தப் பிராந்தியம் பூராவும் ஒரே வான்கோழி மயமாகி விட்டதாகத் தோன்றியது.

நடந்தது இதுதான்: நான் தலைவனைக் கொன்றபோது டாமும் பீட்டும் தாத்தாவும் குறி வைத்துச் சுட்டு அவற்றைத் பறவைக் கூட்டம் ஓட முயல்கையில் அவர்கள் மறுபடியும் சுட்டு வெற்றி கண்டார்கள். இரண்டு கோழிகள் மட்டும் வெறும் காயம்பட்டு ஓடிவிட்டன.

அது ஒரு சாதனை என்றே நான் நினைக்கிறேன். நான் கொன்றது – துண்டுத் தோலைவிட முரடானது – பத்தொன்பது ராத்தல் ஒரு வான்கோழிக்கு அது மிகுதியான கனமே என இப்பொழுது துண்டுத் தோலைவிட முரடானது

உணர்கிறேன். பத்து ராத்தல் நிறையுள்ள ஆண் பறவைகள் இரண்டு இருந்தன. பெட்டைகள் எல்லாம் ஆறு, ஏழு, எட்டு ராத்தல் கனத்தோடு, தின்னச் சுவை உடைய சதையோடு விளங்கின.

எங்கள் கார் வீடு வந்து சேர்ந்ததும் நாங்கள் கண் கொள்ளாக் காட்சியாகத் திகழ்ந்தோம். 'அது சரி – எங்கே அது? பார்க்கலாம்' என்ற முகபாவத்தோடு மிஸ் லாட்டி எட்டிப் பார்த்தாள். நாங்கள் ஒவ்வொன்றாக வெளியே எடுத்துப் போட்டோம். பெரிய புதிய காட்டு வான்கோழிகள் ஏழைக் கண்ட பிறகும் பாட்டியால் தன் முகத்தைக் கடுமையாக வைத்துக் கொள்ள முடியவில்லை. இதன் மூஞ்சியில் விழித்திருக்கவே கூடாது என்று நான் அலுத்துக் கொள்கிற அளவுக்கு, அவ் விடுமுறை நாட்கள் முழுவதும் வான்கோழிக்கறி கிடைத்தது. இந்த அருஞ்செயல் பற்றித் தாத்தா அதிகமாக ஒன்றும் சொல்லவில்லை. கிறிஸ்துமஸுக்கும் புதுவருஷ நாளுக்கும் நடுவில் ஒரு நாள் அவர் என்னைத் தனியாக அழைத்துச் சென்று, பொருள் பொதிந்த நீதி வாக்கியம் ஒன்றை முணுமுணுத்தார்.

"மனிதரிடமும் வான்கோழிகளிடமும் உள்ள தொல்லை இதுதான் ஆசை காட்டப்படுகிற வேளைகளில் பாதையின் எந்தப் பக்கத்தில் தங்கவேண்டும் என்பதை அவர்கள் அறிவதில்லை" என்று அவர் சொன்னார்.

என்னை வளர்த்த பெரியவர்களைப் பற்றி நான் மறக்காத முக்கிய விஷயங்களில், கிறிஸ்துமஸின்போது அவர்கள் எனக்குத் 'தேவையான' பொருள்களைப் பரிசாக வழங்கியதில்லை என்பதும் ஒன்று ஆகும். 'தேவையானவை' என்பதை விளக்க விரும்புகிறேன். அடுத்த வீட்டில் வசித்த ஒரு சிறுவனை எனக்குத் தெரியும். அவன் சதா மதிப்பு மிகுந்த பொருள் எதையாவது – புதிய பாதரட்சைகள், புது உடுப்பு போன்றவற்றை பரிசாகப் பெறுவது வழக்கம். அவை உபயோககரமானவை. பொருளாதார லாபமுடையவைதான். ஆனால் ஒரு வீட்டின் கூரையில் அற்புதம் எதையும் நான் கண்டதில்லை. ஒரு வீடு என்றால் அதற்கு இயல்பாகவே கூரையும் இருக்கவேண்டும். கிறிஸ்துமஸ் பரிசாக அதை அடைய வேணும் என்று கருதப்படுவதில்லை. ஒரு பையன் பள்ளி உடுப்போ, புதுச் செருப்போ பெறுகிறானென்றால், அவை பரிசுகள் ஆகா. ஒரு வீட்டுக்கு அமையும் கூரை மாதிரிதான்.

சுபிட்ச காலமாயினும், மோசமான நாளானாலும், சிறிஸ்துமஸுக்கும் பிறந்த நாளுக்கும் நாள் பரிசாகப் பெறுவது ஐம்பது சதம் விலை மதிப்புள்ள சிறு கத்தியாக இருந்தாலும் கூட – ஆடம்பரச் செலவுக்கு உரியதாகவே

இருக்கும். அநேக சந்தர்ப்பங்களில் அதிக விலை பெறுமானமுள்ள பொருள்களையே நான் பரிசாக அடைந்தேன் 'பெரும் வறட்சி' ஏற்படுவதற்கு முந்திய காலம் அது. வேடிக்கையாகச் செலவு பண்ணுவதற்கு ஒவ்வொருவரிடமும் பணமிருந்தது. 'ஒவ்வொருவரும்' என்று கூறும்போது, நான் எங்கள் குடும்பத்தைச் சோர்தவர்களையே குறிப்பிடுகிறேன். ஆரம்பத்தில் கிறிஸ்துமஸ் நாட்களில் விளையாட்டுத் துப்பாக்கிகளும் சைக்கிள்களும் அவை போன்றவையும் கிடைத்தன. போகப் போக, வேட்டை பூட்ஸ், கத்திகள், கைக் கோடரிகள், பெரிய பைகள், பெரிய துப்பாக்கிகள் எல்லாம் கிடைத்தன. நீலநிற ஐவர் ஜான்சன் பைசைக்கிளும் ஒரு பெரிய துப்பாக்கியும் கிடைத்த சந்தர்ப்பத்தையே அனைத்தினும் மிக உயர்ந்த நினைவுநாளாக நான் மதிக்கிறேன்.

பெரியவர்களுக்கென்று முக்கியமான பரிசுப் பொருள்கள் வாங்குவதற்காகச் சில்லறைக் கடைகளைச் சுற்றிவருவது வேடிக்கையாக இருந்தது. ஆறுமாத காலமாகக் குடும்பத்தினரை நச்சரித்துக் கேட்ட எதையாவது கொண்டு தருவார் என்று ஸான்டா கிளாஸை நாம் ஆவலோடு எதிர்பார்த்தது முந்தியதினும் வேடிக்கை நிறைந்ததாகும். ஆனால் உண்மையான வேடிக்கை அப்புறம்தான். புது வருஷ நாளின் போதுதான் தொடங்கும். பள்ளிக்கூடம் இன்னும் திறக்கப்பட்டிராது. மரத்தடியில் கண்டெடுத்த சூறைப் பொருள்களை உபயோகிப்பதில் நாம் கவனம் செலுத்த முடியும்

கிறிஸ்துமஸ் பெரிய மனிதர்கள் நிறைந்த திருநாளாகவே விளங்கும். அத்தைகளும், சின்னம்மாக்களும் அவர்கள் பிள்ளைகளும் மற்றையோரும், அதிகமாக நகரங்களிலிருந்து நாட்டுப்புறம் வந்து சேரும் விருந்தாளிகளும் கூடிவிடுவர். அதனால் சின்னப் பையன் சுத்தமான முகத்தோடும், நன்கு வளர்க்கப்படுவதைக் காட்டும் பாவனையோடும் திரியவேண்டும். அவர்கள் போய்ச் சேர்ந்த பிறகுதான் நமது விரல் நகங்களில் மறுபடியும் அழுக்கேறுவதையும், தலைமுடி இயல்பாக வாரி விடாமலிருப்பதையும் வீட்டினர் அனுமதிப்பார்கள். அப்பொழுதுதான் சுயேச்சையான விளையாட்டு ஆரம்பமாகும்.

விடுமுறைக் காலம் எனக்கு அதிவிசேஷமானது. பள்ளிக்கூடம் முடிவுற்றதும். தாத்தா வசித்த சிறு நகருக்கு நான் போவேன். பள்ளிக்கூடம் மீண்டும் துவங்கும் தினத்துக்கு முந்திய நாள் வரை அங்கிருந்து திரும்ப மாட்டேன். இரண்டு வார காலம், பழை ஆங்கிலேயச்மோன்கள் எப்படி வாழ்த்திருப்பார்கள் என்று நான் கற்பனை செய்துள்ளேனோ – விசாலமான

அறைகளில் பசுந் தழைகளைத் மரக்கட்டையை தொங்கவிட்டு அலங்கரித்த காலம் அது யூல் மூன்று பெரியவர்களும் ஒரு பையனும் தேவைப்பட்ட காலம் அப்படி நானும் வாழ்ந்தேன்.

பன்றிகள் எவையும், வாயில் ஆப்பிள்கள் திணிக்கப்பட்டு, முழுதாகப் பக்குவப்படுத்தப் பெற்றதாக எனக்கு ஞாபகமில்லை. ஆனால் தாத்தாவும் அவருடைய உதவியாளனும் – அதாவது தாழ்மையுள்ள மேற்கொள்ள வேண்டியிருந்தது என்பதை நான் அறிவேன். அவை விடுமுறைக் காலம் முழுமையும் நீடித்தன.

முதலாவது சிப்பி விவகாரம். விடுமுறைக் காலம்தான் சிப்பிகளில் காலமும் ஆகும். அக்காலத்தில் அவை ஏராளமாகக் கிடைக்கும். சிப்பிப் புழுக்கள் நேர்த்தியாய், உறுதியாய், சதைப்பிடிப்போடு, வெள்ளரிக் காய்கள் போல் பெரிதாக இருந்தன. சாம்பல் நிறமும் வெண்மையும். கலந்த அவற்றின் சிப்பிகள் ஊசி வால் வாத்துக்களின் வண்ணம் பெற்றவை. புழுக்களின் ஆழ்ந்த மடிப்புகள் சிப்பிகளின் விளிம்பு வரை பரவியிருந்தன. சிப்பியில் முத்து காணப்படாவிட்டால் விசித்திரம் எதுவுமில்லைதான். ஆனால் எனக்கு முத்துகள் இல்லாத சிப்பிகள்கூட அற்புதமானவையே,

குளிர் நிறைந்த மங்கலான நாளில், வாத்துக்கள் தாழ்ந்து திரிந்தும், சதுப்பு நிலத்தின் மூலைகளில் சுகமாக அமர்ந்தும் பொழுது போக்கும் வேளையில், தாத்தாவும் நானும் சிறு படகில் குறடுகளோடு கிளம்புவோம். நிச்சயமாக எங்களோடு துப்பாக்கிகளையும் எடுத்துச் செல்வோம். ஏனென்றால், முட்டாள் வாத்து ஏதாவது ஓடிப்போகாமல் சும்மா உட்கார்ந்திருக்கும். எங்களில் படகு வலிப்பதில் ஈடுபடாமல் இருப்பவர் துப்பாக்கியை எடுத்து அதைச் சுடுவோம். நீந்தும் எலி போன்ற தலையை உடைய ஒரு பிராணியை நான் ஒரு சமயம் பார்த்தேன். “அதைச் சுடு!” என்று தாத்தா சொன்னார். அது பெரிய ஆண் மிங்க். அதைத் தோலுரித்து, பதப்படுத்தி, இறைச்சியை உப்பிலிட்டோம். நகரிலுள்ள வியாபாரி அந்தத் தோலுக்கு இரண்டு டாலர்கள் தந்தான்.

காற்று கலக்கிய, மங்கல் நிறக் கடல் மீது நாங்கள் செல்வோம். குளிரால் எங்கள் மூக்கும் காதுகளும் புண்பட்டுவிடும். தென்படும் சிப்பிப் படுகையை அடைவோம். குறடுகளை எடுத்து, நெடுகக் கொளுவி, குவியல் தட்டுப்படும் வரை, பற்றி இழுப்போம். அவை சேற்றோடு கலந்து மேலே வரும். படகில் அதிகமாகச் சகதி படிந்துவிடக் கூடாதே என்பதற்காக, சிப்பிகளோடு கூடிய குறடுகளைத் தண்ணீரில் முன்னும் பின்னுமாகச் சுழற்றி முக்கால்வாசிச் சேற்றைக் கழுவுவோம். அரைப் படகு நிரம்பியதும் நாங்கள் கரைக்குத்

திரும்புவோம். இதற்குள் நான் என் கத்தியை எடுத்து, அநேக சிப்பிகளைத் திறந்து விடுவேன்.

சிப்பிகளைத் திறப்பது எளிதான காரியம்தான். கத்தி அலகின் தடித்த பின்புறத்தால், சிப்பியின் மெல்லிய கருக்கமைந்த விளிம்புகளை நசுக்க வேண்டும். கத்தி நுனியை உள்ளே திணித்து, நம் கையை ஒரு சுற்றுச் சுழற்ற வேண்டும். சிப்பி திறந்துவிடும். உள்ளே புழு உப்பு மயமாய் சுத்தமாகச் சிப்பி ஓட்டுடன் ஒட்டிக்கிடக்கும். அப்பொழுதுகூட உப்புக் கடல் நீரைக் கசியவிடும் அது. அந்தத் தண்ணீர் நம்மை விறைக்க வைக்கும் அளவுக்குக் குளிர்ந்திருக்கும். அதற்குப் பிறகு நான் எவ்வளவோ சிப்பிப் புழு தின்றிருக்கிறேன். ருசிகரமாகச் செய்த மசாலையும் சேர்த்துத்தான். எனினும் முன்பு சகதிக்குள்ளிருந்து வெளிவந்த பெரிய சிப்பிகளைப் போல் இதர புழு எதுவும் சுவை பெற்றிருந்ததாக எனக்கு நினைப்பில்லை.

சிப்பி சேகரிப்பது சாகசப் பயணங்களில் ஒன்றே ஆகும். கிறிஸ்துமஸ் மரம் கொண்டு வருவது மற்றொன்று. இப்போதெல்லாம் ஜனங்கள் கிறிஸ்துமஸ் மரத்தை விலைக்கு வாங்குவதாகத் தெரிகிறது. நாங்கள் ஒரு வருஷத்துக்கு முந்தியே ஒரு ஸிடார் மரத்தைக் கண்டுபிடிப்போம். அது தகுந்த அளவும் அமைப்பும் பெற்றிருப்பதுடன், தேடிப் பிடிப்பதற்குச் சிரமம் தருவதாகவும் இருக்க வேண்டும். இல்லையெனில் நம் கண் முன்னாலேயே அதை வேறு எவனாவது அபகரித்துக்கொள்வான். குடும்பம் முழுவதும் – அம்மா, அப்பா, தாத்தா, பாட்டிமார், நாய்கள் எல்லோரும் – காரில் ஏறி, அந்த மரத்தைக் கொண்டுவரச் செல்வோம். அது ஒரு விசேஷ நிகழ்ச்சியே.

நாம் வெகு சீக்கிரமே போகமுடியாது. ஏனெனில் புது வருஷ தினம் வந்து போகிறவரை மரம் பசுமையாக இருக்கவேண்டும். ஆகவே, கிறிஸ்துமஸுக்கு இரண்டு தினங்களுக்கு முன்னர்தான் நாங்கள் போவோம். அம் மரத்தைக் கண்டுபிடித்தது நானாக இருந்தால், பெரிய சதுப்பில் உள்ளே தள்ளியோ அல்லது கசப்பு பெர்ரிச் செடிகள் மண்டிய ஒரு இடத்திலோ உள்ள ஒன்றையே குறி வைத்திருப்பேன். அப்பொழுதுதான் அணில் அல்லது மான் ஏதாவது எதிர்ப்படும் என்று சாக்குச் சொல்லி நான் துப்பாக்கியை எடுத்துச் செல்ல முடியும்.

மிஸில்டோ, ஹோலி ஆகிய செடிகளைச் சேகரிப்பது எனது விசேஷ உரிமையாகும். மிஸில்டோ நல்லதாக வேண்டுமென்றால், அதை நாடி மரத்தின்மேல் உயரே ஏற வேண்டும். கலிஃபோர்னியச் செம்மரம்போல் ஓங்கி வளர்ந்த ஸைப்ரஸின் உச்சியில் தொத்திப் படர்ந்திராத மிஸில்டோவை நான்

நாடுவதே கிடையாது. சிறிய, வெண்மையான, வசீகரமுள்ள பழங்கள். கரும் பச்சை இலைகளைப் பின்னணியாகப் பெற்று, உயரே மேக மண்டலத்தருகே. பிறர் சத்தை உறிஞ்சியபடி உல்லாசமாய்க் கொலுவிருப்பதைக் காணமுடியும். இது நேர்த்தியானது. ஒரு பெரிய ஆள் செய்ய முடியாததைச் சிறுவன் ஒருவன் சாதிக்க முடியும் என நிரூபிப்பது. நான் ஒரு கத்தியைப் பற்களால் கடித்துக் கொண்டு புறப்படுவேன். ஆமாம், பற்களால் பற்றித்தான். ஏனெனில் பொக்கிஷத் தீவு கதையிலிருந்து அவதரித்த மிஸ்டர் இஸ்ரேல் ஹேண்ட்ஸ் நான்தான் – கிளைகள் மீது குரங்கு மாதிரி ஏறி, மிஸில்டோவை வெட்டிக் கீழே எறிவேன்.

ஹோலி பெர்ரிச் செடிகள், தணிந்த புதர்களில் வளர்வதால், சுலபமா அகப்படும். எனினும், கூரிய மயிரடர்ந்த இலைகளின் இருண்ட செழுமையான பச்சை நிறத்தினூடே சிவப்பாக மினுமினுக்கும் பழங்களின் தோற்றம் நம் உள்ளத்தைத் துள்ளச் செய்யும் எல்லாவற்றையும் நாம் சேகரித்து வீடு சேர்ந்த பிறகு, பெண்கள் அவற்றைக் கொண்டு வேலை செய்யத் தொடங்கியதும், வீட்டில் காட்டு முகாமின் மணம் பரவிவிடும். ஸிடாரின் வாசனையும், ஹோலிப் பூண்டின் சுத்தமான, பிற்பகல் நேரச் சதுப்பு வாடையும், பிசின் வடிந்தபடி தீயினால் வெடித்துக் கொண்டு பற்றி எரியும் சுள்ளிகளுக்கு மேலாக உள்ள பெரிய ஓக் அல்லது ஹிக்கரிக் கட்டைகளிலிருந்து வரும் புகைமய நறு நாற்றமும் குழம்பி மிதக்கும்.

பொதுவாகப் பெண்கள், பையனுக்கும் பெரியவர்களுக்கும் தொல்லையேயாவர். எனினும் விழா நாட்களில் அவர்கள் தங்கள் உண்மை மதிப்பை நிரூபித்துவிடுவர். என் பாட்டி மிஸ் லாட்டி அடுப்பு வேலையில் மிகவும் தேர்ந்தவள். அவள் தயாரிக்கும் பதார்த்தங்களின் வாசனை, பசுந் தழைகளின் வாடை, வருஷத்தின் இதர நாட்களில் காணவே முடியாத அநேக விசித்திர விசேஷப் பொருள்களின் மணம் ஆகியவற்றால் வீடே கலகலப்புற்றிருக்கும்.

செப்டம்பர் மாதத்திலிருந்தே மிஸ் லாட்டி சில பழக்கேக்குகள் தயாரித்து வைத்திருப்பான். யந்திரத்தின் சக்கரங்கள் போல் பெரிதான அவற்றில் கரும்பச்சைக் கிடாரங்காய், உலர்ந்த முந்திரி, சர்க்கரைப் பாகுபெற்ற செர்ரி, ரசம் நிறைந்த திராட்சை வற்றல் எல்லாம் கலந்திருக்கும். அதில் ஒரு துண்டைத் தின்றாலே மயக்கம் ஏற்படும்படி அந்தக் கேக் பிராந்தியில் நன்கு ஊறியிருக்கும் . பழக் கேக் என்றும் வீட்டில் இருக்கும். ஏனெனில் தாத்தா அடிக்கடி உள்ளே போய் அதில் ஒரு துண்டை எடுத்து விழுங்கி, புதிய

பிராந்தியில் கொஞ்சம் குடிப்பது வழக்கம். அதை ஒரு தகர டப்பாவில் மூடி வைத்தால் ஜூன் மாதம் முடிய கேக் பதம் கெடாது இருக்கும்.

கிறிஸ்துமஸின் போது மூன்று விதமான கேக்குகள் கிடைக்கும். கரிய பழக் கேக். ஸேலி ஒயிட் என்று பிறர் குறிப்பிடும் ஒரு ரகக் கேக். இது கன்னங் கரிய கேக்கின் சுந்தரத் தம்பி ஆகும். அப்புரம் பவுண்ட் கேக் என்று ஒன்று. இது மென்மையான ஐஸ், அற்புதக் கட்டிகளாக உடையும் வேனில ஐஸ் துண்டுகள் ஆகியவற்றால் தயாரிக்கப்படும்.

விடுமுறைக்காக ஆரஞ்சுப் பழங்கள் வந்து சேரும். இவை இதர காலத்தில் காட்சி தருவதில்லை. இவற்றின் பிசுபிசுத்த தோல்கள், நறுமணங்களின் கூட்டுதவுக்கு அதிகப்படியான நாற்றம் அளிக்கும். பழுப்பும் கருஞ் சிவப்பும் கலந்த பெரிய மலாகாத் திராட்சைகளும், வற்றிச் சுருங்கிய கொடி முந்திரிப் பழக்குவியல்களும் கிடைக்கும் அப்பழங்கள் பிசுபிசுப்பும் சர்க்கரைத் தித்திப்பும் பெற்று, பெரிய கோவில் குண்டுப் பருமனிருக்கும். தாத்தா திராட்சை வற்றல்கள் மீதும் சிறிது பிராத்தி ஊற்றுவார். பிறகு அதற்குத் தீ வைப்பார். இதில் முக்கியமான விளையாட்டு யார் தீக்குள் கைவிட்டு, சூடுபடாமலே ஒரு கொத்துப் பழங்களை அள்ளுகிறார்கள் என்று பார்ப்பதுதான்.

அப்புறம், கொட்டை தினுசுகள் நிறைய இருக்கும் இங்கிலீஷ் வால்நட், தோடு உரித்த 'பீக்கள்' வழவழப்பான சதைப்பற்று உடைய பிரேஸில் கொட்டைகள் விசேஷமான இந்தத் தினுசை நீக்ரோக கட்டைவிரல் என நாங்கள் கூறுவோம். அவற்றை அடுத்து, கடைகளில் வாங்கிய இனிப்பு வகைகள் காணப்படும். சிறுசிறு இலைவடிவ மிட்டாய்கள் பல நிறங்களிலும் இருக்கும் வரைகள் தீட்டிய கடனமான சர்க்கரைக் கட்டிகள், இவற்றின் நடுப்பாகம் மோசமான மென்மை பெற்றிருக்கும். நல்ல சுவை இராது ஆயினும் இவை கண்ணுக்கு அழகாக விளங்கும்.

பன்றிக் கறி பற்றிய இனிய நினைவு கொள்ளாது விடுமுறை நாளின் விசேஷச் சாப்பாடு பற்றி விவரிக்க முடியாதுதான் இது அதி விசேஷமான பன்றி வாயில் ஆப்பிள் பழம் திணிக்கப்படவேண்டிய அவசியம் இதற்கு இல்லை. எங்கள் வீட்டு விருந்தில் மூன்று ரகமான பன்றி இறைச்சிகள் உண்டு. ஒன்று, நாட்டுப் பன்றியின் உறுதியான தொடை, கடல் நீர்மாதிரி உப்புக்கரிப்பது, அழுத்தமான செந்நிறந்தோடு, கடினமும் மென்மையும் கலந்து திகழும். தேவதூதன் காபிரியேல் குழல் ஊதத் கற்றுக்கொள்ளத் தொடங்கிய நாள் முதல் இதுவும் புகை வீட்டில் தொங்கிக் கிடந்திருக்கும். இதுதான் காலை உணவுக்கு, தானிய நொய்யோடு சேர்த்துப் பொரிக்கப்பட்டு சூடாகவும், உப்புச்

சுவையோடும் கிடைக்கும். பிறகு, தானியம் கலந்த பன்றிக்கறி லேசாகக் கருநிறம் பெற்றது. இதில் லவங்கம் அதிகம் சேர்க்கப்படும். கடைசியாக, இளம் சிவப்பு நிறம் பெற்ற ரகம். இது கடினமானது அல்ல. இதன் துண்டுகள் விளிம்பில் மேல்நோக்கிச் சுருண்டும், மூலைகள் சிதைந்தும். மென்மையான வெண்சதைக் கீற்றுகள் பெற்றும் விளங்கும்.

இவற்றின் வாசனையும் இதர பதார்த்தங்களில் நறுமணத்தோடு கூடிக் கலக்கும். சமையல்காரி கலீனாவின் பார்வையில், காட்டு வான்கோழி மெதுவாக வெந்து கொண்டிருக்கும். மான் இறைச்சிமீது யாராவது ஒயினும் பாகும் ஊற்றியபடியிருப்பர். காட்டு வாத்துக்கள், சுடுசட்டியில் காரட்டு, வெங்காயம், ஆப்பிள் துண்டுகள் முதலியவற்றோடு கலந்து உறவாடும். சில சமயம், காலைச் சாப்பாட்டின்போது பன்றிக் கறிக்குத் துணைசேர்வதற்காகக் காடைகளும் பொரிக்கப்படலாம். சாப்பாட்டின் பின் வழங்கப்படும் பழ வகையும் உண்டு. இதைத் 'திராட்சை வற்றல் பிட்டு' என்று தாத்தா குறிப்பிடுவார். பழங்கால இங்கிலீஷ் கடற் பிரயாணிகள் தயாரித்து வந்த ஒரு பதார்த்தம் இது. மதுக்கடை எதிர்ப்பாளர்களின் கவனத்தைக் கவரக்கூடிய அளவில் பிராந்தி கலக்கப்பட்ட ஒரு குழம்பும் இத்துடன் பரிமாறப்படும்.

விடுமுறையின் ஒவ்வொரு நாளும் புதுப் புது உணர்வுக் கிளர்ச்சியை ஏற்படுத்தும். புதிய துப்பாக்கியைச் சோதித்தல், புதிய பூட்சைப் பழக்குவது ராணுவ பூட்ஸ் போல் தோன்றும் புதிய மென்மையான பாதரட்சைகள் இவை தண்ணீரால் நனைக்க முடியாத வேட்டைப் பையுடன் கூடிய புதிய மேலங்கியை அணிவது போன்ற அனுபவம் கிட்டும். இதில் எல்லாம் ஒருவித மின்சக்தி உண்டு.

ஆட்கள் அதிகப்படியான ஓய்வு பெறுவர் விசேஷ வேட்டைகளுக்கு ஏற்பாடு செய்யப்படும். எனது காரியங்களை தான் ஒழுங்காகச் செய்திருந்தால், சில சமயம், குளிர் மிகுந்த பனி மயமான காடுகளில் மான் அல்லது ரேக்கூன் வேட்டையாடுவதற்கு என்னையும் அழைத்துச் செல்வார்கள். அல்லது, மனிதரிடையே பழகியிருந்தும் திடீரென்று வெறித்தனம் பெற்றுத் திரியும் ஆண் பன்றிகளைச் சுடுவதற்கு டாம், பீட் இருவரோடு நானும் செல்ல அனுமதிப்பர். வேட்டையாட காடைகளும், சுடுவதற்கு வாத்துக்களும், மரத்தில் அடிக்க அணில்களும் இருந்தன. விடுமுறையின் ஒவ்வொரு நாளிலும் – அற்புதம் எனும் ஒரே தன்மை தான் உண்டு.

பாதி செத்து, முற்றிலும் விறைத்து நாம் வீடு திரும்புவோம். சூட்டின் வேகமும், விருந்து, கேளிக்கை ஆகியவற்றில் நறுமணக் கதம்பமும் நம்மை

எதிர்கொள்ளும் நாம் தீயருகே சென்று, முதுகுப் புறத்தை நெருப்பில் காட்டியபடி நிற்போம்; கைகளை உஷ்ணப்படுத்துவோம் இப்படிச்செய்தால்தான், பிறகு வெந்நீரால் அழுக்கைப் போக்கும்போது கைகளில் வேதனை ஏற்படாது அப்புறம், புதிய பூட்சை உதறி விட்டு, சோர்வுற்ற பாதங்களை பழகிய மென்மையான காலணிகளில் புகுத்துவோம். மெல்லிய கால் சட்டை அணிந்து, மேஜைக்குச் சென்று, கர்ம சிரத்தையாகச் சாப்பிடுவோம். இந் நாட்களில் ஒரு பட்டாளம் தின்பதை விட அதிகமான உணவுப் பொருள்களை விழுங்கி மகிழ்வோம். முன்னால் உள்ளதை எல்லாம் சாப்பிட்டு முடித்ததும் மேலும் அதிகமானவை வந்து சேரும் வெண்ணெய் நிறைந்த சூடான பிஸ்கட்டுகளுக்கு ஒரு முடிவே இராது ஊறவைத்த ஆர்ட்டிசோக் கொண்டைகளும், முலாம் பழமும் தொடுகவைப் பொருள்களேயாம். நாம் நம்மையே வலுக்கட்டாயமாக மேஜை முன்னிருந்து இழுத்துக் கொண்டு நகர்ந்தோம். அப்பொழுதுகூட முன்யோசனையோடு, நள்ளிரவில் சிறிது கொரிக்க உதவும் என்று, கை நிறைய முந்திரிப் பழங்களையும், பை நிறைய மிட்டாய்களையும் எடுத்துக் கொண்டோம். நான் ஏன் தரைமீது அமிழ்ந்து விடவில்லை என்பது எனக்கு என்றுமே புலனாகாத விஷயம்தான்.

தாத்தா, வழக்கம் போல், சிறிது கலாசாரத்தை என்னுள் திணிக்க முயன்றார். ஆனால் நான் அதிகமாக எதையும் கிரகிக்கவில்லை என்றே கருதுகிறேன். ஒரு கிறிஸ்துமஸ் பாடல் கொண்டு அவர் என்னைத் நாக்கினார். அதுவும் பலனளிக்கவில்லை. ஏனெனில் அன்பர்கள் ஸ்குரூஜ்,கிராச்சிட், டைனி டிம் ஆகியோர் எனது கோஷ்டியைச் சேர்ந்தவர்கள் அல்லர்.

8. முதிய நாயும் முதிய மனிதனும்

மழை பெய்த ஒருநாளில், மத்தியானச் சாப்பாடு முடிந்த பிறகு, தாத்தா என்னை மடக்கிவிட்டார். தன் முதுகில் பயங்கரமான நோவு இருப்பதாகவும், தனக்கு வயது அதிகமாகி விட்டதோடு, வாத ரோகமும் சேர்ந்துள்ளது என்றும், என்றாவது ஒரு நாள் எல்லாம் எக்கேடும் கெடட்டும் என்று சொல்லிவிட்டு அவர் நீட்டி நிமிர்ந்து சாகப் போவதாகவும் கூறினார்.

“இரண்டு விஷயங்களுக்கு இவ்வுலகத்தில் இடமில்லை. அவை, கிழ நாயும் கிழட்டு மனிதனும்தான். இவர்கள் பயனுள்ள காரியம் எதுவும் செய்வதில்லை. பொதுவாக, நாற்றம் பிடித்தவர்களும் கூட. பையா, உனது வழியை நீயே அமைத்துக் கொள்ள வேண்டிய வேளை வந்துவிட்டது. நான் உன்னை வெகு காலம் போஷித்து விட்டதாகத் தோன்றுகிறது. என் முதுகு வலிக்கிறது. என் கால்கள் வேதனை தருகின்றன. நானே காடைக் கூட்டம் போல் தவிக்கிறேன். ஈரத்தில் வெளிப்பட்டு, அவற்றைச் சுடுவதில் உனக்குத் துணைபுரிய முடியாதபடி நான் சோர்ந்திருக்கிறேன். காட்டில் ஒழுங்காக நடந்து கொள்ளும்படி ஒரு நாயைப் பழக்கும் நுண்கலையை நீ ஆராய்ந்தறிய வேண்டியது அவசியம் இதுவரை நாய்களுடன் நீ கொண்ட தொடர்பெல்லாம் ‘நில்லு’ என்று நான் கத்துவதைக் கேட்டிருந்ததுதான். வருங்காலத்தில் நீயே உன்னுடைய தாய்களைப் பழக்க நேரிடலாம். ஒரு நாயைப் பழக்கும் வகையைக் கற்றுக்

கொள்வதற்குச் சிறந்த வழி, உன்னைவிடச் சுறுசுறுப்பான ஒரு நாய் உன்னைப் பழக்கும்படி அனுமதிப்பதுதான்" என்று அவர் சொன்னார்.

அது பிப்ரவரியின் பின்பகுதி. ஒரு வாரமாக மழை தொடர்ந்து பெய்தது. இன்னும் பிரவாகமாக வந்து கொண்டிருந்தது அது எனினும் சோர்ந்த சூரிய வெளிச்சம் இடையிடையே லேசாக எட்டிப் பார்த்தது. ஆகவே, தன்னைப் போலவே பறவைகளும் அலுப்படைந்திருக்கும்; சுத்தமான காற்றைச் சுவாசிக்க அவை சதுப்பைவிட்டு வெளியே வரக்கூடும் என்று தாத்தா சொன்னார்.

"பிராங்கையும் ஸேண்டியையும் இட்டு செல். அவற்றை இஷ்டம்போல் திரியவிட்டு, நீ கவனி. ஸேண்டி, பிராங்க் குறிவைத்ததைத் திருட முயலும்போதுதான் நீ அதற்கு உத்தரவிட வேண்டும். பிராங்க் அவ்விதம் செய்யவே முயற்சிக்கும். எனக்குத் தெரிந்தவரையில் அதுதான் பெரிய திருட்டு நாய், நீ சொன்னதும் அது நிற்காவிட்டால். உனக்காக ஒரு சவுக்கு தயாரித்துக் கொண்டு, அதை வெளுத்து வாங்கு சில நாய்கள், சில மனிதரைப் போலவே, அறிவுரைக்குப் பணிவதில்லல. அடிக்குத்தான் கீழ்ப்படியும்" என்றும் அவர் கூறினார்.

அம்மா என்னையும் நாய்களையும் காரில் ஏற்றிச் சென்று, 'ஜேக்கியின் ஓடை' எனப் பெயர் பெற்ற நீரோடை அருகில் இறக்கிவிட்டாள். தான் நகரிலிருந்து திரும்புகையில், சூரிய அஸ்தமன சமயம், எங்களைப் பாலத்தருகே சந்திப்பதாக அவள் சொன்னாள். நாய்கள் போவதற்குத் துடித்தன. சென்ற இரண்டு வாரங்களாக அவை அடைபட்டுக் கிடந்தன இப்பொழுது செயல்புரியத் தவித்தன.

ஸேண்டி பெரியது. மஞ்சளும் வெண்மையும் கூடிய இங்கிலீஷ் வேட்டை நாய். அதற்கு ஒரு கண் சிவப்பு. பிராங்க் நீல நிறம் கலந்த லிவலின் இனம். இரண்டும் தரமான மூதாதையரைப் பெற்றவைதான் பிராங்கின் தாத்தா ஸர் ஸிட்னி மோஹாக் என்று எனக்கு ஞாபகம். அது ஸேண்டி போல் வேகமுடையது அல்ல. ஒரு மைலுக்குள் இருப்பதெல்லாம் அண்மை வேட்டையாகும் என்பது ஸேண்டியின் நினைப்பு. அது தன் வாழ்வில் ஒருபோது கூடத் தரைமீது நாசியை வைத்து மோப்பம் பிடித்ததில்லை. அது தன் நாசியை உயரத் தூக்கி, காற்றை மோந்து, கனடாவில் உள்ள பறவையை இங்கிருந்தபடியே காட்டிவிடும் – அதாவது, காற்றும் நேராக இருந்து, கனடாவிலும் ஒரு பறவை இருக்குமானால்!

அருகாமையில் வேட்டை பிடிக்கும் சுபாவம் உடையது பிராங்க், தரை இருப்பதே மோப்பம் பிடிப்பதற்காகத்தான் என்று அது நம்பியது. தனிப்

108 | தாத்தாவும் பேரனும்

பறவைகளுக்கு அது நிச்சயமான திடீர் மரணமாகவே விளங்கும் அதற்குச் சிறிது நேரம் கொடுத்தால் போதும், எந்தப் பறவைக் கூட்டமும் அதனிடமிருந்து தப்பிச் செல்லாது. அது விறைந்து நின்று விட்டால். அங்கே பறவைகள் உண்டு என்று அர்த்தம். கொஞ்சம் தள்ளி அல்ல; அங்கேயே, பிராங்கின் நாசிக்கு நேர் கீழே, அவை இருக்கும். அவை ஓடினால், அதுவும் சேர்ந்து ஓடும்; அப்பொழுதும் அவை பிராங்கின் நாசி அடியிலேயே தென்படும். அது பாம்புகளைக் குறி வைப்பதில்லை; ஓடை ஆமைகளைச் சுட்டுவதில்லை; முயல்களைக் காட்டுவதில்லை. காடைகளையே சுட்டிக் காட்டும்.

நாய்கள், எல்லா நாய்களையும் போலவே, தங்களுக்கு எதிர்ப்பட்ட மரங்கள், அடி மரங்கள், பாறைகள், பாதைகள் அனைத்துக்கும் மரியாதை செலுத்தின. சென்றவாரம் வழியில் ஒரு கடிகாரத்தைத் தவறவிட்டுவிட்டு இப்போது தேடிச் செல்பவை போல, அவை ரஸ்தாவில் ஓடின. பிறகு சீட்டி சப்தம் கேட்டுத் திரும்பி வந்தன; வேலைக்குப் போக நேரமாகிவிட்டது என்று அவை எனக்கு அறிவித்தன. நான் தாத்தா செய்வது போல், என் கையை அசைத்து, அழுது வடிந்த சோளக் கொல்லையின் பக்கமாக வீசினேன். பிராங்க் ஸேண்டியைப் பார்த்தது. ஸேண்டி பிராங்கைப் பார்த்தது. பிறகு இரண்டும் துக்கத்தோடு என்னை நோக்கின. "வேண்டாம். இது நகைக்கத்தக்கது" என்று அவை கூறின.

"ஓடுங்கள். நாசமாய்ப் போக!" என்று நான் கட்டளையிட்டேன். தாத்தா அருகில் இல்லாததால் நான் தாராளமாக ஏச முடியும்.

நாய்கள் தோள்களைக் குலுக்கின. ஸேண்டி கிளம்பி, வயலின் ஓரங்களைச் சுற்றி நீண்ட சதுரமிட்டு ஓடியது. பிராங்க் ஒரு திசையில் குறுக்காகச் சென்றது. பிறகு தன்னைச் சுற்றித் திருப்பி, மறு திசையில் குறுக்கே ஓடியது. ஸேண்டி தனது ஆராய்ச்சியை முடித்ததும், திரும்பி வந்து, நாக்கைத் தொங்கவிட்டு, அதன் முகத்தில் சிறிதே இகழ்ச்சி காட்டியபடி என் முன்னால் உட்கார்ந்தது. பிராங்கும் அதே மாதிரி இகழ்ச்சிக் குறிப்போடு வந்து சேர்ந்தது.

"நல்லது, உங்கள் போக்கிலேயே செயல் புரியுங்கள். நாசமாகுக!" என்றேன்.

நாய்கள் பரஸ்பரம் பார்த்தன. சிறுவன் புத்தி இருப்பதாக – ஏதோ கொஞ்சம்தான் – காட்டிக் கொள்கிறான் என்று அபிப்பிராயம் பரிமாறின. ஸேண்டி தன் தலையை ஆகாயத்தில் உயர்த்திச் சோதித்தது. உப தலைவரான பிராங்க், தன் கால்களில் ஒட்டியிருந்த முட்தோடு ஒன்றைக் கல்விக் குதப்பியது. இதற்குள் ஸேண்டிக்கு துப்பு கிடைத்துவிட்டது. பைன் மரங்கள் நின்ற உயர்ந்த மண் மேட்டை, நனைந்த வைக்கோலிடையே சிறு தீவு

போல் தோன்றிய இடத்தை, அது தன் நாசியால் சுட்டியது. அங்கு மரத்தூள் குலியல் ஒன்று இருந்தது. உயர்குல மங்கை பிரவேசிப்பது போல், நாய் தன் முகத்தை நிமிர்த்தியவாறே நடந்தது. அது ஓடவில்லைல. பிராங்க் அதன் பின் சென்றது. உயரமான மேட்டை அடைந்ததும், அது கசப்பு பெரிச்செடிகளுக்குள் மறைந்தது. அதன் மணியோசையும் ஓடுங்கியது. பிராங்க் செடிகளுக்குள் தலையைப் புகுத்தியது. அங்கு கண்டது திருப்தி தரவும், சுற்றித் திரும்பி, சைகை செய்தது. தொழில் துவங்கிவிட்டதால் என்னை வேகமாக வரும்படி அது அழைத்தது.

நாங்கள் வேலையில் ஈடுபட்டோம். சிறு குன்றின் அருகே ஸேன்டி விறைத்து நின்றது. பீரங்கியிலிருந்து சுடப்பட்டு, பிறகு திடுதிப்பென்று தடுத்து நிறுத்தப் பெற்றது போல் அது தோன்றியது நிலை குலைந்து தடுமாறும் அளவுக்கு அது முன்னோக்கி விறைத்துப் போயிருந்தது. அதன் மயிர் நிறைந்த பெரிய வால் கூடப் படகுச் சுக்கான் போல் விறைத்திருந்தது. பிராங்க் மீண்டும் புதருள் சென்றது. அது ஸேன்டியில் விலாவில் ஆசையோடு தன் தலையைச் சாய்த்து மெதுவாகவும் ஈடுபாட்டுடனும் பின்தங்கி நின்றது. நான் ஸேன்டியின் தலைக்கு நேரே வந்ததும், அது பறவைக் கூட்டத்தின் நடு மத்தியில் குதித்தது. பறவைகள் மேலெழுந்து, மரத்தூள் குவியல் மீது பூரணமான விசிறிபோல் பரவிப் படிந்தன. நான் வேகமாகச் சுட்டதால் முதல் தடவை தவறி விட்டேன். இரண்டாம் முறை ஒரு பறவையை வீழ்த்தினேன்.

பிராங்க், மரத்தூள் குவியல் மீது, பறவை துடித்துக் கிடந்த இடத்துக்கு, மெதுவாகச் சென்றது. அதன் தலையைப்பற்றி எடுத்து, கழுத்தில் கடித்து கீழே போட்டது. இப்பொழுது பறவை செத்துவிட்டது. நாய் அதை மென்மையாகக் கவ்வி, சுமந்து நடந்தது. பறவை அதன் கீழ் வாயில் ஊசலிட்டது. அதை நாயின் மேற்பல் அழுத்திப் பிடிக்காது, தாங்கலாகத்தான் பற்றியிருந்தது. நாய் என்னிடம் வந்து, தன் முன்னங் கால்களால் என் மார்பை வருடியது. நான் என் பழைய கான்வாஸ் வேட்டைச்சட்டையின் பெரிய பையைத் திறந்தேன். நாய் தன் தலையை உள்ளே திணித்து, பறவையைப் பைக்குள் போட்டது. பிறகு கீழிறங்கி, சில இறகுளைத் துப்பி விட்டு, "போகலாம், தோழா"என்றது

ஸேன்டி நெடுமூச்செறிந்தது. இரண்டு நாய்களும் சற்றே ஆலோசித்தன. ஓடை சிறிது வளைந்து திரும்புகிற இடத்தில் துடைப்பப் புல் உயரமாக வளர்ந்து நிற்கும் பகுதியை நோக்கித்தான் பறவைகளின் பெரும் கூட்டம் சென்றது; அநேகமாக அவை வலது பக்கம் நழுவி, உயர்ந்த புல்பரப்பின் மீது பரவக்கூடும் என்று பிராங்க் சொல்லிற்று. அது தவறு என்றும், தனது தேர்ந்த கருத்தின்படி பறவைகள் இடப்புறம் தான் திரும்பின என்றும், அவை பைன்மரப்

புதரிலேயே இருக்கும் என்றும் ஸேன்டி கூறியது. பிராங்க் பொறுமையிழந்து துடித்து, மிகத் தெளிவாகப் பேசியது: "ஏய் மஞ்சள் புள்ளி விழுந்த காற்று உறிஞ்சியே, இந்த வட்டாரத்திலேயே சரியாகப் பறவைகளைக் குறி வைக்கும் நிபுணர் யார் தெரியுமா?" என்றது. அவை வலது பக்கம்தான் போயின என்று நான் சொன்னேன். "சரிதான், உன் இஷ்டம் நாம் போவோம்" என்று ஸேன்டி சொன்னது.

பறவைகள் நேரே பறந்து போயிருக்கலாம் என்ற எண்ணம் எனக்கு ஏற்பட்டது. ஆனால் எந்த நாயும் என் கருத்தைக் கேட்கவில்லை.

ஸேன்டி மீண்டும் பிராங்குடன் கலந்து ஆலோசித்தது. பிறகு வேகமாக ஓடிப் போய் சதுப்பின் ஓரத்தில் கம்பீரமாகக் கவனித்து நின்றது. உயரமாய் நனைந்து ஊறிய, மஞ்சள் புல்களினூடே பிராங்க் உழுது சென்றது. ஒரு தடயம் கிட்டியதும் அது தன் இடுப்பை நாட்டியக்காரன் மாதிரி ஆட்டி அசைத்தது. பிறகு அசைவற்றுப் படுத்து விட்டது. ஸேன்டியின் மணி புல்லுக்கு அப்பால் தூரத்தில் ஒலித்ததை நான் கேட்க முடிந்தது. ஆகவே "நில்லு!" என்று கத்தினேன். அது நின்றது.

பறவை மேலே வந்தது. பிராங்கின் முகத்துக்கு அருகேதான். இறகுச் சிதறல்களுக்கு மத்தியில் அதை அசைவற்றுக் கிடக்கும்படி செய்தேன் நான். "எடுத்து வா" என்றேன். பிராங்க் அலுத்துக் கொள்வது போல் தோன்றி, "சிரிப்புக்கு ஆளாகாதே" என்றது. சுற்றிச் சுழன்று மறுபடியும் அசையாது கிடந்தது. சிறிய பழுப்பு நிறப் பறவை குபீரென எழுந்தது. அதையும் நான் சுட்டேன். பிராங்க் மகிழ்வு பெற்றது. அது மேலும் சில அடிதூரம் சென்று திரும்பவும் படுத்தது. இரண்டு பறவைகள் பெட்டையும் சேவலும் மேலே கிளம்பின. ஒன்றை வலது புறமாகவும் மற்றொன்றை இடது பக்கத்திலும் சுட்டேன். பிராங்க் திரும்பிப் பார்த்து. நகைத்தது." இது போதும். துப்பாக்கியைக் கழற்றி விடு, குழந்தாய். ஒரு பறவைக் கூட்டத்திலே ஐந்து சுட்டால் போதுமானது" என்றது,

நான் துப்பாக்கியைக் கழற்றினேன். பணக்காரன் கூட சிறிது வேலை செய்யமுடியும் என்று ஸேன்டிக்கு பிராங்க் அறிக்கை செய்தது. நான் மீண்டும் ஸேன்டியின் மணியோசையைக் கேட்டேன். அது வாயில் ஒரு பறவையோடு வந்து சேர்ந்தது; அதைத் தரையில் போட்டு விட்டு, உட்கார்ந்தது. பிராங்க் இரட்டைப் பறவைகளை எடுத்துவரச் சென்றது. உடனடியாகவே இரண்டையும் கவ்வி வந்து, ஜாக்கிரதையாக என் சட்டைக்குள் திணித்தது.

நாங்கள் சதுப்பைக் கடந்து சென்றோம். நான் என் சிறு துப்பாக்கியைச் சரிப்படுத்தினேன். பிராங்க், எனக்கு முன்னால், சதுப்பின் விளிம்புகளை

மோந்தபடியே திரிந்தது. சட்டென்று அது மோப்பம் பிடித்து விட்டது. உடனே ஸேன்டிக்குச் செய்தி அனுப்பியது. பிராங்க், தன் வாலை முன்னும் பின்னுமாக ஆட்டியவாறே, வட்டமிட்டுச் சுழன்ற இடத்துக்கு ஸேன்டி ஓடி வந்தது. "நல்லது, மேதையே, தொடர்ந்து செய். இங்கு தான் வாடை தட்டியது. உன் பெரியதன மூக்குக்கு நேராகத்தான் காற்று வீசுகிறது. உன் தீனிக்கு உரிய உழைப்பைச் செலுத்து" என்று பிராங்க் ஸேன்டியிடம் கூறியது.

உடனே உயர்ந்தது அந்தத் தலை. பின்னர் நான் கண்ட சிலை, மங்கை, ஓவியம் எதையும் விட அக் காட்சி மிக அழகாக இருந்தது என்பது என் ஞாபகம். குன்றின் மேலே ஓடியது நாய். பிராங்க் நெடுகிலும் பார்த்து, என்னை அழைத்தது. நாங்கள் இருவரும் குன்றின் மீது நடந்தோம். இருநூறு கஜதூரத்துக்கு அப்பால் ஸேன்டி, தூரப்பார்வைக்கு ஆவி போல் வெளிறிப் போய், பைன் புதர் ஒன்றின் ஓரத்தில் சலவைக் கல் சிலையாய் நின்றது.

நான் சுட்ட போது ஒரு பறவை மரத்தைச் சுற்றித் தாழ்ந்து ஓடியது. மறுமுறை சுடுகையில் இன்னொரு பறவை ஒரு கிளைக்கு மேலாகப் பாய்ந்து சென்றது. இறைச்சி கிட்டவில்லை. நாய்கள் வருத்தமாய்த் தென்பட்டன. "இந்தப் பையன் சுத்த ரெண்டும் கெட்டான் தான். ஒரு கணம் வெற்றிகரமாக வெடி தீர்க்கிறான். அடுத்த கணத்தில் மக்கு ஆகிவிடுகிறான். நாம் அவனுடைய தன்னம்பிக்கையைச் சற்று உறுதிப்படுத்துவது நல்லது" என்று பிராங்க்துயருடன் கூறியது. ஸேன்டி வெறுமனே தோளைக் குலுக்கிக் கொடுத்தது. "அதை என்னால் செய்ய முடியாது" என்று அது வெகு தெளிவாகச் சொல்லிவிட்டு, தன் வயிற்றின் மீதுள்ள எதையோ ஆராய்வதற்காகக் கீழே படுத்தது.

பொதுவான ஆமோதிப்பின்படி – இதில் நான் சேர்க்கப்படவில்லை. பறவைகள் சதுப்பு நிலத்தின் ஊடே பறந்து, ஒரு பக்கத்தில் உள்ள சரிவுக்குச் சென்று விட்டன. அந்தச் சரிவு மரங்கள் அடர்ந்த பகுதிதான். நாங்கள் சதுப்பில் புகுந்தோம். அதைக் கடக்கும்போது, ஒரு ஓரத்தில் ஒற்றைப் பறவை ஒன்று மேலே எழுந்தது. அதை நோக்கி நான் சுட்டேன். மேலும் இரண்டு கிளம்பின. எனினும் ஒன்றுகூட அடிபட்டு விழவில்லை. கிளைகளினூடாக அவற்றைப் பார்ப்பது அரிதுதான். பிராங்க் சற்றே யோசித்தது. பறவைகள் இருக்குமிடத்தைச் சுற்றி என்னை அழைத்துச் சென்றது. குன்றின்மீது என்னை நிற்கவைத்தது. நான் அதைப் பின்தொடர்ந்து கீழே இறங்க முயலவும், "வேண்டாம். பையா! உனக்கு வேலையை எளிதாக்கவே நான் முயற்சி செய்கிறேன்" என்றது.

நான் சரிவின் மேல் நின்றேன். பிராங்க் ஸேன்டியை சதுப்புக்குள்

அனுப்பியது. தானும் சரிவில் இறங்கி சதுப்பு நோக்கிச் சென்றது. எந்த நாயும் குறியைக் காட்டவில்லை. அவை பறவைகளைக் கண்டன. அவற்றைக் கலைத்தன. பறவைகள் கலைந்து வெட்டவெளியில் எழவும் நல்ல குறிகளாக அமைந்தன. சிறிது நேரத்திலேயே மேலும் நான்கு பறவைகள் என் பையை அடைந்தன.

நாங்கள் அம்மாவைச் சந்திக்க வேண்டிய இடம் நோக்கி நடக்கலானோம். வேறொரு மரத்தூள் குவியலை ஸேன்டி கண்டு, அதனருகே சென்றது. இம்முறை பறவைகள் மூன்றடி உயரமுள்ள மினுமினு பெர்ரிச் செடிகளின் கும்பலில் காணப்பட்டன. கொலைதான். இதற்குள்ளாக நாய்கள் எனக்கு மிகுந்த தன்னம்பிக்கை ஊட்டியிருந்ததால், நான் சாதாரணமாகத் துப்பாக்கியை உயர்த்தி, தேர்ந்த வேட்டைக்காரனைப் போல் சர்வ நிச்சயத்தோடு இருமுறை சுட்டேன். ஸேன்டி தன் பின்புறத்தை அதன் ஒரு பகுதி எங்கோ தவறிவிட்டது போல் தோன்றியது ஆராய உட்கார்ந்தது. பிராங்க் போய், பறவைகளை எடுத்து வந்து என் பையில் திணித்தது. அது தலை நிமிர்ந்து பார்த்து. வாய்திறவாத சிறுவனான நான் கட்டளைகளுக்கு நன்கு கீழ்ப்படிகிறேன் என்றும், இனிமேல் வீடு திரும்பலாம் என்றும் கூறியது.

துடைப்பப் புல் நிறைந்த வயலில் பறவைகள் முகாமிட்ட இடத்தை நான் ஏக்கத்தோடு கவனித்தேன்.

“கூடாது. எல்லையை நினைவுபடுத்து. தாத்தா இதை விரும்பமாட்டார்” என்று இரண்டு நாய்களும் கூறின. ‘சரிதான், அம்மாவைக் காணச் செல்வோம்’ என்றேன். நாங்கள் நடந்த பிரதேசத்தில் மற்றும் மூன்று பறவைக் கூட்டங்கள் தென்பட்டன; ஆயினும் நாய்கள் வேட்டையாடுவதற்கென்று ஒரு அடி கூட எடுத்துவைக்கவில்லை. நேரே வழியோடு ஓடின.

நாங்கள் வீடு திரும்பியபோது, தாத்தா முன்போல் சாவை அணுகியிருக்கவில்லை என்றே தோன்றியது. ஏனெனில், அவர் குளிரை விரட்டுவதற்காக எப்பொழுதும் பருகும் மருந்தின் வாடை லேசாக நிலவியதை நான் கண்டு கொண்டேன். அது கரிப்பிடித்த பீப்பாய்களில் வரும். ஒரு விதமான செந்நிறம் பெற்றிருக்கும். அந்தக் காலத்தில் அது சட்ட விரோதமானது. நெருப்பின் முன்னால் நான் பத்துப் பறவைகளையும் ஆறு ஆண்கள், நான்கு பெட்டைகள் – பரப்பியதும், அவர் உண்மையிலேயே மகிழ்ச்சி அடைந்ததாகத் தோன்றியது.

“ஏதாவது கற்றாயா?” என்று அவர், புகைக் குழாயை உறிஞ்சியவாறே, எதேச்சையாய்க் கேட்டார்.

"ஆமாம். நான் அறிந்துகொண்ட ஒரு விஷயம் இது: மழைக்குப் பிறகு நாம் மேட்டு நிலத்தில்தான் வேட்டையாட வேண்டும். ஏனெனில் காடைகள் தங்கள் கால்களை ஈரமாக்க விரும்புவதில்லை. மேலும், வருஷத்தின் இந்தப் பருவத்தில் அவை தின்பதற்கேற்ற எதுவும் வயல்களில் கிடைக்காது. ஆகவே அவை மரச்சிதைவுகளையும் பெர்ரிகளில் மிச்சமானவற்றையும் தின்றுகொண்டு. காட்டில் வசிக்கின்றன. அவை மரத்தூள் குவியல்களை விரும்புவதாகவும் தெரிகிறது" என்று சொன்னேன்.

"அது ஏன் என்று நானறியேன். அதை உபயோகிக்கும் சிறு காடைக் கூட்டம் அருகே இல்லாத மரத்தூள் குவியல் எதையும் நான் கண்டதாக எனக்கு நினைவு இல்லை. ஒரு வேளை அவை அதில் புரள்வதற்கு ஆசைப்படலாம். அல்லது, ஆரோக்கியமாய் இருப்பதற்காக அவை நொய்க்குப் பதில் மரத்தூளைச் சாப்பிடலாம். வேறு ஏதாவது கற்றாயா?"

"ஆமாம். பிற்பகலில் நேரம் ஆகிவிட்டதும், முக்கியமாக மழை ஈரம் இருக்கும்போது, பறவைகள் சதுப்பில் தங்க விரும்புவதில்லை. இக்கரையில் தங்கினாலும் தங்கும். அல்லது பறந்து போய் தூரத்தில் தங்கவும் கூடும். மேலும், அவை அதிகாலையில் பறப்பது போல், நேரம் ஆனதும் அதிக தூரம் பறப்பதில்லை. சரிவின்மீது நின்றுகொண்டு, நாயை அனுப்பிப் பறவைகளைக் கலைப்பதற்கு வசதி இருக்கையில், சதுப்பில் சுட முயற்சிப்பதில் அர்த்தமே கிடையாது."

தாத்தா, கண்களைச் சுழற்றியபடி, "நாய்களை அனுப்பவா?"என்று மெதுவாகக் கேட்டார்.

"நல்லது. நாய்கள் தாமாகச் சென்றன. நானும் அவற்றோடு போவதை அவை அனுமதிக்கவில்லை. எனவே நான் சரிவின் மேலே நின்று, எளிதில் நான்கு பறவைகளைச் சுட்டேன்" என்று நொண்டிச் சமாதானம் கூறினேன்.

"வேறு ஏதாவது?"

"நான் தனியாகச் சென்றால், மிக நன்றாகச் சுடுவேன் என உணர்ந்தேன். வேறொருவனைப் பற்றி நாம் கவலைப்பட வேண்டிய அவசியமே இல்லை. சாதாரணமாக நம்மால் சுட முடியாத பறவைகளைத் தாராளமாய்க் குறி வைக்கலாம். போகப்போக எப்படியோ நாம் தன்னம்பிக்கை பெற்றுவிடுகிறோம். ஏனெனில் நாம் இளக்கமுறுகிறோம்; நாய்களுக்கு ஏமாற்றம் தர விரும்புவதுமில்லை."

"அவ்வளவு தானா?"

"இன்னுமொரு விஷயம். மனிதனை விட ஒரு நல்ல நாய் சிறப்பாக

அறிந்திராத எதையும் எவரும் அருமையான நாய்க்குக் கற்றுக் கொடுப்பதற்கில்லை என அறிந்துகொண்டேன்."

தாத்தா பெரிய, விசாலமான, புகையிலைக் கறை படிந்த, மீசை நிறைந்த சிரிப்புச் சிரித்தார். "இதைக் கேட்கலாம் என்று நான் நம்பியிருந்தேன், குழந்தாய். மிகச் சொற்பமான நபர்களே இதைக் கற்றுக்கொள்கிறார்கள். ஒரு நாயை இட்டுச் சென்று, அதை ஒழுங்காகப் பழக்க வேண்டியது; அப்புறம் அதை அதன் போக்கில் விட்டுவிட்டால், நமக்கு நல்ல நாய் ஒன்று கிடைக்கும். இது பையன்களுக்கும் பொருந்தும். ஆரம்பத்தில் ஒரு நாயைக் கெடுத்து விட்டால், அப்புறம் எவ்வளவு கத்தியும் அதைத் திருத்த முடியாது. இதுவும் பையன்களுக்குப் பொருந்தும். ஆரம்பத்தில், அவன் மோசமாக நடக்கையில் அறை கொடுத்தால், அப்புறம் அவனை அடிப்பதற்கு அவசியம் எழாது. ஸேண்டியை நோக்கி 'நில்லு' என்று கத்த நேர்ந்ததா?" என்றார் அவர்.

"ஒரே ஒரு தடவை."

"அது நின்றதா?"

"நின்றது."

தாத்தா அதிகமாக மகிழ்ச்சி பெற்றார். "பையா, நான் உனக்கு மிகப் புத்திசாலித்தனமான விஷயம் ஒன்று சொல்வேன் ஒருவன் உண்மையாகவே அறிவுடையவனானால், நல்ல நாய் அவனுக்குக் கற்பிக்க முடியாதது எதுவும் இராது. ஆனால் மக்கு ஆசாமி கூரிய புத்தியுள்ள ஒரு நாயிடமிருந்து எதையும் கற்க முடியாது. சுறுசுறுப்புள்ள நாய் மக்குப் பேர்வழியிடமிருந்து எப்பொழுதாவது ஏதாவது கற்கக் கூடும். இதை நினைவில் நிறுத்து" என்றார்.

"இப்பொழுது" என்று துவங்கினார் அவர். என்ன சொல்வார் என்பதை நான் அறிந்தேன். "பறவைகளை எடுத்துப் போய் சுத்தப்படுத்து. சுடுவதற்கு நல்லதாய் இருப்பது எதுவும் உபயோகிப்பதற்கும் நல்லதுதான். ஒரு பறவையை அல்லது மீனைச் சுத்தம் செய்யும் வேலையைத் தள்ளிப் போடப் போட, அதன் கடுமை அதிகரிக்கும். சீக்கிரம் செய். இப்போது கஞ்சியோடு காடைக்கறியும் வேணும் என்று எனக்கு மிகுந்த ஆசை ஏற்பட்டுள்ளது. இன்றிரவு செத்துப்போவேன் என்று நான் நம்பவில்லை" என அவர் சொன்னார்.

மாரிக்காலம், வெறித்தனமான, குளிர்ந்த, தொல்லைதரும் மழை வீச்சோடு கழிந்தது. சூரியன் கொஞ்சம் அதிகமாய்த் தலைகாட்டத் தொடங்கியது. சுடுவதற்குக் காலம் கடந்துவிட்டது. மீன்பிடிக்க இன்னும் நாள் கிடந்தது. கால்பந்து விளையாட முடியாதபடி உஷ்ணம் அதிகம். பேஸ்பால்

விளையாடவோ, மிகுந்த குளிர். முதிரா இளமையின் உணர்ச்சித் துடிப்புகளால் நான் தவித்தேன். வீடு மிகவும் சிறியதாய்த் தோன்றியது.சுற்றுப்புறத்தில் பள்ளிக்கூடம் தவிர வேறு எதுவுமே கிடையாது. நம்பிக்கை தரும் கோடைக் காலம் இன்னும் வெகு தூரத்திலிருந்தது. என் நடத்தை, முன்மாதிரியானது என்பார்களே அப்படி இல்லை. மோசமான உதாரணமாகவே அது அமையும்.

தாத்தா கொஞ்சம் விநோதமாக என்னைப் பார்த்தார். நான் வேலைகள் இன்றி ஊசலாடுவதை அவர் அறிந்தார். எனவே ஒருநாள் என்னை வீட்டின் பின்தோட்டத்துக்கு அழைத்துச் சென்று ஒரு நாய்க் குட்டியைக் காட்டினார். துப்பு துலக்கும் நாய் அது. மிகவும் அழுமூஞ்சியாகத் தோன்றிய குட்டி நாயான அதற்குக் கரடியின் பாதங்களைப் போன்ற பெரிய பாதங்கள் இருந்தன. ஒரு காது திருகலாய்க் காணப்பட்டது. சொறியினால் அது அரை உயிராகியிருந்தது. அதன் சருமம் ரோமத்தை இழந்து, சுருங்கிச் சிவந்தும், அசிங்கமாகவும் இருந்தது.

“இது மிக அருமையான பறவை பிடிக்கும் நாய். வெகுவாக அடிபட்டுப் போலிருக்கிறது. அதை நான் ஒப்புக் கொள்கிறேன். இருந்தாலும் இது நல்ல நாய்தான். இதன் தாய் தந்தையை எனக்குத் தெரியும். இதன் மீது கொஞ்சம் சிரத்தை காட்ட வேண்டும். நாயைத் பழக்கம் காலம் வசந்தமேயாகும். அப்பொழுது நமக்கும் சிறப்பான வேலை வேறு இராது, முதலில் நாம் இதன் சொறியைப் போக்கடிப்போம்” என்று தாத்தா சென்னார்.

“இதை எங்கே பிடித்தாய்? இதைப் போன்ற சாதாரண நாயை நான் இதுவரை கண்டதேயில்லை” என்று நான் குறிப்பிட்டேன்.

“அதன் தோற்றம் உன்னை ஏமாற்றாமல் கவனித்துக்கொள். அதற்கு உன்னைவிட உயர்ந்த ரத்தம் ஓடுகிறது. நடந்த விஷயம் இதுதான்; அதன் தாயை வளர்ப்பவன் சிறிது காலம் பிரயாணம் போக நேர்ந்தது. அவன் அந்த நாயை ஒரு குடியானவனிடம் விட்டுச் சென்றான். அதனால் நாய்க் குடும்பம் பூராவுக்கும் சொறி பற்றிக் கொண்டது. இந்தச் சொறியை நீக்கிவிட்டால், உனக்கு நல்ல நாய் கிடைக்கும். பெரிய நாய்களால் தீ நன்கு பழக்கப்பட்டிருப்பதால், இப்பொழுது ஒரு குட்டி நாயைப் பழக்குவதில் உள் கை வரிசையைக் காட்டலாம். அதன் மூலம். நாய்களைப் பற்றி நாய்களிடமிருந்தே இன்னும் சில விஷயங்களை நீ கற்க முடியும்” என்று தாத்தா எச்சரித்தார்.

அன்றொரு நாள் பிராங்கும் ஸேன்டியும் எனக்கு அளித்த பயிற்சியின் நினைவு வரவும், நான் லேசாகச் சிரித்தேன்.

“இந்தச் சொறி விஷயமாக என்ன செய்யலாம்?” என்று கேட்டேன்.

வெகு சுலபம்தான். எண்ணெய் நிரப்பும் நிலையத்தில் உள்ள கஸ்மக்நீலிடம் போவோம். கொஞ்சம் பழைய டப்பா எண்ணெயை அவரிடமிருந்து வாங்கிக் கொள்வோம். மருந்துக் கடையிலுள்ள டாக்டர் வாட்ஸனைக் காணச் சென்று, சிறிது கந்தகம் வாங்குவோம். பழைய டப்பா எண்ணெயில் கந்தகத்தைக் குழப்பி, அதை நாய்க் குட்டிக்குப் பூசுவோம். மெது மெதுவாக சொறி நீங்கிவிடும்” என்று அவர் கூறினார்.

தாத்தா சொன்னது சரிதான். சில தினங்கள் நாங்கள் நாய்க் குட்டிக்கு அந்தக் கலவையைத் தடவினோம். சீக்கிரமே அதன் உடலில் மீண்டும் மயிர் முளைப்பதைக் காண முடிந்தது. ஒரு மாத காலத்திற்குள் அதன் ரோமம் நேர்த்தியாக வளர்ந்து விட்டது. நாங்கள் அதற்கு டாம் என்று பெயரிட்டோம். அதன் கல்விப் பயிற்சியை நான் மேற்கொண்டேன்.

தாத்தா சொன்னார்: “பறவை பிடிக்கும் நாயை வீட்டின் பின்புறத் தோட்டத்தில் பழக்கலாம். அதற்கு மோப்பம் பிடிக்கக் கற்றுக் கொடுக்கும் முறை இவ்வுலகில் ஒன்றுமேயில்லை. ஆகவே நீ அதைப் பற்றிக் கவலைப்படாதே. பறவை சம்பந்தமான உணர்வை அதற்குக் கற்றுக் கொடுக்கும் வழி ஒன்று கூட இந்த உலகத்தில் இல்லை. எனவே அது பற்றிக் கவலை கொள்வதில் பயனில்லை. நீ இந்த நாய்க்குக் கற்பிக்கக் கூடியதெல்லாம் சிறிது ஒழுக்கமேயாகும். அதன் மூலம் இந்த நாய் தன் திறமை அனைத்தையும் அப்புறம் லாபகரமாகப் பயன்படுத்த முடியும். பள்ளிக்கூடத்தில் உனக்கு ஒழுக்கம் பயிற்றுவிக்கிறார்களே. அது மாதிரிதான். அதனால் நீ பயனடைவதற்குப் போதுமான மூளை உனக்கு இருக்கிறதா இல்லையா என்பது உன்னைப் பொறுத்த விஷயம்.”

“எங்கே துவங்க வேண்டும்?” என்று நான் கேட்டேன்.

“நாயைப் பழக்குவதற்கு முறியடிக்க அல்ல – பல ரகமான வழிகளும் உண்டு. முறியடிப்பது என்ற வார்த்தையை நான் உன்னிடமிருந்து கேட்க விரும்பவில்லை. முறிந்து போன நாய் நமக்குத் தேவையில்லை. நீ நாய்க்குப் பயிற்சி அளிக்க விரும்புகிறாயே தவிர, அதை நசுக்கிவிட அல்ல. ஒரு நாயைச் சிதைவுறச் செய்பவன், அந்த நாயை அடைவதற்குத் தகுதி இல்லாதவனே. நீ அதற்குக் சுற்றுத்தர வேண்டியதெல்லாம். கொஞ்சம் பகுத்தறிவும் சிறிது விநயமும்தான். ஆம், இல்லை என்பவற்றுக்குள்ள வித்தியாசத்தையே நாம் அதற்கு முதலாவதாகக் கற்பிக்க வேண்டும். ஆதாரமான எதிலிருந்தாவது நாம் பயிற்சியைத் துவக்குவோம்...... உணவையே கவனிக்கலாம்” என்றார்.

நாய்களுக்கு நாங்கள் ஒரு நாளைக்கு ஒரு தடவைதான் தீனி கொடுத்தோம். எனவே அவை அதிகப் பசியோடிருக்கும். சாப்பிட்டு மிஞ்சியவற்றையும், குளிர்ந்த வெள்ளைச் சோளம், தானிய ரொட்டி, டர்னிப் கிழங்கின் தழைகள், இறைச்சித் துண்டு முதலியவைகளையும் அவற்றுக்கு அளித்தோம். அவ்வப்போது டப்பியில் அடைத்து வரும் ஸால்மன் அல்லது நாய் உணவு எதையாவது கொடுப்பதும் உண்டு. ஆனால் அதிகமாக அல்ல. பிற்பகல் ஐந்து மணி சுமாருக்குத் தீனி வைப்போம். ஒவ்வொரு நாய்க்கும் தனித் தனியாகத் தகரத் தட்டு உண்டு. தாத்தா விரல்களைச் சொடுக்கும் வரை, பிராங்கும் ஸேன்டியும் தட்டுகளை நோக்கிச் செல்லாமல் நிற்பதை நான் கவனித்திருக்கிறேன். அவை தின்னும் போது, நடுவே அவர் "நில்லு!" என்று கத்தினால், அவை சாப்பிடாமல் நின்று விடும். பிராங்க் மிகவும் சாமர்த்தியமானது. ஒரு இறைச்சித்துண்டை அல்லது சுவை மிகுந்த உணவுப் பொருள் எதையோ அதன் மூக்கின் மேல் வைத்தால், அது சும்மா உட்கார்ந்திருக்கும். நாம் உத்தரவிட்டதும், அது தலையை உதறி, இறைச்சியை ஆகாயத்தில் எறிந்து, கவ்விப் பிடித்து, விழுங்கி விட்டு, தலை வணங்குவது போல் பாவிக்கும்.

நாங்கள் நாய்க் குட்டியை வெகு சுலபமாகப் பழக்கினோம். அதன் முன்னால் உணவுத் தட்டை வைப்போம். அது தீனிக்காகப் பாயும் போது, நான் அதன் வாலைப் பிடித்து இழுத்து, "நில்லு!" என்பேன். அதைச் சிறிது தட்டிக் கொடுத்து, அது மிக அருமையான நாய் என்று கூறுவேன். பிறகு "ஓடிப் போ" என்று கூறி அதை விட்டுவிடுவேன். இந்த விஷயத்தைக் கிரகிக்க அதற்கு ஒரு வாரம் கூடப் பிடிக்கவில்லை. அது உணவை நோக்கி ஓடும். "நில்லு" என்பேன் நின்று விடும். விரல் சொடுக்கையும் "ஓடிப்போ" என்ற சொல்லையும் எதிர்பார்த்து அது தலையைத் திருப்பியபடி காத்து நிற்கும். பிறகுதான் அது சாப்பிடும். சாப்பாட்டின் நடுவில் நான் மறுபடியும் அதன் வாலை இழுத்து, "நில்லு" என்பேன். இந்தச் சொல்லை அது இரண்டு நாட்களில் கற்று விட்டது. நான் "நில்லு" என்று சொல்கையில், அது உணவை விழுங்கிக் கொண்டிருந்தால் கூட அப்படியே நிறுத்திவிட்டு, பின் கால்களில் குந்தி, அடுத்த சொல்லை எதிர்பார்த்திருக்கும்.

எல்லா நாய்க் குட்டிகளையும் போலவே, இதுவும் குச்சிகள் அல்லது பந்துகளின் பின் பாய்ந்தோட ஆசைப்பட்டது. குச்சி அல்லது பந்தைக் கவ்வியபடி விலகி ஓடி நமக்குத் தொல்லை தரவும் விரும்பியது. பிறவியினால் அது வேட்டை பொறுக்கும் நாய் அல்ல. விளையாட்டுக் காட்டும் நாய்தான். அந்த சுபாவத்தைப் போக்கும் முறையையும் தாத்தா எனக்குக் கற்றுத் தந்தார். நாயின் கழுத்துப் பட்டியில் ஒரு கயிறு கட்டினோம். குச்சியை

விட்டெறிந்தோம். அது குச்சியைக் கவ்விக் கொண்டு ஓடத் தொடங்கியது. தாத்தா சட்டென்று கயிற்றைச் சுண்டி இழுத்து, "எடுத்து வா" என்று கத்தினார் உடனே கயிற்றைப் பிடித்து நாயை அருகே வேகமாய் இழுத்தார். அதனால், கால்கள் தரையில் அதிகம் பதியாதவாறே அது எங்கள் முன் வந்து சேர்ந்தது. இப்படி மூன்றே தினங்களில், "எடுத்து வா" என்னும் பதத்தையும் அதற்குக் கற்றுக் கொடுத்தோம். பொருள்களை எடுத்து வரும் விவகாரம் வெறும் விளையாட்டு என்னும் நினைப்பை அது விட்டு விட்டது. நாய்க்கு அதுவும் முக்கிய காரியமாயிற்று.

"வேலைக்கும் விளையாட்டுக்குமுள்ள வித்தியாசத்தை நீ தாள் நாய்க்குக் கற்றுக் கொடுக்க வேண்டும். இதுபற்றி அதற்கு அடிக்கடி நினைவுபடுத்தவும் வேண்டும். முயல்கள் விஷயம் போல்தான். முயல்களைத் துரத்த விரும்பாத பறவை பிடிக்கும் நாய் எதுவும் கிடையாது. முயல்கள் அதற்கு விளையாட்டு, காடைகளோ கடும் உழைப்பு ஆகும். பறவை நாய் ஒரு முயலைக் குறி பார்க்கிறது என்பதை நாம் எளிதில் கண்டுவிட முடியும். தன் உடல் முழுவதையும் வளைத்துக் கொண்டு, காதுகளை நிமிர்த்தி, நாசியை ஒரு தினுசாகக் கீழே பதித்தவாறு அது சுட்டும். பிறகு அது குதிக்கும். ஏதோ தவறு செய்து விட்டதாக உணர்ந்தாலும் கூட, தான் செய்த தவறு என்ன என்று புரிந்து கொள்ளாமல் விழிக்கிற பட்டிக்காட்டு முட்டாள் போல, அது உன்னை நோக்கும். முயல்களின் பின்னால் ஓடாதிருக்கும்படி நாயைப் பழக்குவதற்குரிய வழி ஆரம்பத்திலேயே அதை அடக்குவது தான். இலையுதிர் காலத்தில், பறவைகளுக்குரிய பருவம் தொடங்குவதற்கு முன் நாம் அதைக் கவனிப்போம்" என்று தாத்தா சொன்னார்.

"இடைக்காலத்தில், இந்தக் கோடையில் அது தறிகெட்டுத் திரியாமல் பார்த்துக் கொள்வோம். கோடைக் காலத்தில் தான் நாய் பல கெட்ட பழக்கங்களை அடைகிறது. அதையும், இதையும் எதையுமே துரத்திச் செல்லும்படி அதை அவிழ்த்து விட்டு விட்டால், பிறகு இலையுதிர்காலம் வந்ததும் அது தன் உண்மையான தொழிலை மறந்து விடும். குறிப்பாக எதற்கும் பயனில்லாமல் போகும். நாய்கள் துரத்தி ஓடுவதை இரண்டு விஷயங்களில் தான் அனுமதிப்பேன். முயல்களைத் துரத்துவது ஒன்று. இரண்டாவதாக, காடை வேட்டையின் போது. நாய்க் குட்டி முதலில் இரண்டு செயல்களையும் புரியும். ஒன்று இயல்பான உற்சாக மிகுதியாலும், மற்றது எளிய நாய்க்குட்டித் தனமான மடமையினாலும் நிகழ்வது. காடை விஷயத்தில் மற்றொரு நாயைக் கண்டு பொறாமைப்படாத எந்த நாய்க்கும் நான் ஒரு காசு கூடத் தரமாட்டேன். ஆனால், அந்த நாய் தனது பொறாமையைக் கட்டுப்படுத்த – அம் முயற்சி அதற்கு வெறி அளித்தாலும் கூட – கற்றுக்

கொள்ள வேண்டும். இல்லையெனில், நீ வைத்திருப்பது நாய் அல்ல, மிகைபட நடிக்கும் ஒரு நடிகனேயாகும்."

டாம் எனும் நாய்க்குட்டிக்கு தோட்டத்து ஒழுக்கங்களை, வசந்த காலம் பூராவும் கற்றுக் கொடுத்தோம். வசந்தத்தில் கற்றுக் கொடுத்ததை நினைவில் வைத்திருக்கும்படி அதை வற்புறுத்துவதில் கோடையைக் கழித்தோம். "எழு", "படு" என்பவற்றை அது கற்றது. அது தாவி ஏறவேண்டிய இடம் காரின் பின் பக்கமே தவிர முன் புறமல்ல என்பதைக் சுற்றது. "எடு" "போ" ஓடிப் போ", "நில்லு" ஆகியவற்றைக் கற்றது. ஊது குழல் தகரப் பொம்மையல்ல, விசேஷக் குறிப்பு கொண்டது என்றும், நாம் ஒரு பக்கமாகக் கையை ஆட்டினால் அதன் பொருள் மறு திசையில் ஓடிப் போக வேணும் என்பது அல்ல என்றும் அது கற்றது. இந்தக் காலத்தில் எல்லாம் அது காடையின் வாசனையைக் கூட அறியவில்லை.

கோடை சென்றது. இலைகள் இளஞ் சிவப்பாய் மின்னின. பறவைகளின் பருவம் தொடங்கக் கூடிய சந்தர்ப்பம் வந்தது. நான் எனக்காகப் பெற்ற நாய்க்குட்டி அதன் தரத்துக்கு ஏற்ப வளர்ந்திருந்தது. தொழில் பயிற்சியைத் தபால் மூலம் சுற்றுவிட்டு, அம்முறைகளைச் செயலாக்கும் வாய்ப்புப் பெறாமல் இருக்கும் மாணவர்களைப் போல் தான் அதுவும் இருந்தது. அது முட்டாளா, மேதையா என நான் அறியவில்லை. ஆயினும் அதன் உணவு முறை ஒழுக்கம் குற்றமற்று விளங்கியது.

அக்டோபர் ஆரம்பத்தில் ஒரு ஞாயிற்றுக்கிழமை பிற்பகலின், தாத்தா சொன்னார்: "சிறு பறவைகள் எல்லாம் கொஞ்சம் தொல்லையைப் பொருட்படுத்தாத அளவு பெரியன ஆகிவிட்டன. பெரும்பகுதியான் பாம்புகள் மண்ணுள் மறைத்திருக்கும். நாம் ஏன் நாய்க்குட்டியை வெளியே இட்டுச் சென்று, அதற்கு அறிவு இருக்கிறதா என ஆராயக் கூடாது?"

எச்சமயத்திலும் கண்டுகொள்ள வசதியாக, வீட்டின் பின்புறத்தின் ஒரு இடத்தில், துடைப்பப் புல் சருகுகள் அல்லது தோப்பு அல்லது பட்டாணி வயலில் வசித்த காடைக் கூட்டம் ஒன்றை நோக்கி நாயை அழைத்துச் சென்றோம். அங்குதான் தாத்தா எனக்குச் சுடும் பயிற்சி அளித்தார். எப்பொழுதும் நாய்களைப் பழக்கினார். பறவைகள் பத்துக்கும் குறைவாகி விடும்படி நாங்கள் அங்கு சுட்டதில்லை. அவற்றிற்காக ஏராளமான உணவைப் பயிர் செய்து, நிறைந்த பாதுகாப்பும் அளித்து வந்தோம். அதனால் காடைகள் அங்கு, எங்கள் குடும்பத்தைச் சேர்ந்தவை போல், நிரந்தரமாக வாழ்ந்தன,

நாய்க்குட்டி முதன் முதலாகச் செய்த வேலை ஒரு முயலைக் குறி வைத்து, ஓடச் செய்து, பின்னால் துரத்திச் சென்றதுதான். அது நாக்கைத்

தொங்க விட்டபடி வெற்றி நோக்குடன் திரும்பி வந்தது. நான் "நில்லு" என்று பலமுறை கத்தியதெல்லாம் அதன் காதில் உறைக்கவேயில்லை.

"சவுக்கால் அதை அடி, நன்றாக அடி. அது ஓய்ந்து விடும்படி அடி 'செய்யாதே!' என்று சொல்லு" என்று தாத்தா கூறினார்.

நான் ஒரு சவுக்கு செய்து, நாயைச் செம்மையாக அடித்தேன். அடுத்த முயலைக் கண்டதும் அது துள்ளி ஓடி, சிறிது தூரம் துரத்திவிட்டு, திரும்பி வந்து, முதுகின்மீது படுத்து, நான்கு கால்களையும் உயரத் தூக்கிக் கொண்டு, "என்னை அடியுங்கள், முதலாளி" என்று கூறியது. அதை நான் அடித்தேன். ஆனால், மிகக் கடுமையாக அல்ல. முயல் தகராறு அத்துடன் முடிந்தது. நாய்தான் ஆரம்பத்திலேயே கொஞ்சம் ஒழுக்கப் பயிற்சி பெற்றிருந்ததே.

காடைகள் இருந்த இடத்துக்கு அதைத் திருப்பினோம். காண்பதற்கு வேடிக்கையான காட்சியாக அது அமைந்தது. முன்பு விஸ்கியைக் குடித்திராமல், திடீரென அதன் மணத்தை நுகர நேர்ந்த குடியனைப் போல் அது திகைத்தது. தான் நுகரும் மணம் எதனுடையது என்பதை அது அறியவில்லை. ஆயினும் அது தனக்குப் பிடித்திருக்கிறது; அது சம்பந்தமாகத் தான் ஏதோ செயல்புரிய வேண்டும் என்பதையும் அந்த நாய் உணர்ந்தது.

அது மெதுவாக நடந்து எச்சரிக்கையோடு நெருங்கியது. சஞ்சலசித்தம் நிறைந்த முக்கிய தருணத்தில், அது என்ன செய்யப்போகிறது என்று அதுவே உணர்ந்திராத வேளையில், தாவித் துரத்தலாம் என்ற துடிப்பே மிகுந்திருக்கையில், அந்த நாய் தனக்குப் பயிற்சி அளித்தவர்களுக்குச் சிறப்பைக் கொடுத்துவிட்டது. தனக்குத் தானே சிறு தர்க்கம் செய்து, அது வெற்றிகண்டது. முடிச்சுள்ள கொடிக்கம்பம் போல் தன் வாலை நிமிர்த்தி உடலைத் தாழ்த்திக் குனிந்தது. வலது முன்காலை உயர்த்தியது. அதுவரை தான் கண்டிராத, மோப்பம் பிடித்துக்கூட இராத, எதுவோ இருப்பதாக அது சுருதிய இடத்துக்கு நேரேதன் நாசியைப் பதித்தது.அதே நிலையில் அது அங்கேயே இருந்தது. நான் அதைத் தாண்டிச் சென்று. பறவைகளைக் கலைத்திராவிடில் அது அப்படியே உட்கார்ந்திருக்கும். பறவைகளை அது துரத்த முயலவும். "நில்லு" என்று நான் சொன்னேன். பாதிப் பாய்ச்சலில் அது நின்று, பறவைகள் பறந்து செல்வதையே கவனித்தது. அவை எங்கே இறங்கின என்று கவனித்து, அங்கே சென்று, ஐந்து தனிப் பறவைகளைக் காட்டியது. மறுபடியும் பாயத் துடிக்கவேயில்லை. அது ஒரு அதிசயமாகவே இருக்கலாம். எனக்குத் தெரியாது.

ஆனால், அது தன் வாழ்நாளில் பிறகு ஒருபோதுகூட அடி வாங்கியதில்லை; அபூர்வமாகவே அதை அதட்ட வேண்டியிருந்தது என்பதை நான் அறிவேன்.

பின்னர் அது வேறு முயல் எதையும் துரத்தியதில்லை. பெரிய நாய்களுடன் சேர்ந்து உழைக்கும்போது, முதல் தரம் "நில்லு" என்று சொன்னபின் அது குறிக்காக இடித்து நெருக்கியதுமில்லை. பின்னுக்கு விலகி நிற்கும் அதை நகர்த்துவதற்குப் பெரிய யந்திரத்தைத்தான் கொண்டு வர வேண்டும்.

வேட்டைக் காலத்தின் முதல் நாளன்று, அதற்கு முற்றிலும் புதிய இடம் ஒன்றுக்கு நான் அதைத் தனியாக இட்டுச் சென்றேன். அதற்கு வயது ஒன்பது மாதம்கூட ஆகவில்லை. அது வீணாட்டமின்றி, சந்தடி செய்யாது, தவறான குறி காட்டாமல், முதல் பறவைக் கூட்டத்திடம் மாயமாய்ச் சென்றுவிட்டது. அதைத் தப்பாது குறி வைத்ததும், என்னிடம் அறிவிப்பதற்காக அது தன் முன்காலை உயர்த்தியது. பறவைகள் மேலே கிளம்பின. நான் முதல் பறவையைச் சுட்டேன். இரண்டாவது தப்பிவிட்டது. அது விரட்டிச் செல்லவில்லை. "எடுத்துவா!" என்று சொன்னேன். பறவை கிடந்த இடத்துக்கு அது நேரே ஓடியது. பறவையின் இறக்கைகளை அது இதுவரை சுவைத்ததில்லை. அந்தப் பறவையைக் கவ்வி வந்து, என் கையில் கொடுத்துவிட்டு, அது இறகுகளைத் துப்பியது. பெரிய நாய்கள் சொல்வது போலவே, "நல்லது, எஜமான், அவை அவ்வழியே போயின" என்றது. அந்த வழியாகத்தான் அவை சென்றன. நாங்களும் சென்றோம். அது குறிப்பிட்டது போல், பறவைகள் அங்கேயே இருந்தன.

சட்டை நிறையப் பறவைகளோடும், சிறந்த அபிவிருத்தி அறிக்கையோடும் நான் அன்று வீடு திரும்பினேன். ஆனால் தாத்தா கொஞ்சம் கூடக் கவர்ச்சிக்கப்படவில்லை.

"சொறி பிடித்த இந்த நாயிடம் நல்ல சத்தம் ஓடுகிறது என்று நான் அப்பவே சொன்னேன். நல்ல ரத்தம் பெற்ற ஒரு நாய் அல்லது மனிதன் சரியாகச் செயல் புரிவதற்குத் தேவையானதெல்லாம் ஒன்றிரு ஆலோசனைகளே. நீயும் நாய்க்குட்டி மாதிரிச் சிறப்பாக வளர்வாய் என நம்புகிறேன். ஆனால், நான் முன்பே சொன்னது போல, இந்த நாய்க்கு உன்னைவிடச் சிறிது சிறந்த ரத்த ஓட்டம் இருக்கலாம். ஆயினும், சிகிச்சை பெறவேண்டிய சொறி எதுவும் உனக்கு இருந்ததில்லை" என்று தாத்தா சொன்னார்.

9. வசந்தத்தில் குதிரை வெறி

அந்த வசந்தத்தில் நாங்கள் ரைட்ஸ்லில் ஸவுண்ட் எனும் இடத்தில் வசித்தோம். இளமையாக இருப்பதற்கு மிகவும் வசீகரமான இடம் அது. ஒரு சிறுவனைக் கவரும் விஷயங்கள் பல அங்கிருந்தன. அது தென் கடற்கரைப் பிரதேசத்தில் இருந்ததால், மிக உஷ்ணப் பகுதியைச் சேர்ந்ததாம். கணுக்களோடு, கரடுமுரடான பெரிய ஓக் மரங்கள் நிறைந்த காடுகளும், நெடிதுயர்ந்த, நீள்இலைப் பைன் மரங்கள் மண்டிய பகுதிகளும் இருந்தன. ஸ்பானிஷ் காளான்கள் ஓக் மரங்களில் தொங்கின.

இரண்டு மைல்களுக்கு அப்பாலுள்ள கடற்கரையில் காணப்படும் இரண்டு கழிகளோடு ஸவுண்ட் சேரும் வசதி இருந்தது. எனவே, அலைகள் கடல் மீன்களை ஸவுண்டுக்கு எடுத்து வந்ததுடன் அங்குள்ள நீரையும் சுத்தமாக்கியது. மீன்கள் நிறைந்த கடல் குடாக்களும் இருந்தன. மாரிக் காலத்தில் அங்கு வாத்துக்கள் கிடைக்கும். காடுகளில் அணில்களின் கூச்சல் மிகுதி. சிறு பழுப்பு நிற அணில்களும், கறுப்பும் வெண்மையும் கலந்த பெரிய நரி அணில்களும் காணப்பட்டன. புதர்கள் மலிந்த சமநிலத்தில் காடைகளும், சில மான்களும், அளவிலா முயல்களும் உண்டு. பிரகாசமான நீலநிறப் பறவைகள் மரங்களில் குழுமியிருக்கும். இவ்வினங்களை இந் நாட்களில் காண்பது அரிதாகி விட்டது.

காட்டுத் தாவர இனம்கூட ஒரு சிறுவனுக்குக் கிளர்ச்சி தரக் கூடியதுதான். ப்ளம் செடிகள் தோப்பாகக் கிடந்தன. வசந்த காலத்தில், தண்ணீர் விட்டான் கிழங்கு மண்டி எழுந்தது. கறுப்பு பெர்ரிகள் காடாக வளர்ந்தன. மினுமினு பெர்ரி, பாப்பாஸ், செஸ்நட் போன்ற மங்கலான சிறிய கொட்டைகள் உடைய சிங்காபின், ஆர்ட்டிசோக் முதலியனவும் ஏராளம். ஒரு பையன் எந்த நாளில் வேண்டுமாயினும் ஊரை விட்டுக் கிளம்பித் தன்னந்தனியனாய் அற்புத யாத்திரையில் ஈடுபடுவதற்கு வசதியான இடம் அது. இந்த அனுபவத்தின் முடிவில் வயிற்றுவலி ஏற்படுவது வழக்கம். எனினும், ஒருவன் தன் பெற்றோரிடமிருந்து விடுதலை பெறவும், சிற்றுண்டிப் பெட்டியைச் சுமக்காமலே திரியவும் வாய்ப்புக் கிட்டும்.

இந்தச் சந்தர்ப்பத்தில் நான் ஏகதேசம் ஒரு டார்ஸானாகவே விளங்கினேன். என்னைப் பிடித்து வைத்திருக்கக் கூடிய வீடு எதுவும் இருந்ததில்லை குரங்கு மாதிரி மாங்களில் தொத்தித் திரிந்தேன். மாசத்துக்கு ஒரு தடவை எதையாவது பாழ்படுத்தினேன். காட்டுச் செர்ரி மரம் ஒன்றின் உயரே, கிளைகளிலே ஒரு மர வீடு அமைத்தேன். ஒன்றுக்கொன்று தொடர்புள்ள குகைகள் பல அமைத்து,அந்த வட்டாரத்தை நிலைகுலையச் செய்தேன். பள்ளிக்கூடத்தில் என் அபிவிருத்தி படுமோசமாக இருந்தது. ஏனெனில், கடைசி மணி எப்பொழுது அடிக்கும், நாம் எப்போது புதரினுள் சுற்றலாம் என்று நேரத்தைக் கணக்கிட்டபடி இருப்பது தான் என் வழக்கம். பள்ளியின் அருகே வசதியான நீரோடை ஒன்று உண்டு. இடைவேளையின் போது நாங்கள் அதில் இறங்கி அம்மணமாக நீச்சலடிப்போம். ஒரு நாள் உபாத்தியாயர் திடுமென வந்து எங்களை எல்லாம் திகைக்க வைத்து. எங்கள் பெற்றோருக்கு மோசமான கடிதங்கள் எழுதிவிட்டார். நான் யார் என்பதை அன்று யான் அறிந்தேனில்லை. டாம் ஸாயர். ஹக்கிள் ஃபின், டார்ஸான், டேனியல் பூன், பஃபலோ பில், மற்றும் எர்னஸ்ட் தாம்ஸன் ஸீட்டனின் கதாநாயகர்கள் பலரும் கலந்த ஒரு பிறவியாகவே நான் விளங்கினேன்.

சொறி சிரங்கு, ஐவி விஷம், மீன் முட்களால் ஏற்படும் பலரகக் காயங்கள் எல்லாம் எனக்கு வந்தன. ஜெல்லி மீன் தண்ணீரில் என்னைக் கடித்தது. பள்ளிக்கூடத்துக்கு நான் அடிக்கடி மட்டம் போட்டேன். அதனால் மோசமான அறிக்கைகள் எனக்குக் கிட்டின. கள்ளத்தனமாக நான் புகைபிடிப்பதை அம்மா கண்டுவிட்டாள். அதுபற்றிக் காரமான பேச்சு நிகழ்ந்தது. என் தோழர்களில் அநேகர் மீனவரேயாவர். நான் பேசிய மொழி அனைவருக்கும் அதிர்ச்சி தந்தது. எங்காவது ஓடிப்போய். சிவப்பு இந்தியர்களோடு சேர்ந்துவிட நான்

நினைத்தேன். அப்பொழுது ஒரு நாள் தாத்தா ஒரு புருவத்தை உயர்த்தி என்னைக் கேலியாகப் பார்த்து, “ஏய்!” என்றார்.

“என்னய்யா?” என்றேன்.

“நீ கொஞ்சம் அடக்கமாக இருப்பதற்கு உரிய காலம் வந்துவிட்டது, சின்னப் பையா. சண்டை போட வழியின்றித் திரிகிற முரட்டு இந்தியன் மாதிரி நீயும் இருக்கிறாய். இது வசந்தகாலம்; வசந்தத்தில் எல்லாக் குதிரைக் குட்டிகளும் வெறியுடன் அலையும் என்பது எனக்குத் தெரியும். ஆயினும் உன்னைச் சாந்தப்படுத்த ஒரு திட்டம் தேவை. இதற்கு ஏற்ற விடை ஒரு படகுதான் என்று நான் நினைக்கிறேன். வசந்தகால நரம்புக்கிளர்ச்சிகளை சமனப்படுத்தும் சக்தி படகிடம் உண்டு. காதுகளைச் சுத்தப்படுத்துவதிலும், கணக்கிலும் நீ இன்னும் கொஞ்சம் அதிகமாக சிரத்தை காட்டுவாயானால், ஒரு படகு கட்ட நான் உனக்கு உதவி செய்வேன். பள்ளிக்கூடம் முடிவுற்றதும் இந்தக் கோடையில் மீன்களையும் தண்ணீரையும் பற்றி நீ ஏராளமான புது முடியும் உன்னைப் பற்றியும் நீ அதிகமாகக் கற்றுக் கொள்ளலாம். அமைதியான சிந்தனையின் மதிப்பு பற்றி ஒருவனுக்குக் கற்றுத்தர படகு போன்ற சாதனம் வேறில்லை” என்று அவர் சொன்னார்.

வசந்தத்தின் எஞ்சிய பகுதி முழுவதும் படகு கட்டுவதிலேயே செலவழிந்தது. தாத்தா ஒழுங்கு முறைப்படி உழைத்தார். பலகைகளில் பெருங்குவியல் திரட்டினார். அறுப்புச் சட்டங்கள் சிலவற்றைச் விட்டத்தில் சேகரித்து, பின் தோட்டத்தில் பதித்தார். பன்னிரண்டு அடி நீளமும், தட்டையான அடிப்பாகமும் கொண்ட சிறு படகு அகன்றதாய், தண்ணீரை உள்ளுக்கு இழுக்காததாய், சிறுவனால் ஒன்றை கட்டுப்படுத்தக் கூடியதாய், குறைந்த அளவில் மூன்று பேரும், மீன்பிடிக்கும் சாமான்களும் கொள்ளத் தக்கதாய் உருவாக்குவதே அவர் திட்டம். பின்புறத்தில் மீன் அல்லது சிற்றுண்டியைப் பத்திரப்படுத்த ஒரு பெட்டியும், தூண்டில் இரையை வைக்க ஒரு பெட்டியும் அதில் உண்டு. இந்தப் படகு மிக மலிவாக முடிந்துவிட்டது என்பது என் எண்ணம். அறுப்பு மில்லில் உள்ள அவருடைய நண்பர்களிடமிருந்து மரத்தை அவர்சும்மா பெற்றுவிட்டார். துடுப்புக்கு ஏற்ற மரங்களையும் இனாமாகப் பெற்று, அவரே செதுக்கி, உப்புத் தாளினால் தேய்த்து கண்ணாடிபோல் மழமழப்பாகச் செய்தார் பலகைகளை ஒன்றோடொன்று நெருக்கமாக அமைத்தார். படகை ஒரு தடவை தண்ணீரில் இறக்கி, அவற்றின் இணைப்புகள் இறுகும்படி செய்த பின்னர் அதனுள் ஒரு சொட்டு கூடக் கசியவில்லை.

இரட்டைத்துண்டு ஓடக்கட்டையை தாத்தா வெறுத்தார். காட்டினுள்

சென்று காய்ந்த, எனினும் நசித்துவிடாத போதுமான வளைவுடன் கூடிய மரக்கட்டையை எடுத்து வந்து அதை வைத்து அவர் படகை அமைத்தார். ஆணிகளையும் நங்கூரத்தையும் தவிர வேறு உலோகப் பொருள் அதில் கிடையாது. ஓசைப்படுத்தும், விகாரமான துடுப்பு இணைப்புகளை அவர் விரும்புவதில்லை. அவை அடிக்கடி தண்ணீரில் விழுந்து தவறி விடலாம்; திருடு போகலாம். அல்லது, ஒவ்வொரு முறையும் அவற்றை வீட்டுக்கு எடுத்துச் செல்ல நினைவு இருக்கவேண்டும். தாய் தன் குழந்தையைப் பற்றியிருப்பது போல் துடுப்பை ஏந்தி, அரைவாசி வலித்தலை அதுவாகவே செய்து முடிக்கும் அமைப்பு ஒன்றை இணைத்தார். படகுக்கு நாங்கள் சார்லட் மோர்ஸ் என்று பெயரிட்டோம். எங்கள் இருவருக்குமே அச்சம் எழுப்பிய, மனோதிடம் பெற்ற இரு பெண்மணிகளின் பெயர் அது. படகின் வெள்ளோட்டத்தின் போது, கொக்கோ கோலா உடைத்து அதன் மீது ஊற்றினோம், தாத்தா சிறிது கடுமையான திரவத்தை தன்னுள் ஊற்றினார். நல்ல விஸ்கியைப் படகின் மீது ஊற்றிப் பாழாக்கும் பண்பினர் அல்லர் அவர்.

நான் என்றாவது பணக்காரளானால், எனக்காக ஏதோ ஒரு படகு வாங்கிக் கொள்வேன். ஆயினும் சார்லட் பெற்ற நீர அனுபவங்களை அது ஒருபோதும் அடையப் போவதில்லை. என்றும் அவை பெரிய சாகசங்களாக இருந்ததில்லை. பணத்தீவில் புதையலைத் தேடினேன். வெயிலால் காய்ந்து கருகினேனே தவிர, காசுகளைக் கண்டேனில்லை. படகிலிருந்து தவறி விழுந்தேன். அதை மணல் திட்டுகளில் சிக்க வைத்தேன். நங்கூரத்தை நழுவவிட்டு அது செல்கையில், அவ்வப்போது அதன் பின்னே நான் நீச்சலடிக்க நேர்ந்தது. அதிலிருந்து சுட்டேன்; மீன் பிடித்தேன்; அத்துடன் வழிதவறித் திரிந்தேன்; அதனருகே நீரில் மூழ்குவதற்கிருந்தேன். ஆயினும் நான் கூறியது போல. அது எனக்குச் சில தீரச்செயல்களையும் அளித்தது. வேடிக்கைப் புத்தகங்களில் காண முடியாத சாகசங்கள். அவற்றில் ஒன்றேனும் ஈடு செய்ய முடியாதது. அதாவது, முன்னரே வேறு எவரேனும் சிறப்பாகச் செய்து முடித்தவற்றிலிருந்து நாம் கிளர்ச்சி பெறுவதையே குறிப்பிடுகிறேன்.

அந்தப் படகில் நான் தனித்திருக்கையில், பொழுது போக்கு பற்றிய கவலையே எனக்கு எழாது. கடற் கொள்ளைக்காரர்களைத் தேடும் காப்டன் பிளட் ஆக நான் மாறுவேன். அல்லது, நான் நிஜமாகவே பொக்கிஷத் தீவில், லாங் ஜான் ஸில்வரிடமிருந்து தப்பி ஓடிக்கொண்டிருப்பேன். நியூஸிலாந்துக்கு அப்பால் மீன் பிடிக்கும் ஸேன் கிரேயும் நானே. அல்லது, ஸ்பானிஷ் ஆர்மடாவில் நான் ஒரு பகுதி. அல்லது நானே ஹாக்கின்ஸ் அல்லது ட்ரேக். எப்போதாவது, சின்னத் தீவில் தனியேயிருந்து பிரைடேயைக் காண அலையும்

ராபின்சன் குரூஸோவாக இருப்பேன். அந்தப் புத்தகங்களை எல்லாம் நான் என்னோடு எடுத்துச் சென்று, உணவுக்காகப் படகை சின்னஞ்சிறு மணல் தீவுகள் ஒன்றில் சேர்க்கும்போது படிப்பது வழக்கம். அவை பள்ளிக்கூடத்தில் நான்கு – கண் உபாத்தியாயர் எவராவது கண்காணித்து நிற்க, படித்தாக வேண்டிய புத்தகங்கள் என்ற பட்டியலின்படி கட்டாயமாக வாசித்தபோது தந்த இன்பத்தைவிட அதிகமான சுவையை இப்போது அளித்தன.

தனக்குத் தானே பொழுதுபோக்கு ஏற்படுத்துவதன் மூலம் ஒருவன் எவ்வளவு வேடிக்கை பெற முடியும் என்பதையும், நாம் சரியாக அனுபவித்தால் தனிமை கூட எத்தகைய கிளர்ச்சி தர இயலும் என்பதையும் நான் கற்றறிந்தேன். நான் அதிகாலையிலேயே எழுந்து. மணல் திட்டுகளில் ஒன்றை நோக்கிப் படகைச் செலுத்துவேன். அங்கு மணலில் ஒரு துடுப்பை ஆழமாகப் பதித்து, அதில் படகைக் கட்டுவேன். பிறகு சேற்றில் காலால் அளைந்து, மட்டிச் சிப்பிகள் அல்லது மெல்லிய ஓடு பெற்ற நண்டுகள் அகப்படுகின்றனவா என்று நேடுவேன். இப்பிகள் நிறையக் கிடைத்ததும், வீச்சு வலையை எடுத்து, தூண்டில் இரைக்காக முல்லட் மீனும் இறால் மீனும் பிடிக்க ஆழமில்லாத நீரில் வீசுவேன் பெரிய வட்டமாய் லிரிந்து விழும் வலை படியும் போது கம்பிகளாக மேலெழச் செய்யும். வலைக் கயிறுகளுக்குள் முல்லட்டும் இறால்களும் துள்ளித் துடித்து நெளியும்.

சிறந்த வளைகள் எங்கே உள்ளன பெரிய கறுப்பு மீன் எங்கு வசிக்கும், பலவீனமான மீன் எங்கு தொங்கும், முள்முதுகுப் பெர்ச் எங்கு அகப்படும் என்பதை எல்லாம் நான் காலப்போக்கில், ஆராய்ச்சி மூலம் அறிந்துகொண்டேன். சில சமயம் நான் படகைக் கால்வாயில் செலுத்தி, சிறு நீலமீன்களோடு விளையாடி மகிழ்வேன். பிறகு, படகை பாலத்தடியில் உள்ள, நத்தைக் கூடுகள் அப்பிய கம்பங்களில் பிணைத்துவிட்டு, அமைதியாக மீன் பிடிப்பேன். அங்கு கருங்கல் நண்டுகளும் உண்டு, கருமையும் மஞ்சளும் கலந்த பெரிய நண்டுகளில் ஒன்றைப் பிடிப்பது பெரும் விசேஷமேயாகும். அதன் கொடுக்குகள் முழுவதும் வெண் இறைச்சியே தான்; அதற்கு உடலே இல்லை என்று சொல்லலாம்.

ஆனால் அற்புத அனுபவம் இரவில்தான் நிகழும். மீன் பிடிப்போர் உபயோகிக்கும் விளக்கைக் கட்டிக்கொண்டு, படகை நீரில் மெதுவாக அசையவிட்டு, ஆடும் மஞ்சள் ஒளியிலே நட்டை மீன்களின் நிழல் தென்படுகிறதா என்று கவனிப்பேன். மூன்று கூர் முட்கள் உடைய ஏறியீட்டியால் தட்டை மீனைக் குத்தி அழுத்துவேன். அதைப் படகினுள் இழுக்கும்போது அது

பலமாக வந்து விழும். இரவில் நல்ல வேட்டை கிட்டியிருந்தால், தட்டை மீன்களை நான் விற்பது வழக்கம். அதன்மூலம் எனக்கு நிறையக் காசுகள் சிலசமயம் முழுசாக ஒரு டாலர்கூட கிடைக்கும்.

படகில் வெளியே சுற்றுவதில் ஏற்படும் சிறப்புகளில் முக்கியமானது நானே பிடித்த உணவுப் பொருள்களைத் தின்று மகிழ்வதுதான். ஒரு சிறு மணல் திட்டு, அல்லது கூந்தல் பனை நிறைந்த தீவில் படகைச் சேர்ப்பேன். உப்பு, மிளகு, சிறு கொப்பரை முதலியன படகிலேயே இருக்கும். விறகு தாராளமாய் அகப்படும். சிற்றுண்டிச்சாலைகளில் ஜனங்கள் அதிக விலை கொடுத்து வாங்கும் பொருள்களை எல்லாம் நான் அன்று இலவசமாக உண்டு களித்தேன் என்பது இன்று எனக்குப் புரிகிறது. புதிய இப்பிகள்,சிப்பிப் புழுக்கள், பொரித்த மெதுவான நண்டுகள், முற்றிலும் புதிய மீன்கள் எல்லாம் தான். பக்குவமற்று அவை ஆக்கப்பட்டிருக்கலாம். ஆனால் அவற்றினும் சிறந்தவற்றை பிறகு ஒருபோதும் நான் உண்டதேயில்லை.

முடிவில், மூன்று மைல் படகில் சென்று வந்ததாகத் தெரிய வரும். உதடுகள் உப்புக் கரிப்பதுடன், தண்ணீரில் பட்டுத்தெறித்த சூரிய ஒளியால் எரியுண்டிருக்கும் முதுகு வலிக்கும். உப்பு நீரில் தனைந்த வெறும் கால்கள் சுருக்கம் விழுந்து தோன்றும் கடைசி அரை மைல் தூரத்தைப் படகு வலித்துக் கடக்க முயல்கையில் அதற்கு முடிவே இல்லாதது போல் தோன்றும். படகைக் கரையில் அப்படியே அழுக்காய், சேறும், மீன் செதிள்களும் படிந்த நிலையிலேயே போட்டுவிட்டு, வீடு செல்லலாம் என்ற ஆசை பலமாக எழும். ஆனால், சிலசமயம் அவ்விதம் செய்து தாத்தாவிடம் அகப்பட்டுக் கொண்டபோது, அவர் காட்டிய ஏளனத்தின் சுமை என்னால் சகிக்கமுடியாததாகக்கனத்தது. ஆகவே, நான் படகைக் கழுவி சுத்தப்படுத்தி, இறுக்கிக் கட்டிவைப்பேன். பிறகு மீன்களையும் துடுப்புகளையும் சுமந்து மிகுந்த களைப்புடன் வீடு சேர்வேன். வேதனையால் அழவேண்டும் போலிருக்கும். என்னைப் படுக்கப்போகும்படி எவரும் கட்டாயப்படுத்த நேரிடாது. நான் முற்றிலும் சோர்ந்து போயிருப்பேன்.

கோடை முடிவதற்குள், அந்த வட்டாரத்தின் ஒவ்வொரு அடியும், ஒவ்வொரு மீன் வளையும், மணல் திட்டு, ஓடை, குடாக்கள் எல்லாம் எனக்கு நன்கு பழக்கமாகிவிட்டன. குடாக்களின் அருகே அலைகள் செய்யும் தந்திரங்களையும், காற்று வீச்சுக்கு ஏற்ப நீர் வடியும் தன்மையையும் நான் அறிந்தேன். முயற்சி, தவறு, காலில் வெட்டுகள் புண்பட்ட விரல்கள், கொசுக்கடி, மணல் ஈக்கள், வெயிலின் சூடு எல்லாம் நிறைய உண்டு.

கோடை முடிவதற்குள் நான் ஒருவாறு அமைதி பெற்றிருப்பேன். தாத்தா சொன்னது சரி. அமைதி, அடக்கம், பொறுப்பு ஆகியவற்றின் மதிப்பைக் கற்றுக் கொள்ள நமது சொந்தப் படகில் நீர் மேல் தனியாகச் செல்வதுபோல் சிறந்தது வேறு எதுவுமில்லை. நம்மை நாமே களிப்பித்துக் கொள்வதற்குத் துணைவர்கள் தேவையில்லை; சில சமயங்களில் அருகில் ஆட்கள் இல்லாதிருந்தால்தான் அதிக மகிழ்வு கிட்டும் என நான் உணர்ந்தேன். பெரிய நீர்ப்பரப்பின் மீது தனியாக இருக்கும் ஒரு பையன் மிகவும் சின்ன விஷயம்தான்.

நான் ஒரு முறை சுழலில் அகப்பட்டு, குடா வழியாகக் கடலுக்குள் அடித்துச் செல்லப்பட்டேன். படகைக் கட்டுப்படுத்தி மறுபடியும் கரை சேர்வதற்குள் அதைக் கடலில் ஒரு மைல் தூரம் போகவிட்டேன். இதை நான் தாத்தாவிடம் சொல்லவேயில்லை. சதுப்பின் சிறு பாளம் ஒன்றில் சிக்கி ஒரு மனிதன் செத்துக் கிடந்ததை அவன் உடலில் மிஞ்சியிருந்ததை பார்த்தேன். அதையும் நான் யாரிடமும் கூறவில்லை. அவன் நீண்டகாலம் தண்ணீரில் கிடந்திருக்கவேண்டும்.

என் பாதத்தில் தைத்திருந்த துருப்பிடித்த ஆணியை,நெருப்பில் சூடுபடுத்திய சுத்தியினால் நாள் அறுத்து எடுத்தது பற்றியும் சொல்லவில்லை. அது எனக்கு வெகு தெளிவாக நினைவிருக்கிறது. குதிகால் சதையில் ஆழப் பதிந்துவிட்ட ஆணியை எடுக்க, பாதத்தை வெட்டியும், குத்தியும் கஷ்டப்பட்டேன். கத்தியோ மழுங்கல், நான் அழுதும் ஏசியும் அவதியுற்றேன். என் தாயிடம் அயடின் கேட்டபோது, ஒரு கிளிஞ்சல் பாதத்தை வெட்டி விட்டதாகச் சொன்னேன். அப்பொழுது செப்டம்பர் வடகாற்றினால் பொங்கி எழும் அலைகள் பாயும் பருவம்: சதுப்பில் வாத்துக்கள் சேரும் காலம். நான் படகில் போகாதபடி வீட்டில் தடுத்துவிடுவர் என்ற பயம் எனக்கிருந்தது.

நுனிகள் மட்டுமே தெரியும்படி அலைகள் சதுப்புநிலப் புல்களை மூடிவிடும்போது, பதுங்குவதற்கு இடமின்றி பெரிய ரெயில் பறவைகள் நமக்கு முன்னால் விகாரமாகச் சிறகடித்துச் செல்லும், காட்டுக்கோழி மாதிரி பெரியவை இவை. இப் பறவைகளுக்கு மிருதுவான மான் கண்கள் இருக்கும். அப்பொழுது நான் படகைத் தள்ளும் கோலைக் கையாள்வது உண்டு. பறவைகள் மிக மெதுவாகச் சென்றதால், நான் கோலைச் சகதியில் ஊன்றிவிட்டு, துப்பாக்கியை எடுத்து, நிதானமாகச் சுட முடிந்தது. சில சமயம் படகைக் கரை சேர்த்துவிட்டு, கீழே இறங்கி, கரையின் ஓரமாக நடப்பேன். வெள்ளம் மூடிய சதுப்பு நிலத்திலிருந்து ஓடிவந்த பறவைகள்

அங்கு தங்கியிருக்கும். அவை கிளர்ந்தெழுந்து, ஸ்னைப் பறவைகள் போல் தரைமட்டமாகவே பறந்து, நீரை நோக்கி ஓடும். அது சுடுவதற்கு அருமையான வாய்ப்பு.

மீண்டும் பள்ளி நாட்கள் துவங்கின. பருவநிலை அதிகக் குளிர்ச்சி பெற்றது. நாங்கள் படகைத் தூக்கி, மழைக்காலத்தில் பாதுகாப்புடனிருக்க உருளைகளில் வைத்தோம். நான் மறுபடியும் பள்ளிக்கூடம் போனேன். கொஞ்சம் பெரியவனாகி விட்டது போன்ற உணர்ச்சி அதிகமும், பையன் என்னும் நினைப்பு குறைவாகவும் இருந்தன எனக்கு. ஒரு சிறுவனிடமுள்ள கோணல்களைப் பதமாக்குவதற்கு ஏற்ற சாதனம் படகுதான் என்று சொன்னபோது, தாத்தா பொருள் உணர்ந்தே பேசியிருக்கிறார். எனது மாற்றம் என் அபிவிருத்தி அறிக்கையில் சிறிது தென்பட்டிருக்க வேண்டும். ஏனெனில் அவ்வருஷம் மோட்டார் படகு ஒன்று எனக்குக் கிறிஸ்துமஸ் பரிசாகக் கிடைத்தது. அதைப் பெறும் தகுதியை நான் எய்தியிருந்ததாகத் தாத்தா சொன்னார்.

10. சோம்பல் தினம் - பெண்கள் இல்லை

மே மாதத்தின் விசேஷ தினங்களில் ஒரு நாள். மெதுவாக அசையும் காற்றில் கிட்டத்தட்ட ஜூன் மாதத்திய மந்த குணம் நிறைந்திருந்தது. பழமுதிர் மரங்களில் மஞ்சள் மேகநிரை போல், இசை பாடும் சிறு பறவைகள் கிளுகிளுத்தன. பூனைப் பறவை ஒன்று ஒரு வேலியில் மெதுவாகக் கத்திக் கொண்டிருந்தது. சலவை செய்த துணி மாதிரி வானம் வெளிர் நீலமாய்க் கிடந்தது. சூரியன் பொன்மயமாய் பிரகாசித்தது. ஆயினும் சூடு அதிகமின்றிக் கதகதத்தது. சோம்பியிருக்க – அல்லது, மீன் பிடிக்க சுகமான நாள் அது. ரத்தத்தில் கொதிப்பேற்றும் எதையும் செய்வதற்கு உகந்த நாள் அல்ல.

வீட்டுப் பெண்மணிகள் சுத்தம் செய்வதில் முனைத்திருந்தனர். வழக்கமாகப் பெண்கள் செய்வது போல, துணிகளை உதறுவது, தூசி தட்டுவது, பெருக்குவது, பொருள்களை வதை செய்வது ஆகியவற்றைத் தீவிரமாகக் கவனித்தனர். தாத்தா எங்கும் தென்படவேயில்லை. லிஸ் என்னும் கார், முன் முற்றத்தில், ஓக் மரங்களின் கீழ், அசையாதிருந்தது. ஆகவே அவரும் அதிக தூரம் போயிருக்க முடியாது. எங்கள் ஊரில் அவர் செல்லக் கூடிய இடங்கள், ஸிடார் மரத்தடி. மாலுமி அலுவலகம், பில்லியர்ட் விளையாடுமிடம், ஜிம்மி மாமா கடை, வாட்ஸன் மருந்துக் கடை ஆகியவைதான்.

வெண் சிப்பிகள் பரவிய வீதி வழியே, நான் நீரோரம் நோக்கி மெதுவாக

நடந்தேன். ஸிடார் மரத்தடிப் பக்கம் லேசாகப் பார்வை செலுத்தினேன். வயோதிகர் பலர் காக்கைகள் மாதிரி அங்கே உட்கார்ந்திருந்தனர். கறுப்புக் கோட்டுகள், சிதைவுற்ற கப்பித்தான் குல்லாய்கள், உருக்குலைந்த அகலத் தொப்பிகள், அடிபட்டு நைந்த பழைய அங்கிகள் இவற்றினிடையே தாத்தாவும் காணப்பட்டார்.

அந்த ஸிடார் பெஞ்சு, நகரத்து முதியவர்களின் தனி உடைமை என்றே சொல்லலாம். காற்றில் கோணி, உப்பினால் வெளிறுற்று நின்ற புராதன ஸிடார் மரம் ஒன்றைச் சுற்றிலும் சதுரமான மரபெஞ்சு கிடந்தது. மாலுமி வீடு, கப்பல் சாமான்கள் நிலையம், இறால் மண்டிகளோடு கூடிய இறால் மீன்துறை ஆகியவற்றிலிருந்து சமதூரமே அதற்கு. எரிபொருள் கிடங்கு. வழிகாட்டும் படகு நிறுத்துமிடம், மீன் பிடிக்கும் படகுகளைக் கட்டி வைக்கும் இதர துறைகள் எல்லாம் அதிலிருந்து வெகு தொலைவில் இல்லை. பழைய ஸிடார் பெஞ்சு பலவீனமாகத்தான் ஒட்டியிருந்தது. ஏனெனில் அதன் பாகமெல்லாம் ஒரு கையகலத்துக்குக் குறுகி விடும்படி செதுக்கப்பட்டிருந்தது. கத்தி வெட்டுகள் அதன் மீது தாறுமாறாகப் பதிந்து கிடந்தன. அதன் பல பகுதிகளிலும் போதுமான நேரம் உட்கார்ந்திருந்தால், அந்த ஊரில் உள்ள ஐம்பது வயதுக்கு அதிகமாகிவிட்ட பெரியவர்கள் பெயரின் முதல் எழுத்துக்கள் எல்லாம் நமது பின்புறத்தில் அழுத்தமாகப் பதிந்து விடும் என்று தாத்தா ஒரு தடவை சொன்னார்.

தேர்தல் சமயம் தவிர்ந்த இதரகாலங்களில் ஸிடார் பெஞ்சியில் யாரும் அதிகம் பேசுவதில்லை. சிந்திப்பதற்கு உரிய இடம் அது. நான் அங்கு சேர்ந்த சமயம் தாத்தா தீவிரமாகச் சிந்தித்துக் கொண்டிருந்தார். அவர் தொப்பி மூக்குத் தண்டுமேல் வந்து கவிழ்ந்திருந்தது. பார்க் பெஞ்சியில், மிஸ்டர் பெர்னி பரூச் அமர்ந்திருக்கும் கோலம் என்று சில சமயங்களில் படங்களில் நாம் காணும் காட்சியை அவர் நினைவுபடுத்தினார். அவர் கண்கள் மூடியிருந்தன. புகைக் குழாய் அவிந்து விட்டது. ஒரு முழங்காலைப் பெஞ்சியின் மீது உயர்த்தி வைத்திருந்தார். மங்கலான தேமல் படர்ந்த எலும்புக் கரங்கள் அந்தக் காலைச் சுற்றிப் கீச்சொலி, பூச்சிகளின் ரீங்காரம் இவை தவிர அங்கு அதிக சப்தம் இல்லை. எச்சரிக்கையின்றித் திரியும் வண்ணப் பூச்சி எதன் மீதாவது, முதியவர்களில் ஒருவர் 'சளப்' பெனத் துப்பும் புகையிலைச் சாறு தரும் ஒலியும் அவ்வப்போது கேட்கும். இம்முதியவர்களில் சிலர் காற்றுக்கு நேரே எச்சிலை வளையமாய் துப்பக் கூடியவர்கள், பந்து விளையாடும் இடத்தில் உள்ள துப்பற்படிகத்திற்குப் பத்தடி தூரத்தில் நின்றவாறே கணக்காகத் துப்பும் திறமைசாலிகள்.

நான் மெதுவாகப் போய்த் தாத்தாவின் பக்கத்தில் உட்கார்ந்தேன். சிறிது

நேரத்தில் அவர் ஒரு கண்ணையும், அப்புறம் அடுத்ததையும் திறந்தார். தெளிவு பெற விரும்பியவர் போல், தலையை ஆட்டினார். "ஹல்லோ, என்ன விஷயம்?" என்றார்.

"பிரமாதம் ஒன்றுமில்லை. பெண்கள் வீட்டைச் சுத்தப்படுத்துகிறார்கள். அது எனக்குக் குழப்பம் ஏற்படுத்தியது."

அவர் எழுந்து நின்றார். எனக்கும் குழப்பம் உண்டாக்கியது. சிறு ஓய்வை நாடி நான் இங்கு வந்தேன். ஒட்டடைக் கம்புகள் சுழலவும், வாளிகள் கலகலக்கவும் தொடங்கிய உடனேயே நாள் வெளியேறி விட்டேன். இங்குள்ள இதர கனவான்களுக்குத் தொந்தரவு கொடுக்காமல், நாம் துறையின் எல்லைக்குப் போவோம், வா. இந்த ஊர் முழுவதும் வீடுகள் சுத்தம் செய்யப்படுவதாகத் தோன்றுகிறது" என்றார்.

துறையின் T –வடிவ முடிவை நாங்கள் அடைந்தோம். தாத்தா ஓசை எழுப்பியபடி உட்கார்ந்து, அங்குள்ள கம்பம் ஒன்றில் சாய்ந்தார். நானும் அப்படியே செய்தேன். கடற் பறவைகள் சுழன்றன. வளையமிட்டன. சிறகை அடிக்காது பறந்தன. காற்றினால் நீரில் குழிவு ஏற்பட்டது. தெறிக்கும் துளிகளிலே சூரிய ஒளி பட்டுச் சிறு சிறு சுடர்கள் கிளம்பின.

தாத்தா ஆழ்ந்த நெடுமூச்சுயிர்த்தார்; குழாயை நிரப்பினார். வட்டமிடும் கடற் பறவை ஒன்றைக் குறிப்பிட்டார்: "நாம் சுத்த, வடிகட்டிய, எதிலும் சேராத, சோம்பேறிகள் என்றே பலரும் சொல்வார்கள் என நான் நினைக்கிறேன். அது அப்படி அல்ல. உன் பாட்டி, தண்ணீர் அருகே வந்து தன் பாதரட்சைகளை அழுக்காக்கிக் கொள்ளத் துணிந்தால், ஸிடார் பெஞ்சியின் பக்கம் ஒரு பார்வை பார்த்து முன்னும் பின்னும் முகத்தைச் சுளிப்பாள். 'அந்த ஒன்றுக்கும் உதவாத சோம்பேறிகளைப் பாரேன். செய்து முடிக்க வேணும் என்று மாரிக்காலம் பூராவும் நாம் அவர்களிடம் சொல்லித் தீர்த்தோமே, அந்த நூறு காரியங்களையும் இப்போது அவர்கள் செய்யலாமே. அதில்லாமல் அவர்கள் மகா சோம்பேறிகளாக உட்கார்ந்து விட்டார்கள். செத்த பேன் கூட அவர்கள் மேலிருந்து கீழே விழாது போலிருக்கு என்று ஏதேனும் கூறுவாள். ஆனால், பெண்களின் சுபாவம் அது. அதனால்தான், பெண்கள், பிள்ளைகளைப் பெறுவது தவிர, வேறு உருப்படியான சிறந்த காரியம் எதையும் இதுவரை செய்ததில்லை. ஆண்கள் போல் அவர்களால் சமையல் செய்யவும் முடியாது. ஏனெனில் அவர்கள் சிந்திப்பதற்கு நேரம் எடுத்துக்கொள்வதில்லை. சிறிய கிழட்டு, பேண்ட்டம் இனப் பெட்டைக்கோழிகள் மாதிரித் தான் இவர்களும், பிராண்டியும், கொத்தியும் அறிவொளி பெற்றதெனத் தோன்றுகிற, ஆனால் அப்படி இல்லாத மனிக்கண்களால் அங்குமிங்கும் பார்க்கும் பண்புள்ளவர்கள் தான்."

அதைக் கேட்டு நான் சிறிது சிரிக்க நேர்ந்தது. நீர் எப்பொழுதாவது பேண்ட்டம் பெட்டைக் கோழிகளைப் பார்த்திருந்தால், அவை ஒருபோதும் சும்மா இருப்பதில்லை என்பதை உணர்வீர். எப்போதும், தங்கள் கழுத்தை முற்றிலும் திருப்பி பேன் இருக்கிறதா என்று முதுகை ஆராயும். அல்லது, நெஞ்சிலும், சிறகுகள் அடியிலும் கொத்தும்; பிறாண்டும். சிறகுகளை அடித்துக்கொள்ளும். எதன் மீதாவது தாவும். கோபத்தால், அல்லது மற்றுமொரு முட்டையை வெளியே தள்ளிவிட்ட பெருமிதத்தோடு. சதா கொக்கரிக்கும். தலையில் ஒரு துண்டைக் கட்டிக்கொண்டு, ஒரு கையில் தூசி துடைக்கும் துணியும், இறகுத் துடைப்பம் இன்னொரு கையிலுமாக, வீடு சுத்தம் செய்கிற பாட்டி கூட வயதான சிறிய பேண்ட்டம் பெட்டைதான். குறை கூறுவதற்கு மட்டுமே அவள் தன் வேலையை நிறுத்துவாள்.

"இப்போது என்னையே எடுத்துக்கொள். உண்மையில் நான் சோம்பேறி அல்ல. அவன் செய்துகொண்டிருப்பதாகக் கருதப்படும் ஒரு வேலையை வைத்து, விண்பொழுது போக்கி ஏமாற்றுகிறவன் தான் சோம்பேறியாவான். அப்படி ஒப்பேற்றுகிற நபர்கள் பலரை நான் அறிவேன். சோம்பலுக்கும் சிந்தனைக்கும் கண்களை மூடியபடி சிந்திப்பதற்கும் கூட வித்தியாசம் உண்டு. சும்மா நான் கண்ணை மூடிக்கொண்டு வெயிலில் உட்கார்ந்து விட்டேன் என்பதனால் நான் வீண் பொழுது போக்குகிறேன் என்றாகிவிடாது.

"உதாரணமாக, குளிர்ந்த மாரிக்காலம், மழையும் காற்றும் நிறைந்த வசந்தம் இவற்றின் கடுமைகளிலிருந்து இன்று நான் மீட்சி பெறுகிறேன். சென்றதிலிருந்து விடுபட்டு இனி வருவதைத் தாங்கிக் கொள்வதற்காக என் சக்தியைச் சேமிக்கிறேன். வரும் ஆறு மாதங்களில், நமது சிந்தனை ஒருமைப்பாட்டையும் மிகுந்த உழைப்பையும் கோருகிற அனுபவங்கள் என்ன எதிர்ப்படுமோ. யார் சொல்ல முடியும்? ஓர் ஏரோப்ளேனைக் கண்டுபிடிப்பது, அல்லது காங்கிரசுக்கு ஓடியாடி உழைப்பது போன்ற பெரிய வேலை எதையாவது நான் செய்யும்படி நேருமானால், சென்ற வருஷ அலுவல்களால் ஓய்ந்து போன நிலையிலே உழைக்கப் புகுந்து, நன்கு ஓய்வு பெற்ற உற்சாகத்தோடு வரும் ஒருவனை என்னினும் மேலானவனாகிவிட அனுமதிப்பது அவமானமாகவே அமையும்" என்று தாத்தா சொன்னார்.

நான் குறுக்கிட்டேன். "ஆனால் நீங்கள் நன்கு வளர்ந்த மனிதர் (தன்னைத் தவிர யாரும் அவரை வயோதிகர் என்று குறிப்பிடுவதைத் தாத்தா விரும்பமாட்டார்.) நாளோ 'மே' அத்தை சொல்வது போல, சட்டை வால் பையன். ஓய்வு என்பது பையன்களுக்கு நல்லதல்ல. அவர்கள் எந்நேரமும் ஏதாவது செய்து கொண்டிருக்க வேண்டும் என்று பெரிய மனிதர் விதி

எதுவோ இருப்பதாக எனக்குத் தோன்றுகிறது. மரம் வெட்டுவது, வெயிலில் கண் மூடுவது, அல்லது வலையைச் சரி செய்வது போன்ற எதையாவது கவனிக்க நான் உட்கார வேண்டியது தான் தாமதம் பெண்களில் ஒருத்தி வேகமாக வந்து சேருவாள்; கடைக்குப் போவது. அல்லது 'அடா' அத்தை வீட்டுக்குப் போய் ஏதோ ஒன்றில் ஒரு கோப்பை, அல்லது வேறொன்றில் அரைராத்தல் வாங்கி வருவது போன்ற அலுவல் எதையாவது சுமத்துவாள்" என்றேன்.

"அநியாயம், அநியாயம்" என்று தாத்தா பெருமூச்செறிந்தார். "பெரியவர்களை விடப் பையன்களுக்கே அதிக ஓய்வு தேவை. எலும்பை வளர்ப்பதிலும், அவ்வெலும்புகள் மீது சதை படிய வைப்பதிலும் பையன்கள் ஈடுபடுகிறார்கள். இதுவே முழுநேர வேலையாகும். பெரியவர்களை விடப் பையன்கள் அதிகமான சத்தைச் செலவிடுகிறாகள். இருபத்தோராவது வயசைக் கடக்கும் வரை பையன்கள் ஒரு ரக ஜுரம் பற்றியவர்களாக விளங்குகிறார்கள். பெரியவர்களுக்காகச் சில்லறை வேலைகள் செய்யத்தான் பையன்கள் சிருஷ்டிக்கப் பட்டிருக்கிறார்கள் என்று மயக்கமான கருத்து ஒன்று நிலவுவதாகத் தோன்றுகிறது" என்றார்.

"நல்ல இறைச்சி பையன்களுக்குப் பிடிக்காதது போல் நடந்து கொள்கிறார்களே, அதே மாதிரி தான்" என்று நான் சிறிது கசப்புடன் பேசலானேன். "முதுகு, சிறகு, கால், இன்னும் வேலிக்கு அப்பால் வீசி ஏறிய வேண்டிய கழிவுகள்தான் பையன்களுக்குப் பிடிக்க வேண்டும் போலும். சரியான இறைச்சி பெரியவர்களுக்கு மட்டும்தான் பிடிக்குமாம். விறகு உடைப்பது, மீன்களைச் சுத்தம் செய்வது. பறவைகளின் குடலை நீக்குவது, கடைக்குப்போவது, முற்றங்களைச் செதுக்குவது, புல் வெட்டுவது இவையெல்லாம் பையன்களுக்கு இஷ்டமாகும் என்று கருதப்படுகிறது. ஒரு பையன் பெரிய ஆளிடம் பேசும் முறையில், இதை நான் சொல்லப் பெருமைப்படுகிறேன் : பையன்கள் எதை விரும்புவார்கள் என்று பெரியவர்கள் கொண்டுள்ள கருத்துக்கும், பையன்கள் எதை விரும்புகிறார்கள் என்று பையன்கள் நினைப்பதற்கும் அதிக வித்தியாசம் உண்டு."

"உண்மை; மிகுந்த உண்மை. அநியாயமும்கூட ஆனால், மனித வாழ்வின் கடும் உழைப்பையும் தொல்லைகளையும் தாங்கிக் கொள்ளப் பையனைத் தயார்படுத்துகிறோம் என்பதுதான் பெரியவர் எண்ணம்" என்று தாத்தா கூறினார்.

"மனித வாழ்வின் கடும் உழைப்பு, தொல்லைகள் ஆகியவற்றை எட்டிப் பிடிப்பதற்குள்ளாகவே நான் முற்றிலும் ஓய்ந்து போவேன். சிந்திப்பது என்று

நீங்கள் கூறுகிறீர்களே, அதைச் செய்வதற்கு எனக்கு வேட்டையாடுவது. மீன் பிடிப்பது ஆகிய நேரங்களில் தவிர, வேறு நேரமே இல்லை" என்று நான் சோகமாய்ப் பேசினேன்.

"உனக்கு அப்பொழுது போதுமான நேரம் கிடைத்துள்ளது என்றே நான் சொல்வேன். ஒன்றை அல்லது மற்றதை, அல்லது இரண்டையுமே நீ வருஷத்தில் பத்து மாத காலம், பள்ளிக்கூடம் இல்லாத சமயமெல்லாம். செய்து வருகிறாய். பத்து மைல் தூரம் படகு செலுத்துவதிலோ, பறவை பிடிக்கும் நாய்க்குப் பின்னால், மழைக் காலத்துக் காட்டில் ஆறு மணி நேரம் நடப்பதிலோ நீ ஒருபோதும் களைப்படைவதாகத் தெரியவில்லை" என்று தாத்தா வெடுவெடுப்புடன் சொன்னார்.

"அது வேலை அல்ல. நாம் செய்யவேண்டும் என்று மற்றவர்கள் சொல்வதற்காக, நமக்குப் பிடித்தமில்லாததைச் செய்வதுதான் வேலை ஆகும்" என்றேன்.

தாத்தா அதைச் சிறிது அசட்டை செய்தார். தன் குழாய்க் காம்பைப் குதப்பினார். மிக அருகே பறந்த ஒரு கடற்பறவை மீது துப்பினார். பிறகு பேசினார்:" வேலை பற்றிப் பேசுவதானால், இன்று காலையில் நான் நல்ல ஓய்வு பெற்றிருக்கிறேன். ஆகவே சிறு உண்மையான உழைப்பு நம்மில் ஒருவரையும் சாகடிக்காது என உணர்கிறேன். நான் உன்னோடு ஒரு ஒப்பந்தம் செய்கிறேன். இந்த மாரிக் காலத்தில் தொடர்ந்து இரண்டு சூறாவளி வந்தபோது, நமது மீன் பிடிப்புக் குடிசை பலத்த தாக்குதலுக்கு உள்ளாயிற்று என்பதை நீ அறிவாய். இம்முறை அதை இன்னும் பலம் பொருந்தியதாக அமைக்கத் திட்டமிட்டிருக்கிறேன். காஸ்வெல் கடற்கரை நெடுகிலும், மரக்கட்டைகளும் அடிமரங்களும், இன்னும் பலவும் அலைகளால் எற்றுண்டு ஏராளமாய்க் கிடக்கின்றன. இப்பொழுது நீ உன்னையே உலுக்கிக் கொண்டு வீதிவழி நடந்து ஓடி அல்ல ஜிம்மி மாமா கடைக்குப் போய், புளிப்பு ஊறுகாய், கேக்கு, கொஞ்சம் இறைச்சி, கூரை ஆணி, பத்துப்பென்னி ஆணி போன்ற சாமான்களை வாங்கி வா. நான் வீட்டுக்குப்போய் நமக்கு வேண்டிய இதர சாமான்களைச் சேகரிக்கிறேன். வார இறுதியை நம் இஷ்டம்போல் கழிக்கலாம். பெண்கள் எல்லாவற்றையும் சுத்தப்படுத்துவதில் ஈடுபட்டிருப்பதால் நாம் இல்லாததை உணரவே மாட்டார்கள்."

அது நியாயமான ஒப்பந்தமாகவே தோன்றியது. நான் எழுந்து. தாத்தாவிடம் ஒரு கையை நீட்டி, அவரைத் தூக்கி நிறுத்தினேன், நாங்கள் துறையைவிட்டுச் சென்றோம், அவர் வீட்டுக்குப் போனார். நான் ஜிம்மி கடை நோக்கி நடந்தேன்.

இப்பொழுது நான் ஏமாற்ற முடியும்; அது எனக்கே நிகழ்ந்தது என்று பாசாங்கு பண்ணலாம். ஆனால் அப்படி நடக்கவில்லை. அது ஒரு நீக்ரோச்சிறுவனுக்கே நடைபெற்றது. ஊர் முழுவதும் பரவித் தமாஷாக நிலைத்தும் விட்டது. அப்பாவின் குடும்பம் இளைப்பாறிக் கொண்டிருந்தது. ஜிம்மி மாமாதான் எல்லோரிலும் அதிகமாக ஓய்வு பெறுபவர். நான் கடைக்குப் போன சமயம், அவர் முற்றத்தில் எதன் மீதோ அமர்ந்து ஓய்வு எடுத்துக்கொண்டிருந்தார். அவர் தொப்பி கண்கள் மீது கிடந்தது. அவரது சிறிய கொழுத்த கைகள் சிறு தொந்தியின் மேல் மடங்கியிருந்தன.

"ஓ. ஐயா" என்றேன்.

"ஓ. குழந்தாய். உனக்கு ஏதாவது வேண்டுமா? உள்ளே போய்த் தேடி எடுத்துக்கொள். காகிதப் பையில் கணக்கை எழுதிவிட்டு, பணத்தைப் பெட்டிமீது வைத்துவிட்டுப் போ" என்றார். வெயில் படாமல் அவர் கண்களை மறைத்துக்கொண்டார். நான் மரியாதையின்றிச் சிரித்தேன்

கதை இதுதான். ஒருநாள் சின்ன நீக்ரோப் பையன் ஒருவன் கடைக்கு வந்தான். மாமாவை இதே நிலையில் கண்டான்.

"என்னால் உனக்கு என்ன ஆகவேண்டும். பையா?" என்று, மூடிய கண்களோடு, ஜிம்மி மாமா கேட்டார்.

"அப்பா என்னை அனுப்பினார். அவருக்கு பத்துப்பென்னி ஆணி ஒரு ராத்தல் வேண்டுமாம், மிஸ்டர் ஜிம்மி, பின்பக்கத்துத் தாழ்வாரம் அநேகமாக விழுந்துவிடும் போலிருக்கிறது,"

"உள்ளே போய்த் தேடிப்பார், பையா. அவை கடைக்குள் எங்காவது இருக்கும் என்று எண்ணுகிறேன். ஊறுகாய் பீப்பாய்க்கும் வேறொன்றுக்கும் சமீபத்திலே" என்று ஜிம்மி கூறினார்.

சிறுவன் மறைத்தான். மீண்டும் வந்தான். "அவை அங்கே இல்லை மிஸ்டர் ஜிம்மி" என்றான்.

"நல்லது. பையா. வேறெங்காவது பார். வாயில் போடும் புகையிலைக்கும், மூக்குப் பொடிக்கும். ஒரு பென்னிக்கு ரெண்டு மிட்டாய் ரகங்களுக்கும் பக்கத்தில் இருக்கும். உனக்குத்தான் தெரியுமே. தேங்காய்ப் பூ கலந்த இளஞ்சிவப்பு மிட்டாய்களும், மார்ஷ்மெல்லோ சாக்லெட்டுகளும் அவை அருகே தான்."

சிறுவன் கடையில் உட்பகுதிக்குள்ளே மறைந்தான். திரும்பவும் வந்தான் "கடவுளுக்குப் பொதுவாகவும், மூன்று சாட்சிகள் அறியவும் நான்

சொல்கிறேன். மிஸ்டர் ஜிம்மி. நான் உயரே பார்த்தேன். கீழே பார்த்தேன். ஆனால் பத்துப்பென்னி ஆணியைக் காணவேயில்லை" என்றான்.

"முற்றத்துச் சாமான்கள், வயிறு கழுவி, மற்ற சரக்குகள் அருகிலெல்லாம் பார்த்தாயா? இராணுவச் செருப்புகளையும் ஸார்டைன் மீன்களையும் வைத்துள்ள இடத்தில், உயரே தேடினாயா?"

"ஆமய்யா, நான் நெடுகத் தேடினேன். அவை அகப்படவில்லை."

ஜிம்மி மாமா அசைந்தார்; தலையைச் சொறிந்தார்; புருவத்தை நெரித்தார். "அது கொஞ்சம் இருந்தது எனக்குத் தெரியும். இரும்புச் சாமான்கள் விற்பவன் போன தடவை இந்தப் பக்கம் வந்தபோது நான் நிறையவே ஆர்டர்கொடுத்தேன். 'விருப்பமே ஆனால் மெதுவாக' என்ற ஒரு கப்பல் சாமான்கள் அன்றொரு நாள் வந்தன" என்றார்.

திடீரென்று ஜிம்மி மாமா பெருஞ் சிரிப்பு சிரித்தார். தன் காலைத் தட்டினார். "நான்தான் தமாஷுக்கு ஆளானேன், பையா. அந்த ஆணிகளைப் பற்றி நாம் பேசிக்கொண்டிருக்கும் இத்தனை நேரமும், அவை கிடக்கிற பீப்பாய் மேலேயே நான் உட்கார்ந்திருக்கிறேன். பையா, நீ திரும்பவும் நாளைக்கு வாயேன்" என்று சொல்லி, அவர் மீண்டும் தன் கண்களை மூடினார்.

எவ்வாறாயினும், அது ஜிம்மி மாமாவைப் பற்றி மற்றவர்கள் சொன்னதுதான். வியாபாரத்தில் தனக்கு வேண்டிய பொருளைத் தானே எடுத்துக் கொள்ளும் முறையை அவர் தான் முதன்முதலில் புகுத்தினார் என்றும் சொன்னார்கள். இந்த முறை பின்னர் வெகு பிரபலமாகிவிட்டது. ஆயினும் அவர் ரொக்க வியாபாரத்தில் நம்பிக்கை வைத்ததில்லை. எப்போதாவது எண்ணிக் கொண்டால், அவர் அடிக்கடி பில் அனுப்புவார். பில் பணத்தைச் செலுத்துவதற்குச் சிறுவர்கள் வந்தால், பல்லை உடைக்கும் மிட்டாய் பொட்டலம் அல்லது, வயிறு கழுவி என்று அவர் குறிப்பிடும், திகட்டக் கூடிய அளவு இனிப்பு கொண்ட குடிவகைகளை தாராளமாய்த் தருவார். கடையில் ஒவ்வொன்றும் எங்கே உள்ளது என்பது எனக்குத் தெரியும். அதனால், தேவையானவற்றை எடுத்துக்கொண்டு, மொத்த விலையை ஒரு காகிதப் பையில் கட்டைப் பென்சிலால் எழுதி விட்டு, இளஞ் சிவப்பு வரைகளுடைய மிட்டாய் ஒன்றை அமுக்கியவாறு, வெளியேறினேன். ஜிம்மி மாமா விடைகொடுப்பது போல் உறுமினாரே தவிர, கண்களைத் திறக்கவேயில்லை.

நான் வீடு நோக்கி முக்கால்வாசி தூரம் நடந்ததும், தாத்தா காரில் ஏறி எனக்கு எதிரே வரக்கண்டேன். "உள்ளே தாவு. அவர்கள் எல்லோரும்

மாடியைச் சுத்தம் செய்கிறார்கள். அவர்களுக்குத் தெரியாதபடி நான் நழுவி விட்டேன், ஓடிப் போகலாம் வா. ஒரு குறிப்பு எழுதி முற்றத்து விளக்கின் மேல் வைத்திருக்கிறேன்" என்று அவர் சொன்னார்,

சிப்பி ரஸ்தா மீது உற்சாகமாகத் துள்ளி காஸ்வெல் நோக்கி ஓடினோம். ஓடை அருகே வந்ததும், மீன் தொழிற்சாலையின் நாற்றத்தை உணர முடிந்தது. முற்றிய மீன்களின் தூசி நாற்றம், இனிதாகவேயிருந்தது. அசைந்தாடும் சதுப்புப் புல்களுக்கு உயரே செஞ்சிறகுக் கரும்பறவைகள் மிதந்தன. சற்றுத் தொலைவில் மீன் பருந்து ஒன்று இரைதேடி வட்டமிட்டது. சூரியன் பிரகாசமாய் ஒளி வீசியது. தாத்தா பல்லைக் காட்டினார். "ஜிம்மி எப்படி இருந்தார்?" என்றார்.

"வழக்கம் போல்தான். நான் அவரைப் பார்த்தேன். அவ்வளவுதான் என்னுள் காடி நிறைந்தது போலாயிற்று. இப்பொழுது உழைக்கும் உணர்வு பிறந்துவிட்டது."

"எனக்கும் கூடத்தான். ஆனால் நான் இன்று காலையில் புதுச் சக்தி பெறவில்லை என்றால் இந்த உணர்வு அடைந்திருக்க மாட்டேன்" என்று தாத்தா சொன்னார்.

சிறிய படகுப் பாலம் ஊசலிட்டு இணைந்து, ஓடை மீது நாங்கள் போவதற்கு வழி செய்யும் வரை, காத்து நின்றோம். எங்களுக்கு விசேஷ அவசரம் எதுவுமில்லை. தாத்தா மறுபடியும் தன் தொப்பியைக் கண்கள் மீது இழுத்து விட்டிருப்பதைக் கவனித்தேன். அவர் விட்ட மூச்சு அல்லது மென் காற்றாகவும் இருக்கலாம் – அவர் மீசையைத் துடிக்கவைத்தது.

இன்று, வெளித் தோட்டத்தில் ஈஸிச் சேரில் சும்மா அமர்ந்துள்ள என்னைப் பார்க்கும் பலருக்கும், நான் உண்மையில் சோம்பியிருக்க வில்லை என்பதைப் புரிந்து கொள்ளும் திறமையில்லை. தாத்தா சொன்னதைத் தான் நான் செய்கிறேன். சென்றதிலிருந்து மீட்சி பெற்று, இனி வருவதற்காகச் சேமித்து வைக்கிறேன்.

11. கோடையின் இன்பம்

ஜூன் மாதம் வருஷத்தின் இனிய காலம் ஆகும். ஏனெனில் பள்ளிக்கூடம் மூடப்பெறுகிறது. உண்மையான உஷ்ணம் இன்னும் ஆரம்பிக்கவில்லை. காலை நேரங்கள் புத்திளமையோடு பனிமயமாய்த் திகழ்கின்றன. எல்லாம் பசுமையாயும் இனிய மணத்தோடும் உள்ளன. பொதுவாகக் கொசுக்கள் தோன்றவில்லை. இரவு வேளைகள் போர்த்துக் கொள்ள வசதியானபடி குளிர்ந்தே இருக்கின்றன. ஜூன் மாதம் பற்றிய மிக இனிய விஷயம் இது தான்: பள்ளியின் பயங்கர நினைவுகள் பின்தங்கி விடுகின்றன. செப்டம்பரோ வெகு தொலைவில் இருப்பதால் அதைக் கணக்கில் சேர்க்க வேண்டியதில்லை. கோடைக்காலம் பையன்களுக்குச் சொந்தம். பெரியவர்கள் கடற்கரைகளிலும் கிராமச் சங்கங்களிலும் விளையாடலாம். விடுமுறைகள் எடுக்கலாம். எனினும் கோடை உண்மையில் சிறுவர்களுக்கே உரியதாகும். அது சூடு பெறும் காலம். சொறி சிரங்கும், விஷ ஐவியும் பரவும் காலம், வெறும் காலுடன் திரியும் காலம் தூண்டில் முள் காதிலே மாட்டிக் கொள்ளும் காலம். பேஸ் பாலின் காலம். விப்பூர்வில் பறவைகளும், அந்தி வேளையில் தடி வௌவால்களும் சுற்றும் காலம்.

கோடைக்காலம் நலங்கள் பல பெற்றிருப்பதால் பெரும்பாலோருக்கு சட்ட விரோதமானதாக ஆக்கப்பட வேண்டும் என்று எனக்குத் தோன்றுகிறது. வயிற்றுவலி தரக்கூடிய அளவுக்குச் சகல வித அற்புதப் பொருள்களும்

நமக்குக் கிட்டும் –பீச், பீயர், ரேஸ்ப்பெர்ரி ஸ்ட்ராபெர்ரி போன்ற காட்டுப் பெர்ரிகளும், சாதா பெர்ரிகளும், பெரிய கருநீலப் பிளம், மஞ்சளும் இளஞ்சிவப்புமான பிளம், அத்திப் பழங்கள், பெரிய குளுமையான பசிய முலாம் பழங்கள், புலிக்கோடுகள் பெற்ற முலாம் பழம். வசந்த வீட்டிலுள்ள பச்சைத் தண்ணீரிலிருந்து இதை எடுத்து, அப்படியே முகத்தைப் பதித்து, சிறிது சிறிதாகச் சுவைப்போம். இறுதியில், கோடை தேய்ந்து, இலையுதிர்காலம் வந்து தட்டுவது போல் காற்றிலே சிறு புகை மணம் நிலவத் தொடங்குகையில், திராட்சைப் பழங்கள் வரும். பெரிய, சதைப்பற்றுள்ள, ரசம் துளும்புகிற, ஸ்கூப்பர்நங் திராட்சைகள். திகட்டும் இனிமை பெற்ற வெள்ளை ரகமும், கோல்ப் பந்துகள் போல் பெரிதான, சிறிது புளிப்பு உடைய கறுப்பு ரகமும் உண்டு.

எங்கள் ஊரில் ஜூன் மாதத்தில் ஒழுங்கான பள்ளிக்கூடத்தையும், ஞாயிற்றுப் பள்ளியையும் மூடிவிடுவார்கள். இது எனக்கு மிகுதியும் பிடித்தமானது. ஞாயிற்றுப் பள்ளியில் நான் கற்றதெல்லாம் கிராப்ஸ் ஆட்டத்தை எப்படி விளையாடுவது என்று தான். இது துக்ககரமான பொழுது போக்கு. அதனால் தான், குட்டிச்சாத்தான்களாகிய எங்களை நன்னிலைப்படுத்த வந்த, மணல் நிறத் தலை மயிர் பெற்ற ஆங்கிலேயர் (ஒரு அந்நியன்) மிஸ்டர் ஜேம்ஸ் ஸ்டீஃபன்ஸ், எங்களுடைய அதிரிச்சி தரும் நடவடிக்கைகளைப் புதுப்பிக்க நேர்ந்தது. ஏய்ப்பதற்கென அமைந்த பாய்ச்சிகைகளைக் கொண்டு வந்து அவர் ஆடினார். வசந்த காலப் பிரார்த்தனை நாட்களுக்குப் பணமற்றவர்களாக எங்களை ஆக்கிவிட்டார். கடனை வசூல் செய்வதையே தொழிலாகக் கொண்ட வட்டிக் கடைக்காரன் மாதிரியே அவரும் கண்டிப்பாக நடந்தார். தான் அநியாயமாகப் பெற்ற லாபத்தை உண்டியல் தட்டில் சேர்த்தார். என் பணம் முழுவதும் காலி. அதனால் எனக்கு மிகுந்த பக்தி உணர்ச்சி பிறந்திருந்தது. அந்தச் சந்தர்ப்பத்தில் ஒரு நாள் காலையில் தாத்தர என்னை மடக்கினார்.

தனக்கு தோவது நேராவிட்டால் சுட்டுக் கொள்ள வேண்டும் என்ற உணனக்கு ஏகாவத்துக்கு ஏற்படக் கூடிய தினங்களில் ஒரு தினம் அது. ஏதாவது பெரிதாய், சர்க்கஸிலிருந்து திமிறிக் கொண்டு வெளியேறிய கொடும் விலங்குகளிடமிருந்து சுந்தரி ஒருத்தியைப் காப்பாற்றுவது. அல்லது பற்றி எரியும் கட்டிடத்தினுள் ஒரு குழந்தையைக் காப்பாற்றுவதற்காகப் பாய்வது போன்ற வீரச் செயல் ஏதாவது நேர வேண்டும். நடை மேடையில் குமிழியிடும் கீலேண்ணெயைச் சேர்த்துக் கரும் பந்து செய்வது போதாது. பிளம் பழங்களைப் பச்சையாய்த் தின்பதோ, பூனைப் பறவைகள் மீது கள்ளத்தனமாய்க் கவண் எறிவதோ போதாது. காற்றில் வளைந்தாடும் புல்கள்

மீது பாபோலிங் குருவிகள் திறமையோடு வீற்றிருக்கும் அற்புத நாள் அது. கோடீஸ்வரன் காசுகளை வீசுவது போல, பால்டிமோர் பொன் குருவிகள் இசையொலி சிதறும். டார்ஸான் வீடு அடக்கமாக அமைந்துள்ள, அடர்ந்த பெரிய மரங்களில் காட்டுச் செர்ரிப் பழங்கள் கறுப்பாய், இனிமையாய் மின்னும்.

தாத்தாதன் குழாய்த் தண்டினாலும் கண்களாலும் என்னைக் குத்தினார். “உன்னைப் பற்றி நான் ரொம்பவும் கேள்விப்படுகிறேன். ஞாயிற்றுப் பள்ளிக்கு மட்டம் போடுவது, புனித ஜேம்ஸ் கோயிலின் நிலவறையில் குட்டிப் பிசாசுகளாகிய நீங்கள் கூடிக் கொண்டு சூதாடுவது பற்றி எல்லாம் கேள்விப்பட்டேன். நீ நரகத்துக்குத் தான் போவாய் போல் தோன்றுகிறது. பள்ளிக்கூட விஷயத்தில் நான் உன்னைச் சீர்ப்படுத்தி விட்டநாக எண்ணினேன். ஆனால் இப்போது உனக்குச் சிறிது பணிவைப் பற்றிக் கற்றுக் கொடுக்க வேண்டும் என்று நினைக்கிறேன்” என்றார்.

இதோ வந்து விட்டது என்று எனக்கு நானே கூறினேன். நான் உபதேசிக்கப் படுவேன்; அல்லது ஏன் செய்ய விரும்பவில்லை என்று அறியக் கூடாமலே நான் செய்ய விரும்பாத எதையாவது செய்யும்படி வற்புறுத்தப் படுவேன். உபதேசங்களைப் பொறுத்த மட்டில் தாத்தா அடிக்கடி மாறுபடக் கூடியவர்தான்.

“நீ என்ன செய்யப் போகிறாய்?” என்று கேட்டேன்.

“நாம் சும்மா மீன் பிடிக்கப் போகிறோம்” என்று அவர் உற்சாகமாகச் சொன்னார்.

அவமரியாதை செய்ததற்காக ஒரு பையனைத் தண்டிக்கும் முறை அவனை மீன் பிடிக்க அழைத்துப் போவது அல்ல என்பது நிச்சயம்; எனவே இதில் எங்கோ சூது இருக்கிறது என்று நினைத்தேன். வகையாக விளையாடும் விதத்தை நான் தாத்தாவிடமிருந்து கற்றிருந்தேன். அதனால், நான் சொன்னதெல்லாம் “எந்தவித மீன் பிடிப்பு?” என்பதே.

“நல்ல தண்ணீரில் உள்ளவற்றைத்தான். முதிர்ந்து பெரிதான பாஸ் மீன் ஒன்றையோ, அல்லது கொஞ்சம் பிரிம் மீன்களையோ பிடிக்கலாம். நாம் காரில் போவோம். பெரிய ஓடையில் எனக்குத் தெரிந்த ஆள் ஒருவன் உண்டு. அவனிடம் படகு வாடகைக்கு எடுப்போம். நான் போய் தூண்டில்களை எடுத்து வரும்லரை காத்திரு, அந்த நேரத்தில் நீ, அழுகிப்போன மரக் கட்டைகள் சிலவற்றை உருட்டு. ஒரு டப்பா நிறையப் புழுக்கள் சேகரிப்பதில் உன் அபாரத் திறமையைக் காட்டும் என்று தாத்தா கூறினார்.

பசுக்கள் நிற்குமிடம் போனேன் நான். அதற்குப் பின்னால் தணிவான சகதிச் சதுப்பு ஒன்று உண்டு, அங்கு பன்றிகள் கிடக்கும்; காடைகள் நீர் குடிக்க வரும். அங்கிருந்த மோசமான கட்டைகள் சிலவற்றைப் புரட்டி, ஒரு பெரிய வர்ண டப்பா நிறையப் புழுக்களைச் சேர்த்தேன். நேர்த்தியான கொழுத்த புழுக்கள் டப்பாவில் நான் போட்டிருந்த ஈரச் சேற்றில் ஆனந்தமாய் நெளிந்தன. நான் வீடு வந்தபோது, இரண்டு இலேசான மூங்கில் தூண்டில்களைத் தாத்தா எடுத்து வைத்திருந்தார். அவற்றை அதுவரை நான் பார்த்ததேயில்லை.

“இவை எங்கிருந்து வந்தன?” என்று நான் கேட்டேன்.

“ஓ, ரொம்ப காலமாக அவை என்னிடம் இருக்கின்றன. உனக்குத் தெரியாத எவ்வளவோ பொருள்கள் என்னிடம் உள்ளன. சந்திக்கிற ஒவ்வொரு சின்னப் பயலையும் எனது அந்தரங்கத்துக்குரியவனாகக் கருதுபவன் நானல்ல. நான் பேசாமலே வைத்துள்ள ரகசியங்கள் மிகப் பல. இத்தூண்டில்கள் என் ரகசியங்களில் ஒன்றுதான். இக்கடற்கரையில் நல்ல தண்ணீர் மீன் பிடிப்பு சிறு பெண் வேலையாகக் கருதப்படுகிறது சிறு பெண் பண்பு அல்லது கேவலம் வெட்டி வீணனின் குணமாக மதிக்கப்படும்” என்றார் அவர். வெட்டி வீணன் என்பவன் பெர்ச் மீனையும், பூனை மீனையும் கொண்டு தன் குடும்பத்தைக் காப்பாற்ற வேண்டிய நிலையிலுள்ள சோம்பல் மிக்க அற்பன் ஆவன்.

நான் காரை முடுக்கினேன். பேரோசையோடு நாங்கள் முன்னேறினோம். சிறிது அமுத்தலான சிரிப்பு இல்லாமல் நான் லிஸில் பயணம் போனதேயில்லை. T–மாடல் கார்களில் ஒன்றை ஓட்டுவதற்கு ஒரு குரங்குதான் லாயக்கு என்று தாத்தா சொன்னார். “ஸ்டீரிங் சக்கரத்துக்கு இரண்டு கைகளும், பெடலுக்கு இரு கால்களும், சுதவை மூடியபடி வைத்திருக்க ஒரு வாலும் தேவைப்படும்” என்றார் அவர். ஆனால் அதனினும் சிறந்த கார் இதுவரை தயாரிக்கப் படவில்லை. இராணுவ டாங்கி போகக் கூடிய எந்த இடத்துக்கும், அதே அளவு இரைச்சலோடு இதுவும் போகும். அது தரையிலிருந்து உயர்ந்தே ஓடும். சேற்றில் புரளாமலிருக்கத் தனது ஆடையின் விளிம்புகளைத் தூக்கிப் பிடித்தபடி நடக்கும் வயோதிக மாதுபோல் தோன்றும்.எனினும் அது தேய்வுறுவதே இல்லை.

நாங்கள் பதினைந்து மைல் பிரயாணம் செய்து, பெரிய ஓடைக்கு வந்தோம். அதற்கு வேறு பெயர் இருக்கும் என்று எண்ணுகிறேன். ஆனால் நாங்கள் அதைப் பெரிய ஓடை என்றே அழைத்தோம். பியர் முனை ஆற்றோடு எங்கோ ஓரிடத்தில் கலக்கிற சிற்றாறு அது. படகு வீடு ஒன்றும், துறையும், துறையை அடுத்து சில சிறு படகுகளும் அங்கே காணப்பட்டன. நாங்கள் அங்கு போனபோது, பிற்பகல் மணி நான்கு இருக்கும்.

ஒரு படகின் வாடகையாக தாத்தா ஐம்பது சதம் செலுத்தினார். அவர் வெறுமனே தலையசைத்துத் துடுப்புகளை எனக்குக் காட்டினார். மெதுவான, மங்கல்நிற, இலைகள் ஊறிய தண்ணீரில் அதன் ஓட்டத்தை எதிர்த்து நான் படகு வலித்தேன். சிறு பாறைகள் மீதும், அவற்றைச் சுற்றியும், பச்சைப் பாசி படிந்த முதிர்ந்த மரப் பகுதிகள் மேலும் ஓடும்போது மந்தமான நீரோட்டம் சிறு சிறு அலைகளையும், குமிழிகளையும்,உறிஞ்சும் ஒலிகளையும் சிருஷ்டித்தது. நான் படகோட்டியபோது, தாத்தா தூண்டிலைச் சரிசெய்து கொண்டிருந்தார். ஒரு பகுதியில், பிளவுபட்ட குண்டையும், ஒற்றை முள்ளையும், பிரகாசமான சிவப்பும் வெள்ளையும் கலந்த வசியக்கட்டையோடு சில பன்றிக்கறித் துண்டுகளை மற்றொரு பகுதியிலும் அவர் இணைத்ததை நான் கவனித்தேன்.

பெரிய ஓடையின் ஒரு வளைவை நாங்கள் கடந்தோம். கரையை நோக்கிப் படகைச் செலுத்தும்படி தாத்தா சொன்னார். அங்கே குவளைக் கொடிகளும் களைகளும் மண்டிக் கிடந்தன. அதிக ஆழமுள்ள குட்டைகள் போலும் தோன்றியது அவ்விடம். ஒற்றை முள்ளும், கனத்த பளுவும் உள்ள தூண்டிலை அவர் என்னிடம் தந்தார்.

“இப்போது நாம் மீன் பிடிப்போம். நீ தோண்டி எடுத்த புழுக்களை உபயோகித்து, கொஞ்சம் பிரிம் மீன்களைப் பிடி. நான் ஒரு பாஸ் மீன் சம்பந்தமாக ஏதேனும் செய்ய முடியாதா என்று பார்க்கிறேன். நமது தூண்டில் இரைக்கு வேண்டிய பிரிம் மீனைப் பிடித்த பிறகு நீயும் பாஸ் மீனுக்கு முயற்சிக்கலாம். எப்படியும் அவை இன்னும் ஒரு மணி நேரத்துக்கு மாலை ஈக் கூட்டம் எழுகிற வரையில் தூண்டிலைக் கவ்வ வரா” என்று அவர் திடமாகக் கூறினார்.

“பையா, இனிமேல் நாம் பேசப்போவதில்லை. ஏனெனில், மீன் பிடிப்பு மௌன ஆட்டம் ஆகும். அதிக சம்பாஷணை மீன்களை அச்சுறுத்தி, நிலைமையைக் கெடுத்து விடும். நீ அங்கு உட்கார்ந்து மீன் பிடிக்க வேண்டும்; மீன்கள் தூண்டிலைக் கவ்வாதபோது கவனித்து, உற்று நோக்கிச் சிந்திக்க வேண்டும். இதுவே நான் விரும்புவது. சொர்க்கத்தையும், நரகத்தையும் பற்றி, மறுஉலகம் எவ்வளவு தூரம் இருக்கிறது என்பது பற்றிச் சிந்தனை செய். உன்னைச் சுற்றிலும் பார். எதையும் இயல்பானதென எண்ணாதே. நீ காண்கிற ஒவ்வொன்றையும் கூர்ந்து நோக்கு. கேட்கிற அனைத்தையும் நன்கு கவனி. வேறொரு உலகிலிருந்து புத்தம் புதிதாக வந்தவன் போல் நடந்து கொள். எல்லா விஷயங்களைப் பற்றியும், அவை அங்கு எப்படி வந்தன என்றும் எண்ணிப் பார். இப்போது நாம் மீன் பிடிக்கலாம்” என்றார் அவர்.

சத்து நிறைந்த பெரிய மீன் ஒன்றை முள்ளில் குத்தி, கயிற்றை நீரில்

எறிந்தேன். ஒரு நிமிஷத்திற்குள் கொழுத்த பெரிய பிரிம் மீன் ஒன்று அதில் சிக்கியது. நான் படகினுள் சேர்த்தேன். அவை தனித்தனி அரை ராத்தல் கனமே இருக்கும். ஆயினும் தங்கள் வாழ்வில் புழுவையே கண்டிராதது போல், அது சர்க்கரைக் கட்டி என்று எண்ணியபடி, கவ்வின. தாத்தா குவளைக் கொடிகள் மீது அல்லது அவற்றின் அருகே மீன் பிடிக்க முயன்றார்; சுரை ஓரமாக முதிர்ந்த அடிமர வேர்கள் அல்லது பாறைகளின் கீழே தூண்டில் கயிற்றைச் சுண்டினார். ஆயினும் எதையுமே அவர் பிடிக்கவில்லை.

நான் சுமார் இரண்டு டஜன் பிரிம் மீன்களைப் பிடித்தேன். பிறகு விசையை மாற்றிக் கொண்டு, தாத்தா செய்வதுபோலவே செயல் புரியலானேன். மணிக்கட்டில் சிறு தொல்லை ஏற்பட்டது. அதிகமாக இல்லை. நான் உப்பு நீர் மீன் பிடிப்பை அதிகம் செய்திருந்ததுதான் காரணம். வீச்சுவலை ஏறியும் வித்தையை நான் கற்றிருந்தேன். பாடப் புத்தகங்களில் உள்ளவை தவிர்த்து எதையும் கற்பதில் சிறுவருக்கு மிகுந்த தொல்லை ஏற்படுவதில்லை. என் தூண்டில் முள்ளில் கூட எதுவும் சிக்கவில்லை. சும்மா வீசுவது, இழுப்பது, நிலைப்படுத்தல், வீசுவது, மீண்டும் கொஞ்சம் இழுப்பது இதேதான். இரை ப்ளாங் என்னும் ஒலியோடு நீரில் விழுகிறது. பன்றி இறைச்சி, மார்பு நீச்சில் கால்களை உதைக்கும் தவளை மாதிரி, தண்ணீரில் நெளியும்.

நல்லது, ஐயா, நீர் பேசக் கூடாதபோது, சிந்தித்து, நோக்கி, உற்றுக் கேட்க வேண்டியதுதான். திடீரென்று இந்த உலகிலேயே தன்னந்தனியனாகி விட்ட பையன் நானே என்று பட்டது. தென் பிராந்தியத்தில் உள்ள நல்ல தண்ணீர் சதுப்பில், சூரியன் அஸ்தமிக்கத் தொடங்கி, கூச்சல்கள் மேலெழ ஆரம்பிக்கும் வேளையில் எப்படி இருக்கும் என்று உமக்கு ஏதாவது தெரியுமா? அல்லது, பகலின் சூடு தணியத் தணிய அது எவ்வாறிருக்கும், எவ்விதம் நாறும் என்றாவது தெரியுமா? உம்மைச் சுற்றிலும் எவ்வகைப் பொருள்கள் உண்டு என்பதாவது தெரியுமா?

நான் தண்ணீரையே கவனித்தேன். அது தெளிவாகவும், சுத்தமாகவும் இருந்தது. ஆனால் இலைகளின் சாற்றினால் அது. நம் தொப்பியைப் போல், பழுப்பு நிறமாகத் தோன்றியது. கை நிறைய அதை அள்ளிக் குடிக்கையில், இலைகளைக் கையினால் கசக்கினால் நாற்றம் அடிக்குமே அதுபோன்ற சுவை இருந்தது. பலரகமான சிறு உயிர்களும் அதில் காணப்பட்டன. துள்ளிக் குதிக்கும் பூச்சிகள்; நீந்தும்போது மிங்க் போல் சிறு சலனம் ஏற்படுத்தி நெளியும் சிறு ஐந்துக்கள் எல்லாம்தான், ஈக்கம் பறக்கத் தொடங்கியதும், அவற்றைக் கவ்வுவதற்காக மீன்கள் சுழன்று மேலெழுந்தன. பெரிய தடித் தவளை ஒன்று கெர் – டங் என்று கனமாய்க் கத்தியது. ஓசையுடன் நீரில் குதித்தது. மறு கரையில் விஷமுள்ள நீர்ப்பாம்பு ஒன்று மழமழப்பான

மண்ணில் வழுக்கி, ஓசை எதுவுமின்றித் தண்ணீருக்குள் நழுவியது.

அந்தச் சதுப்புநில ஆற்றருகே தனிமை உணர்வு மிகுதியானதால், எனக்கு அழவேண்டும் போலிருந்தது. உலகத்தின் சோக ஒலிகள் எல்லாம் திடுமென வெடித்தன அங்கே. சதுப்புக்கு ஊடே ஒரு புறா 'ஊ – ஹூ – ஊ – ஊ – ஹூ' என்னும் தனது அழுகை ஒலியை எழுப்பியது. அதனினும் சோகமான மற்றொன்று பதில் குரல் கொடுத்தது. இரண்டு கிழ விதவைகள் தங்கள் துயரங்களை வெளிப்படுத்துவது போல் அவை ஒலித்தன.

ஆழ்ந்த அமைதியை ஆயிரமாயிரம் கூச்சல்கள் குலைத்தன. பிட்டர்ன் நாரை ஆரவாரித்தது. நீர் நாரை கத்தியது. மீன் குத்தி கடகடத்தது. மான் நாசியால் சீறிக் குழறியது. ஒரு பறவை 'கிரீச்'சிட்டது. காகம் கரைந்தது. சதுப்பின் நடுவே எங்கோ ஒரு காட்டுப்பூனை ஒரு முயலோடு விளையாடியதால், உறுமலும் வீரிடுதலும் கலந்து ஒலித்தன. அணில் கீச்கீச் என்றது; அதற்கு பதிலும் எழுந்தது. இலைகள் சலசலத்தன. மரங்களிலிருந்து ஏதேதோ விழுந்தன. பார்வையில் படாத மிருகங்களின் அசைவுக்கு ஏற்ப, செடிகள் திகைப்பூட்டும் வகையில் ஆடின. ஓடை அருகே ஓரிடத்தில் தண்ணீர் குடிக்க வந்த ராக்கூன், ஒரு சீமாட்டி மாதிரித் தன் சிறிய பாதங்களைக் கழுவியது.

சூரியன் தாழ்ந்தது. பெரியதாய் முதிர்ந்த பசிய ஓக் மரங்கள், ஸ்பானிஷ் கொடிகள் தாடி போல் தொங்கி நீர் விளிம்பைத் தொட, நின்ற தோற்றம் விபரீதப் பிராணிகளின் துர்க்குறித்தனம் பெற்று விளங்கியது. சைப்ரஸ் மர முடிச்சுகள் பலரக விந்தை உருவங்களைச் சித்தரித்தன. கரைகளின் ஓரமாக பொன் பூண்டுகள் மென்மையான கேசபத்திரி இனமும், பெயர்தெரியாத, அகல இலைகள் பெற்ற வகையும் – வர்ணிக்க முடியாத, குளுமை நிறைந்த, பசும் விரிப்பாய் வளர்ந்து கிடந்தன. விவேகமற்ற சிறு மலர்கள் தமது உருண்டைத் தலைகளைப் பெர்ன் இலைகளுக்கு மேலாக நீட்டின.

தூரத்தில் எங்கோ பசுமாட்டின் மணி சோகமாய்க் கிணுகிணுத்தது. பரவி வரும் மாலை வேளையின் நெடிய, பயங்கரமான நிழல்களுடே புகுந்து முன்னேறிய கனத்த நீக்ரோக் குரலிசையை நன்கு கேட்க முடிந்தது பயந்ததுபோல் பாடினான் அவன். அவன் பயந்திருந்தான். தன் குடிசையையும், அங்குள்ள பெரிய கரிய இரும்புக் கெட்டிலின் கீழ் தீ எரிவதையும் அவன் பார்க்கிற வரையில் அவனது பயம் குறைந்துவிடாது. ஸிக்காடாக்களும், சில் வண்டுகளும், இரைச்சலிடும் இதர பூச்சிகளும், வாத்திய கணம் இசைக் கச்சேரிக்கு சுருதி கூட்டுவதுபோல, தங்கள் அந்தி நேரக் கீதங்களை ஒலிபரப்பத் தொடங்கின.

அவற்றை எல்லாம் மரங்கள், புல், பாசி, பூச்சிகள், பறவைகள். பொன்

பூண்டுகள், புஷ்பங்கள், அஸ்தமன சூரியன், மேலெழும் ஈ வரிசைகள் அனைத்தையும் நான் என் அறிவினால் நோக்கினேன். இருள் ஊர்ந்து பரவுகதை உணர்ந்தேன். மினுமினுக்கும் முதல் நட்சத்திரத்தைக் கண்டேன். சதுப்பில் பொங்கி எழும் இரைச்சல்களைக் கேட்டேன். காற்று குளிரக் குளிர, அதிகரித்து வந்த மூடுபனியின் விஷவாயுவால் என் எலும்புகள் குளிர்ச்சி அடைந்தன. சலனமுற்ற உயிரின் ஆயிரமாயிரம் சிதறல்களிடையே நிகழ்வதை கவனிப்பதில் நான் ஆழ்ந்துவிட்டதால், ஒரு பெரிய மீன் கவ்வியபோது, சுத்தப் பீதியால் அதை இழந்தேன்.

அந்தி வேளையில் பாஸ் மீன்கள் அழகாய் கவ்வின. நாங்கள் இருவரும் பத்து மீன்கள் பிடித்தோம். அவை மிகப் பெரியன அல்ல. ஆனால் இரண்டு ராத்தல் கனமுள்ள பெருவாயன் சாட்டை போன்ற தூண்டிலில் சிக்குவது பெரிய விஷயம்தான். காரிருள் பரவியதும், மீன்கள் பம்மின. நான் படகை நீரோட்டத்தில் தள்ளி, அந்த வேகத்திலேயே துறை நோக்கிச் செல்லும்படி விட்டுவிட்டேன். தாத்தா தூண்டில்களை எடுத்துப் பிரித்து, பெட்டியில் வைத்தார். படகு மரவேர் முதலியவற்றில் மோதிவிடாதபடி நான் கவனித்தேன். தாத்தா குழாயைப் பற்ற வைத்து, அமைதியாகப் புகைத்தார். அவர் ஒன்றுமே சொல்லவில்லை.

நாங்கள் துறை சேர்கையில் இரவு வெகு நேரமாகி விட்டது. வெள்ளிகள் பிரகாசமாய் பூத்துக்கிடந்தன. அம்புலியின் சிறு கீற்று மரங்களுக்கு மேலாக, திருட்டுத்தனமாக நழுவிச்சென்றது. தவளைகள், பூச்சிகள், இரவுப்பறவைகள், மிருகங்கள் எல்லாம் காதடைக்கும் இரைச்சல் எழுப்பின. நித்தியத்துவம் பற்றி, முடிவிலா ஒன்று எவ்வளவு நீளமாக இருக்கும் என்பது பற்றி நான் சிந்தித்தேன். வண்ணப்பூச்சிகள் வெளிப்பட உதவும் புழுக்கூடுகளை, பருவ காலங்களை, மழையை, மரங்கள் மீதுள்ள பாசியை, தவளைகளை, மீன்களை, போஸம்களை, ராக்கூன்களை, காடைகளை, பொன் பூண்டுகளை, மலர்களை, நீரை, நிலவை, சூரியனை, விண் மீன்களை, காற்றை, பையன்களை முக்கியமாக, பையன்களை எல்லாம் படைப்பதற்கு எவரோ எடுத்துக்கொள்ளும் சிரமம் பற்றியும் எண்ணினேன்.

நாங்கள் காரில் ஏறிய பிறகும், ஒரு சில மைல்கள் வரை தாத்தா எதுவும் பேசவில்லை. பின்னர், அவர் தலையைத் திருப்பாமலே கூறினார். "நீ அதிகம் பேசவில்லையே. என்ன உணருகிறாய்?"

"மாதாகோயிலுக்குப் போய் வந்தது போன்ற உணர்வு ஏற்பட்டுள்ளது. நீ சொன்னாயே அதை நான் பெற்றுவிட்டது போல் உணர்கிறேன்,"

"பணிவு?" என்று தாத்தா மெதுவாய் கேட்டார்.

"ஆமாமய்யா. நான் அல்பமானவன், முக்கியமற்றவன் என்று உணர்கிறேன். ஏனோ கொஞ்சம் பயமும் பெற்றிருக்கிறேன்."

"கற்கத் தொடங்கிவிட்டாய். பையா. நீ கற்கத் தொடங்கிவிட்டாய்" என்றார் அவர்.

சங்கீதமும் பேஸ் பந்து விளையாட்டும் சமமாகக் கலந்ததே கோடைகாலம் என்று தோன்றியது. சில இரவுகளில், வீட்டைவிட்டு விவாதம் எதுவுமின்றிக் கிளம்புவதற்கு வசதிப்படும்போது. தாத்தாவும் நானும் காட்டுக்குள்ளே நழுவி விடுவோம். இசை ஒலியைப் பின்பற்றி நடப்போம். வெள்ளையர்களின் பெரும் உயிர்ப்புக்கூட்டம், அல்லது நீக்ரோக்களின் பெருங்கூட்டம். அல்லது பரிசுத்தவாதிகளின் பிரமிக்கவைக்கும் காட்சி எதையாவது அடைவோம். ஆவி வந்திறங்கியதும் பரிசுத்தவாதிகள் வாயில் நுரை கக்கியபடி, கீழே விழுந்து, மணல் முள்ளிகள் மீதெல்லாம் உருண்டு புரண்டு, தேவமகிமை பாடி, புரியாத மொழிகள் பேசுவர். என் பெரிய தாத்தா வேட் ஒரு பரிசுத்தவாதி. ஆவி அவரைப் பலமாகப் பற்றிக் கொள்கிறபோது, அவர் காணவேண்டிய ஒரு காட்சியாகத் திகழ்வார். பரவசநிலை எய்திய பார்வையில் நிலைகுத்தச் செய்து, புதுமொழிகள் பேசுவார். கீழே விழுந்து புரளத் தொடங்கியதும் மணல் முள்ளிகள் பற்றிய உணர்வு அவருக்கு இருப்பதாகத் தோன்றாது. அவையோ ஏகதேசம் கோல் பந்து அளவு பெரிதாய், ஒரு அங்குல நீள முட்களோடு விளங்கும்.

வெள்ளை உத்தாரணவாதிகள் சிறிது அதைரியப்படுத்தக் கூடியவர்கள். ஏனெனில் ஒவ்வொருவரும் – போதகரும் கூட பாபம் மிகுந்தவர்கள்; அதை ஒப்புக்கொள்ளத் துடிப்பவர்கள். நானறிந்த மனிதர்கள் பலர் கெட்ட எண்ணம் எதுவும் இல்லாதவர்கள், நாற்பது வருஷ காலத்தில் ஒரு தீயசெயல் செய்யாதவர்கள்கூட முன் வந்து, ஆன்மிக அமைதியைக் குலைத்த பிரமிக்கத்தக்க பாபங்களை ஒப்புக்கொள்வர். அவர்கள், ஒதுக்கி வைக்கப்பட்டு விடக்கூடாதே என்பதற்காக, பெருமையடிக்கிறார்கள் என்றுதான் எனக்குத் தோன்றும். ஆயினும், ஒரு ஞாயிற்றுக்கிழமை நாங்கள் பெரிய நகரம் போனோம். ஒரு பெரிய கூடாரத்தில், பில்லி ஸண்டே நெருப்பெழப் பேசியதைக் கேட்டோம். நான் வன்மையாய்க் கவரப்பட்டேன். ஏனெனில் சைத்தான் விரோதி மிஸ்டர் ஸண்டே ஒரு காலத்தில் பேஸ் பந்து ஆட்டக்காரராக விளங்கியவர். அவர் பேச்சைக் கேட்டு, நரக நாச பயம் பெற்றுவிட்டதால், நான் ஒரு வாரம் புகை பிடிக்காமலே இருந்தேன். ஞாயிற்றுக்கிழமைகளில் மீன் பிடிப்பதையும், பந்தாடுவதையும் கூட சிறிது நிறுத்தி வைத்தேன்.

எனக்கு மிகுதியும் பிடித்தது தாத்தாவுக்கும் அப்படித்தான் நீக்ரோக்களின்

முகாம் கூட்டங்களே. அந்த வட்டாரத்தில் உள்ள நீக்ரோக்கள், பெரியவர்கள், சின்னவர்கள். ஆண்கள் பெண்கள். சாதாரணமானவர்கள், விசேஷமானவர்கள் எல்லோரையும் நாங்கள் அறிவோம். நகருக்கு வெளியேயுள்ள வெட்டவெளியில் அவர்கள் குழுமுவர். உணவுகள் குவிக்கப்பட்டுள்ள பெரிய கரடுமுரடான மேஜைகள் மேலே பாதுகாப்பாக கூரை வேய்ந்திருக்கும். இக்கூட்டம் சிலசமயம் நாள் கணக்கில் வளரும். போதிப்பது, புத்திமதி கூறுவது. சைத்தானை விரட்டுவது, அழுவது, ஆட்டுக்குட்டியில் ஆவிர்ப்பவிப்பது எல்லாம் முகாம் கூட்டங்களில் ஏராளமாக இருக்கும். எனினும், வெள்ளையரின் உத்தாரணக் கூட்டங்களைவிட அவை எவ்வளவோ நல்ல தன்மை உடையனதான். கருநிறத்தவர்கள் கர்த்தரோடு நெருங்கிய உறவு பூண்டிருந்தார்கள் என்றே தோன்றியது. பக்தி குன்றியவர்கள் தங்கள் தெய்வ பக்தியைப் புதுப்பிக்கவும், புது நம்பிக்கை பெறவும் அங்கே கூடினார்கள். ஆனால் பெரும்பாலோர் தமாஷ் பெறவே அங்கு வந்தார்கள்.

முலாம் பழங்களும், இறைச்சிப் பண்டங்களும், பொரித்த கோழிக் குஞ்சுகளும், அரிசிப் புலவும் அதன் அங்கமாக அமைந்தது போலவே, மீன் பொரியல் நாற்றம், சிறு கொப்பரையில் மீன்கள் வெடிபடுவது, கொழுப்புப்படிந்த கைகளும் முகங்களும் தீ ஒளியில் மின்னுவது முதலியனவும் அதன் பகுதியேயாகும். வீட்டில் தானியத்திலிருந்து தயாரித்த விஸ்கி, ஸ்கூப்பர்நங் திராட்சையிலிருந்து வீட்டில் செய்த ஒயினும், இசையைப் போலவே, அவ்விழாவின் பாகமாகும். அதுபோன்ற சங்கீதத்தை நான் பல வருஷங்களுக்குப் பிறகு ஆஃபிரிக்கா செல்லும்வரை வேறு எங்கும் கேட்கவில்லை. 'வாகம்பா' இனத்தினரின் தொழில் பாடல்களையும், பரவசமூட்டும் பாட்டுக்களையும், 'வாலுயிங்குலு'வினர்' பிரகாசமான நிலவொளியில் கூடி இரவு நேர நன்றிப் பாடல்கள் பாடியதையும் முதன்முதலாகக் கேட்டபோது, நான் என் கண்களை மூடியபடி முப்பது வருஷங்கள் பின்னால் போய் 'பிரன்ஸ்விக்' நாட்டுப்புற முகாம் கூட்டங்களை அனுபவிக்க முடிந்தது.

பாட்டு ஒழுங்கான ஸ்துதி கானத்தில் ஆரம்பித்து, படிப்படியாய் வெறும் கீதமாகக் குறையும். தேவகானத்திலிருந்து ஆன்மீக சம்பந்தமானதாக எளிதில் மாறிவிடும். ஆஃபிரிக்கரின் வாத்திய கோஷம் மேலோங்கும். கால்களின் மெல்லடி கனத்த மிதி ஓசையாகும். கைகள் கொட்டும், துவக்கத்தில் லேசான அசைவாக இருந்தது உடல்களின் கனத்த அலைகளாக வலுப்பெறும். கொழுப்பு படிந்த கரிய முகங்கள் மீது நெருப்பின் சுவாலை ஒளி தெறிக்கும். பெண்களின் குரல்கள், ஆண்களின் ஆழ்ந்த வளமான குரல்களிலிருந்து பிரிந்து, குறைந்த புலப்பங்களாக ஒலிக்கும். பாடகர்கள் தனித்தனிக் குழுவினராகப் பிரிவர்.

பாட்டு மூலமே கேள்விகள் எழுப்பி, பதிலும் தருவர். பல்லவியில் கலந்தும் நிறுத்த வேண்டிய இடங்களில் ஆழ்ந்த உறுமல்கள் எழுப்பியும் ஆண்கள் பாடுவர். (பெரிய சிங்க உறுமல் நான் கேட்ட ஆஃபிரிக்க சங்கீதத்தில் எல்லாம் ஒரு அம்சமாகவே விளங்கியது.) அவ்வப்போது பெண்களில் ஒருத்தி ஊடுருவிப் பாயும் மயிர்க்கூச்சு உண்டாக்கும் அலறல் எழுப்புவாள். சங்கீதம் அவளையும் அவள் பாப உணர்வுகளையும் கிளர்ச்சி உறுத்தவும், அவள் பாப நிவேதன பீடத்தின் மீது விழுந்து புனிதம் கோருவாள். சகோதரி மேரி பூரண கவனிப்புப் பெறும் சந்தர்ப்பத்தை ஆனந்தமாக அனுபலித்ததும், சகோரிகள் கன்தலையை நிமிர்த்தி அலறுவாள். உரிய காலத்தில், நற்சகோதரிகள் தங்கள் பெருமைக்குரிய வேளையை பீடத்தின் மீது எய்திவிடுவர். புராதன சைத்தான் பயங்கரமான உதை பெறுவது வழக்கம்.

ஆண்கள் அபூர்வமாகவே ஆட்கொள்ளப்பட்டனர். ஆனால் அவர்கள் நிலையான பாடல் அருளினர். மந்தஸ்வரமுள்ள நல்ல பாடகன் ஒருவன் கும்பலில் சுற்றி வசூலிப்பான். உபதேசியார் போலவே அவனும் செல்வாக்கு உடையவன் தான். சாக்லேட் கேக், பொரித்த கோழிக்குஞ்சு, தாராளமாகப் பழங்கள் எல்லாம் அவனுக்குக் கிடைக்கும். ஒரு சமயம் அந்நிய முகம் ஒன்றை தாத்தா அக்கூட்டத்தில் கண்டார். அவன் எங்கிருந்து வந்தான், ஏன் அங்கிருக்கிறான் என்று கேட்டார். எங்கள் விசேஷமான பிரதான நிலையைப் புரிந்துகொண்டு அவன் புன்னகைத்தான். “நன் ஆன்ஸ்லோ பகுதியிலிருந்து வருகிறேன். விஸ்கி குடிக்கவும் பாட்டுப் பாடவும் வந்திருக்கிறேன்” என்றான். அவனுடைய மந்தசுரக் குரலருகே பால் ரோப்ஸனின் குரல் உச்சஸ்தாயி பெற்றதாகவே ஒலிக்கும். இந்த நபர் இளம் பெண்களிடையே பிரபலமானவன். நள்ளிரவு சமயத்தில் இவன் பிறர் பார்வையில் படாது மறைந்து விடுவது வழக்கம்.

நாங்கள் ஒருபோதும் விழா நிகழ்ச்சிகளில் கலந்ததில்லை. ஓரத்திலேயே இருந்தோம். அவர்கள் எங்களுக்கு இடம் கொடுத்ததற்குக் காரணம், தாத்தா பெரிய காப்டன், நான் சின்ன காப்டன் என்பது தான். மேலும் என் தாதி, லாரா அத்தை, நீக்ரோ அடிமையாகப் பிறந்தவள். அவள் சாகும் வரையில் ஒரு மந்திரப்பை அணிந்திருந்தாள். ஆகவே நாங்கள் அக்குடும்பத்தைச் சேர்ந்தவர்கள் மாதிரி. அவ்வப்போது யாராவது எங்களுக்கு ஒயினையும் பொரித்த கோழிக்குஞ்சையும் அல்லது கொஞ்சம் பட்டாணியோடு கலந்த இறைச்சியையும் கொண்டு தருவர். அது பரஸ்பரம் புரிந்து கொண்ட தலையிடாமை ஆகும். வெள்ளை இனத்தவர் தங்கள் பெரிய நடன விருந்துகளை நிகழ்த்தும்போது, நாட்டியமாடும் இடத்தின் வெளிப்புறத்தில் மினுமினுக்கும் இதே கறுப்பு முகங்கள் தோன்றும்; போக்ரா (வெள்ளை

மக்கள்) தாண்டியும், குதித்தும், குதிகால்களை உதைத்தும், பிடில் நாதத்துக்கு ஏற்பத் துரத்தியும், துள்ளியும் கும்மாளமிடுவதைச் சிரத்தையோடு கவனிக்கும் வெள்ளைத் தானிய மது இரைக்குழல் வழியாகச் சூடாக இறங்கி, வயிற்றடியில் நெருப்பென விழுந்து, வேர்த்துக் கொட்டும் நாட்டியக்காரர்களுக்கு போதுமான தெம்பு புகுத்திவிட்டால், வெள்ளை இனத்தவரின் சனி இரவுச் சதுக்க நாட்டியம் செயல் திறத்தில் மாஸாய் நோமா ஆட்டத்தைச் சர்வசாதாரணமாகத் தோன்றவைக்கும் என்பதை நான் சொல்லத்தான் வேண்டும்.

பேஸ் பந்து முற்றிலும் வேறு விஷயம் ஒரு கையுறை, பந்து. பிடிப்போன் கையுறை, மட்டை ஆகியவற்றைத் தாத்தா எனக்கு வாங்கித் தந்தார். அதனால் விளையாட்டு மைதானத்தில் எனக்கு ஒரு இடம் கிடைத்தது. கொடிகளைத் தாடியாக உடைய பெரிய ஓக் மர நிழலில், தி க்ரோவ் என அழைக்கப்பட்ட இடத்தில், நாங்கள் முடிவில்லாது விசிப் பிடித்து விளையாடினோம். நகரில் ரஸ்தா ஓரங்களில் மட்டையால் ஈயடித்து, தரை வீச்சுகள் பயின்றோம். இதனால் பந்து கடுமையாகப் பாதிக்கப்பட்டது. அது விரைவில் தேய்ந்து, தையல் பிரிந்து, தோல் உரிந்தது. பிறகு அதை ஸைக்கிள் டேப்பில் சுற்றி வைத்தோம். ஆகவே அது கையைப் பிய்த்துவிடுவது போல் ஈயக்குண்டு மாதிரி வந்து விழலாயிற்று.

பந்து வீசுகிறவர்களில் வால்டர் ஜான்ஸன் தான் சூரன். பேபி ரூத் பிரபலமாகிக் கொண்டிருந்தான். அதனால் ஒரு மிட்டாய்க் கடைக்கு அவன் பெயரையே வைத்திருந்தனர். நாங்களோ பேபி ரூத்துக்காக ஓ ஹென்ரியைக் கூட விட்டுவிட்டோம். சினிமா நட்சத்திரங்களின் படங்கள் போலவே விளையாட்டு நட்சத்திரங்களின் படங்களும் சிகரெட்டுகள், மிட்டாய் பொட்டலங்களில் எல்லாம் வந்தன. வியாபாரம் வெகு மும்முரமாக நடந்தது.

சனிக்கிழமை பெரிய விளையாட்டின் நாள். நகரத்தில் தேர்ந்தெடுக்கப்பட்ட இளைஞர்கள் கோஷ்டியும் பக்கத்திலுள்ள கிராமம் ஒன்றின் கோஷ்டியும் போட்டியிடும். ஒவ்வொரு பக்கத்திலும் ஒன்பது பேர் விளையாடுவர். பந்தைப் பிடிப்பவன் ஒரு "கொம்பு" அப்படித்தான் நாங்கள் குறிப்பிடுவோம் வைத்திருப்பதுடன், வயிற்றுப் பாதுகாப்பும், கெண்டைக்கால் பாதுகாப்புகளும் அணிந்திருப்பான். ஃபிரெட் என்பவன் தன் இஷ்டம் போல் இடது கை ஆட்டம் ஆடினான். ஸெயின்ட் ஜார்ஜ் இளைஞர்களான டொனால்டும் பில்லும் எதிர்த்து நின்றார்கள். டொனால்ட் அதிகமான அசட்டுத்தனம் பண்ணாமலும், அளவுக்கு அதிகமாகக் குடிக்காமலும் இருந்திருந்தால், பெரிய பந்தயத்தில் வெற்றி கண்டிருக்கக் கூடும். அளவுக்கு அதிகமான அசட்டுத்தனத்தில் ஈடுபடாதிருந்தால் அவசியம் வெற்றிபெற முடியும் என்ற நிலையில் ஒவ்வொரு ஊரிலும் ஒரு ஆள் என்றும் இருப்பதாகவே நான் நினைக்கிறேன்.

சனிக்கிழமை இரவுகளில்தான் தெருக்களிலிருந்து சிறு சீக்கிரமே அகற்றி விடுவார்கள். நபர்களைக் ஏனெனில் போட்டிக் கட்சியினர், முதலில் ஒரே ரக ஜாடிகளிலிருந்து மூக்கு முட்டக் குடித்தும், நள்ளிரவு சமயத்தில் மொட்டை ஆயுதங்களை ஒருவர் மண்டைக்குள் மற்றவர் திணித்தும் பகைமையைத் தீர்த்துக்கட்டத் துணிவர். டாம் அல்லது ஜோ அல்லது பில் "குடித்துக் கொண்டிருக்கிறான்" அவன் எப்பொழுதும் குடித்துக்கொண்டிருக்கிறான்" என்னும் பதத்தை உபயோகித்தார்கள் – என்ற செய்தி பரவும். உடனே, வேட்டையை நாடி ஓடும் நாய்கள் மாதிரி, சகோதரிகளும் தாய்களும் அத்தைகளும் தங்கள் உறவினரைத் தேடிப் பிடிக்க விரைவார்கள். தந்தையர் பலவீனமுடையவர்கள் தான், சில சமயம் ஒரே குடும்பத்தின் இரண்டு நபர்களை – தந்தையும் மகனையும் – வீட்டுக்கு இழுத்துவர நேரிடும். அவர்கள் பரஸ்பரம் கட்டிப்பிடித்து கொண்டு, சண்டையிட்டபடியே அல்லது துக்கமாய்ப் பாடியவாறு காணப்படுவர். சமூக ரீதியில், நாங்கள் கொஞ்சம் கொஞ்சமாகக் குடிப்பவர்கள் அல்ல. ஒருவன் ஒரு ஜாடிக்குள் தன் முகத்தைப் புகுத்தி விட்டானென்றால், சோர்வாதம் வருகிற வரை அதை அங்கேயே பதித்திருப்பான்.

தான் அறிந்த வரையில் அதுதான் சுத்தமான விளையாட்டு என்பதனாலேயே அவர் பேஸ் பந்தை அங்கீகரிப்பதாகத் தாத்தா சொன்னார். மூன்று அடி, அவுட்; நாலு பந்து, நட; சரியும் தப்பும் தெளிவாகத் தெரியும்; வலைக்கு மேலே போனால், தீர்ந்தது. அடித்தளத்தில் இவ்வளவு மட்டுமே; வீசும் தூரத்திலிருந்து பிடிபடும் நிலை வரை எப்போதும் சமதூரம் தான். இவை சரியே. ஆனால் விளையாடி முடிந்த பிறகு தொடர்கிற குடியாட்டங்களை அவர் அங்கீகரித்ததில்லை. 'பிளாக் ஸாக்ஸ்' அபவாதம் அம்பலமானபோது அவர் நெஞ்சு வெடித்துவிடும் போலிருந்தது. இதர விஷயங்களோடு. விளையாட்டுக்குப் பிறகு குடிவெறி அதிகம் கலந்துவிட்டதென்றும் சிகாகோவில் நல் நடத்தை சீர் குலைந்ததற்கு அதுவும் ஒரு வழியில் பொறுப்பாகும் என்றும் அவர் கருதினார்.

ஆயினும், தாத்தா தனது மதுபானத்தை விரும்பியதைவிட, ஒரு மதுவில் அதிக ஆசை கொண்ட மனிதன் ஒருபோதும் இருந்ததில்லை. நாம் வேட்டையாடினால், வேட்டையை மட்டுமே கவனிக்க வேண்டும்; கதகதப்புக்குக் குடிப்பது முடிவில் வரவேண்டிய விஷயமே தவிர, நடுவில் அல்ல என அவர் கருதினார். மீன்பிடிப்பு வேலை அல்லது பேஸ்பந்து, எதற்கும் இதே நியதிதான். முகாம் கூட்டங்கள் விதிவிலக்கு ஏனெனில் அங்கு மதுவினால் தூண்டப்படுதல் கேளிக்கையின் ஒரு அம்சமாகும் என அவர் எண்ணினார்.

ஞாயிற்றுக்கிழமை; அன்று யாரும் எவ்விதத் தமாஷும் அனுபவிக்கக் கூடாது; வீட்டில் அமர்ந்து, பெருந்தீனி தின்று, பிற்பகலில் பொழுது போகாத உணர்வோடும் உண்ட கிறக்கத்தோடும் திணற வேண்டும் என்ற எழுதப்படாத விடு ஒன்று எங்கள் ஊரில் இருந்தது. தாத்தா பலமான விதிவிலக்கு ஆவார். நன்னூலை அவர் முற்றிலும் கற்றிருப்பதாகவும். ஞாயிறு அன்று தொழில் புரிவதை அது ஆட்சேபிப்பது உண்மை என்றும் அவர் ஒப்புக்கொண்டார். ஆனால் ஒருவன் தனது ஓய்வு நாளைத் தன் இஷ்டம் போல் பிறகுக்குத் தொந்தரவோ, அவர்களது நுண் உணர்வுகளுக்கு இடைஞ்சலோ அளிக்காத விதத்தில், கழிப்பதில் அவர் தவறு எதுவும் கண்டாரில்லை.

இந்தச் சந்தர்ப்பத்தில் மிகச் சிலரே சொந்தக்கார் வைத்திருந்தார்கள். டி மாடல் அல்லது லோக்கோமோபைலில் குடும்பம் பூராவையும் திணித்து. "ஞாயிறு மாலை உலா" என்ற பெயரில் களைப்பு தரும் பயணம் போவது மிக அநாகரிகமான வழக்கங்களில் ஒன்றாக விளங்கியது. வயது முதிர்ந்தவர்களோடும், வயோதிக ஸ்திரீகள் ஞாயிற்று உடை என அணிந்த கருநிற சோகமயப் பட்டாடை வீசும் புழுங்கிய நாற்றத்தோடும் பிரயாணம் செய்வது சிறுவருக்குச் சித்திரவதையே யாகும்.

சாப்பாடு முடிந்ததும், மெதுவாக நழுவி. நாங்கள் மீன் பிடிக்கப்போகும் சமயமும் அதுதான்.

"இது ஞாயிறா, புதனா என்பது மீனுக்குத் தெரியாது. மீனுக்கு எல்லாம் ஒன்றே. நாம் விற்பதற்காக மீன் பிடிக்காத வரையில் அதுதான் வேலையாகும் ஞாயிற்றுக் கிழமையை ஒழுங்காசார நியதிகளின்படி சும்மா விட்டுவைக்கிறோம் என்று கொள்ளலாம். காரில் சுற்றுவதை விட, எல்லோருக்கும் பித்து அளித்துவரும் கோல்ப் ஆடுவதில் பகலைக் கழிப்பதைவிட, அல்லது விழித்தபடி இருப்பதற்காக வெறுமனே வீட்டைச் சுற்றுவதை விட நிச்சயமாக இது ஒன்றும் மோசமானது அல்ல" என்று தாத்தா சொன்னார்.

ஞாயிறு மீன் பிடிப்புக்காக நாங்கள் அதிக சிரமம் எடுத்ததேயில்லை. வேறு எவருக்கேனும் கார் தேவைப்பட்டால், நாங்கள் நடந்தே நீரருகே செல்வோம். நிறைய நண்டுகளைப் பிடித்துக் கொண்டு, துறையில் அமைதியாக உட்காருவோம். உளுத்துப்போன, சிப்பிக்கூடுகள் மண்டிய கம்பங்களைச் சுற்றியுள்ள நிலவறைகளிலிருந்து ஆட்டுத்தலை மீன்கள் வெளிவருவதை நோக்கிக் காத்திருப்போம். ஆட்டுத்தலையன்களை விடத் தவளை மீன்களே அதிகம் அகப்படும். ஆனால் அவ்வப்போது சிறு கறுப்பு மீன் வந்து அலுப்பைப் போக்கும். அடிக்கடி நாங்கள் படகை நீரில் தள்ளி,

எங்களுக்குத் தெரிந்த வளைகளை நோக்கி சுமார் அரைமைல் தூரம் செல்வோம். வழியில் சதுப்பிலே நின்று தூண்டில் இரைக்கு வேண்டிய இறால்களைப் பிடிப்போம். கத்தும் மீன்கள் சதா கிடைக்கும். நோஞ்சான் மீன்கள் எப்போதாவது வந்து உற்சாகமூட்டும். சில சமயங்களில் நாங்கள் சும்மா நண்டு வலையையும் பழைய இறைச்சியையும் எடுத்துக் கொண்டு, சிறு துறை வாராவதியருகே நண்டு பிடிக்கப் போவோம். அல்லது, இருட்டிய பிறகு, அலை அதிகமில்லாதபோது, விளக்கும் திரிசூலமும் கொண்டு படகில் சென்று, விசித்திரத் தட்டை மீன்களைக் குத்தி எடுப்போம். கார் வேறு எவருக்காவது பயன்படாதிருந்தால் நாங்கள் அதிலேறி நல்ல தண்ணீர் ஓடைக்குச் செல்வோம்; மாலை குளிர்ந்ததும் பெருவாய் பாஸ் மீன்களைப் பிடிக்க முயல்வோம்.

இல்லை; கோடை காலத்தில் செய்வதற்கு அதிகமாக எதுவுமில்லைதான். ஆனால் நாம் அறிவதற்குள் செப்டம்பர் வந்து விடும். பெரிய உப்பு நீர் மீன்கள் ஓடத் துவங்கும். நிலவில் பொங்கும். பேரலைகளும், வடக்கிலிருந்து வரும் முதல் பெருங்காற்றும் சதுப்புநில வாத்து வேட்டைக்கு வழி செய்யும். அப்புறம் பள்ளிக்கூட வேதனையும், பாதரட்சைகளின் வலியும் ஏற்படும். வெகு விரைவிலேயே உறைபனி பெர்சிம்மன் மரங்களை ஒலியெழ அசைக்கும். இரவில் வேட்டை நாய்கள் காட்டில் ஓடத் தொடங்கும். காடையும் கிறிஸ்துமஸும் சிறிது நெருங்கி வந்திருக்கும்.

கோடைகாலம் பையன்களுக்கே உரியது; பெரியவர்கள் விலகி நிற்க வேண்டியதுதான் என்று தாத்தா பன்முறை சொல்லியிருந்தபோதிலும், அவரைப்பற்றிய பூரண நினைப்பு இல்லாமல் நான் 'கோடைகாலப் பாடலை இன்று கூடக் கேட்க முடிவதில்லை. தாத்தா, அவரது வாழ்வில் பெரும் பகுதி நாட்களில், பெரிதாக வளர்ந்துவிட்ட பையனாகவே தன்னை மதித்து வந்ததாக நான் கருதினேன்.

12. செப்டம்பர் கீதம் - 2

என்னைப் போன்ற சின்னத் துஷ்டனுக்குக் கூட, செப்டம்பரில் பள்ளிக்கூடத்துக்குத் திரும்புவதன் மூலம் சில தினங்கள் வேடிக்கை கிட்டும். மூன்று மாத காலம் நாம் பார்த்திராத பல பேரைக் காணலாம். கால் பந்து விளையாட்டு துவங்கும். வேறு நகரிலிருந்து வந்து சேர்ந்த ஒன்றிரண்டு அழகிய பெண்கள் வகுப்பில் காணப்படுவர். சில புதிய பையன்களும் இருப்பர். அவர்களை நம் மாதிரி மாற்றுவதற்குச் சிறிது காலமும், பள்ளி நேரம் முடிந்த பின் சிறு குத்துச்சண்டையும் தேவைப்படும்.

இது அழகான நல்ல செப்டம்பர். ஏதோ தற்செயல் நிகழ்ச்சியாக நான் ஒரு வகுப்பைத் தாண்டிவிட்டேன். இப்போது இலக்கணப் பள்ளியில் நான் பெரியவன் – நன்கு மூத்தவன் என எண்ணினேன். எனக்கு அடுத்தாற் போல், ரோஸ் எல்லன் என்கிற வெகு அழகான பொது நிறப் பெண் ஒருத்தி இருந்தாள். முதல் நாளே அவளிடம் காதல் கொண்டுவிட்டேன். இது மிக முக்கியமானதல்ல. ஏனெனில் ஆரம்பப்பயிற்சி முதலே நான் காதல் கொள்ளத் தொடங்கினேன். அதிலிருந்து ஆண்டு தோறும் இரண்டு. மூன்று தடவைகள் காதலால் பீடிக்கப்படுவதுண்டு. அந்நாட்களில் நான் ஏகப்பட்ட புத்தகங்கள் சுமந்தேன்.

அவ்வருடம் எனக்கு இரட்டைக் காதல், ஏனெனில், செங்கூந்தல் அழகி, தேமல் முகத்தாள், புதிய உபாத்தியாயினி, 'மிஸ் கேரி மே நைட்' எனும்

பெயரினாள், தன் தரத்தில் மிக்குயர்ந்தாள் ஒருத்தி வந்திருந்தாள். இளம் குற்றவாளிகள் பற்றி இந்நாட்களில் அதிகம் கேள்விப்படுகிறோம். ஆனால் இங்கு நான் சொல்கிறேன், ஒவ்வொரு வகுப்பிலும் ஒரு கேரி மே நைட் இருந்தால், சிறுவர்களைப் பொறுத்தவரை எவ்விதத் தொல்லையும் ஏற்படாது என்று.

இந்த நைட் அம்மாள் மாதிரி ஒரு பெண்ணை நீர் பார்த்திருக்கவே முடியாது. தன்னைவிட வயதில் மூத்த பையன்களுக்கு அவள் கற்றுக்கொடுத்தாள் என்பதை நீர் மறக்கக்கூடாது. அவளுக்கு வயது பத்தொன்பதுதான். நாட்டுப்புற மாணவர்களில் சிலருக்கு இருபது வயதாகியிருந்தது. அவர்கள் ஒரு வகுப்பில் சேர்ந்து, அங்கேயே தங்கிவிடுவார்கள்.

நாம் செய்யும் எதையும், நம்மால் செய்ய முடிந்ததைவிடச் சிறப்பாகவே மிஸ் கேரி மே நைட் செய்து முடிப்பாள். கால்பந்து கோஷ்டிக்கு அவள் பயிற்சி அளித்தாள். கால் சட்டை அணிந்து திரிந்ததன் மூலம் பள்ளித்தலைவருக்கு அபசாரம் செய்தாள். பந்தைப் பற்றிக் கொண்டு எதிரியை ஸ்தம்பிக்க வைப்பது எப்படி என்பதை கிளைட் எனும் முரட்டுத் தடியனுக்குக் காண்பித்தாள். அவள் அவனைத் தாக்கியபோது, அவன் பற்கள் ஆட்டம் கண்டன. பேஸ் பந்தாட்டத்தில் அவள் எந்நிலையையும் சமாளிப்பாள். பந்து வீசும்போது அவள், அநேக பெண்களைப் போல் கோணல் கை வீச்சு பயிலாது. உயர்த்தியும் கடுமையாகவும் எறிவாள்.

நாம் என்னதான் துஷ்டத்தனங்கள் செய்த போதிலும், அவைபற்றிய கள்ளத்தனக் கடிதம் எதுவும் அவள் நம் வீட்டாருக்கு அனுப்பமாட்டாள். தலைவரிடம் சென்று புலம்புவதுமில்லை. ஒழுக்க முறை பற்றிய தனது பொறுப்புகளைத் தட்டிக் கழிப்பதுமில்லை. இப்பொறுப்பை “ஆபீசுக்கு அனுப்பிவைப்பது” என நாங்கள் குறிப்பிடுவோம். எவனும் ஒருபோதும் கூட அவளால் ஆபீசுக்கு அனுப்பப்பட்டதில்லை. வகுப்பு முடிந்த பிறகும் அவள் நிறுத்திவைத்திருந்த பெரிய முட்டாள் ஒருவன் ஆண்மைக் கரத்தால் அவளை இறுகப் பற்றியபோதுகூட, அனுப்பவில்லை. அவளை எதிர்த்த பாம்புகளை அவளே கொன்றாள். அவள் தன் இடது கையால் அவன் மோவாயில் ஒரு குத்து விட்டாள்; வலக்கையால் மற்றொன்று கொடுத்தாள். அதன்பிறகு எவ்விதத் தொல்லையும் எழவில்லை. ஐந்து சகோதரர்கள் கூட – எல்லோரும் செந்தலையர்களே – அவள் வளர்க்கப்பட்டாள் என்பது என் நினைவு.

கேரி மே வகுப்புக்கு வெளியே – நாங்கள் அவளை கேரி மே என்றே அழைத்தோம் – விருந்துகளின் போது பேராதரவு பெறுவது வழக்கம். அப்பொழுது, தபால் ஆபீஸ், ‘புட்டியை உருட்டு’ முதலிய முத்தமிடும் ஆட்டங்களை நாங்கள் விளையாடுவோம். சிறுவர் சிறுமியரிடம் எப்படிப்

பற்றுக்கொள்வது என்பதை அவள் இயல்பாகவே உணர்ந்திருந்தாள். அவள் விமானப் பயிற்சி பெற்று வந்தாள். அதில் தனது அபிவிருத்தி பற்றி அவள் அரை மணி நேரம் வகுப்பு நடக்கும்போதே – எங்களுக்குக் கூறுவாள்.

தினம் ஒரு மணி நேரம் அவள் வாசித்துக் காட்டுவாள். அது சிறுபிள்ளைப் பாடமாகவும் இராது. மார்க் ட்வெய்ன், கிப்ளிங், மற்றும் பத்திரிகைகளில் உள்ள தற்கால விஷயங்கள் ஆகியவற்றை அவள் நிறையவே வாசித்தாள். நானறிந்த வரை, கேரி மே படிக்கிற வேளையில் எவனும் காகித விமானம் செய்து வீசியதுமில்லை; எச்சில் துப்பிக் களித்ததுமில்லை. நாம் மெய்மறந்துபோகும் விதத்தில் படிக்கக்கூடிய பிறவி வாசகர்களில் அவளும் ஒருத்தி. அவள் ஷேக்ஸ்பியரைக் கூட வாசித்துக் காட்டினாள். அதையும் ஒயில்ட் வெஸ்ட் அற்புதக் கதை போல் தொனிக்கச் செய்தாள். பன்றியை வதக்குவது பற்றி சார்லஸ் லாம்ப் எழுதியுள்ளதை அவள் வாசித்து நான் கேட்ட முதல் தடவையை எண்ணிக் கொண்டால், இப்போது கூட எனக்குப் பசி எடுக்கிறது. பன்றி நெருப்பில் வெடிபடும் ஓசையை நான் அறிவேன். அதிலேயே வளாந்தவன் நான்.

முதிர்ந்தவர்கள் நிறைந்த புற உலகத்தோடு நான் கொண்ட உண்மையான முதல் தொடர்பு கேரி மே தான். தாத்தாவும் அவருடைய வேட்டை நண்பர்கள், மீன் பிடிப்பு நண்பர்கள் சிலரும் எனக்குத் தோழர்கள் போல் விளங்கினர் என்பது நிஜமே. ஆனால் அவர்களை வளர்ச்சியுற்றவர்களாக நான் அதிகம் கருதியதில்லை. மீனவர்கள், நீக்ரோ விவசாயிகள் ஆகியோரிடையே பெரியவர் பலர் எனக்கு நண்பர்கள்தான். ஆனால் உபாத்தியாயர்களும் அவர்களை ஒத்தவர்களும் விரோதிகளே யாவர். அன்று என நிரூபிக்கப்படும் வரை அவர்கள் குற்றவாளிகளே.

கேரி மேயிடம் நான் என்னைப் பறிகொடுக்க நேர்ந்தது தாத்தா என்னைத் தேடிப் பள்ளி வந்த தினத்தில்தான். காலை பத்து மணி சுமாருக்கு அவர் வந்தார். மிஸ் நைட் அவரை விசாரிக்கச் சென்றாள். பிறகு திரும்பி வந்து, என் பக்கம் விரலை அசைத்தாள். நான் அவளோடு ஹாலினுள் போனேன். தாத்தா, கைகளால் தொப்பியை முறுக்கியபடி, கூடத்தில் இருந்தார்.

"உன் தாத்தாவுக்கு ஒரு அவசர காரியமாம். புறாக்களின் பருவம் இன்று தான் துவங்குகிறது என்று அவர் சொன்னார். பிரன்ஸ்விக்கின் மறு கோடியில் பெரிய புறா வேட்டை நடைபெறப்போவதாக அவருடைய நண்பர் ஒருவரிடமிருந்து செய்தி கிடைத்திருக்கிறதாம். நீ இன்றைய இதர பாடங்களுக்காக இங்கிராமல் அவரோடு செல்லும்படி நாள் அனுமதி அளித்தால், உனது கல்வி அபிவிருத்திக்கு ஒரு கேடும் ஏற்பட்டு விடாது என்று அவர் சொல்கிறார். புறாக்களில் சிலவற்றைத் தின்பதற்காக அவர்

என்னையும் விருந்துக்கு அழைத்திருக்கிறார். நீ அவரோடு செல்லது நல்லது, நாளைபிற்பகலில் பரீட்சைத் தான்கள் விஷயமாக இரண்டு மணி நேர உதவி எனக்குத் தேவைப்படும் அதை நீகவனிக்கலாம்" என்று கேரி மே சொன்னாள்.

உபாத்தியாயினியை முத்தமிடலாம் போலிருந்தது எனக்கு. நான் என் ஒழுக்கத்தைப் பாதுகாத்துக்கொண்டு, வேகமாக முடுக்கிவிடப்பட்ட ட்ரெயின் மாதிரி கர்ஜித்தபடி ஓடினேன். தாத்தா சிரித்தார்.

"சரியான குதிரைக் குட்டி அவள் நான் மட்டும் நாற்பது சொச்சம் வயது குறைந்தவனாக இருந்தால், அவளையே கட்டிக் கொள்வேன். அவள் விவேகம் உள்ளவள். விவேகமுடைய செங்கூந்தல் அழகியைக் காண்பது அபூர்வம். நாம் புறாக்களைச் சுடப்போவோம்' என்று அவர் சொன்னார்.

துப்பாக்கிகளையும், சிறிய மிக்கி எனும் பொன்னிற வேட்டை நாயையும் தாத்தா கொண்டு வந்திருந்தார். அந் நாய் பற்றி நான் இதுவரை குறிப்பிடவில்லை. மிக்கி பழைய காக்கர் இனத்தைச் சோந்தது. பாய்ச்சல் நாய் அளவு பெரியது. எல்லா வேட்டைக்கும் ஏற்றது. இன்று காக்கர்கள் என அழைக்கப்படும், கோணல் கண்ணும் குறுகிய தலையும் பெற்ற சில அசட்டு நாய்களைப் போலல்லாது, நல்ல தட்டைத்தலையும் சதுரவாயும் பெற்றிருந்தது அது. மிஸ் நைட்டின் கூந்தல் நிறம் அதன் மயிருக்கும் இருந்தது. பெரும்பாலான காக்கர்களிடமிருந்து உணர்வைப் போக்கடித்து, அவற்றை வெறும் பெட்டைகளாக வளர்த்து விட்டார்கள். ஆனால் நல்ல காக்கர் ஜாதி நாய் ஒரு கரடியைத் துரத்தவும், பறக்கிற, ஓடுகிற அல்லது மரமேறுகிற எதையும் வேட்டையாடவும் ஆற்றல் பெற்ற காலம் ஒன்றிருந்தது.

மிஸ்டர் ஆஸ்கார்டுரான்டின் பழைய படகு மூலம் நாங்கள் நதியைக் கடந்தோம். வில்லட்ஸ் பண்ணை இருந்த திக்கு நோக்கிக் காரில் சென்றோம். சோளம், பருத்தி, புகையிலை ஆகியவை நிறைந்த பெரிய இடம் அது. ரஸ்தாக்கள் கரடு முரடான களி மண்ணால் ஆனவை. பிற்பகல் வேட்டைக்கு அங்கு போக எங்களுக்கு ஏகப்பட்ட நேரமிருந்தது எங்கள் காரின் டயர் வெடிக்காமல் இருந்தால். போகும்பொழுதே தாத்தா. புதிய விஷயம் ஒன்றை நாங்கள் மேற்கொள்கையில் அவர் வழக்கமாகச் செய்வது போல், சிறிது பிரசங்கம் புரிந்தார்.

தாத்தா சொல்லலானார்: "புறாக்கள்தான் உலகத்திலேயே எளிமையான கடும் வேட்டையாகும். அல்லது அதை மாற்றியும் சொல்லலாம். அவைதான் உலகத்திலேயே கடுமையான எளிய வேட்டையாம். நான் இப்பொழுதே சொல்லி விடுகிறேன். நீ சுடுவதை விட அதிகமான புறாக்களைத் தப்ப விடுவாய்.

முதல் குண்டுகளின் போது நீ ஒன்றைக் கூடச் சுடவில்லையென்றால், நான் ஆச்சரியப்படமாட்டேன்:

“துரத்தப்படுகிற, அமைதி இழந்த புறா மிகுந்த வேகமும் தந்திரமும் நிறைந்தது அது ஸ்வாலோக் குருவி மாதிரி தணிந்து பாயும். நாம் சுடத் தயாராகும் சமயத்தில் தன் போக்கை மாற்றி வேறு விதமாய் பறக்கும் இறகு தைத்த படுக்கையில் உள்ளதை விட அதிகமான தனித்தனியான இறகுகள் அதனிடம் உண்டு. அது பறந்து செல்கையில், நீ அதன் வாலைச் நட்டு ஒரு ராத்தல் மென்னிறகுகளை நீக்கலாம். ஆயினும் அது தன் வழியே தொடர்ந்து போகும்.

ஒரு புறா, வயலின் ஒரு மூலையிலிருந்து இன்னொரு மூலைக்கு விரட்டப்படுகையில், வெகு வேகமாகச் செல்லும்போது நமக்கு வசதியாகக் குறி வைக்கக் கூடியபடி அதை இழுப்பதற்கு ஏற்ற ஒரு வழியை எவரும் கண்டு பிடிக்கவில்லை. அது நம்மை நோக்கி நேராக வரும்போது, ஒரு கணத்துக்குப் பிறகு அது எங்கேயிருக்குமோ அவ்விடத்துக்கு நாம் சில குண்டுகளை அனுப்பி வைக்க வேண்டும். சில வேளை அந்தத் தூரம் கால் மைல் இருக்கும் என நமக்குத் தோன்றும். அது தப்பி ஓடுவதெனில், நமக்கு அதிகமான கஷ்டமே ஏற்படும். எனது குருட்டு யோசனை ஒன்று உண்டு. புறாவுக்கு முன் சுமார் இருபது அடி தூரத்தில் குறி வைத்துச் சுடு; துப்பாக்கியை விலக்கி விட்டு, பிரார்த்தனை செய். ஏதாவது விழுந்தாலும் விழலாம்.

நாங்கள் ஒருவாறு பண்ணையை அடைந்தோம். அங்கே நன்கு சுத்தம் செய்யப்பட்ட மணல்மய முன் முற்றத்தில், சைனா பெரி மரத்தின் கீழ். இருபது இருபத்தைந்து பேர் புகைக் குழாயை உறிஞ்சியபடியும். புகையிலையைச் சுவைத்தவாறும், சிந்தனையோடு எச்சிலைத் துப்பிக்கொண்டும் நின்றார்கள். எல்லோரும் துப்பாக்கி வைத்திருந்தார்கள். அவற்றில் அநேகம் துருப்பிடித்த பழைய குழல்கள்தான். ஒரு சில கம்பி சுற்றப்பட்ட ஒற்றைக் குழல் துப்பாக்கிகள் பொதுவான ஒரு சுளி வெறியும், முன்பே எனக்குப் பழக்கமான நொறுக்குண்ட தானிய நறுமணமும் அங்கு நிலவின.

தாத்தாவைக் கண்டதும் அனைவரும் உற்சாகத்தோடு ‘ஹல்லோ’ கூவினர்; என்னிடம் சிறிது தமாஷ் செய்தனர். “இந்தப் பையனோடு ஒரே இடத்தில் நின்று சுடுவதால் அபாயம் ஒன்றுமில்லையே?” “இவன் எல்லாப் பறவைகளையும் சுட்டுவிடாமல் நமக்கும் கொஞ்சம் பாக்கி வைப்பான் அல்லவா? அவன் சுமந்து நிற்பது சக்தி மிகுந்த பன்றிக் கால் போல் தோன்றுகிறது. இல்லையா?” இப்படி ஏதாவது சொன்னார்கள். உடனேயே, நீலக் கால்சட்டை படிந்த தங்கள் தொடைகளில் தட்டிக் கொண்டு, பெரிதாகச் சிரித்தார்கள். புறாவேட்டையின் ஆரம்ப தாள்கூட புதுமனை புகுதல், கரும்பை ஆலையில் இடுவது. பெண்கள்

கூடி மெத்தை விரிப்பு தைப்பது போல் ஒருவகை சமூக விருந்தேயாகும்.

தாத்தா என் கழுத்தில் ஒரு கை வைத்து, "இந்தப் பையனைப் பற்றி நீங்கள் கவலைப்பட வேண்டாம். அதில் பிடிப்பு ஏற்பட்ட உடனே அவன் உங்கள் எல்லோர் கண்களையும் துடைத்துவிடுவான். நான் வந்தாயிற்று. எதற்காகக் காத்து நிற்கிறோம்? புறாக்களைச் சுடப்போகலாமே" என்றார்.

சோளத் தாள்கள் மட்டுமே நின்ற வயலில் நாங்கள் சிரமத்தோடு நடக்கத் தொடங்கிய போது பிற்பகலில் மணி நான்கு ஆயிற்று. அது ஒரு மைல் அகலமும், இரண்டு மைல் நீளமும் கொண்ட பெரிய சோள வயல்– என் 16 கேஜ் துப்பாக்கிக்காக நான் இரண்டு பெட்டி குண்டுகள் வைத்திருந்தேன். அவ்வளவு தேவைப்படும் என்று தாத்தா சொன்னார். காக்கர் நாய், தான் செய்வது என்னதென உணர்ந்தது போல, எங்கள் பின்னாலேயே நடந்தது.

வயலின் தூரத்து மூலை ஒன்றை நாங்கள் அடைந்தோம் . பெரிய ஹிக்கரி மரம் ஒன்றை தாத்தா சுட்டிக்காட்டினார். அதனடியில் பெரிய டாக்பென்னல் செடிகள் சில நின்றன. "இங்கேயே உட்கார்ந்து கவனி. நான் இன்று அதிகம் சுடப் போவதில்லை. புறாக்களை விரட்டுவதில் ஹென்ரிக்கு உதவி செய்யப் போகிறேன். நாய் உன்னுடன் இருக்கும். எடுத்து வா என்று நீ அதனிடம் சொன்னால் போதும். அதாவது, எடுத்துவர ஏதாவது இருக்குமானால்!" இதைச் சொல்லிவிட்டு தாத்தா உரக்க 'ஹா ஹா" என்று சிரித்தார். பிறகு, வயலின் குறுக்கே போய் புறாக்களை மேலே துரத்துவதில் முனைந்தார்.

பெரியவர்கள் எல்லோரும் வயலின் ஓரங்களில், மரங்கள் அல்லது செடிப் புதர்களால் ஓர் சிறிது மறைக்கப்பட்டு, காத்திருந்தார்கள். அரை டஜன் பேர்துரத்தினார்கள். வெகு விரைவிலேயே புறாக்கள் ஓசையிட்டு எழுந்தன. குறிப்பற்று எவ்வின. மேலே போகப் போக வேகமுற்று. சமநிலை அடைந்தன. உடனே துப்பாக்கிகள் வெடிக்கத் துவங்கின. இங்கே பூம் பூம், அங்கே பூம் பூம். அவ்வப்போது, வேகமாய்ப் பாயும் ஒரு புறா சிறகுகளைச் சிதறியபடி செங்கல் மாதிரி விழுந்தது. அல்லது சரிந்து, நீள வழுக்கிச் சிறகடித்துச் சென்றது.

சில புறாக்கள் என் பக்கமாய் வந்தன. அந்திநேரச் சூரியன் அவற்றின் செவ்விய மார்புகளில் பிரகாசித்தது. போதுமான தூரம் முன்னிழுத்து அவற்றை நான் சுட்டேன். பேரோசை எழுப்பினேனே தவிர, புறா எதுவும் விழவில்லை.

வேட்டை நாய் புறாக்களைக் கலக்கியது நன்கு புலனாயிற்று ஏனென்றால், நெடுகிலும் துப்பாக்கிகள் ஒலி எழுப்ப அவை குறுக்கும். நெடுக்குமாக ஓடின. முன்னுக்கும் பின்னுக்கும் வேகமாக உயர்ந்தும். பறந்தன. அதிகம் பாய்ந்தன.

அதிகம் தாழ்ந்தன. வளைந்தும், வழிவிலகியும் சுழன்றன. நான் சுட்டேன். மேலும் சுட்டேன். துப்பாக்கிக் குழல்கள் சூடேறும் வரை சுட்டேன். மிக்கி நாய் சற்று சினத்துடன் என்னைப் பார்த்தது.

நான் இரண்டு புறாக்களை வீழ்த்தியிருந்தேன். இரண்டும் நேர்தாக்குதலில் அடிபட்டவை. இழுக்கடிக்கப்பெற்று சுட்டவை அல்ல. அதிகமான குண்டுகளுக்காகத் துழாவினேன். முதல் பெட்டியிலே ஒன்றுமேயில்லை. ஆகவே நான் இருபத்தைந்து தடவைகள் சுட்டிருக்கிறேன். இரண்டு பறவைகள் கிடைத்துள்ளன. இன்னும் ஒன்றிரண்டு விழுந்திருக்கலாம். அவற்றை நாய் அப்புறம் எடுத்துவரும் மேலும் பத்து குண்டுகளுக்குப் பிறகு, என் அருகே தரையில் நான்கு புறாக்கள் கிடந்தன ஒன்று எனக்கு நேரே வரும் போது சுடப்பட்டது. மற்றொன்று விலகி ஓடுகையில் சுடப்பட்டது. அதன் பிறகு என் தலையில் ஏதோ ஒரு யந்திரம் வேலை செய்தது; குறி இழுத்துச் சுடப்பட்டவை. சரியாக அடிபட்டன. பறந்து சென்ற பறவைகளின் முன்னே இருபது. இருபத்தைந்து அடி தூரம் இழுத்துச் சுட்டேன். அவை அனைத்தும் ஆலங்கட்டிகள் போல் வந்து விழுந்தன. வயல் நோக்கி வந்தவற்றைச் சுட்டேன். அவை என் காலடியில் விழுந்தன. மிக்கி சிறகுகளைத் துப்பியபடி, நாய் பாஷையில் ஏசிக்கொண்டிருந்தது. ஆனால் அது வேலை மிகுதியினால் ஏசியது. நான் ஐம்பதாவது குண்டைச் சுட்டபோது, மரத்தடியில் தரை மீது பதினான்கு புறாக்கள் கிடந்தன. என் கைச் சதை, துப்பாக்கி இடித்ததனால், கறுப்பும், நீலமும், சிவப்புமாய் மாறியிருந்தது.

நான் மிகுந்த மகிழ்ச்சி அடைந்தேன்.

கடைசிப் பதினைந்து குண்டுகளால் நான் பத்துப் புறாக்களை வீழ்த்தியிருந்தேன். அவற்றில் சிலவற்றை இருமுறை சுட்டிருந்தேன்.

எனது பழைய கான்வாஸ் வேட்டைச் சட்டையில் புறாக்களைத் திணித்தேன். துப்பாக்கியை எடுத்துக் கொண்டு, வயலுக்குக் குறுக்கே நடந்தேன். கொஞ்சம் குளிர ஆரம்பித்திருந்தது. சூரியன் சிவந்த முகத்தோடு படுக்கை நோக்கிச் சென்றான். இன்னும் ஒரு மாத காலத்திற்குள் பெர்சிம்மன் மரங்களில் பழங்கள் நிறைந்துவிடும்; பிறகு காடைகளின் பருவம் துவங்க வெகுகாலம் ஆகாது என நான் எண்ணினேன்.

ஒரு காரின் மிதிபடி மீது தாத்தா உட்கார்ந்திருந்தார் –அந்நாட்களில் கார்களுக்குக் கதவுகளின் அடியில் மிதிபடிகள் இருந்தன அவர் எதையோ கையில் பிடித்திருந்தார். நான் முற்றத்தில் புகுந்து, வேட்டை அங்கியை விரித்து உதறினேன். புறாக்கள் வெளியே விழுத்தன. தாத்தா திருப்தியோடு தன் தோழர்களைப் பார்த்தார். அவர்கள் தலையை சூட்டினர்; புன்னகை செய்தனர். "இவன் அதிகபட்ச எண்ணிக்கையைச் சுட்டிருந்தால் நான்

ஆச்சரியப்பட மாட்டேன்" என்று சொன்னார். அவர் சும்மா பரிகசித்தார். ஏனெனில் அக்காலத்தில் புறாக்கள் விஷயத்தில் யாரும் அதிகக் கவனம் காட்டியதில்லை.

நாங்கள் வீடு திரும்பும் போது, தாத்தா சொன்னார்: "நான் சொன்னது போல்தான் உலகத்திலேயே மிக இலகுவான கடின வேட்டை, அல்லது மிகக் கடுமையான எளிய வேட்டை இதுவே. அதைச் சரியாகக் கணித்துவிட்டால், அது வெகு சுலபமானது, ஆனால், சரியாக நிர்ணயிப்பதற்கு ஏகப்பட்ட வெடிமருந்து செலவிட வேண்டும் அதற்குப் பிறகுதான், புறாக்களைக் குறி வைத்து வசமாகச் சுடுவதற்கு மூளைக்கு அதிக வேலை தரவேணும் என்பதை நீ ஒப்புக் கொள்வாய். கடைசியில் எல்லாம் சுலபமாக அடிபட்டுவிடும். அதனால் முதலில் பறவைகளை எப்படித் தப்பவிட்டோம் என்று நீயே வியப்படைவாய். அடுத்த புறா வேட்டை வரையில்தான். அதன்பிறகு நீ மீண்டும் அடி முதல் ஆச்சர்யம் கொள்ள நேரிடும்."

நாங்கள் வீட்டினுள் திரும்பியபோது, தாத்தா கூறினார்: ஆயினும், நான் ஒன்று கூறவேண்டும். புறாவைத் தரை மீது வீழ்த்திவிட்டாயோ, அத்துடன் உன் தொல்லைகள் தீர்ந்தன. அவற்றின் மேல் ஊதினால் போதும். சிறகுகள் அகன்றுவிடும். இரவு உணவுக்கு முந்தி நீ அவற்றைச் சுத்தப்படுத்த முயற்சி செய், பார்ப்போம்."

மறுநாள் மாலை, இரவு உணவுக்காக மிஸ் கேரி மே நைட் வந்தாள். அவள் மட்டும் மூன்று புறாக்கள் தின்றாள். அதற்குமுன் ஒருபோதும் அவள் எந்தப் பறவைகளையும் அவ்வளவு ருசித்துத் தின்றதில்லை; ஏனெனில் இவற்றில் குண்டு அடி மிகக் குறைவாகப் பட்டுள்ளதுதான் காரணம் என்று சொன்னாள். மிஸ் கேரி மே நைட் தான் அறிந்ததை விட மிகவும் சரியான பேச்சையே பேசினாள் எனக் கொள்ளலாம்.

தாத்தா விநோதமானவர் என்றே நான் கருதுகிறேன். மற்றவர்களுக்கு அர்த்தமே ஆகாத பலப்பல விஷயங்களை அவர் கண்டிப்புடன் வற்புறுத்தினார். அவர் தனது கருத்துக்களுக்கு ஏற்ப, தனிப்பட்ட சட்டதிட்டங்களைப் பூரணமாக வகுத்து வைத்திருந்ததாகவே தோன்றியது. அவை அவருக்கு நல்லனவாக இருந்தன. நாம் இரண்டு காரியங்கள் செய்ய முடியும்; எதையும் அவர் போக்கிலேயே செய்யலாம். அல்லது, அதைச் செய்யாமலே இருந்துவிடலாம்.

ஒரு சமயம் அவர் என்னிடம் சொன்னார்: "நான் ஒரு கிழட்டு ஆண் ராக்கூன். எனது வழிகளின்படி நான் கிழடாகி மந்தமடைந்து விட்டதால். புதிய முறைகளைக் கற்க இயலாது. நான் யானையைக் கண்டதுண்டு; ஆந்தையைக் கேட்டதுமுண்டு. காரணம் இல்லாமல் நான் எந்த ஒரு காரியத்தையும்

செய்வதில்லை. அக் காரணம் பிறருக்குப் பிடிக்காமல் இருக்கலாம். ஆனால் அது எனக்குப் பிடிக்கிறது. ஏனெனில் அனைத்தையும் நான் சோதித்திருக்கிறேன். நான் செய்யாத ஒவ்வொரு தவறுக்கும் பிரதியாக இரண்டு தவறுகளை முன்பே செய்துள்ளேன். தவறு செய்தாயினும் பரிசோதனை பண்ணு என்பதன் நினைவுச் சின்னமாகவே என்னை நீ மதிக்கலாம்."

தாத்தாவுக்கு விசித்திரமான வெறுப்புகள் பல உண்டு. முதலாவதாக உரத்த பேச்சாளியை அவரால் சகிக்க முடியாது. அழுத்தமாகக் கூறவேணும் என்பதற்காகக் கூச்சலிடுகிறவன், அவனது மூளை இருக்கவேண்டிய காலி இடத்தில் சுழலும் காற்றையே எதிரொலிக்கிறான் என்று அவர் சொன்னார். முக்கியமாக, காட்டில் கூச்சலிடுவதை. விஷேஷமாய், நாய்களை நோக்கிச் சதா கூப்பாடு போடுகிறவர்களை அவர் வெறுத்தார். அப்படிச் செய்வது நாய்க்கு மட்டும் குழப்பம் தரவில்லை. தனக்கும் குழப்பம் ஏற்படுத்துகிறது என்று அவர் சொன்னார். அது அவருக்குக் கூச்சம் உண்டாக்கியது.

விடாது பேசும் குணம் பெற்றவர் அவர். பேச்சில் ஏதேனும் சாரம் இருந்தால் அவர் நெடுநேரம் பேச ஆசைப்படுவார். சோம்பல் சளசளப்பை, சொல்வதற்கு விஷயம் இல்லாமலே வீண் பேச்சுப் பேசியவர்களை, அவர் முற்றிலும் வெறுத்தார். தன் பேச்சில் குறுக்கிடுவதையும் வெறுத்தார். "பாழாய்ப் போகும் முட்டாள்கள் குறுக்கிட்டதனால், பிறவியிலேயே செத்துவிட்ட இனிய எண்ணத் துணுக்குகள் இவ்வுலகில் நிறைந்துள்ளன" என அவர் கூறுவது வழக்கம்.

ரொம்ப உயர்ந்தவர்கள் என்று அவர் குறிப்பிடும் நபர்களை இளையவராயினும், முதியவராயினும் தாத்தா வெறுத்தார். கூரிய புத்தி உடையவனோடு காலத்தைப் போக்குவதற்கு அவருக்கு நேரமில்லை. அவருடைய நண்பர்கள் சாதாரணமானவர்கள். தங்களுக்கு என்ன தெரியும் என்பதை அவர்கள் அறிந்திருந்தனர். தாங்கள் அறிந்திராத விஷயங்களைப்பற்றி அவர்கள் வாய் திறப்பதே இல்லை. சாப்பிடும் வேளையில் விவாதம், தர்க்கம், சிக்கலான பிரச்னைகள் போன்றவற்றுக்கு அவர் இடம் தருவதில்லை. அவை அவரது ஜீரண சக்தியைப் பாதித்தன. உணவு மேஜை முன் குழந்தைகள் காணப்பட வேண்டும், கேட்கப்படுதல் தகாது என்பதுதான்; நான் மிகவும் சிறியவனாக இருந்தபோது, அவர் எனக்குச் சொன்ன முதல் விஷயம் என்ற ஞாபகம் எனக்கு இருக்கிறது. பெரியவர்களில் பலருக்குக்கூட இது பொருந்தும்.

மரியாதை விஷயத்திலும் அவர் பிடிவாதமானவர். மரியாதையற்ற தன்மைக்கு மன்னிப்பே கிடையாது என்ற கொள்கை அவருடையது. அவர் சொன்னார் "ஐயா", "தயவு செய்து", "நன்றி", "அம்மா" ஆகியவை தூசிபோல் மலியானவை; சாதாரண நல்லொழுக்கம் ஒரு மனிதனை அளவிட

உதவும்; ஏனெனில், வளையாவெட்டியான முட்டாள்தான், அநாவசியமாக, முரட்டுத்தனத்தோடு நடப்பான்.

ரொம்ப காலத்துக்கு முன் நிகழ்ந்தது. ஆயினும் எனக்கு வெகு நன்றாக ஞாபகமிருக்கிறது. ஊறுகாய்ப் படகில் வரும் வில்லி என்று தாத்தா குறிப்பிட்ட ஒருவனுடன் கொஞ்சம் தொல்லை ஏற்பட்டது ஒரு நாள் கடல்மீது செல்லும் உல்லாசப் படகோடு துறையில் வந்திறங்கும் பணக்கார யாங்கிகளில் இந்த வில்லியும் ஒருவன். படகுக் குல்லாய். அகல மார்புடைய நீலக் கோட்டு. வெள்ளை பேன்ட்ஸ், வெண்மையான பாதரட்சைகள் எல்லாம் அவன் அணிந்திருந்தான். அவளோடு வேறு ஒருவனும் மூன்று பெண்களும் இருந்தார்கள். படகில் அவர்கள் நடந்துகொண்ட விதத்திலிருந்து, கொஞ்ச நேரமாகவே அவர்கள் அதிகம் குடித்து வருகிறார்கள் என்று தெரிந்தது. வெயிலின் சூடு, விஸ்கிக் குடி இவை காரணமாக அந்த வில்லியின் முகம் பீட் கிழங்கு மாதிரி சுருஞ் சிவப்பாக விளங்கியது.

தகராறு எதைப் பற்றியது என்பதுகூட எனக்குத் தெரியாது. படகோட்டிகள் சங்கத்துக்குச் சொந்தமான துறையில் அவன் படகு துப்புக்கெட்ட முறையில் நிறுத்தப்பட்டிருந்த விஷயம் எதையோ பற்றியது என்று எண்ணுகிறேன். அப்படகு வழிகாட்டும் படகில் இடித்தபடி நின்றது. சங்கம், துறைமுகம், 'லாஞ்ச்' ஆகியவற்றில் தாத்தாவுக்குக் கொஞ்சம் அக்கறை உண்டு.

அவனது படகை வேறொரு பகுதிக்குத் தள்ளிவிடும்படி, அல்லது லாஞ்ச் மீது அதிகம் தாக்காது இழுத்துக் கட்டும்படி, அல்லது இதுபோன்ற கண்ணியமான கோரிக்கையை வில்லியிடம் அவர் தெரிவித்ததாக நான் நம்புகிறேன். வில்லி அதை நல்லதனமாக ஏற்கவில்லை. அவன் சுடப்போகிறவன் போல, ஆரவாரமாகத் துறை வாராவதி மேல் வந்தான். கைகளை ஆட்டியபடி கூச்சலிடத் தொடங்கினான். பெண்களின் பார்வையில் பெரியவனாகத் தோன்றும் கருத்தோடு அவன் பேசினான். தனது படகை என்ன செய்யவேண்டும் என்பது பற்றிக் கூனல் முதுகுக் கிழவன் எவனும் தனக்குச் சொல்ல வேண்டியதில்லை; கிழவன் ஒழுங்காக நடக்காவிட்டால், தான் அந்த ஊரையே விலைக்கு வாங்க முடியும் என்றெல்லாம் அவன் சொன்னான். தாத்தா தனது வேண்டுகோளை, மீண்டும் பணிவான குரலில், "தயவு செய்து", "ஸார்" எல்லாம் உபயோகித்துக் கூறினார்.

வில்லி முழங்கினான். "ஏண்டா, கிழட்டு நாய் மகனே" என்று, தென் பிராந்தியத்தில் விவாதத்தின்போது அதிகம் செல்லுபடியாகாத ட்ரூமன் வார்த்தையை அவன் உபயோகித்தான், "நான் என்ன செய்வேன் என்றால்"

அவன் செய்ய விரும்பியது நல்லதோ, கெட்டதோ அவனாய் அவ்வளவே பேச முடிந்தது. தாத்தா இருபது முப்பது வயது வாலிபன் மாதிரி பலம்

பெற்றவர். அவன் மோவாயில் ஓங்கி ஒரு குத்து விட்டார். அந்த வில்லி நிலைகுலைந்து தள்ளாடி தண்ணீருக்குள் விழுந்தான். தங்க இழை ஓடிய அவன் தொப்பி நீரோட்டத்தில் சுழன்று சென்றது. அவஸ் அரைவாசி கட்டையாகிவிட்டான். தண்ணீரில் அடித்துச் சிதறிக் கொண்டுமிருந்தான்.

தாத்தா வழிகாட்டும் படகில் குதித்து, ஒரு கொக்கியை எடுத்தார். வில்லியின் கால்சட்டைப் பின்புறத்தில் அதை மாட்டி அவனைப் படகினுள் இழுத்தார். அவன் பெரிய மீன் போல் மூச்சுத் திணறி, வாய் பிளந்தபடி தோன்றினான். பிறகு அவனுக்கு வயிற்றுக் குமட்டல் ஏற்பட்டது. தாத்தா அவனைத் திரும்பிக்கூடப் பார்க்கவில்லை.

அவர் மீண்டும் துறைக்குத் தாவினார். பெண்களுக்கு வணக்கம் தெரிவித்தார். "நான் உங்கள் மன்னிப்பைக் கோருகிறேன், சீமாட்டிகளே. அந்தக் கனவானின் பாஷை சீமாட்டிகளின் முன்னிலையில், அருவருக்கத்தக்கதாக எனக்குத் தோன்றியது. தயவுசெய்து என் பிழையைப் பொறுத்தருள்க" என்றார். பிறகு மற்றவளை நோக்கி, "இதுதான் கடைசித் தடவை. படகை நகர்த்துங்கள். தயவு செய்க" என்று அறிவித்தார்.

நாங்கள் துறையை விட்டுச் செல்கையில், பட்டணத்து எத்தர்களும் மூன்று பெண்களும் படகை நகர்த்திக்கொண்டிருந்தார்கள்.

வீடு திரும்பும் வழி நெடுக தாத்தா முனகியபடி வந்தார். அவர் சண்டைகளை வெறுத்தார். ஆனால் மரியாதை எவ்வித நன்மையும் அளிக்காத சமயமும் இடமும் எப்போதாவது வந்து சேரும். அப்பொழுது கெட்ட நடத்தையை, அதனினும் மோசமான நடத்தையினாலேயே எதிர்க்கவேண்டும் என்றார்.

"நீ செய்வது சரி என்பதை நீயும், தான் செய்வது தவறு என்பதை எதிராளியும் அறிந்திருந்தால், விவாதத்தை வேகமாகத் தீர்ப்பதற்குரிய வழி மூக்கில் ஓங்கிக் குத்துவது போல் வேறெதுவும் கிடையாது. ஆனால் நிச்சயமாய் அது கௌரவக் குறைவானதுதான்" என்று அவர் சொன்னார்.

காட்டில் நல் ஒழுக்கத்தைக் கடைப்பிடிப்பதில் தாத்தா கண்டிப்பானவர். தங்குமிடங்களைச் சுத்தம் செய்தல், குப்பை கழிவுகளை மண்ணில் புதைத்தல், படகுகளைக் கழுவல். துப்பாக்கிகளைத் துடைத்துச் சுத்தமாக்கி, எண்ணெய் பூசிப் பாதுகாப்பது போன்ற விஷயங்களில் அவர் எவ்வளவு பிடிவாதமாக இருந்தார் என்பது பற்றி ஏற்கனவே சொல்லிவிட்டேன். தடிப் பன்றியுடனோ, அல்லது முரட்டுப் பேர்வழியோடு சேர்ந்து அவர் மீன் பிடிக்கவோ. வேட்டையாடவோ மாட்டார்.

ஜோ எனும் தபருடன் சேர்ந்து அவர் அதிகமாகக் காடை வேட்டையாடுவது வழக்கம். அவன் மிக இனியவன், அவனைக் காட்டுக்கு அழைத்துச் சென்று.

பறவை பிடிக்கும் நாய்களை அவிழ்த்து விடும் வரைதான் அப்படி இருப்பான். அப்புறம் ஜோ பன்றியாக மாறிவிடுவான். அவன் வேகமாக நடப்பாள். வேட்டை தேடிச்செல்லும் நாயின் பின்னாலேயே போவான். அவன் வேகமாய் சுடுகிறவனும் கூட. ஒரு பறவை நமது பக்கத்தில் அருமையாக மேலெழும். அது வசமாக வரட்டும் என்று நாம் காத்திருப்போம். நாம் அதைச் சுடப்போகிற தருணத்தில் போய், ஜோவின் துப்பாக்கி வெடிக்கும். பறவை விழுந்துவிடும். ஏனெனில் ஜோ நேர்த்தியாகச் சுடக் கூடியவன்.

நான் சில தடவைகள் ஜோவுடனும் தாத்தாவுடனும் போனதுண்டு. சுடுவதற்காக அல்ல. காடை வேட்டையின்போது இரண்டு துப்பாக்கிகளுக்கு அதிகமாக உபயோகிக்கக் கூடாது என்பது தாத்தாவின் திடமான கருத்து. சுடாதபோது கூட, சும்மா ஜோவைக் கவனித்தபடி இருப்பது, காட்டுத் தீயில் சிக்கிய நரி மாதிரி, எனக்கும் பரபரப்பு தந்தது. நாய்களுக்கும் அது சிரமம் அளித்தது. ஜோ சதா அவற்றின் வால்களை மிதித்தான். பறவைகளை ஒழுங்காக விரட்டுவதற்கும் அவற்றுக்கு சந்தர்ப்பம் கிடைப்பதில்லை. நாய்கள் பறவைகளைத் துரத்தும்; பறவைகள் குழப்பமுறும். கலங்கி ஓடும் பறவைகள் மத்தியில் தவறாது காணப்படுவான் ஜோ.

நிலையான குறிகளில்கூட ஜோ பன்றியாகத்தான் நடப்பான். நிலைத்த குறிகளில் முறை வைத்துச் சுடவேண்டும் என்று ஏற்பாடு. ஆயினும் நாம் சுடுவதற்கு முன்னரே நமது பறவை செத்து விழக் காண்போம். "உம், நீ சுடப்போகிறாய் என்று நான் நினைக்கவில்லை" என்றோ, "அந்தக் கூந்தல் பனை உன் குறியை மறைத்து விட்டது என்று நான் எண்ணினேன்" என்றோ, எதையாவது ஜோ கூறுவான்.

தாத்தா குறி தவறாது சுடக் கூடியவர். எனினும் ஜோ வீழ்த்துவதில் அரைவாசிக்கு அதிகமான பறவைகளை அவர் சுட்டதேயில்லை. நான் பல விஷயங்களைக் கவனித்தேன். ஒவ்வொரு முறையும் அவர்கள் குழப்பம் அடைந்தார்கள். இருவரும் ஒரே வேளையில் சுட்டார்கள். நாய் வாயிலிருந்த பறவையை எடுத்து – அது தாத்தாவின் முறையாகவே இருப்பினும் கூட ஜோ தன் பையில் திணித்தான். அவர்கள் வீடு சேரும்போது, ஜோவிடம் பதினைந்து பறவைகள் இருந்தால். தாத்தாவிடம் ஆறுதான் இருக்கும். அந்த பதினைந்தையும் ஜோவே வைத்துக்கொள்வான். பங்கிடுவது பற்றிய பேச்சே எழாது.

கடைசியில், ஜோவுடன் வேட்டையாடுவதையே தாத்தா விட்டுவிட்டார். வேட்டையாடுவதில் உள்ள வேடிக்கையை எல்லாம் அது பறித்துவிடுகிறது என்று சொன்னார். "வேட்டையாடுவது போட்டிப் பந்தயம் அல்ல. நாம் பரிசு எதுவும் பெற முயற்சிக்கவில்லை. வேட்டை என்பது நாய்கள் வேலை

செய்வதைக் கவனிப்பது, இயல்பாக நடந்துகொள்வது, போதுமான அளவே சுடுவது, மெதுவாக நடப்பது, பொழுதை ஆனந்தமாய்க் கழிப்பது எல்லாம் தான். இந்த வயதில் ஓட்டப் பந்தயத்தில் ஈடுபட்டு நான் நாசமாய்ப் போனேன். இனி ஒருபோதும் சுடாமலே போயினும் பரவாயில்லை. எனக்குத் தேவைப்படுவதை விட அதிகமான பறவை இன்னொருவனுக்குத் தேவையாகுமானால், அதை அவன் எடுத்துக் கொள்ளட்டும். ஆனால் நிலையான எனது தோழமையோடு அல்ல" என்று அவர் சொன்னார்.

ஆகவே, தாத்தாவும் நானும் சேர்ந்து வேட்டையாடுவதை வழக்கமாகக் கொண்டோம். ஜோ கொன்ற அளவு பறவைகளை நாங்களும் சுட்டோம். ஆனால் நாங்கள் அவற்றைச் சாதாரண மரியாதையின்படியும், விசேஷ ஆசாரம் என்று தாத்தா சொன்னதற்கு ஏற்பவும் கொன்றோம். அதை அமைதியோடும் சுலபமாகவும் செய்தோம். நாய்கள் ஒரு பறவைக் கூட்டத்தைக் காட்டியதும், நான் இடதுபக்கம் நிற்பேன், தாத்தா வலப்பக்கத்தைக் கவனிப்பார். எல்லாப் பறவைகளும் என் பக்கமாக வந்தால், அவர் சுடவேமாட்டார். அவை அவர் பக்கம் சென்றால், நான் அவற்றைப் போகவிட்டு, விடுபட்ட பறவை ஒன்று என் முன்னால் வந்து குதிக்கும் என நம்பி நிற்பேன். அநேகம் தடவைகள் அப்படி வந்ததும் உண்டு.

தனிப் பறவைகளை நாங்கள் முறை வைத்துச் சுட்டோம். என் முறையின் போது இரண்டு பறவைகள் கிளம்பினால்கூட, தாத்தா சுடமாட்டார். அரைடஜன் பறவைகள் மேலெழுந்து, ஒன்றிரண்டு வலது பக்கம், நான் குறிவைக்கும் இடத்துக்கு 180 டிகிரி எதிராகச் சென்றால்தான் அவர் சுடுவார்.

ஒரு விதத்தில், ஏகப்பட்ட பறவைகள் எங்களிடமிருந்து விலகி ஓடின. ஆனால் ஏகப்பட்ட பறவைகள் தப்பியதுமில்லை. நமக்குப் பின்னாலோ அல்லது அருகிலோ உள்ள அரிப்பெடுத்ததுப்பாக்கிக்காரன் ஒருவனுடன் நாம் போட்டியிட வேண்டியதில்லை என்ற உணர்வு நமக்கு அமைதி ஏற்படுத்தும். நாம் முதலில் பறவையைப் பறக்கவிட்டு, நேர்பட்டதும். சுட்டு வீழ்த்துகிறோம். அவசரமாகச் சுட்டு அதைத் தப்பவிடுவதில்லை; அல்லது முழுசாகக் குண்டாலடித்து அதைத் தூள் தூளாக்குவதுமில்லை.

இம்முறை நாய்களிடம் ஏற்படுத்திய வித்தியாசம் நம்ப முடியாததாகும். உணர்வுக் குழப்பம் பெற்ற வேட்டைக்காரன் நல்ல நாயைக்கூடக் குழப்பம் பெறச் செய்வான்; அது பறவைகளைக் கூட்டும்போதும், கலைக்கும்போதும் தவறு செய்யும்; தன் இஷ்டம்போல் வேலை செய்தால் அவசியம் மோப்பம் பிடித்திருக்கக்கூடிய தனிப் பறவையை அது விட்டுவிடும் என்று தாத்தா கூறியது சரிதான் எங்களிடமிருந்து தப்பிச் சென்ற பறவைகளுக்கு ஈடாக. நாய்கள் அவசரப்பட்டிருந்தால் அங்கிருக்கலாம் என்று யூகிக்கக்கூட முடியாத பறவைகளைக் கண்டு சுட்டு மகிழ்ந்தோம்.

நாங்கள் ஒரு பறவைக் கூட்டத்தை வளைத்துச் சுட்டு. அடிபட்டவற்றை நாய்கள் எடுத்து வந்த பிறகு, தாத்தா ஒரு மரத்தடியில் உட்கார்ந்து, நாய்களைக் கூப்பிடுவார்; தனது புகைக்குழாயைப் பற்றவைப்பார். "நாம் அவற்றுக்குச் சிறிது அவகாசம் கொடுப்போம். அங்குள்ள ஒற்றைப் பறவைகள் நகர ஆரம்பித்து, சிறிது வாடை பரப்புவதற்குப் பத்து நிமிஷங்கள் பிடிக்கும். அப்போதுதான் நாய்கள் மோப்பம் பிடிக்க வசதிப்படும். இப்போதுதான் தரையில் வந்திறங்கிய பறவைக்கு வாடை இருப்பதில்லை. முதலில் அது கொஞ்சம் நகர வேண்டும்" என்று அவர் சொல்வார்.

அங்குகூட நான் புதிதாகச் சில கற்றேன். தனிப்பறவை ஒன்று தென்பட்ட இடத்தில் நாம் நெருக்கி அடித்து, நேரே நடந்து போனால், பறவை பின் பறவையாக அநேகம் கலைந்து மேலெழும். அவற்றை முக்கியமாக அவை அடர்ந்த புல்லிடையே இருந்தால் நாய்கள் மோப்பம் பிடிக்காமலே விட்டிருக்கும். பெரும்பாலும் அப்பறவைகள் மீண்டும் ஒரே கூட்டமாக அல்லது இரு பகுதிகளாகச் சேர்ந்து விடும். நெருக்கமற்ற மறைப்பில் அவை பதுங்கியிருக்குமானால், சீக்கிரம் கலைந்து ஓடும். அவற்றுக்கு நாம் போதிய அவகாசம் அளித்தால், அவை நல்ல மறைவிடம் தேடி ஓடும்; அதன் மூலம் நாய்கள் பின்பற்றுவதற்கு வசதியாகப் பூரண வாடை விட்டுச் செல்லும். நமக்கும் உறுதியான குறியும் நல்ல வேட்டையும் கிட்டும்.

பத்துப் பதினைந்து நிமிஷங்கள் அவற்றைச் சும்மா விட்டிருப்போமானால், நாம் மறுபடியும் அவற்றை வேட்டையாடச் செல்கையில், நம் நாய்கள் இங்கொரு பறவையை, அங்கே ஒன்றை, இவ்விடம் இரண்டை சுட்டிக் காட்டும். துப்பாக்கிகள் வெடிதீர்க்கும் வேளையில் கூட, ஒவ்வொரு பறவையும் தரையைப் பலமாகப் பற்றியபடி காட்சி தரும். தாத்தா தனிப் பறவைகளை வேட்டையாடிய முறையின்படி,நாங்கள் பறவைக் கூட்டம் பூராவையும் ஒழித்துக்கட்டியிருக்க முடியும். ஆனால் ஒரு கூட்டத்தில், ஒரே தடவையில், மூன்று அல்லது நான்கு பறவைகளுக்கு அதிகமாகச் சுடுவதைத் தாத்தா ஆதரித்ததில்லை.

ஒரு மாரிக்காலத்தில் நான் உட்கார்ந்து, எங்கள் இருவருக்கும் கிடைத்த பறவைகளின் சராசரி விகிதத்தைக் கணக்கிட்டேன். நாங்கள் சுட்ட பறவைகளைப் பற்றி எப்போதும் துல்லியமான கணக்கு வைத்திருந்தோம். வருஷ முடிவில் வேட்டை இலாகாவுக்கு ஒரு அறிக்கை சமர்ப்பிப்பதும் வழக்கம். ஒரு வேட்டையில் பதினைந்து துப்பாக்கிகளுக்கும் பறவைகள் சுடலாம் என்று எல்லை வகுத்திருந்தோம். சராசரில் கணக்கில், ஒரு வேட்டை நாளில் இரண்டு இருபத்தொரு பறவைகள் வந்தன. நான் ஏகப்பட்ட பறவைகளைத் தவறவிட்டிருந்தேன். ஒரு வேட்டைக்கு எட்டுப் பறவைகள் என்து சராசரியில் நான் சுட்டிருந்தேன் அப்படிப் பார்க்கையில், மழை, பனி, உலர்ந்த மூக்கும்

வியாதியும் பெற்ற நாய்கள், வெறும் அதிர்ஷ்டம் கெட்ட நாட்கள் இவற்றை எல்லாம் தள்ளிவிட்டால், ஆளுக்குப் பதினைந்து பறவைகள் என்ற விகிதத்தில் கடுவதற்கு நாங்கள் ஏகப்பட்ட தினங்கள் வேட்டையாடி இருக்கவேண்டும் என்று ஏற்பட்டது.

இதில் முக்கியமான விஷயம், உண்மையான சுடுதல்களுக்கிடையே எங்களுக்கு இனிய நேரம் நிறையவே கிடைத்தது என்பதுதான். குறித்த அளவு பூராவும், அல்லது ஏகதேசம் அந்த அளவு சுடுவதற்குப் பிற்பகல் முழுவதும் எங்களுக்குத் தேவைப்பட்டது என்று வைத்துக்கொண்டால். எங்களுக்குக் காட்டில் அதே அளவு நேரம் மிகுதியாய்க் கிடைத்தது. ஒருவன் மெதுவாகவும் சிரமப்படாமலும் இஷ்டம்போல் திரிந்து காட்டில் பார்க்கக் கூடியதை எல்லாம் நாங்களும் பார்க்க முடிந்தது. நாலரை மணிக்குக் காருக்குத் திரும்பிவிடுவது என்று எண்ணிக்கொண்டு, மூன்று மணிக்கு வேட்டையாடப் போவதில் நாளின் சிறந்த பகுதியை வீணாக விடுவதில் – ஒரு இன்பமும் இல்லை.

இந்த ஜோ என்பவன், சிறு சிறகு மூட்டை ஒன்று விழுவதைக் காண வேண்டும் என்ற பேராசையோடு அவசரப்பட்டதன் மூலம், வேட்டையின் முக்கிய அம்சங்கள் அனைத்தையும் இழந்துவிட்டான் என்றே பிற்காலத்தில் எனக்குத் தோன்றியது. "நீ பையில் எவ்வளவு வீட்டுக்கு எடுத்து வருகிறாய் என்பது வேட்டையின் முக்கியத்துவம் ஆகாது; அதில் நீ என்ன முதலீடு செய்தாய் முதலில் நீ ஈடுபடுத்துவதற்குப் பிரதியாகக் கிடைக்கும் சிறு லாபத்தில் உனக்குத் திருப்தி ஏற்படுகிறதா என்பதுதான் முக்கியம்" என்று தாத்தா சொன்னார்.

"இல்லையெனில், உனக்காக நீ ஒரு காடைப் பொறி அமைத்து விடலாம். அல்லது சில டாலர்களைக் கொடுத்து, மொத்த வேட்டைக்காரர்களில் எவனிடமாவது நிறைய வாங்கலாம். வெள்ளைக் காடையில் போதுமான இறைச்சி கிடைக்காது. அதற்காக, ஊறுகாய்ப் படகில் வந்த வில்லி என்னை அழைத்தானே அப்படி உன்னை நீயே மாற்றிக்கொள்வதில் பயனில்லை. மிகவும் குறைவான பறவைகளோடும், காட்டில் நல்ல பொழுதை அனுபவித்த நிறைவோடும் வீடு திரும்புவதையே நான் என்றும் விரும்புவேன்" என்று அவர் கூறினார்.

தாத்தா விசித்திரமானவர்தான் இந்நாட்களில் அவரைப் போன்றவர்கள் அதிகம் பேர் இருக்க வேண்டும் என நான் விரும்புகிறேன். அவ்வாறாயின் நம்மிடையே பறவைகளும் அதிகமிருக்கும்.

13. பள்ளிக்கூடமும் அக்டோபரும்

அந்நாட்களில் மது விலக்கு உண்டு, அதனால், பழுப்பு நிற அக்டோபர் ஏல் மது எப்படி ருசிக்கும் என அறிய எனக்கு வழி இல்லாது போயிற்று. ஆனால் அம் மாதத்துக்குச் சிறப்புத் தரும் வேறு பல விஷயங்கள் இருந்தன. பள்ளிக்கூடத்தையும், மீண்டும் பாதரட்சை அணிவது பற்றியும் நாள் குறிப்பிடவில்லை. ஏனெனில் அக்டோபர் வருவதற்குள் ஆறு மணி நேரச் சித்திரவதை நமக்குப் பழகிவிடும்; பாதங்களும் வேதனை தருவதை விட்டிருக்கும்.

அக்டோபர் என்பது எனக்கு எத்தனையோ விஷயங்கள் கொண்டது. சிப்பிப் புழுக்கள் மறுபடியும் வளமாகிவிடும். மரங்களில் இலைகள் போதுமானபடி உதிர்ந்துவிடும்; எனவே அங்குள்ள அணில்களை நன்கு காண முடியும். பெரும் மீன்கள் வரத் தொடங்கும். முதல் உறைபனி தலைகாட்டும். அதன் விளைவாக, மாலை வேளைகளில் நெருப்பு இனிய உணர்வு தரும். அக்டோபர்வந்து விட்டதென்றால், பறவைகளின் காலம் துவங்குவதற்கு அதிக நாள் இல்லை என்றே அர்த்தம். நன்றி அறிவிப்பு நாள் கொண்டாடி முடிந்தது என்றால் கிறிஸ்துமசுக்கு நாம் ஆயத்தம் செய்து விட்டதாகவே கொள்ளலாம்.

அன்று இனிய, ஒளி நிறைந்த சனிக்கிழமைகளில் ஒன்றாகும். மழை அன்று பெய்வதற்கு மறந்து விட்டது. மழையைப்பற்றிப் பேசும்போது, ஒரு விஷயம்.

பள்ளிக்கூடம் உள்ள ஐந்து நாட்களிலும் சூரியன் தவறாது பிரகாசிப்பதையும், பையன் ஒருவன் படிப்பிலிருந்து விடுபட்டு. சனிக்கிழமையின் போது கிடைக்கும் ஓய்வு நேரத்தில் பயனுள்ள ஏதையாவது செய்யலாம் என்று திட்டமிட்டால் அன்றைக்கென்று மழை பொழிவதையும் நீர் கவனித்திருக்கிறீரா?

எவ்வாறாயினும், அன்று ஒளி நிறைந்த அருமையான சனிக்கிழமைதான். அல்லது, அந்நாள் பூராவும் அப்படி அமையும் என்று தோன்றியது. செக்கச் செவேரென மேலெழுந்த சூரியன் பொன் மயமாய் மாறி வந்தது. லேசான உறைபனி, பழுப்பாகி வரும் புல்களின் மேல் வெண்மையாய்ப் படிந்து நின்றது. மரங்களை அசைக்கச் சிறு மென்காற்றுக்கூட இல்லை. தாத்தா காரை நிறுத்தி விட்டார். நாங்கள் மரக்கட்டை ரஸ்தாவில் நடந்தோம். எங்களுக்குத் தெரிந்த பெரிய ஹிக்கரி மரத் தோப்பு நோக்கிச் சென்றோம். எங்களிடம் 22 துப்பாக்கிகள் இரண்டு இருந்தன. ஜேக்கி எனும் நாயும் எங்களோடு வந்தது. கலப்பு ஜாதி அது அதன் வளைந்த வால் மேல் நோக்கிச் சென்று, தோள்பட்டை மீது படியும்படி தொங்கியது அழுக்கு மஞ்சள் நிறம் பெற்ற அதற்கு நரி முகம் அது வேட்டை நாய்போல் கத்துவதாக எவரும் குற்றம் சாட்ட முடியாது. ஆனால் மற்ற எல்லாநாய்களையும்விட ஜேக்கி சிறப்பாகச் செய்யக்கூடிய காரியம் ஒன்று உண்டு, மரத்திலோ, அல்லது தரையில் கிடக்கும் கொட்டைகளைத் தின்றபடியோ, ஒரு அணில் இருந்தால், ஜேக்கி அதைக் கண்டுவிடும், அதைப்பற்றி, கோபம் கொண்ட பெண் ஒருந்தி சண்டையிடுவதுபோல், மெலிந்த கீச்சுக் குரலில் எடுத்துச் சொல்லும்.

“மோசமான வளர்ப்பின் சிறந்த தயாரிப்பான இதைச் சிறிது நேரம் ஒரு மரத்தில் கட்டி வைப்போம். எல்லா அணில்களும் மரத்திலேயே இருக்கின்றன. அவை தரைக்கு வரும் வரை நமக்கு நிபுண உதவி எதுவும் தேவையில்லை. அவை இருக்கும் நிலையிலேயே நாம் வேட்டையாடலாம். அவற்றைப் பார்ப்பதற்கு வசதியாக இலைகள் உதிர்ந்துள்ளன என்றே நினைக்கிறேன்” என்று தாத்தா சொன்னார்.

நாங்கள் ஹிக்கரித் தோப்பை அடைந்தோம். அது இடுகாடு மாதிரி அமைதி நிறைந்திருந்தது.

“அணில் வேட்டைக்கு அருமையான காலை நேரம். காற்றில் அவற்றை வேட்டையாடுவது கால விரயம்தான். அவை அதிகமாக நகருவதுமில்லை; அதிகம் தின்பதுமில்லை. அமைதியோடிரு . நாம் மெதுவாக நடந்து, அந்தப் பெரிய ஹிக்கரி மரத்தடியில் அமர்ந்து, என்ன நடக்கிறது என்று கவனிப்போம். உஷ்ஷ்” என்று தாத்தா மென் குரலில் பேசினார்.

மரத்தின் ஒரு பக்கம் தாத்தாவும், மறுபுறம் நானுமாக உட்கார்ந்தோம். தோப்பு முழுவதும் அணில்கள் பேசுவது கேட்டது. சிர்ர் என்பது கிட்டத்தட்ட

அவை எழுப்பும் ஒலியை ஒக்கும். அதே ஒலியை, நமது வாயினூடே, பக்கவாட்டில் நாக்கை அசைப்பதன் மூலம் நாம் எழுப்பமுடியும். இக்காலை வேளையில் ஏராளமான செயல்கள் நிகழ்ந்தன. தோப்பு நெடுகிலும் அவை சத்தமிடுவதைக் கேட்க முடிந்தது. கொட்டைகளைக் கடித்தபோது அவற்றின் பற்களின் ஓசை எழுந்தது. பெரிய அணில் ஒன்று மரம் விட்டு மரம் தாவியதால் இலைகளில் சிறு சலசலப்பு அவ்வப்போது கேட்டது. அது விட்டுச் சென்ற கிளை தாழ்ந்து எழுவது தெரிந்தது.

என் பின்னே தரையில் சிர்ரொலியும், கிளிக் ஓசையும் கேட்டேன். தாத்தாதான் அணில் மொழி பேசினார் என அறிந்தேன். அவர் துப்பாக்கி ஸேப்டியினால் கிளிக் எனும் ஓசை எழுப்பினார். தான் கடிக்கும் கொட்டையின் அளவு பற்றி அணில் பெருமையடிப்பது போல் அது ஒலித்தது. வெகு விரைவிலேயே எனக்குச் சற்றுத் தொலைவில் வலது புறத்தில் ஒரு மரத்தின் கிளைகளில் அசைவு ஏற்பட்டது. நான் சிலை மாதிரி அசையாதிருந்தேன். மேலும் கொஞ்சம் அசைவு நிகழ்ந்தது. பிறகு ஒரு சுவடு அருகே ஒரு தலை நீண்டது. நான் தலையை மட்டுமே காண முடிந்தது. ஆனால் அது கருமையும், வெண்மையுமாய் மிளிர்ந்தது. அது நரி அணிலாகத்தான் இருக்கவேண்டும்.

மெதுமெதுவாக ஒரு வால் ஆடக் கண்டேன். பிறகு, முதிர்ந்த நரி அணில் அடிமரத்தைச் சுற்றி வழுக்கி வந்தது. மரத்தோடு அப்பி தட்டையாகத் தென்பட்டது. அது மரத்தை நன்றாகச் சுற்றி, அதன் முதுகுப் புறம் எனக்கு நேரே வரும் வரை காத்திருந்தேன். அது எதிர்த்திசையில் எட்டிப்பார்த்தது. நான் துப்பாக்கியை மிக மெதுவாக உயர்த்தினேன். அதன் முதுகில் தோள்களுக்கிடையே குறி பார்த்துச் சுட்டேன். குண்டு மந்த ஒலியுடன் தாக்கியது. அணிலார் ஒரு பாறாங்கல் போல் கீழே விழுந்தார். 'தடா' ரெனக் கீழே விழுந்த அது இருமுறை கால்களை உதறியது; செத்தது. கிழ அணில் கிடக்கட்டும். ஒரு மனிதனைக் கூட, மென் மூக்குடைய 22 துப்பாக்கி தோள் புறத்தில் தாக்குவதன் மூலம், நின்று நிதானிக்கச் செய்யும். அந்த அணில் பெரிய பூனை போல் தோன்றியது. அதன் மேல் புறம் நல்ல கறுப்பு நிறம். இனிய கருமையும் வெண்மையும் கலந்த வால். நாம் பூனை அணில் என்று அழைக்கிற சாம்பல் நிற அணிலை விட அது மும்மடங்கு பெரிதாக இருந்தது.

வெகு நேரம் செல்லவில்லை. அதற்குள் எனக்குப் பின்னால் சலசலப்புக் கேட்டது. பிறகு சற்றுத் தாமதிப்பு. தாத்தாவின் சிறு துப்பாக்கி வெடித்தது. தரையில் ஏதோ விழுந்த ஓசை கேட்டது. அதனால், தாத்தாவின் குறி பார்க்கும் கண் இன்னும் நன்றாகவே உள்ளது என நான் தீர்மானித்தேன்.

தாத்தா அணில் ஒலி எழுப்பிக் கொண்டிருந்தார். அணில்கள் பூனைகள் மாதிரி அந்தப் பெரிய ஹிக்கரி மரத்துக்கு வந்தன. நாங்களும் அவற்றை சுலபமாகக் கொன்றோம். முதலில் என் துப்பாக்கி ஸ்பிளாட் என்ற சிற்றொலி எழுப்பும். குண்டு தாக்கியதும் டங்ங் என்ற ஒலி தொடரும். அணில் கீழே வந்து விழுந்ததும் ப்ளம்ப் என்று கேட்கும். பெரும்பாலும் சாம்பல் நிற அணில்கள்தான். ஆயினும், மேலும் இரண்டு நரி அணில்கள் கிடைத்தன. வெண்மையும் சாம்பலும் கலந்தது ஒன்று. இன்னொன்று முதலாவது அணிலைவிடக் கறுப்பு. தாத்தாவின் துப்பாக்கியும் அடிக்கடி சுட்டது. ஒரு மணி நேரத்திற்குள்ளாக, நாங்கள் ஒரு டஜனுக்கும் அதிகமாகவே சுட்டிருந்தோம்.

“அவற்றைப் பொறுக்கிக்கொண்டு நகருவோம். இங்கு நமக்குக் கிடைத்த நல்வரவை நாம் அழித்து விட்டோம். உனக்கு எத்தனை கிடைத்தது?” என்று அவர் கேட்டார்.

“ஏழு மூன்று நரி இனம், நாலு பூனைகள், உனக்கு?”

“எட்டு கிடைத்தன. ஆனால் ஓரே ஒரு நரிதான். கல்லால் அடித்துக் கொன்றிருக்கக் கூடிய ஒன்றை நான் தப்பவிட்டேன். இந்த பீரங்கிக்குப் பதில் எளிகம் ஒரு கல் இருந்திருக்குமானால், அது தப்பியிராது “என்று தாத்தா சொன்னார்.

“நான் மூன்று தப்பி விட்டேன். குதிக்கும்பொழுதே ஒன்றை நாள் கட முயன்றேன். மற்ற இரண்டையும் வெறும் கையாலேயே பிடித்திருக்கலாம். ஒரு அணில் மரத்தோடு ஒட்டியிருக்கையில், அல்லது உட்கார்ந்திருக்கும்போது, அபாரமான இலக்காகத் தோன்றுகிறது. இல்லையா?” என்றேன்.

எங்களிடம் இரண்டு சாக்குகள் இருந்தன. நான் என் சாக்கில் எனது அணில்களை நிரப்பினேன். பிறகு தாத்தா தன் அணில்களை அழகாக அடுக்கியிருந்த இடத்துக்குப் போய், அவற்றை எடுத்து என் அணில்களுக்கு மேலே போட்டேன். ஒரு சாக்கில் பதினைந்து அணில்கள் என்பது நிறையத்தான். நான் அந்தப் பையைத் தூக்கத்தான் முடிந்தது.

“என்னிடம் கொடு. நான் அதை இந்தத் தணிவான கவட்டில் தொங்கவிடுகிறேன். நீ ஜேக்கியை அவிழ்த்து விடு. ஒரு நாய்க்கு ஏமாற்றம் அளிப்பது நல்லது அல்ல. துப்பாக்கி வெடிப்பதை அது கேட்டுக்கொண்டே நின்றது. ஒருவேளை இதற்குள் அது நாணிட்டுச் செத்திருக்கவும் கூடும். இன்னும் ஏராளமான அணில்களை நாம் பயன்படுத்த முடியும். அண்டை வீட்டாரில் பாதிப் பேருக்கு நான் அணில் தருவதாக வாக்களித்தேன். சென்ற கணக்கெடுப்பின்போது, ஏப்னர் மக்காய் பதினான்கு பிள்ளைகளைப் போஷித்தாக வேண்டும் என்று தெரிந்தது. இவ்வருஷம் பருத்தியில்கூட வீவில் பூச்சி விழுந்து கெடுத்தது” என்று தாத்தா கூறினார்.

நான் சிரித்தேன். சில சமயங்களில் தாத்தா மிகவும் இனியவராக விளங்கினார். ஏப்னர் மக்காய் இஸ்பேட் ஆஸ் மாதிரிக் கறுப்பானவர் அளுகுப்பாறை மாதிரிப் பெரிய வாய் அவருக்கு இருந்தது. கடைக்கு அருகில் ஏகப்பட்ட நிலத்தை அவர் பயிரிட்டு வந்தார். வேறெங்கேயும் விட அங்கு காடைகள் அதிகம். சுமார் ஒரு டஜன் கொழுத்த அணில்கள் அவர் குடும்பத்துக்குப் போதுமான இறைச்சி ஆகும். அணில் தலைத் துவட்டலுக்கு வேண்டிய தலைகளும் கிடைக்கும். அணில்களின் உதவியால், மற்றுமோர் வருஷம் வேட்டையாடுவதற்கு எங்களுக்கு உரிமை கிட்டிவிடும்.

அந்நாட்களில் அணில்களை வேட்டையாடவும் ஒரு வரம்பு இருந்திருக்கலாம் – எனக்கு நினைவில்லை. ஆனால் நாங்கள் அவற்றை அதிகம் கொன்றதில்லை. வேட்டையாடத்துவங்கினால் கடுமையாகவே தாக்கினோம்.

ஆகவே நாள் என் தொப்பி மீது துப்பாக்கியை வைத்து விட்டு, ஜேக்கியை அவிழ்க்கச் சென்றேன். அது ஏமாற்ற உணர்வு மிகுதியால் வலிப்பு கண்டு, வாயில் நுரை கக்கி நின்றது. நாங்கள் தோப்புக்குத் திரும்புகையில்,அது என்னைக் கீழே தள்ளிவிடுவது போல் இழுத்தது.

“அதை விட்டுவிடு. அதோ தெரியும், ஓங்கி வளராத ஓக், சிங்காபின் மரங்கள் நிற்கும் மேட்டுக்கு நாம் போவோம். எஞ்சிய அணில்கள் பூமி மீது காணப்படும். அது ஜேக்கியின் வேலை” என்று தாத்தா கூறினார்.

ஜேக்கி சரியான திசையில் ஓடியது. மரத்தில் ஒரு அணிலை நிறுத்திவிட்டதை அது அறிவிப்பது சீக்கிரம் எங்கள் காதில் பட்டது. ஒரு சிவிங்கிப்புலியை அல்லது கரடியை மறித்துவிட்டது போல் அது வேகமாய்க் குரைத்தது. ஒரு ஓக் மரத்தின் கீழ் அது நின்றது நின்றது என்றா சொன்னேன்? அது தன் கூரிய நரி முகத்தை வான் நோக்கி உயர்த்தி, தலைதெறிக்கும்படி கத்தியவாறு, ஐரிஷ் சுழல் ஆட்டம் ஆடிக்கொண்டிருந்தது.

“நீ அந்தப் பக்கம் கவனி, நான் இங்கே பார்க்கிறேன். நம்மில் ஒருவர் விரைவிலேயே அதைக் கண்டுவிடுவோம்” என்று தாத்தா சொன்னார்.

மரத்தில் நிலைத்த அணிலைச் சுடுவது மிக எளிது. அவற்றைக் கண்டுபிடிக்கத் தெரிந்துகொள்ள வேணும். அவ்வளவுதான். ஒரு மரத்துக்கு இரண்டு பேர் தேவை. அடிமரத்தோடு அப்பிக் கொண்டோ, சுவடு ஒன்றில் உட்கார்ந்தோ, அல்லது ஒரு கிளை மீது நீண்டு கிடந்தோ கவனிக்கிற அணில், தன் பக்கத்தில் உள்ள வேட்டைக்காரனை உணர்ந்ததும் அங்கிருந்து விலகி நகரும். அப்பொழுதுதான் மறுபக்கம் நிற்பவன் அதைச் சுடவேண்டும்.

அடிமரத்தைச் சுற்றி எச்சரிக்கையோடு எட்டிப்பார்த்த ஒரு தலையை

நான் வெகு சீக்கிரமே கண்டேன். சாம்பல் நிற உடல் ஒன்று, தட்டையாய் ஒட்டியபடி, என் பக்கமாக நகர்ந்தது. என் சிறு துப்பாக்கி ஒலித்தது மீண்டும். உடனே அது கீழே விழுந்தது. ஜேக்கி அருகே விரைந்தது. கழுத்தின் பின்புறம் கவ்வி அதை எடுத்தது. வேகமாய்த் திருகி அதன் கழுத்தை முறித்தது. பிறகு அதைத் தரையில் போட்டது. தன்னையே மெச்சிக்கொள்ளும் குரைப்பு ஒன்றை எழுப்பிவிட்டு, விலகி ஓடியது.

சுமார் பதினோரு மணி வரை இப்படி நிகழ்ந்தது. மேலும் இரு டஜன் அணில்களை ஜேக்கி மடக்கியிருக்கும் என்று கருதுகிறேன். அவற்றில் பல பூனை இனம். ஆறேழு நரி இனமும் இருந்தன. இன்னொரு பையில் அவற்றை நிரப்பினோம். அது வெகு கனமாக இருந்ததால், அதன் விளிம்பில் உள்ள இரு துவாரங்களினூடே தாத்தா ஒரு கம்பைச் சொருகினார். நாங்கள் இருவரும் அதைச் சுமந்தோம்.

ஏப்னர் வீட்டை நாங்கள் சேர்ந்ததும், சுத்தமான வெண் மணல் பரவிய முற்றத்தில் தாத்தா முதல் பையைக் கொட்டினார். ஏப்னரின் விசாலமான, பிளம் கறுப்பு முகம், பெரிய சிவப்பு முலாம்பழம் போல். சிரிப்பால் வெடித்தது.

“ஐயா, இது நிச்சயமான அணில் வேட்டைதான். அந்தச் சாக்கிலே என்ன இருக்கிறது?” என்று ஏப்னர் கேட்டார்.

“அணில்கள்தான். இந்தப் பதினைந்தும் உமக்கு” என்று தாத்தா சொன்னார்.

“முதலாளி ஐயா, இது வலுத்த சிநேகம். எங்கள் வீட்டில் கொஞ்சம் கூறி சாப்பிடமுடியும். நான் கணக்கெடுக்கிறபோதெல்லாம், புதுசாக ஒரு நபர் எங்களிடையே வந்திருப்பது போல் தோன்றுகிறது. பன்றி இறைச்சி விலையோ மிக உயர்ந்துவிட்டது. நாம் ஒரு நல்ல காரியம் செய்வோம் அந்தச் சாக்கில் இருப்பதை இரண்டு பேர் சுத்தம் செய்யமுடியாது. நாள் எனது பெரிய பிள்ளைகளை அழைத்து, அவற்றை இப்பவே இங்கேயே சுத்தப்படுத்தச் சொல்வேன். ஏ குழந்தைகளே, கேப்டனுக்கும் எனக்கும் உதவிசெய்ய வாருங்கள்!” என்று ஏப்னர் சொன்னார்.

சகல அளவிலும் குழந்தைகள் சிறு வீட்டுக்குள்ளிருந்து ஓடி வந்தார்கள்.

ஏப்னர் உத்தரவிட்டார்: “உட்ரோ வில்ஸன், நீ போய்க் கத்திகளை எடுத்துவா! ஹார்டின், நீ அம்மாவிடம் போய் நான் நெருப்பு மூட்டச் சொன்னதாகச் சொல்லு. பன்றி சமைக்கும் பானையில் தண்ணீரைக் கொதிக்க வைக்கட்டும். கேப்டன், நீங்கள் அதோ அந்த சிங்கி பெரி மரத்தடியில் சும்மா உட்கார்ந்திருங்கள். பிள்ளைகள் அணில்களைக் கவனிப்பார்கள். போன வாரம் நான் கண்டெடுத்த ஒரு சரக்கை நீங்கள் கொஞ்சம் ருசி பார்க்கலாம்.

கேப்டன். சிறிது ஸ்கூப்பர்நங் ஓயினை விழுங்கி சின்னக் கேப்டன் தன் தொண்டையைக் குளிரவைக்கலாம். என்ன சொல்கிறீர்கள்?"

அதைவிடச் சிறந்த யோசனை எதையும் தான் சொல்வதற்கில்லை என்று தாத்தா கூறினார். நாங்கள் நிழலில் அமர்ந்தோம். ஏப்னர் அரை காலன் ஜாடி நிறைய வெண் பானமும், அதே மாதிரி ஜாடியின் அரைவாசிக்குக் கறுப்பு பானகமும் கொண்டு வந்தார். வெண்பானம் கிணற்றிலிருந்து எடுத்து வந்த இனிய குளிர்நீர். கருமையான திரவத்தில் சக்தி அதிகமாக இருந்திருக்க வேண்டும். ஏனெனில் தாத்தா அதைக் குடிக்கையில் கண்களை மூடிக்கொண்டார்; அவர் உடல் முறுக்குற்றது. அவர் புறங்கையால் தன் மீசையைத் துடைத்தார்.

"இவ்வருஷம் பறவைகள் எப்படி இருக்கின்றன, ஏப்னர்?" என்று கேட்டார்.

"இவ்வளவு காடைகளை நான் என் ஜன்மத்தில் பார்த்ததேயில்லை. பட்டணத்தான் ஒருவன் அன்றைக்கு இங்கு வந்தான். வேட்டையாடும் உரிமைக்காகப் பணம் தர விரும்பினாள். ஆனால் நான் பறவைகளை எல்லாம் எனது வெள்ளை உறவினருக்காகப் பாதுகாக்கிறேன் என்று சொல்லிவிட்டேன்" என ஏப்னர் பதிலளித்தார்.

தாத்தா என்னைப் பார்த்துக் கண் சிமிட்டினார். எங்கள் இரு டஜன் அணில்களும் தோலுரித்து, குடல் நீக்கப்பட்டு, கழுவி செம்மையாய் சாக்கிலே வந்து சேருவதற்கு வெகுநேரம் பிடிக்கவில்லை.

"நாங்கள் போகலாம் என்று நினைக்கிறேன், ஏப்னர். ரொம்ப நன்றி. குட் பை" என்று தாத்தா சொன்னார்.

ஏப்னர் குட் பை கூறினார். பிள்ளைகள் கைகளை ஆட்டினர்.

தாத்தா காரை மெதுவாக முற்றத்துக்கு வெளியே ஓட்டினார். என் பக்கம் திரும்பி, மறுபடியும் கண் சிமிட்டினார். "பூனையைக் கொல்வதற்கு, நிறைய வெண்ணெயைத் திணித்து அதைச் சாகடிப்பதைவிட, வேறு பல வழிகளும் உண்டு" என்றார்.

நான் சதா சாப்பாடு பற்றியே எழுதிக்கொண்டிருப்பதால், எனக்கு உணவில் அதிகமான பற்றுதல் உண்டு என்று நீங்கள் எல்லோரும் நினைப்பீர்கள் என நான் எண்ணுகிறேன். நான் குற்றவாளி என்று ஒப்புக்கொள்ள வேண்டியதுதான். ஆனால், பையன் ஒருவன் அவன் வயிற்றிலேதான் அதிகம் வாழ்கிறான் என்று எனக்குத் தோன்றுகிறது. ஞாயிற்றுக்கிழமைச் சாப்பாட்டுக்குப் பிறகு படுத்துத் தூங்குவதை அத்தியாவசியம் ஆக்கும் அளவுக்கு திருப்திகரமாய்ச்

சாப்பிட ஆசைப்படாத எவனையும் அவர் நம்புவதில்லை என்று தாத்தா ஒரு தடவை சொன்னார்.

விருந்தளிப்பவர், பெண்ணின் முன்றானையும், சமையல்காரன் குல்லாயும் அணிந்து காட்சிதரும் திறந்தவெளி உல்லாச விருந்துகள் அந்நாட்களில் நிகழ்ந்ததில்லை. சமைக்கப்பெற்றனவெல்லாம் அநேகமாக வீட்டினுள்ளேயே, மெதுவாக எரியும் கட்டை அடுப்பின்மீது, நிதானமாகச் சமையல் செய்யும் கறுப்பு மாதினால் சமைக்கப்பட்டன. அவளோ யாரையும் சமையலறைக்குள் வரவிடுவதில்லை. ஆண்கள் சமையல் செய்ததில்லை அல்லது, நகரத்தில் பலரறிய ஆண்கள் சமையல் செய்யவில்லை. ஆயினும், மயிரடர்ந்த முரடர்களுக்குள்ளே கூடச் சமையல்கார வேகம் பதுங்கியிருந்தது. பீச் பழம் போல் இனிமையாக (வெள்ளாடு போல் குடிபோதையில் உள்ள என்ற வசனத்துக்கு ஸவுத்போர்ட் வழக்கு இது.) நடந்துகொள்ளாத ஒவ்வொருவரும் கிறிஸ்துமஸின் போது காட்டில் அல்லது நீர்மீது ஏதாவது செயல் புரியப் போய் விடுவர். நாட்டைவிட்டு எங்காவது போய்ச் சில தினங்களைக் கழிப்பது என்பது கௌரவத்துக்குரிய விஷயமாகத் திகழ்ந்தது.

தென் பிராந்தியத்தில் எங்கள் பகுதியில் இவ் வழக்கத்தை இன்னும் அனுஷ்டிக்கிறார்கள். ஆனால் அவர்கள் மிகுந்த மன உல்லாசம் பெற்றுவிட்டனர். நான் முற்காலத்தில் சிப்பிப் புழுக்கள் பொரித்தது பற்றிக்குறிப்பிடுகிறேன். கிறிஸ்துமஸ் மரம், ஹோலி பெரி, மிஸில்டோ திய முற்றைப் போலவே இந்தப் பொரியலும் விழாக்காலத்தின் ஒரு அம்சமாகும். இத்திறந்தவெளிச் சமையல் கேளிக்கையில், ஆண்களே சமையல் செய்தனர். பெண்கள் பழக் கேக்குகள் செய்வதற்கு மாவு தயாரிப்பதோடு சரி. பிறகு அவர்கள் விலகி அமர்ந்து, ஒரு காலைத் தட்டி மிதித்து, ஆண்களை ஆண்களாக விளங்க விட்டுவிடுவர்.

ஆண்கள் செய்யும் முதல் வேலை சிறு படகில் சென்று,சிப்பிப் புழுக்களையும், இப்பிகளையும் சேகரிப்பதுதான். அந்தக் காட்டருடே கிடைத்த சிப்பிகள் மிக நேர்த்தியானவை. அவை பெரியன சலவை சோப்புக்கட்டி அளவு பெரியவை நரை நிறத்தன. கோடுகள் பெற்றும். சுருங்கிய விளிம்புகளைச் சுற்றி வெண்மை படிந்தும் இருந்தன. இப்பிகள் டென்னிஸ் பந்துகள் அளவு பெரிதாய், ஓட்டின் வெளிப்புறத்தில் கருநீலமும் கறுப்புமாய், உள்ளே பிளம் மஞ்சளில் கெட்டியான உருண்டைகளாய்த் திகழ்ந்தன. சாம்பல் நிற நீரிலிருந்து சேற்றுடன் அவை கிடைத்தன. அவற்றைத் தெளிந்த நீரில் அமுக்கிச் சுழற்றி, படகினுள் போட்டதும் அவை ரத்தினங்கள் போல் மின்னின.

கடலின் விளைவுகள் ஒழுங்கான சிப்பிக்கூடத்துக்கு எடுத்துச் செல்லப்படும். கூடம் என்பது ஒரு சாய்ப்பு; அதன் கீழ் மரச் சட்டங்கள் மீது அமைந்த

கரடுமுரடான மேஜை ஒன்று; முகாம் ஆசனத்திலிருந்து சாமான்களின் பெட்டிகள் ஈறாக எதுவாகவேனும் மதிக்கத் தகுந்த நாற்காலிகள் ஆகியவைதான். மண்எண்ணெய் விளக்குகள் ஒளி உதவின. கௌரவமான சிப்பிப்புழு பொரிக்கும் பணி எதுவும் பகல் வேளையில் நிகழ்வதில்லை என்பதைக் கூற மறந்துவிட்டேன். பகலில் குடிப்பது மரியாதையாகக் கருதப்படவில்லை. திருநாள் கொண்டாடுவோரில் கணிசமான பகுதியினர் சிப்பிகளையும், தானிய மதுவையும் பிரிக்க முடியாதவையாகவே மதித்தனர்.

ஈரம் படிந்த பாசி போதுமானதே. ஆனால் உண்மையான முதல் ரகச் சிப்பி சமைப்பவர், புதிதாகச் சேகரித்த கடல் பூண்டுகளிலேயே தனது சிப்பிகளை அவிப்பார். இன்றைய திறந்தவெளிச் சமையல் அடுப்பை ஒருவாறு ஒத்திருந்தது அக்கால அடுப்பும். மூன்று பக்கங்களில் கல் அல்லது காங்க்ரீட். மேலே கனத்த தகரம், அல்லது முலாம் பூசிய இரும்பு. உலோகத் தகட்டின் கீழ் தீ மெதுவாக எரியும். கடல் பூண்டுகளில் பொதிந்த சிப்பிகள், விளிம்புகள் தளரும் வரை, அவிக்கப்படும். அப்புறம், ஒரு கத்தியைச் சிப்பியின் ஜவ்வு கிழிபடாதபடி அதனுள் புகுத்துவது சாத்தியமாகும். அதன் மணம் இன்னும் தெளிவாக எனக்கு நினைவிருக்கிறது. சிப்பிப் பொரியல் உப்பளச் சதுப்போடு நெருங்கிப் பிணைந்துள்ளது. சதுப்பு மணம், மிர்ட்டில் பூண்டு வாசனை, கடலோரப் பைன் வாடை எல்லாம் பொரியல் ஆவியோடு கலந்து விளங்கும்.

இப்பிச் சூப்பு அல்லது ஆமைக் குழம்பு, ஏதாவது ஒன்றுடன் நாம் திருப்தியுற வேணும் என்று எதிர்பார்க்கப்பட்டது. ஒரே சமயத்தில் நமக்கு இரண்டும் கிடைக்காது. இப்பிருப்பு, வெகு எளிதானது. சூப்பில் பாலோ தக்காளியோ கிடையாது. இப்பிச்சாறு, இப்பிகள், ஐரிஷ் உருளைக்கிழங்குத்துண்டுகள், வறுத்த முதுகுக் கொழுப்பு, வெங்காயம், உப்பு, மிளகு எல்லாம் கிடக்கும். இவை இளங்கொதியாய் கொதித்துத் திவ்வியமாய் இசைந்திருக்கும். சிப்பிப் புழுவை நினைத்து நம்மை நாமே கட்டுப்படுத்திக் கொள்ளவேண்டும். இல்லையெனில் ஆசை அடங்காது பெண்களில் ஒருத்திதான் பொதுவாகச் சூப்பு தயாரிப்பது வழக்கம். ஏனெனில் ஆண்கள் சிப்பிகளிலும், வெண் குடிவகை நிரம்பிய அரை காலன் பழ ஜாடிகளிலும் தீவிரமாக ஈடுபட்டிருப்பார்கள்.

சிப்பிகள் தான் முக்கியத் திருப்பணி, சூப்பு உண்மையான விருந்துக்கு நம் வயிற்றைத் தயார்ப்படுத்தும் சாதனமே. இன்று சிப்பிகளை எப்படித் தின்கிறார்களோ, எனக்குக் கவலை இல்லை. அதற்கு ஒரே ஒரு வழிதான் உண்டு. தாத்தா சில சமயங்களில் சொல்வது போல், “நான் உமது அபிப்பிராயத்தை மதிக்கிறேன். ஆனால் உம்மைவிட நான் நன்கு அறிந்தபோது அல்ல. இவ்விஷயத்தில் நான் அதிகம் அறிந்தவன்.”

கனலும் தீக்கங்குகள் மீது கடல் பூண்டில் கிடந்து அவிந்து ஆவிப் புகை நெளிய விடும் சிப்பிகளை முதலாவதாக ஒரு பறையில் அள்ளி, நமக்கு வலப்புறம் விரித்த கத்தியைக் கையில் பிடித்தபடி நிற்கும் நீக்ரோச் சிறுவனிடம் கொடுக்க வேண்டும். நமக்கு முன்னால், கரடுமுரடான பைன் மர மேஜை மேல், கொதிக்கும் உருகல் வெண்ணெய் நிரம்பிய ஒரு சட்டியும், அகலமான பெரிய காலித்தட்டும் இருக்கும். தொடுசுவைக்குத் தேவையான காடி குறுகிய கழுத்துடைய ஜாடியில் இருக்கும். உருண்ட சிறு செம் மிளகுகள் காரம் குன்றாது அதனுள்ளேயே கிடக்கும். ஜானி கேக்குகள், சோள ரொட்டிகள் முதலியன ஒரு தட்டு நிறைய நம்முன் இருக்கும். குடிவகையில், பீவோ – பீர் போல் ருசிப்பதாகக் கருதப்படுவது – கிடைக்கும்.

"தொடங்கு!" என்று சாடை காட்டியதும், கறுப்புச் சிறுவன் சிப்பிகளைத் திறக்க ஆரம்பிக்கிறான். அவன் ஒரு டஜன் சிப்பிகளைத் திறக்கும் வரை காத்திருந்து, அதன்பிறகே அவற்றை நாம் வெண்ணெயில் அமுக்கி எடுத்து, மிளகுக் காடியில் தோய்த்து, தட்டில் வைக்க வேண்டும். சிப்பிப் புழுவிலிருந்து வடியும் கொழுப்பு, வெண்ணெய், சதுப்புச் சகதி ஆகியவற்றைத் துடைக்க வேண்டும். கேக்கின் பிசுக்கும், சோள ரொட்டியின் துண்டுகளும் இவற்றுடன் சேர்ந்துவிடும்

என்ன இருந்தாலும், ஒட்டிக்கொண்டிருக்கும் சகதி எழுப்புகிற நறுமணத்துக்கு இணையானது வேறு எதுவுமில்லை. காற்று நம் முகத்தில் வீசுகிற போது, நீரோரத்து ஓக் மரங்கள் அக்காற்றினால் நடுங்கும்போது, கரோலினாலின் சதுப்பு எப்படி மணக்கும் என்பதை நன்கு அறிந்திருந்தால்தான் இது உமக்குப் புரியும். பிறகு நாம் நம் விரல்களை நக்குகிறோம். முதல் பன்னிரண்டு சிப்பிகளில் நாம் கவனம் செலுத்தியிருந்த வேளைக்குள்ளாக இன்னொரு டஜன் சிப்பிகளை அச்சிறுவன் திறந்து வைக்காமல் போனால், குறைகூறும் விதத்தில் அவனை நோக்குகிறோம்.

"போதுமான அளவு சிப்பிகள் என்பது கிடையவே கிடையாது. கணிசமான அளவு சிப்பிப் புழுக்களை ஏற்றுக்கொள்ளும் தன்மையில் மனித வயிறு படைக்கப் பெறவில்லை. இதுதான் உண்மை" என்று தாத்தா கூறுவது வழக்கம். நான் அதிகபட்சமாகத் தின்றது நான்கு டஜன்களாகும். ஒவ்வொன்றும் ஒரு கற்கண்டுக் கட்டி அளவு பெரிது.

ஒருவன் தனது சிப்பிகளைத் தானே திறப்பது நிச்சயமாக சாத்தியமே. ஆனால் அவ்விதம் செய்யும்பொழுது அதிலுள்ள ஒரு கவர்ச்சி போய்விடுகிறது. ஆவி கக்கும் கடல் பூண்டின் வாசனை, கடல், மரங்கள் ஆகியவற்றின் நன் மணம், நிதானமாக எரியும் தீயினால் தாக்குண்டு விருப்பமின்றி ஜவ்வுகளைத் தளரவிடும் சிப்பிப் புழுக்கள் பொரிபடும். சுகந்தம் இவைகளைப் போலவே

சின்னப் பையனும் பொரியம் விருந்தின் ஒரு பகுதிதான். அவனை விலக்குவதானால், தூரத்து ஆந்தை அலறும் ஓசையையும், அலைகளின் மந்தமான 'பூம்' ஒலியையும், கடலோர வெண்மணலின் ஈரவாடையையும், மணல் குன்றுகளிலிருந்து நீர் ஓரம் வரை வளர்ந்து கிடக்கும் கடல் ஓட் பயிரின் சலசலப்பையும் அகற்றி விடலாமே.

இன்னுமொரு விஷயம் – சொல்லப்போனால், இரண்டு விஷயங்கள் உண்டு. ஒன்று, தனது சிப்பிகளைத் தானே திறப்பவன், வெண்ணெயில் தோய்ப்பதற்கு முந்தி ஒரு டஜனைத் திறந்தாக வேண்டும் என்று மன உறுதியோடு வேலை செய்ய முடிவதில்லை. மற்றொரு விஷயம், எந்த வெள்ளையர் மிக அதிகமான சிப்பிகளைத் தின்பார் என்று போட்டியிட்டு நீக்ரோப் பையன்கள் தங்கள் இரவு நேரக் கூலியைப் பந்தயம் கூறுவதற்குக் கிடைக்கும் வாய்ப்பை அவன் கெடுத்துவிடுகிறான். தனக்காகச் சிப்பிகளைத் திறப்பதற்குச் சிறுவனை ஏற்பாடு செய்கிற ஒருவன், தன்னையே சிப்பிப் புழுக்களால் மூழ்கடிக்க வேண்டியது அவசியம். இல்லையேல், அவனுடைய உதவியாளுக்கு ஏகப்பட்ட பணம் ஐம்பது சதங்கள் கூட நஷ்டமாகும். பையன்கள் ஒத்துப்பார்க்கச் சிப்பி ஓடுகளைச் சேமிப்பர். என் பசி மீது பந்தயம் கட்டியவர்கள் அபூர்வமாகவே பணம் இழந்தனர்.

சாப்பாட்டில் பிரியம் காட்டும் இந் நிகழ்ச்சியில் ஒருவிதக் கலை நய அழகு இருந்தது நெருப்பின் சுவாலை, ஏற்கனவே சிவந்த சமையல்காரர்களின் முகங்களை மேலும் செம்மையாக்கியது; நீக்ரோச் சிறுவர்களின் கறுப்பு முகங்களிலும் வெள்ளை விழிகளிலும் மினுமினுத்தது; சாப்பிடுவோரின் விரல்களிலும் உதடுகள் மீதும் நெய்ப்பசையோடு பிரகாசித்தது: அரைகுறையான கூடாரத்தில் விபரீதமான நிழல்களைப் பரப்பி ஒளி வீசியது: காற்றில் அலைப்புறும் கோணலான மாங்களைக் கொண்டு கோரமான நிழல்களைச் சித்தரித்தது. பொரியல் விருந்துக்குப் போகும் பாதை எப்போதும் மினுமினுக்கும் சிப்பி ஓடுகளின் நொறுங்கல்களாலேயே பரவப்பட்டிருந்தது. அதுவே பொருத்தமாகத் தோன்றியது. அதன் பக்கங்களில் எலும்புபோல் வெளுத்த சிப்பிக் குவியல்கள் உயரமாகக் காட்சி தந்தன.

இதுதான் விடுமுறை நாளில் நிகழும் கூட்டுக்கல்வியின் திறந்த வெளி நிலைமையாகும்.

ஆண்கள் அதிக அந்தரங்கமாகவும் ஒழுங்கற்ற முறையிலும் செய்யும் சமையல் வேலை இரண்டு மூன்று நாள் வேட்டை யாத்திரையின் போது நிகழும். வாத்துக்களை அல்லது மான்களை வேட்டையாடச் செல்லும் பணக்காரர்கள் சிலர் தங்களோடு ஒரு சமையலாளையும் இட்டுச் சென்றனர். அக்காலத்தில் கரோலினா நீக்ரோவர்களிடையே ஒரு தொழில் நிலவியது.

"வேட்டைக்குப் போகும் சமையல்காரன்" தொழிலான அது இந் நாட்களில் இல்லை. அனுதாபத்துக்கு உரியது இது. அந்தச் சமையல்காரன், அவனை வேலைக்கு அமர்த்துகிறவர்களுக்குச் சமமான நடத்தை உள்ளவனாகவே இருப்பான். அதாவது காட்டில் இஷ்டம் போல் திரியவும், அருமையான வாய்ப்பேச்சைக் கேட்கவும் சந்தர்ப்பம் கிட்டுமானால் அவன் நிலையாக உழைக்கவே மாட்டான். பொதுவாக அவன் மிதமின்றியும், அடிக்கடியும் குடிப்பது வழக்கம். அதனால் அவன் வீட்டுச் சமையல்காரனாகத் தகுதியற்றவன் என மதிக்கப்பட்டான்.

அவர்களில் அநேகரை எனக்குத் தெரியும். சிறையிலிருந்து வெளிவந்த ஒரு கொலைகாரன்தான் அவர்களில் சிறந்தவன். அவன் எப்பொழுதாவது எங்கள் குடும்பத்தில் வேலை செய்வது உண்டு. அவன் பெயர் போய்விட்டது. ஆனால் காட்டில் மாயாவியாக விளங்கினான் அவன். சில பாறைகளையும் ஒரு இருப்புச் சட்டியையும் வைத்து அவன் சில வேலைகள் செய்வான். ஓக் சுள்ளிகளையும், மணம் ஊட்டுவதற்காக ஹிக்கரிக்கட்டைகளையும் அடுப்பில் திணிப்பான். பிறகு சட்டியிலிருந்து கிடைக்கும் மானிறைச்சித் துண்டுகள் நம் வாயில் நீர் ஊற வைக்கும். மானிறைச்சி சமைப்பதற்குக் கடினமானது. ரொம்பப் பேர் அதை மென்மையாக்க அதையும் இதையும் ஊற்றி, பதப்படுத்த ஜெல்லிகளையும் ஒயினையும் கொட்டி, அதிக நேரம் செலவிடுவர். ஆனால் இந்த ஆசாமியோ அதை வெறுமனே நெருப்புமீது வைப்பான்; பிறகு வெளியே தூக்குவான்; சுடச்சுட அதைத் தட்டில் போடுவான். அது ஆறும் வரை பொறுத்திருக்க முடியாது நம்மால். ஆகவே நாம் நமது நாக்கைச் சுட்டுக்கொள்வோம். உண்ணி மாதிரி நிறைந்த வயிற்றோடு படுக்கச் செல்லும் நான் அதற்குள்ளாகவே மறுநாள் காலை ஆரம் சிந்திக்க ஆரம்பித்துவிடுவேன்.

காலை ஆகாரத்துக்கு பொரித்த முட்டைகளில் செய்த விசேஷத் தயாரிப்பு ஏதாவது இருக்கும் – அவன் எப்பொழுதும் ஒரு இரும்புக் கொப்பரையைச் சுமந்து செல்வான். ஒரு நாய் சாப்பிடும் எதையும் முடியாது என அவன் சொன்னான். வேக வைத்த மான் ஈரலும், வெண்ணெய் தடவி வாட்டிய ரொட்டித் துண்டுகளும் வழக்கமாக இருக்கும். எல்லோருக்கும். பிசி அதிகமிருந்தால், அணில் கறித் துவட்டல் கிடைக்கலாம். ஹோ கேக்குகளும் அவன் செய்வான். சோள மாவு, தண்ணீர், உப்பு எல்லாவற்றையும் சேர்த்து சாம்பலில் சுட்டெடுப்பான். சாம்பலைத் தட்டி விட்டுத் தின்றால், ஒவ்வொரு துண்டும் மிகுந்த பரவசமூட்டும். செங்கண் பன்றியின் கொழுப்பில் அல்லது முதுகுக் கறியால் சுவைபெற்ற பானத்தில் தோய்த்துத் தின்றால் பிரமாதமாக இருக்கும்.

நான், சிற்றுண்டிச்சாலையில், முட்டையை எந்த உருவத்திலும்

விரும்பியதில்லை. ஆனால், காட்டில் பன்றிக் கொழுப்பில் பொரித்த முட்டை எனக்குப் பிடிக்கும். அதன் வெள்ளை ஓரமெல்லாம் பெல்ஜியன் சரிகை மாதிரி நேர்த்தியாய், பழுப்பு நிறம் பெற்று விளங்கும். அது மேன்மையான பொருள். அத்துடன், பொரித்த பன்றி வயிறும், வெள்ளைச் சோள நொய்யுடன் சேர்க்கப்பட்டு, கொழுப்பினால் மணம் ஏற்றப்பட்டு, கிடைத்தால் அஜீரணம் பயங்காட்டியபடி நின்றாலும் நாம் கவலைப்படவேண்டியதில்லை.

பலர் போஸம் தின்னமாட்டார்கள். அது எலி போல் தோன்றுவதுதான் காரணம், ஆனால் எங்கள் சமையல்காரன் போஸத்தை எடுத்து, இனிய துண்டுகளாக்கி, கொஞ்சம் வெங்காயமும் சிறிது காரட்டும் சேர்த்து ஆக்குவான். அதன் கிட்டே வரக்கூடிய எதையும் நான் பிரான்ஸில், பாரிஸில் கூடத் தின்றதில்லை. அது கொழுப்பாகவுமிராது; மெலிந்தும் இராது; இரண்டும் கலந்த ஒன்றாக விளங்கியது.

காட்டில் சாப்பிடுவது பற்றி நினைத்துப் பார்க்கையில், காப்பி. சாக்கரை, உப்புப் பதார்த்தம் இவைகள் போக, பிரதானமானது தானிய சர்பத் அல்லது வெல்லப் பாகு என்றே எனக்குத் தோன்றுகிறது. மொச்சைக் கொட்டைகளை வெல்லம், வெங்காயம், பன்றி இறைச்சி எல்லாம் சேர்த்து மெதுவாகக் கொதிக்கவைத்தால், பிறகு அவை வெறும் பன்றிக் கறியும் மொச்சையும் அல்ல. இனிப்பேற்றியதை ஒவ்வொன்றுக்கும் இப்படி மெதுவாய் காப்பிக்கு. சூடான கேக்குகளுக்கு, மொச்சைகளுக்கு எல்லாம் – பயன்படுத்தினோம். ஸ்பாகெட்டி மீதுள்ள பதார்த்தத்தோடுகூட நாங்கள் அதைக் கலத்தோம்.

ஒரு வாத்தை அல்லது மீனை, களிமண்ணில் பொதிந்து, அம் மண் வெடிக்கும் வரை மெதுவாக ஆக்கும் முறையை விட, மோசமான விஷயங்கள் இருக்கின்றன. இவ்வாறு வெந்ததை அகற்றும்போது சிறகுகளும், செதிள்களும் மண்ணோடு வந்துவிடும். புதிதாய் கொன்ற மானின் ஈரல் துண்டைப் பச்சைக் கம்பில் குத்தி, முகாம் நெருப்பில் காட்டி வேகவைப்பதைவிட மோசமான வேறு விஷயங்களும் உள்ளன. இலைகள் ஊறிப் பழுப்பு நிறமும் சுவையும் பெற்ற ஓடை நீரை வாணிபப் பொருளாக மாற்றும் வகையை இதுவரை எவரும் கண்டுவிடவில்லை. ஆனாலும், கரிக் குவியலில் தகரப் பாத்திரத்தில் காப்பி கொதிக்க வைப்பதற்கு அதை ஒத்த திரவம் நிச்சயமாக வேறு இல்லை.

சந்தேகமில்லாமல், இவை எல்லாம் வெகு காலத்துக்கு முன் நடந்தவை என்பதை நீங்கள் உணருவீர்கள். ஞாபகசக்திகூட ஒருவன் வாயில் நீரூறச் செய்யும் தன்மையதுதான். இளமையும், விஸ்கியாலும் புகையிலையினாலும் வாடிவிடாத உடலும், திறந்த வெளியில் வசிக்கும் உற்சாகமும் அதன் அம்சங்களே. இன்று அதைச் செய்தால்கூட அதன் சுவை என் நினைவில்

உள்ளதுபோல நன்றாகவே ஏன், அதைவிடச் சிறிது சிறப்பாகக்கூட இருப்பது எனக்குப் புரியாத ஒரு விஷயமாகும்.

பாதுகாப்புப் பற்றிய உண்மையான அபிப்பிராயம் என் மூளையில் உதயமாவதற்கு தாத்தா தான் உதவினார். அதுபற்றி அதிகம் பேசாமலே அவர் படிப்படியாக அவ்வறிவை எனக்குப் புகட்டினார். அது விருத்தியடைய பல வருஷங்கள் பிடித்தன. ஆனால் ஒரு தினத்தில், சரத் கால ரோஜாச் செடி போல, அது முழுதலர்ந்துவிட்டது. நமது வேட்டைக்கு உரியனவற்றை நிலையாகப் பாதுகாப்பதில் பல விஷயங்கள் கலந்துள்ளன. ஒரு கோடீஸ்வரனால்கூட விலைக்கு வாங்கமுடியாத சில விஷயங்களும் நட்பு, கூட்டுறவு போன்றவை உண்டு.

அநேகப் பையன்களைப் போலவே, நானும் நரமாமிச பக்ஷணி மாதிரி ரத்தவெறி பிடித்து அலைந்தேன். நான் ஆறு வயதாக இருந்தபோது எனது முதல் துப்பாக்கி எனக்குக் கிடைத்தது. ராபின்கள், நீலப் பறவைகள், பூனைக் குருவிகள், மழைக் காகங்கள் எல்லாம் எனது தாக்குதலை ஏற்றன. இங்கிலீஷ் ஊர்க்குருவிகள் முதல் அடுத்த வீட்டுப் பூனை ஈறாக. ஒவ்வொன்றையும் நான் சுட்டேன். நாங்கள் செய்வதற்குச் சிறந்தது எதுவும் இல்லாதபோது, என் உறவினன் ராயும் நானும் காட்டினுள் சென்று, இந்தியர்களாக நடித்து, பதுங்கி நின்று ஒருவரை ஒருவர் சுட்டு விளையாடுவோம். ஏன் எங்களில் ஒருவர் தன் கண் ஒன்றை இழக்கவில்லை என்பது எனக்கு என்றுமே வியப்புக்குரிய விஷயமாகும்.

பெரிய, துடுக்கான, கிழட்டுப் பரிகாசப் பறவை ஒன்று எங்கள் வீட்டருகே நின்ற மக்னோலியா மரத்தில் வசித்தது. அது இரவில் வெகுநேரம் வரை நிலாலில் அமர்த்து பாடுவது வழக்கம். சனிக்கிழமை இரவில் சம்பளம் பெற்ற மீனவன் போல் அதுவும் இசை ஒலி சிதறும். என் பாட்டியின் செல்லப் பறவை அது. ஆகவே, ஒருநாள் நான் என் துப்பாக்கியான டெய்ஸியை எடுத்து, பாடும் தொழிலிலிருந்து அப்பறவையை அகற்றிவிட்டபோது, தாத்தா என் கால்சட்டையை நீக்கி எனது பின்புறத்தில், வெகுவாக வளையும் ஒரு மிளாறினால் அடித்தார். என்மீது அவர் கை பிரயோகிக்கப்பட்ட ஒரு சில சந்தர்ப்பங்களில் அதுவும் ஒன்று. அது என் எண்ணத்தில் ஆழப் பதிந்தது.

எனது அலறல் குறைந்ததும், தாத்தா சொன்னார்: " மனிதன் கை வகுத்துள்ள ஆட்டத்தில் எல்லாம் மிக மேன்மையானது வேட்டையாளர் இருந்தனர். மனிதர் வாழ்ந்த குகைகளில் எல்லாம், குடும்பத் தலைவன் வீட்டுக்கு இழுத்து வந்த நானாவித வேட்டைப் பிராணிகளின் சித்திரங்கள் நிறைந்துள்ளன. நீ சாப்பிடுவதற்காக உல்லாசத்துக்காக, நேர்த்தியானது எதற்காகவாவது உனக்குப் பெருமைதரக் கூடியது, அந்த நாளின் ஒவ்வொரு

நிகழ்ச்சியையும் உன் நினைவில் நிறுத்தக்கூடியது எதையாவது கண்டு சுட்டால், அது நல்லது ஆகும். வேட்டையாடினால் வேட்டையாடினால்.

"நான் மிகுதியும் வெறுக்கும் ஒன்று உண்டு எனில், அது கொலையாளிதான்; தன் கண்ணில் படுகிற ஒவ்வொன்றையும் சுட்டுத் தள்ளுகிற, ரத்த வெறி பிடித்த மடையன்தான். மரணத்துக்காக மட்டுமே மரணத்தில் இன்பம் காண்கிற ஒருவன் உள்ளத்தில் எங்கோ கோளாறு உடையவனேயாவன்; அவன் பிற்காலத்தில் இதை நிரூபிக்கும் விதத்தில் செயல் புரிவதை நாம் காணலாம். எல்லாச் சிறுவர்களும், மேஜைகளைக் கத்தியால் செதுக்கவும், ஜன்னல் கண்ணாடிகளை நொறுக்கவும், பரிகாசப் பறவைகளைக் கொல்லவும் ஆசை கொள்ளும்போது, இதன் முதல் அவஸ்தையை அனுபவிக்கிறார்கள் என நான் உணருகிறேன். ஆனால் அதிலிருந்து விடுபட்டு வளரும்படி நான் கவனிப்பேன் இல்லையெனில், உனது பின்பக்கத்தின் கடைசித் துணுக்குத் தோலைச் கூட உரித்து விடுவேன்.

"இன்றிரவு நீ படுக்கச் சென்றதும் விழித்திருந்து இதைப்பற்றி எண்ணிப்பார். வெகு அழகாகப் பாடிய பரிகாசப் பறவை, உன் பாட்டி நேசித்தது, பற்றி எண்ணு. பிறகு, பூனைகூட விரும்பாத. அசிங்கமான சிறகுகளின் சிறு குவியல் பற்றி நினை. அப்புறம், நீ கூடக் கற்றுக்கொள்வதற்கென்று, உனக்குக் கிறிஸ்துமஸ் பரிசாகக் கிடைத்த இந்த அழகிய சிறு துப்பாக்கி பற்றியும், அது மீண்டும் உன்னிடம் இருந்தால் எவ்வளவு நன்றாக இருக்கும் என்றும் நினைத்துப் பார்."

இதைச் சொல்லிவிட்டு, தாத்தா சிறிய டெய்ஸியை எடுத்து, தன் முழங்கால்மீது வைத்து முறித்தார். பரிகாசப் பறவையின் உடனை அவர் வீசியிருந்த புதருக்குள்ளேயே அதையும் விட்டெறித்தார். அது தான் முதல் பாடம்.

எனது முதலாவது சுடுதுப்பாக்கியை அடைவதற்கு முன் நான் மிகுந்த மனவேதனை அனுபவித்தேன். காடைகளைச் கடக் கற்றுக் கொள்வதற்காக தாத்தா என்னை வெளியே அழைத்துச் சென்ற போது, ஒரு பறவைக் கூட்டத்தில் அடுத்த வருஷமும், அதற்கு அடுத்த வருஷத்திலும் சுடுவதற்குப் போதுமான காடைகள் மிஞ்சியிருக்கும்படியாக இப்பொழுது ஒருவன் எத்தனை பறவைகளைச் சுடலாம் என்பது பற்றிய விதியை எனக்குப் படிப்பிப்பதில் அவர் அதிக நேரம் செலவு செய்தார். பறவைகள் நன்கு சிதறிக் கிடப்பதைக் கண்டதும், பெரும்பாலான சிறுவர்களுக்கு ஏற்படுவது போலவே. என் எண்ணமும் அமைந்தது! நாய்கள் சுட்டிக்காட்டும் வரை அனைத்தையும் சுடவேண்டியது என்றுதான்.

ஆயினும் அவர் பாடம் எனக்கு நன்கு பதிந்தது. ஏனெனில் அக்

காடைகளும் தாத்தாவும் நீண்ட காலமாக நண்பர்கள். அவர் நாய்களை அவற்றிடையில்தான் பழக்கினார். வசந்தகாலத்தில் வெளிப்பட்ட புதிய பறவை ஈறாக எல்லாவற்றையும் அவர் அறிவார். மேலும், அவர் எனது சின்ன டெய்ஸியை முறித்துப் போட்டது போல், என். 22 துப்பாக்கியை உடைப்பதையும் நான் விரும்பவில்லை. காட்டில் அவர் எனது இடைவிடாத கூட்டாளியாக விளங்கியதால், நான் ஆசைப்பட்டிருந்தால் கூட அவரை ஏமாற்றியிருக்க முடியாது.

நாங்கள் ஒரு சில வருஷங்கள் வேட்டையாடிய பிறகுதான். அந்தப் பிராந்தியம் முழுவதிலும் வேட்டையாடும் விசேஷ உரிமை எங்களுக்கு மட்டுமே இருக்கிறது என்ற உண்மை எனக்கு உதயமாயிற்று." பலத்த பாதுகாப்புக்கு உட்பட்டது" என்ற நிலத்தில்கூட நாங்கள் சுட்டோம். ஆனால் சொந்தக்காரனின் அனுமதியோடுதான் சுட்டோம். பின்புறத் தோட்டத்தில் நின்ற வெள்ளை அல்லது கறுப்பு விவசாயியிடம் ஒரு வார்த்தை சொல்லிவிட்டுத்தான் நாங்கள் எப்பவும் எங்கள் வேட்டையைத் தொடங்கினோம். தகரவாளியிலிருந்து மிகவும் குளிர்ந்த கிணற்று நீரை வயிறு குளிரக் குடிப்பதும் உண்டு. களைத்துத் திரும்புகையில் வீட்டை அடைந்து, உள்ளே போய் விவசாயியின் நெருப்பில் எங்கள் கைகளைக் காட்டிச் சூடு பெறுவோம். நாங்கள்காரில் ஏறுவதற்கு முன்னர், தாத்தா ஒரு கிளாஸ் ஒயின் குடிப்பார். நானும் சிறிது சுவைப்பேன். கை நிறையத் தின்பண்டம் ஏதாவது கிடைக்கும்.

வெள்ளையருக்கும் கறுப்பருக்கும் பொதுவானதுதான் இது கறுப்பு இனத்தவர் நிலத்தின் சொந்தக்காரர்கள். வெறும் பயிரிடுவோர் அல்லர்.

தங்கள் நில விஷயத்தில் அவர்களுக்கு மிகுந்த பெருமை. பலகைகள் அல்லது மரக்கட்டைகளாலான சிறு குடிசைகள் எத்தனையினுள் நான் போனேன் என்று எனக்குத் தெரியாது. இரைந்து கொண்டிருக்கும் பைன் விறகுத் தீ வீடு முழுவதும் வெளிச்சம் காட்டும். முற்றத்தில் சிறு குழந்தைகளும் மஞ்சள் நிற நாய்களும் கிடக்கும். எவளாவது ஒரு கிழவி எப்பொழுதும் இரும்புச் சட்டியில் ஏதாவது செய்து கொண்டிருப்பாள். பன்றிக்கு வெந்நீர் ஊற்றுவது, துணிகள் வெளுப்பது என்று எப்பவும் வேலை செய்தபடி இருப்பாள். கதகதப்புப் பெற நாங்கள் உள்ளே செல்லும்போது, வீடு சதா சீராகவும் சுத்தமாகவும் காணப்படும். பத்திரிகைகளிலிருந்து வெட்டப்பட்ட வர்ணத் தாள்கள், காலண்டர்கள் சில சமயங்களில் வெறும் பத்திரிகைக் காகிதம் மட்டும் – சுவர்களை அழகு செய்தன. வெளிப்புறத்தில், வெண் மணல் முற்றம் எப்பொழுதும் சுத்தமாய் பெருக்கப்பட்டிருக்கும்.

அணில் தலைத் துவட்டல், போஸம், இனிப்புப் பதார்த்தம் ஆகியவற்றின் சுவையை நான் முதன் முதலாக உணர்ந்தது நீக்ரோவர் குடிசை ஒன்றில்தான்.

மொறுமொறுவென்று பொரிக்கப்பட்ட முதுகுக் கறியின் ருசியை இன்னும் நான் விரும்புகிறேன். இனிய பிரெஞ்சுக் கறிவகைகளைவிட முயல் துவட்டல்தான் மிக இனிமையாய் எனக்கு ருசிக்கிறது. பெரியவர்களை "அத்தை," "மாமா" என்றும், நடுத்தரமானவர்களை அவர்களது பெயரைச் சொல்லியும் நாள் அழைத்தேன். அவர்கள் தாத்தாவை "காப்டன்" என்றும், என்னை "இளைய காப்டன்" அல்லது "மிஸ்டர் பாபி" என்றும் அழைத்தார்கள். விசேஷ அடிமைத்தனம் எதுவும் அங்கு கிடையாது. தாத்தா எப்பவும் சிரித்து, தமாஷ் பண்ணினார். அவர்கள் சதா என்னைக் கேலி செய்தனர். குடி டப்பா, ஸ்கவுட் கோடரி, என்னளவு உயரமிருந்த ஒரு துப்பாக்கி ஆகியவற்றை எல்லோரும் சுமப்பது வழக்கம்.

நரையும் கூனலும் பெற்றிருந்த கிழ அத்தை சில சமயம் சொல்லுவாள்: "காப்டன், அன்றைக்குப் பட்டணத்து அந்நியன் ஒருவன் பறவை பிடிக்கும் நாய்களோடு வந்தான். என்னிடம் வந்து, என் தோட்டத்தில் பறவைகள் அகப்படுமா என்று கேட்டான். 'கிடையாது ஐயா. சென்ற வசந்த காலத்தில் பெரு மழை பெய்ததிலிருந்து இங்கே ஒரு பறவை கூட இல்லை. எல்லாம் மழையில் மூழ்கிச் செத்துப்போயின. மேலும், இந்த இடம் காவலுக்கு உட்பட்டது. எங்கள் பன்றிகளை எல்லாம் கட்டாமலே காட்டில் திரிய விட்டிருக்கிறோம் என்று நான் சொன்னேன். வழியோடு போகும் அந்நியன் எவனும் உங்கள் பறவைகளைச் சுட்டுக்கொல்வதை நீங்கள் விரும்பமாட்டீர்கள். இது எனக்குத் தெரியும். அதனால் நான் அவனை அனுப்பிவிட்டேன்."

பிளாரன்ஸ் அத்தையின் சிறிய பண்ணையைச் சுற்றிலும், பொது நிலத்தில், காடைக் கூட்டங்கள் மிகுதியாக இருந்தன. அதனால், பறவைகள் அவள் தோட்டத்திற்குள் வராது தடுப்பதற்காக அவள் வேலி அமைக்க வேண்டியதாயிற்று. ஆனால், மரம் வெட்டுவதற்குரிய குத்தகைக் காட்டுக்கும், சதுப்பு நிலத்துக்கும் அவள் தோட்டம் வழியாகத்தான் போகவேண்டும். அந்நியரான வெள்ளையரைக் கண்டால் உக்கிரமாகக் குரைக்கும் நாய்கள் புடை சூழ இருந்த அவள் வெகு மூர்க்கமாகக் காட்சி அளிக்க முடிந்தது.

அல்லது, ஆறடி நான்கு அங்குல உயரமுள்ள பெரிய ஏப்னர் மக்காயைக் காணச் செல்வோம். அவருக்கு நிறையக் குழந்தைகள் உண்டு. அவர் பல்லீறு எல்லாம் தெரிய, கோரமாகச் சிரித்தபடி சொல்லுவார்: "காப்டன், பழைய சர்ச் அருகேயுள்ள பறவைக் கூட்டத்தை விட்டு விலகியே போங்கள். அங்கே ஒரு மந்தை நரிகள் பதுங்கியிருந்து உங்கள் காடைகளையும் என் கோழிக் குஞ்சுகளையும் தின்று வருகின்றன. அதனால் அங்கு நான் பைன் இலைகளை விட நெருக்கமாகக் கண்ணிகள் வைத்திருக்கிறேன். அவற்றில் உங்கள் நாய்களில் எதுவாவது சிக்கிவிடக்கூடாது.

“ஆனால் அன்றைக்கு, அந்தப் பழைய இடுகாட்டுக்கு அப்பால், இடுகாட்டுக்கும் பழைய மரத்தூள் குவியலுக்குமிடையில், நான் கொஞ்சம் விறகு சேகரித்துக் கொண்டிருந்தபோது, ஒரு பறவைக் கூட்டத்தைக் கண்டேன். மிகவும் பெரிய கும்பல். எல்லாம் புதிய பறவைகள். முன்பு அவை ரஸ்தாவுக்கு அந்தப் பக்கத்தில், மரவெட்டு நடைபெறுகிற இடத்தில் இருந்திருக்கும். இப்பொழுது சந்தடி பொறுக்கமாட்டாமல், நம்மோடு வசிக்க வந்திருக்கலாம். கொஞ்சம் பொறுங்கள். இந்த வேலையை முடித்துவிட்டு, நானே வந்து அதைக் காட்டுகிறேன்” என்றார்.

நாங்கள் ஷெரீப் நாக்ஸ் பண்ணையிலோ, அல்லது துணி வெளுக்கும் மேரி மில்லட் அத்தை நிலத்திலோ, எங்கு வேட்டையாடினும் சரி, பறவைகளைக் கண்டுபிடிப்பதில் கால விரயம் செய்ததில்லை. பறவைகள் இங்கே இல்லாவிட்டால், அங்கே இருந்தன. அவை இங்கு இல்லையெனில், அங்கு இருந்துதானாக வேண்டும். வருஷா வருஷம் அவற்றை நாங்கள் கண்டோம். பட்டாணி வயல் பறவைகள், சதுப்பு நிலப் பறவைகள், காட்டுப் பறவைகள் எல்லாம் இருந்தன. பைன் மர விளைச்சலைத் தின்ன அவை சிறிது சுற்றித் திரிந்தன. ஆயினும் வழக்கமாக அவை, ஓங்கி வளராத ஓக் மரத் தோப்பு, மரத்தூள் குவியல், கசப்பு பெரிப் புதர், காய்ந்த கிளைகள் இவற்றில் எதனருகிலாவதுதான் வசித்தன.

இன்னுமொன்று, எங்களுக்கு வேட்டையாட மாகாணம் முழுவதும் – பெரிய மாகாணம் அது இருந்தது. ஒரே ஒரு பெரிய பண்ணைதான் விலக்கானது. மற்றவை எல்லாம் தாத்தாவுக்கும் எனக்கும் பிரத்தியேக வேட்டை நிலம் தாள் இவ்வளவு அதிகமான வேட்டை நிலத்தை ஒரு கோடீஸ்வரன் கூடப் பெற்றிருக்க முடியாது எனும் விஷயம் ஒரு நான் திடீரென்று எனக்குப்பட்டது. அதற்கு ஒரு காரணம் இருக்க வேண்டும்.

ஆமாம். அதற்குப் பல காரணங்கள் இருந்தன. முதலாவதாக அந்நாட்களில் நாட்டு மக்கள் காடைகளிடம் சிரத்தை காட்டவில்லை. அவை சோளப் பயிர்களைப் பாழ்படுத்துவதை அவர்கள் கண்டுவிட்டால், அந்தக் கூட்டம் பூராவையும் ஒழித்து விடுவார்கள் கஷ்ட காலமாக இருந்து, வயிறு காய்ந்தால், சில பறவைகளைக் கண்ணி வைத்துப் பிடிப்பார்கள், மற்றபடி அவர்கள் வெண்நிறக் காடைகள் விஷயத்தில் அக்கறை கொண்டதேயில்லை. அவை உயிர் வாழ்வதற்கு வேண்டிய உதவி எதுவும் செய்ததுமில்லை. சிலபேர் அவற்றைக் கூட்டம் கூட்டமாகக் கொன்று தள்ளியதை அவர்கள் தடுத்ததுமில்லை. அக்காலத்தில், லாபத்துக்காகச் சுடுவோர் பலர் இருந்தனர். அவர்கள் ஒரு பறவைக் கூட்டத்தை, பறவைகள் துடைப்பப் புல்களுக்கிடையே வசமாகச் சிதறியிருந்தால், ஒரே நாளில் கொன்று தீர்த்து விடுவர்.

தாத்தா, எப்பொழுதும், வெகுவாகச் சுற்றித் திரிபவர்தான் அம்மாகாணத்தில் உள்ள ஒவ்வொருவரும் அவரை அறிவர். தான்ய தீவன மண்டி ஒன்றில் அவருக்குத் தொடர்பு இருந்தது. அதனால் அவர் பலருக்கும் கடன் கொடுக்கும் நிலையில் இருந்தார். கஷ்ட காலத்தில் அநேக ஜனங்கள் கடனில்தான் பயிரிட்டார்கள்; கடன் வாங்கியே தங்கள் பசுக்களைப் போஷித்தார்கள்; சேமிப்புத் தானியங்களைக் கூட கடனில்தான் பெற்றார்கள். ஒரு டாலர், இரண்டு டாலர் சில்லரைக் கடனுக்கும் அவர்கள் தாத்தாவை நம்பியிருந்தனர். கிறிஸ்துமஸ் சமயத்தில், கார் நிறைய ஆரஞ்சுப் பழங்களும் கற்கண்டுக் கட்டிகளும் வைத்துக்கொண்டு அவர் ஊர் சுற்றுவது வழக்கம். மூலஸ்தானத் தொடர்பு என்று இன்று சொல்லப்படுகிறதே, அதை அவர் அன்றே கொண்டிருந்தார்.

கும்பலாகச் சேர்ந்து திரிந்து, அந்திவேளையில் சோக ஒலியோடு ஒன்றை ஒன்று அழைக்கிற, புள்ளிகளுடைய சிறு காடைகளைப் பற்றி அவர் அதிக உயர்வாக எண்ணுகிறார் என்ற கருத்தைத் தாத்தா தன் நண்பர்களிடையே பரப்பத் தொடங்கும்போதே, செயலில் ஈடுபடுவார். சதுப்பருகே கொஞ்சம் கருங்கண் பட்டாணி பயிர்செய்தால் நல்லது என்று அவர் ஒரு விவசாயியிடம் கூறுவார். அறுவடையின்போது இங்கு அல்லது அங்கே கொஞ்சம் பயிர்களை விட்டுவைக்கும்படி இன்னொருவரிடம் தெரிவிப்பார். அல்லது, மேற்குப் பக்கத்தில் உள்ள துடைப்பப் புல் வயலை, அவ்வருஷம் அவனுக்கு (அந்த நிலம்) அவசியமாகத் தேவைப்படாவிட்டால், உழாமலே போட்டிருக்கும்படி அறிவிப்பார்.

சாதுவான பூனை வெறி பிடித்து அலையும்போது, யார் அதைக் கொன்று அதன் வாலைக் கொண்டு வந்தாலும், ஒரு பூனைக்கு இரண்டு துப்பாக்கிக் குண்டுகள் தருவதாக அவர் கூறுவார். ராஜாளிகள், நரிகள், மற்றுமுள்ள நாசகார ஜந்துக்கள் பற்றியும் இவ்விதம் சொல்வார். பறவைக் கூட்டங்கள் அடிக்கடி எங்கே வந்து சேருகின்றன என்பதைக் கவனித்துவைக்கும்படியும், அவ்விதம் செய்தால் அவற்றை எங்கே தேடுவது என்று தான் அறியலாம் என்றும் அவர் ஜனங்களிடம் தெரிவித்தார்.

பதிலுக்கு, அவர் வேட்டைச் சாரணன் போல் நடந்து கொண்டார். தவறிய பன்றிகளையும், தனியாகச் சென்ற ஆடு மாடுகளையும் பிடித்துக் கொடுத்தார். பைன் மரக் காட்டில் பற்றும் நெருப்பின் பரமவிரோதி அவர். ராக்கூன் அல்லது போஸம் எப்பொழுது எதிர்ப்படினும், மரத்திலிருந்து அதைச் சுட்டு எடுத்து, அருகிலுள்ள குடும்பத்தாருக்குக் கொண்டு தருவார். பெரியவர்களுக்குக் கொடுப்பதற்கென்று அவர் தன் வேட்டை அங்கிப்பையில் சில பொடி டப்பிகளையும், துண்டுப் புகையிலையையும் வைத்திருப்பது வழக்கம்.

நல்லது, ஐயா, அதன் விளைவு என்ன? சுற்றுவட்டாரத்தில் மிகச் சிறந்த வேட்டை நிலம் எங்களுக்குக் கிடைத்தது. அது எங்களுக்கே சொந்தமென விளங்கியது. நெடுகிலும் எங்களுக்கு நண்பர்கள் இருந்தனர். அவர்கள் எங்கள் வேட்டைப்பிராணிகளைக் கண்காணித்தனர்; காட்டுத் தீயை அவித்தனர்; பறவைகளின் தீனிக்காகக் கொஞ்சம் அதிகமாகப் பயிரிட்டனர். நாங்கள் கதகதப்புப் பெற நெருப்பும், குடிக்கத் தண்ணீரும், பசியோடிருந்தால் சாப்பிடுவதற்கு பானையில் உள்ளதெல்லாம் கிடைத்தன.

வெகு காலத்துக்குப் பிறகு, உயிர்களைப் பாதுகாப்பது பற்றி நான் படித்தேன். ஆனால் தாத்தா ரொம்ப காலத்துக்கு முன்னரே அதை அனுஷ்டித்ததாக எனக்குத் தோன்றியது. ஆனால் ஒரு விஷயம், காட்டு வளத்தைக் கண்ட டாம், டிக், ஹேரிகளோடு பங்குபோடுவதை அவர் ஆதரித்தாரில்லை. அவருடைய நண்பர்களும் நானும்தான் அவர் நம்பிக்கைக்கு உரியவர்கள். ஏனெனில் அவர் எங்களைக் கட்டுப்படுத்த முடிந்தது. அப்பறவைகள் அவருடைய பறவைகள்; போற்றத் தெரியாமல் அவற்றை அடியோடு சுட்டொழிக்கும் குறுகிய காலக் கொலைகாரர்களுக்குச் சொந்தமல்ல என்று தாத்தா கருதினார். இன்று சுடுவதற்கு நல்ல வாய்ப்புகளைத் தேடி நான் திரிகிறபோதெல்லாம். அவர் எல்லாவிதத்திலும் சரியான கருத்து கொண்டிருந்தார் என்ற நினைப்பு எனக்கு அதிகம் ஏற்படுகிறது.

14. என்னைத் தவிர எல்லோருக்கும் நோய்

மீண்டும் கிடைக்கப் பெற்று, வாழ்ந்து அனுபவிக்க வேண்டும் என்ற ஆசையைத் தூண்டும் காலத்தின் சிறு துணுக்கு ஒன்று ஒவ்வொருவரில் நினைவிலும் நிற்கும் என நான் நினைக்கிறேன். நான் வெகு சிறப்பாகவும் இனிய காலம். மிகுந்த ஆசையோடும் எண்ணுகிற ஒரு பள்ளிக்கூடங்களை எல்லாப் பள்ளிகளையும் – கக்குவான் இருமல் தாக்கிய சந்தர்ப்பம்தான்.

கிறிஸ்துமஸ் விடுமுறை துவங்குவதற்கு இரண்டு வாரங்களுக்கு முன்னதாக, அந்தத் தொத்து நோய் பரவியது. முதலில் கக்குவான் இருமல் வந்தது. பிறகு சின்னம்மை ஏற்பட்டது. ஒரு சில அதிர்ஷ்டசாலிகளான எங்களைத் தவிர, ஏனைய அனைவரும் படுக்கையில் விழுந்தனர். உபாத்தியாயர்களுக்கும் தலைமை ஆசிரியருக்கும் கூட அவை வந்தன. பள்ளியை மூடிவிட்டு, நோய்களை அவற்றின் போக்கில் விடுவது தவிர வேறு ஒன்றும் செய்வதற்கில்லை. அவை ஓய்வதற்குள், கிறிஸ்துமஸ் மிக நெருங்கிவிடும். ஆகவே, ஒரு சில தினங்களுக்கென்று, மீண்டும் வகுப்புகளை ஆரம்பித்து நடத்துவதில் பயனில்லை. அதனால், சுமார் ஒரு மாத காலம் பள்ளியை மூடிவிட்டார்கள்.

இலத்தீன், ஜியாமட்ரி போன்றவற்றை ஆர்வமாகக் கற்கும் என் பயிற்சியில் எதிர்பாராது வந்த இந்தத் தேக்கத்திற்காக வருத்தம் கொள்ள நான் கடுமையாய்

முயன்றேன். நான் முன்னரே கக்குவான் இருமலையும். இரண்டு விதச் சின்னம்மைகளையும் அனுபவித்ததன் மூலம், பதமுற்று விட்டேன். எனவே, மற்றவர்கள் நோயுற்ற போதிலும், நான் பாதிக்கப்படவில்லை. நன்றாகவே இருந்தேன்.

பள்ளிக்கூட அடைப்புப் பற்றி அறிவித்த தினத்தில், என் முகமெலாம் சிரிப்பால் மலர, நான் வீடு திரும்பினேன். தாத்தா என்னைக் கூர்மையாய் நோக்கினார். "செஸ்ஸிப் பூனை மாதிரி நீ இப்படி இளிக்கும்படி என்ன நேர்ந்தது? ஆசிரியை தன் காலை முறித்துக் கொண்டாளா?" என்று கேட்டார்.

"இல்லை, ஐயா. அதைவிட முக்கியமானது. புது வருஷத்தினம் முடிய பள்ளிக்கூடத்தை மூடிவிட்டார்கள். தொத்து நோயோ என்னவோ வந்தது. ஆகவே பள்ளிக்கூடம் கிடையாது" என்றேன்.

"மூஞ்சியைப் பார். வெயிலில் கிடக்கும் செத்த பன்றி மாதிரி என்ன ஆனந்தம்! முட்டாள்தனமாக நீ வளரப்போகிறாய். அதற்காக சந்தோஷம் வேறு அடைகிறாய். உன்னைப் பார்க்க எனக்கு அவமானமாக இருக்கிறது என்று தாத்தா கண்டித்தார்.

"அது என் தவறு இல்லையே ஏற்கனவே எனக்குக் கக்குவானும் அம்மையும் வந்து போய் விட்டன. நான் பள்ளிக்கூடத்தை மூடவில்லை. பள்ளி மூடிக் கிடக்கிற வரை, அழுதுகொண்டு மூலையில் இருக்கும் எண்ணமும் எனக்கு இல்லை. வெளியே போய் சில அணில்களைச் சுட விரும்புகிறேன். நீயும் வருகிறாயா?என்று பதிலளித்தேன்.

"நான் வரவில்லை. இந்த வாதம் என்னை முடக்கி விட்டது. முறையின்றிப் பெற்றுள்ள இவ்விடுமுறையை நீயாகவே கவனித்துக்கொள்ள வேண்டியதுதான். எப்பவாவது ஒரு முறை வந்து என்னிடம் கலந்து பேசு. நான் பின்தங்கிவிட்டது போன்ற உணர்வு எனக்கு ஏற்படக்கூடாது என்பதற்காக" என்று தாத்தா கூறினார்.

தாத்தா ஒரு நாற்காலியில் சரிந்து, தன் மூக்குக் கண்ணாடியைச் சற்று மேலே தள்ளிவிட்டுப் பத்து ராத்தல் கனம் இருக்கக் கூடிய ஒரு புத்தகத்தைப் படிப்பதில் ஈடுபட்டார். நான் எனது பள்ளி உடுப்பை மாற்றி விட்டு, அணில்களைத் தேடிப் போனேன். என்னோடு பறவை நாய்களை இட்டுச் செல்லவில்லை. மிக்கி எனும் வேட்டை நாயைக் கூட்டிப் போனேன்.

இன்று ஜனங்கள் ஜெர்மன் வீய்மேரனர் இன நாய்களைப் பற்றி

அதிகம் பேசுகிறார்கள். அவை எலிகள் முதல் யானைகள் வரை எதையும் வேட்டையாடுமாம். ஆனால் மிக்கி அவற்றை எதிர்த்து, ஒரு சாதாரண வேட்டை நாய்போல் போட்டியிடும் என்று நான் பந்தயம் கட்டுவேன். அண்டகோசம் நீக்கப்பெற்ற, பொன்னிற, காக்கர் இனப் பெட்டை நாய் அது. அதற்கு என்னளவு வயசு இருக்கும். உருவம் பெருத்த அது சுயம்புவான வேட்டையாடும் முட்டாள்தான்.

மிக்கி மெதுவாக, ஆனால் நிச்சயத்தோடு, செயல் புரிந்தது. தொழிற் தேர்ச்சி பெற்ற எந்தக் காடை நாய் போலவும், அது காடைக் கூட்டத்தைக் கண்டுபிடித்து விடும். அது ஒரே குறியில் நிலையாக நிற்காவிட்டாலும். நிதானப்பட்டு, நாம் அத்துடன் சேர்ந்து செயலாற்றப் போதுமான நேரம் நமக்கு அளிக்கும். அதன் பிறகே அது குரைத்துக் கொண்டு குதிக்கும்.

அது இரவு வேளையில் போஸத்தைத் துரத்தும்; ராக்கூனை மரத்தோடு இருத்தும். முயல்களுக்கு நஞ்சு அது. முயல்களை விட வேகமாக ஓட முடியாததால், அது அவற்றிலும் வேகமாய்ச் சிந்தித்து, அவற்றை நம் பக்கம் விரட்டும். அணில்களை வேட்டையாடுவதில் அதற்கு அதிகப் பிரியம். ஆண் மானிலிருந்து அகழ் எலி வரை எதையும் அது தேடிக் கண்டுபிடிக்கும். வாத்து வேட்டைக்குப் போவதில் அதற்கு அலாதி ஆசை. தண்ணீர் எவ்வளவு அதிகம் குளிர்கிறதோ, அவ்வளவு அதிக உவகை அது பெறும். ஒரு சமயம் ஒரு பெரிய ஆண் மல்லார்ட் வாத்து அதை மூழ்கடிக்க இருந்ததை நான் கண்டேன்.

மிக் பற்றி நிஜமாகவே பெரிய பொய் எதையும் நான் சொல்ல ஆசைப்படவில்லை. பாம்பரைச் சிறப்பு பெற்ற பீகிள் இன நாய்போல் அதுமுயல்களைத் துரத்துவதில்லை. அடிபட்ட வாத்துக்களைக் கொன்று எடுத்து வருவதில் சீஸப்பீக் அல்லது பொன்னிற நாய் மாதிரி அது ஆற்றல் உடையது அல்ல. மந்தமான குறிநாய் காட்டுவதில் பாதி அளவு கூட அது காடைகள் இருக்குமிடத்தை வளைப்பதில்லை. சின்ன ஜேக்கி மரத்தில் நிறுந்தும் அணில்களில் அரைவாசிகூட இது நிறுத்துவதில்லை. ஆனால் அதிகமான காரியங்களுக்கு உதவக்கூடிய சிறந்த சகல அருவல் நாய் அது.

தாத்தா படுக்கையில் கிடக்கும் வரை, நான் வீட்டிலிருந்து வெகு தூரம் செல்ல முடியாது. ஏனெனில் அப்பொழுது நான் கார் ஓட்டும் அளவுக்கும் பெரியவன் அல்லன். நாங்கள் வசித்த இடத்தைச் சுற்றிலும் அதிகமான காடைகள் கிடையா. எனவே, பறவை நாய்களைக் கொண்டு வேட்டையாடப் போவது காலத்தை வீணாக்குவதேயாகும். ஆனால் சிறுசிறு வேட்டைகள்

சில – காடைகள், ஒரு சில வாத்துக்கள், முயல்கள், அணில், உள்ளான் குருவிகள் – மிகுதியாக இருந்தன. ஆகையால் ஒரு மாதத்துக்கு எனக்கும் மிக்கிக்கும் வேட்டைதான்.

குளிர் வந்திருந்தது. காலை வேளையில், குளங்கள்மீது உறைபனி மெல்லிய பொறுக்குகளாய்ப் படிந்திருக்கும். அது நம் கனத்தைக் தாங்காது. ஆயினும் வாத்துக்களை வெறும் நீர் மடுக்களுள் துரத்துவதற்கு ஏற்றதாய் விளங்கும். நாம் அணில்களை நன்கு கண்டு கொள்ளக்கூடிய விதத்தில், மரங்களில் இலைகள் உதிர்ந்திருந்தன. எவ்வளவோ புதர்கள் கருகிவிட்டன. அதனால் முயல்கள் சுலபமாகக் கிடைக்கும். செடிக் குவியல் மத்தியில் சதா ஒரு முயலைக் காணலாம். வயல்களில் புறாக்கள் சில இன்னுமிருந்தன. சிறு துப்பாக்கியின் குண்டுகள் காசுக்கு ஒன்று. என்று கிடைத்தன.

இந்தச் சந்தர்ப்பத்தில்தான், மிக மோசமான பழக்கம் ஒன்றை நான் பெற்றுவிட்டதாக நினைக்கிறேன். அதுமுதல் என்மீது ஏகப்பட்ட புகார்கள் ஏற்பட்டன. ஆர்வத்தோடு போய், குறித்த ஒரே ஒரு காரியத்தை முடிக்கும் லட்சிய வேட்டைக்காரனாக நான் அன்றும் இருந்ததில்லை; என்றுமே இருக்க மாட்டேன். கட்டவிழ்த்துக்கொண்டு ஓடிப்போய், முயல்களைத் துரத்துவதில் உல்லாசமாகப் பொழுதுபோக்குகிற மிகச் சிறப்பான பயிற்சி பெற்ற காடை நாய் போல்தான் நானும் இருந்தேன். துப்பாக்கியில் 8–ஆம் நெம்பர் தோட்டாக்களும், கால் சட்டைப் பையில் சில 4 –ஆம் நெம்பர் தோட்டாக்களும், ஆண் மான் ஏதாவது ஓடிவந்து என்னை மிதிக்கத் துவங்கினால் பயன்படுமே என்று மான் கொல்லும் குண்டுகள் இரண்டை சட்டைப்பையிலும் போட்டுக்கொண்டு அலைந்து திரிவதையே தான் விரும்பினேன்.

நான் கழிந்த ஒரு நாள் பெரும்பான்மை நாட்களுக்கு உதாரணம் ஆகும். அது எப்படிக் கழிந்தது என்பதைச் சொல்ல முயல்கிறேன். குளிர்ந்த இரவில் இருட்டோடு நான் படுக்கைவிட்டு எழுவேன். பெரிய அறையில் உள்ள பழைய சதுரக் கணப்பில் மட்டும் சிறிது வெளிச்சம் இருக்கும். அதன் அருகில் மிக நெருங்கி நின்றபடி நான் உடை அணிவேன். பிறகு அடுப்பங்கரை சேர்வேன். ஆறிய சர்க்கரைவள்ளிக் கிழங்கு, ஒரு ஊறுகாய், ஒரு கிளாஸ் பால், மிச்சம் கிடக்கும் கேக் ஆகியவற்றைச் சாப்பிடுவேன் . இரண்டு ஆப்பிள்களையும், ஒரு பை உலர்ந்த திராட்சைகளையும் சட்டைப் பைக்குள் திணித்துக்கொள்வேன். கொஞ்சம் தீக்குச்சிகள் எடுத்துச் செல்லவும் நான் மறப்பதில்லை.

துப்பாக்கி, குண்டுகள் ஆகியவற்றோடு, சிறு கோடரியும், வேட்டைக்கத்தியும்,

சிறு தண்ணீர் டப்பா ஒன்றும் கொண்டு போவேன். நான் டேனியல் பூன் ஆக மாறுவதற்கு இவ்வளவுதான் தேவை. மிக்கி நாயும் நானும் வெற்றி காணப் புறப்படுவோம்.

இருண்ட காலையில், இடறிக் கொண்டும் பாதி உறைந்தும், நாங்கள் முதலில் அரை மைலுக்கப்பால் உள்ள குளத்துக்குச் செல்வோம். இருட்டில் மெதுவாக நகர்ந்து நீர் ஓரத்துக்குப் போய், மறைப்பாக இருக்கும்படி நான் தயாரித்திருந்த ஒரு புதரில் பதுங்குவேன். முதல் மங்கல் ஒளி வந்ததும், குளத்தில் வாத்துக்கள் சில வெண்பந்துகள், நீல அலகுகள், சாம்பல் வாத்து, கறுப்பு மல்லார்ட் முதலியன –சேரும்.

பார்ப்பதற்குப் போதுமான வெளிறிய ஒளி வந்த உடனேயே நான் என்ன செய்யப் போகிறேன் என்பது எனக்குத் தெரியும். நீரில் மிதக்கும் அவற்றை நோக்கி முதல் குண்டைச் சுடுவேன். அவை பறக்கத் தொடங்கியதும் ஒரு வாத்தைக் குறி வைப்பேன். மேலும் நான்கு தடவைகள் நான் சுட முடியும். ஏனெனில் அவை காட்டிலேயே வட்டமிட்டு, மீண்டும் சிலசிலவாய் வந்து நீரை அடையும். நல்ல காலை நேரம் ஒன்றில், நான்கு, ஐந்து, ஆறு வாத்துக்களை விசேஷமாக நீர் மேலேயே இரண்டைச் சுட்டிருந்தால் நான் பை சேர்க்க முடியும்.

ஆனால் இந்தக் காலை வேளையில், நான் நீர் மீது ஒன்றே ஒன்று தான் சுட்டேன். காயம் பட்ட ஒன்று சிறகடித்து மேலெழுந்தது. அதைத் தேடிக் காட்டில் திரிவதைத் தடுப்பதற்காக நான் மற்றொரு குண்டால் அதை அடித்தேன். வாத்துக்கள் மீண்டும் முதல் முறையாகத் திரும்பி வந்தன. இன்னுமொன்றை நான் சுட்டேன். பறந்து சென்ற ஒன்றைத் தப்பவிட்டேன். பிறகு ஒரு புதிய கூட்டம் வந்தது. எனக்கு அதிர்ஷ்டம் இருந்தது. வந்த ஒன்றையும்,போகும் ஒன்றையும் நான் அடித்தேன். முதல் வாத்தை அதன் தலையில் சுட்டேன். அது வானத்தில் சுமார் நூறு கெஜ உயரம் ஆகாச வாணம்போல் சென்று, மக்கரெல் மீன்போல் செத்து நேரே வந்து விழுந்தது.

அருமை; அது நேர்த்தியான துவக்கமே என்று, அது குளிர் நீரில் விழுந்தபோது, நான் மிக்கியிடம் சொன்னேன். ஒரு கறுப்பு மல்லார்ட், இரண்டு வெண்பந்துகள், ஒரு நீல அலகு, ஒரு சாம்பல் வாத்து ஆகியவை கிடைத்தன. இவ்வாத்துக்களை ஒரு மரத்தில் தொங்கவிட்ட பிறகு அணில் நிலைமையை ஆராயச் செல்வோம். கடைசி வாத்தை எடுத்து வந்ததும், மிக்கி உடலை உலுக்கியபடி என்னை நோக்கியது. இது மிக அருமை, ஐயா! தண்ணீர் குளிர்ந்திருக்கிறது என்று கூறியது.

முரட்டு மரங்கள் பெரும்பாலும் ஹிக்கரிதான் நின்ற பெரிய இடத்துக்கும் எங்களுக்குமிடையே கொஞ்ச தூரம்தான் இருந்தது. நெடுநாட்களுக்கு முன்பு எவரோ பயிர் செய்தபோது முளைத்த காட்டு ஹிக்கரி மரங்கள் இங்கே நின்றன. அவற்றில் எப்பொழுதும் அணில்கள் கிடைக்கும். ஒக் காய்களும். பைன் பழங்களும் அகப்படுவதுதான் காரணம்; நாங்கள் மிக மெதுவாகவும் அமைதியாகவும் நடப்போம். அணில் கீச்சிடுவதும், கொட்டைகளைக் கடித்து ஓசைப்படுத்துவதும், எப்பவாவது உலோகத்தன்மை பெற்ற சிர்ரொலி எழுப்புவதும் காதில் விழுந்தது.

மிக்கியும் நானும் வெகு திட்டமாக வேட்டையாடினோம். அணில்கள் நிலத்தில் இருந்தால், நாய் அவற்றை மரத்துக்கு ஒட்டி, ஓங்கிக் குரைத்தது. அணில்கள் அதையே கவனிக்கும். நான் மரத்தில் ஓரமாகச் சுற்றி மறுபக்கம் போய் சுடுவேன். ஒரு நாள் காலை, கறுப்பும் நரையும் கலந்த பெரிய நரி அணில் ஒன்று கூட்டினுள் செல்லக் கண்டேன். நான் கூட்டுக்குள்ளே சுடவும், நான்கு நரி அணில்கள் வெளியே விழுந்தன.

இன்று காலையில், அத்தயை நல்லதிர்ஷ்டம் எங்களுக்கு இல்லை. தரைமீது ஒரு அணிலும் இல்லை. ஆகவே, மிக்கியை சும்மா இருக்கும்படி சொன்னேன். ஒரு மரத்தின் கீழ் அமைதியாக உட்கார்ந்து, அணில்களை அழைத்தோம். துப்பாக்கியின் ஸேப்டியை முன்னும் பின்னும் தள்ளி, கொட்டைமீது பல்படுகிற ஓசையும், நாக்கினால் கிர்ர்ரொலியும் எழுப்பினேன். முட்டாள் அணில்கள் இரண்டு, ஓசையை ஆராய்வதற்காக, மரங்களுடே தாவி வந்தன. இரண்டையும் சுட்டேன். மரங்கள் நின்ற இடத்தினூடாக நடந்து, வழக்கமாகக் காடைகள் அகப்படும் பெரிய பட்டாணி வயலுக்குப் போகும்பொழுது, தற்செயலாக மற்றுமோர் அணில் அகப்பட்டது.

பறவைகள் இருக்கவேண்டும் என்று அது கருதிய இடத்துக்கு மிக்கி விகாரமாக நடந்து சென்றது. நிச்சயமாக அங்கு பறவைகள் இருந்தன. நாய் தன் குட்டை வாலை ஆட்டியது. எங்கோ ஒரு சக்கரத்தை நழுவவிட்டது போல், தனது பின்புறத்தை அசைத்து நெளித்தது. அதற்கு முன்னே பறவைகள் கிளர்ந்து எழுந்தன. நான் இருமுறை சுட்டு. ஒன்றை வீழ்த்தினேன். மீண்டும் துப்பாக்கியை கெட்டித்தேன். தனிப் பறவைகள் இரண்டு கிளம்பின. ஒன்றை நான் கொன்றேன். மற்றது தப்பிவிட்டது. கொடி முந்திரி மண்டிய சதுப்பினுள் பறவைகள் பாய்ந்தன. அது மிக நெருக்கமானது. ஆகவே, பறவைகளைப் பின்பற்றுவது பயன் தராது. வயலிலேயே தங்கி நின்றோம். எனக்கு முன்னால் தோன்றிய ஒரு புறாவை நான் சுட்டேன்.

வாத்துக்களை எடுப்பதற்காக, நாங்கள் போன வழியே திரும்பியபோது, மிக்கி தன் காதுகளை நிமிர்த்திக்கொண்டு, பெரிய ஆண் முயல் ஒன்றை விரட்டியது. அதையும் சுட்டுப் பையில் சேர்த்தேன். நாய் அம் முயலை எடுத்து வருகையில் அது நாயை விடப் பெரிதாய் தோன்றியது.

என் டாலர் கடியாரத்தை வெளியில் எடுத்துக் கவனித்தேன். மணி பத்துதான் ஆகியிருந்தது. ஆகையால் அங்கு தங்கி, தீ எழுப்பி. வேட்டைப் பிராணிகளைச் சுத்தம் செய்யத் தீர்மானித்தேன். எப்படியும் இன்னும் இரண்டுமணி நேரத்துக்குச் சிற்றுண்டி எதுவும் கிடைக்காது. நான் கோடரியை எடுத்து, கொஞ்சம் பைன் முடிச்சுகளையும், உலர்ந்த கட்டையிலிருந்து சிறு துண்டுகளையும் கீறி, நெருப்பு மூட்டினேன். அணில்களையும் முயலையும் வகிர்ந்த பிறகு, வாத்துக்களைக் கீறத் தொடங்கினேன். ஆப்பிள்களையும், திராட்சை வற்றலையும் ஏற்கனவே தின்றுவிட்டேன். எனினும் எனக்கு இன்னும் பசித்தது. அதனால் ஒரு காடையை எடுத்து, சிறகுகளை உரித்துவிட்டு, பச்சைக் கம்பில் குத்தி, நெருப்பில் வாட்டினேன். தீய்ந்த சிறகு நாற்றத்தோடு. சிறிது பச்சையாகவும் அது ருசித்தபோதிலும், சாப்பாட்டு நேரம் வரை பட்டினி கிடக்காமல் வயிற்றை நிரப்ப அதுவே போதுமானதாக இருந்தது. மிக்கி குடல்களைத் தின்றது. நாசூக்கற்ற பெட்டை நாய்தானே அது.

நான் வீடு சேர்ந்ததும், வாத்துக்கள். ஒரு காடை, புறா, மூன்று அணில்கள், முயல் அனைத்தையும் சுத்தம் செய்து, துண்டுகளாக்கி, ஐஸ் பெட்டியில் வைத்தேன். பிறகு என் கைகளைக் கழுவிவிட்டு, சிற்றுண்டி சாப்பிட்டேன். பன்றிக்கறியோடு சமைத்த கருங்கண் பட்டாணி. கடினமான பன்றி இறைச்சி, பிரகாசமான பொன்னிறச் சோளரொட்டி, பால், ஆப்பிள் பை – இலவங்கம் தூவியது எல்லாம் கிடைத்தன. பிற்பகல் இரண்டு மணிக்கு வழக்கமாக அந்நேரத்தில்தான் பள்ளிக்கூடத்தை விட்டு வெளியே போவது பற்றி நான் எண்ணத் தொடங்குவேன் என்னை எழுப்பும்படி, சமையல்காரனான, பருத்த பெரிய லில் வசம் சொல்லிவிட்டு, சிறு துயில் பயின்றேன். தூங்கியபோது நான் புன்னகை புரிந்திருக்கவேண்டும். ஏனெனில் பிற்பகலில் நான் செய்வதற்கு இருந்ததெல்லாம் காலையில் செய்ததை மறுபடியும், ஆனால் தலைகீழ் வரிசையில் முதலில் முயல்கள், அப்புறம் காடை, புறாக்கள், அணில்கள், வாத்துக்கள் என்று கவனிப்பது தான்.

இதே செயல் கிரமத்தை, ஞாயிறு தவிர்ந்த ஒவ்வொரு தினமும், மூன்று வாரங்கள் நிறைவேற்றினேன் 'கிறிஸ்துமஸ் ஈவ்' வந்தது. வாத நோயிலிருந்து குணம் பெற்றிருந்த தாத்தா. மறு நாள் காலையில் பரிசாக மரத்தடியில்

என்ன காண்பேன் என நான் எண்ணுகிறேன் என்று என்னைக் கேட்டார்.

பேசுவதற்கு முன், சிந்திப்பதற்காக நான் தயங்கினேனில்லை. "நான் ஆசைப்படுவதற்கு எதுவுமில்லை. என் கிறிஸ்துமஸை நான் கொண்டாடிவிட்டேன். ஆனால் எனக்குக் கொஞ்சம் துப்பாக்கித் குண்டுகள் தேவை. இருந்தவை தீரப்போகின்றன" என்றேன்.

தாத்தா சிரித்தார். ஒவ்வொரு நாளும் நான் சோர்ந்து போய், ஒரு சுமை வேட்டையோடு வீட்டுக்குத் தள்ளாடி அவர் சுவனித்திருக்கிறார். "இந்தத் தொத்துநோய் ஓயப்போகிறது என்று தெரிந்து நான் நிஜமாகவே சந்தோஷப்படுகிறேன். இல்லையெனில் காட்டின் இந்தப் பகுதியில் இனிச் சுடுவதற்கு எதுவுமே இராது எருமைகளுக்கு என்ன நேர்ந்தது என்று எண்ணிப்பார்" என்றார்.

கிறிஸ்துமஸ் நாள் ஒளியோடு, தெளிவாக, உதயமாயிற்று. ஆனால் அதைப் பார்க்க நான் வீட்டில் இல்லை. வாத்துக் குளத்தருகே நின்றேன். மிக்கியும் குளிரால் நடுங்கியபடி என் அருகே நின்றது. கிறிஸ்துமஸ் மரத்தின் கீழே பார்ப்பதற்கு நான் அறவே மறந்துவிட்டேன்.

15. வெள்ளாடும் நானும்

எல்லாம் இனியதாகத் தோன்றிய வசந்தம் ஒன்று இருந்தது. அது சீக்கிரம் வந்தது. வெகுநாள் நீடித்தது. அதனால் பேஸ்பந்து ஆட்டச் சாமான்களைக் குறித்த காலத்துக்கு முந்தியே எடுக்க நேர்ந்தது. மீன்பிடிப்பையும் கோடை விடுமுறையையும் பற்றி, கூட்டு மொத்தமாக எண்ண வேண்டியது அவசியமாயிற்று. மீன் பிடிப்புக்கும் விடுமுறைக்கும் மேலாக, எனக்கு ஒரு குதிரைக்குட்டி வேண்டும் என்று நான் எல்லோரையும் தொந்தரவு செய்யலானேன். ஸேன் கிரே எழுதிய கௌ–பாய் கதைகளில் அநேகமாக எல்லாவற்றையும் நான் படித்துவிட்டேன். எனக்குக் குதிரை மோகம் ஏற்பட்டிருந்தது. தாத்தா, எனது கருநீலக் குதிரை சவாரியாளர்கள் மனோபாவத்தில் அதிக அசிரத்தையே காட்டினார். அவர் குதிரைகளிடம் அதிக அக்கறை கொண்டிருக்கவில்லை.

"நான் அறிந்தவரையில், குதிரைதான் மிக ஊமையான பிராணி, அதை மேற்பார்க்க தனிச் சக்தி தேவைப்படுகிறது. அதற்குத் தீனி வைக்க வேண்டும்; தண்ணீர் காட்டவேணும்; அதைப் பண்படுத்தி, சீவிவிட வேண்டும். அது சதா ஒரு காலை அல்லது எதையோ தொழுவில் இடித்துக்கொள்ளும் எடுத்ததற்கெல்லாம் வைத்தியரை வரவழைக்க நேரும். கைக்குழந்தையைப் பராமரிப்பது போல் அதையும் கவனிக்க வேண்டும். அதன்மீது அமர்ந்து தூக்கி எறியப்பட வேணும் எனும் உனது முதல் ஆர்வம் தீர்ந்த பின்னரும்,

அவ்வளவு பெரிய பிராணியைக் கவனிப்பதற்குரிய ஒருமைப்பாடு உன்னிடம் இருக்குமா என்பதை நான் அறியேன்.

"மேலும், அதன் லாயத்தை சுத்தம் செய்ய வேண்டும்; சேணத்தை மினுமினுப்பாக்க வேணும்: துப்பட்டிகளைக் காற்றாடச் செய்தல் வேண்டும். அதற்குப் புது வைக்கோல் தேவை. அது மலையளவு வைக்கோலும் ஓட் தானியமும் தின்னும். அதை நீ கடுமையாக ஓடச் செய்தபிறகு, அது குளிர்ச்சி பெறுவதற்காக அதை உலாவ விடவேண்டும். அதன் குளம்புகளைக் கவனித்து, அதைக் கருமானிடம் இட்டுச் செல்ல வேணும். உன்னிடம் ஒரு சைக்கிள் இருக்கிறது. அப்புறம் குதிரை எதற்காக?" என்று தாத்தா சொன்னார்.

ஒவ்வொரு பையனும் அவசியம் ஒரு நாய் வைத்திருக்க வேண்டும் என்பது போலவே, ஒவ்வொரு பையனும் அவசியம் ஒரு குதிரை வைத்திருக்க வேணும்: இப்படி ஏதோ முணுமுணுத்தேன். தாத்தா சீறினார். ஒவ்வொரு பையனும் அவசியம் ஒரு கார் வைத்திருக்க வேண்டும் என்று வெகு சீக்கிரமே நான் அவருக்குச் சொல்லக்கூடும்; பிறகு ஒரு நாள், ஒவ்வொரு பையனும் ஒரு ஏரோப்ளேன் வைத்திருக்க வேண்டும் என்று நான் விவாதிப்பேன் என அவர் சொன்னார்.

"நான் ஒன்று சொல்கிறேன். ஒரு குதிரை வந்து, நிரூபிக்கப்படாத ஒரு திறமை மீது பென்னம் பெரிய முதலீடு செய்வதேயாகும். முதலில் உனக்காக ஒரு வெள்ளாடு வாங்கிப் பார்ப்போம். வெள்ளாட்டையும் வண்டியையும் நன்கு பராமரிக்கிற எவனும் ஒரு குதிரை பெற அருகதை உடையவன்தான். ஏனெனில், ஆண் வெள்ளாடு மாதிரி முரட்டுத்தனமான பிராணி வேறு எதுவுமில்லை. அது ஒன்று விற்பனைக்கு வந்திருப்பதை நான் அறிவேன். அது உண்மையாகவே அழகான வெள்ளாடு: வெள்ளாடுகளை நீ விரும்புவதானால் அதோடு ஒரு வண்டியும் வாங்கிவிடுகிறேன். இழுவைச் சாமான்களை நான் தயாரிப்பேன்" என்றார்.

பாக்ஸ்டவுன் என்ற இடத்துக்கு நாங்கள் போனோம். அங்கு நீக்ரோவர் வசித்தனர். ஆல்பர்ட் கிரேயின் வீட்டுக்கு நாங்கள் சென்றோம். தோட்டத்தில் வேலை செய்யும் பெரிய கறுப்புப் பையன் அவன். செய்ய வேண்டிய வேலைக்கு அதிகமாக உழையாதிருப்பதற்காக அவன் எனக்கு வசீகரக் கதைகள் சொல்வான். ஆல்பர்ட்டின் அத்தை ஒரு வெள்ளாடு வைத்திருந்தாள். ஐந்து டாலர்களுக்கு விலைக்குக் கிடைக்கும்.

அது நிஜமாகவே நல்ல தோற்றமுடைய வெள்ளாடுதான். இளமை நிறைந்தது. மான் நிறத்தது. அதன் முதுகில் கறுப்புக் கோடு ஒன்றிருந்தது. குளம்புகள் சுத்தக் கறுப்பு. நெற்றியில் ஒரு வெள்ளை நட்சத்திரம் காணப்பட்டது. அதன் கொம்புகள் இன்னும் முற்றவில்லை. வளைந்திருக்கவுமில்லை. அதன்

முன்தலை பாறை போல் கடினமானது. நான் அதுவரை கண்டிருந்த எதையும் அல்லது எவரையும் விட மிக மோசமான குணம் பெற்றது அது.

நாங்கள் பில்லியை வீட்டுக்கு இழுத்துச் சென்றோம். வழியில் ஒவ்வொரு அங்குலமும் அது முரண்டியது. அது பாக்ஸ்டவுனை விட்டுவர விரும்பவில்லை. அங்கு அந்த வீட்டில் அது ஆனந்தமாக வசித்தது; எதிர்ப்பட்ட எதையும் தின்றது. அங்கிருந்து வெளியேறி. வெள்ளையருடன் வசிக்க அது ஆசைப்படவில்லை. ஆனால் நாங்கள் அதை இழுத்துச் சென்றோம்; பசுத் தொழுவத்தில் வேலிக்குள் அடைத்தோம். அது செய்த முதல் காரியம் பசு மீது பாய்ந்ததுதான். அந்தப் பசு மிகுந்த ஆச்சரியம் அடைந்தது. அது பெரிய கிழப் பசு. கிரீம் மஞ்சள் நிறமுடையது. பெரிய கொம்புகள் பெற்றது. ஆயினும், சிறு உருவ ஆண் வெள்ளாடு அதை ஐந்து நிமிஷங்களில் பொறி கலங்க வைத்துவிட்டது.

வேலி வழியாக எங்களை முறைத்துப் பார்க்கும்படி பில்லியை விட்டுவிட்டு, வண்டி விஷயமாக நாங்கள் போனோம். தாத்தா ஆயுதங்களை வெளியில் எடுத்தார். பெரிய பேக்கிங் பெட்டி ஒன்று இருந்தது. அதை வண்டியின் பாகமாக மாற்றினோம். தாத்தா எங்கிருந்தோ சக்கரங்கள் கொண்டு வந்தார். பெட்டியைச் சக்கரங்கள்மீது சேர்த்தோம். சில சட்டங்கள் அமைத்தோம். சிவப்பு வர்ணம் பூசினோம். அது மிக அழகான வண்டி ஆயிற்று. பிறகு அவர் தோல்வாரும், இரும்புச் சாமான் கடையிலிருந்து வார்ப்பூட்டும் சேகரித்து, நேர்த்தியான இழுப்புச் சாதனம் தயாரித்தார். எனக்காகச் சிறு சாட்டை கூடச் செய்தார். “உனக்கு இது தேவைப்படும். ஒரு வெள்ளாட்டுக்கு எவ்வளவோ விளக்கம் கொடுக்க நேரிடும்” என்றார்.

சொந்தமாகக் குதிரை பெற்று, மேய்ச்சல் நிலத்தில் சவாரி செய்யும் தகுதியுடைய எந்தப் பையனும், அந்தப் பிராணியை அவனே பழக்கியாக வேண்டும்; ஏனென்றால் தன் மதிப்பு உள்ள ‘கௌ–பாய்’ எவனும் பிறனொருவன் அடக்கி ஒடுக்கிய குதிரையை சவாரி செய்யமாட்டான் என்று தாத்தா கூறினார். பில்லியை நானே அடக்கி ஒடுக்க வேணும்; அப்ப தான் அது எனக்கு மரியாதை காட்டும்; ஒரு நபர் ஆடாகவும் இருக்கும் என்றார். தாத்தாவிடம் தீய நகைச்சுவை மிகுதியாக இருந்தது பற்றி நான் பிற்காலத்தில்தான் சந்தேகிக்கலானேன்.

மறுநாள் அதிகாலையில் உற்சாகமாக நான் பில்லியைப் பாரம் இழுக்கும் பிராணியாக அடக்கி ஒடுக்கப் புறப்பட்டேன். பசுத்தொழுவுக்குப் போய், வேலியைத் தாண்டிக் குதித்தேன். பில்லி சிங்கம் போல் என் மேல் பாய்ந்தது. கடினமான மண்டையால் அது என் வயிற்றில் கணக்காகத் தாக்கியது. மூச்செல்லாம் வெளிப்பட நான் தடுமாறினேன். பில்லி பின்னுக்கடித்தது. ஒரு

மாதிரி உறுமியது. மறுபடியும் வந்தது. பீரங்கிக் குண்டு போல. இம்முறை நான் அதன் வழியிலிருந்து விலகி, அதை வீழ்த்தினேன். கழுத்தை பலமாகப் பிடித்து அமுக்கி, பசு மேய்ப்போர் எப்படி ஒரு காளையை விழவைப்பர் என்று படித்திருந்தேனோ அவ்விதமே அதன் ஒரு காலைப் பற்றி இழுத்து, அதை ஒரு பக்கமாக விழச்செய்தேன். தரை மீது விழுந்து கிடந்த அது தன் குளிர்ந்த மஞ்சள் விழிகளால் என்னை வெறுத்து நோக்கியது.

அந்த வெள்ளாட்டுக்குக் கடிவாளமும் இழுப்பு வாரும் நான் போட முயன்றது காணவேண்டிய ஒரு காட்சிதான். இது எனக்கு எப்படித் தெரிந்தது என்றால், சில நிமிஷங்களுக்குப் பிறகு நான் முகம் சிவந்து, வேர்த்துப் போய், அவ் வெள்ளாடு என்னிடம் வெறி கொண்டிருந்தது போலவே நானும் அவ் வெள்ளாட்டினிடம் வெறியுற்று நிற்கையில் ஒரு கிளுக்குச் சிரிப்பைக் கேட்டேன். தாத்தா அங்கு வேலியில் சாய்ந்தபடி நின்றார். கண்ணீர் பொங்கி முகத்தில் வழிந்து மீசைக்குள் ஓடும்படி கடுமையாய் சிரித்துக்கொண்டிருந்தார் அவர்.

“இவ் வேலையை நீ முற்றிலும் சரியாகச் செய்வதாக நான் எண்ணவில்லை. ஆனால் நீ எதைத் தவறாகச் செய்கிறாய் என்று என்னால் சொல்ல முடியவில்லை. உனக்கு ஆறு கைகள் இல்லாமல், இரண்டே கைகள் இருப்பதுதான் தவறாகும். கொஞ்சம் பொறு. அதை மாட்ட நான் உதவி செய்வேன்” என்றார் அவர்.

எப்படியோ நாங்கள் இருவரும் அந்த முரட்டுப் பிராணியை மடக்கி, வாரில் பூட்டி, வண்டிக்கு இழுத்துச் செல்ல முயன்றோம். அது தன் பின் பாகத்தில் உட்கார்ந்து, பின் கால்களை விறைப்பாக்கியது. நாங்கள் கடிவாளத்தை இழுக்கவும், அதன் விழிகள் பிதுங்கின. அது திக்குமுக்காடத் தொடங்கியது. ஆனால் எங்களைத் தொடரவில்லை. அது மிகப் பெரிய வெள்ளாடு அல்ல. முடிவில் தாத்தா அதைத் தன் கைகளில் தூக்கி, வண்டி அருகே சுமந்து சென்றார். பிறகு அதைச் சட்டங்களுக்கிடையில் பூட்ட முயற்சித்தோம்.

ஒட்டகமும் ஊசிக் கண்ணும் பற்றி நான் எங்கோ கேட்டிருந்தேன். ஒட்டகம் அதன் வழியாக நுழைய ஒரு வழி இருந்திருக்கலாம். ஆனால் இந்த வெள்ளாட்டைப் பின் புறமாக வண்டிச் சட்டத்தினுள் புகுத்துவது, ஊசியில் பாம்பைக் கோர்க்க முயல்கிற கணக்குத்தான். அது கத்தியது. உதைத்தது. இடித்தது. நெளித்தது. ஒருமட்டும். நாங்கள் அதை உள்ளே சோத்து, அதன் தோள்மீதுள்ள சிறு பட்டையை இறுக்கி, கடிவாளத்தைப் பிணைத்தோம்.நான் வண்டியில் ஏறினேன். சாட்டையைச் சொடுக்கி, “ஜீ ஹா” என்றோ என்னவோ கத்தினேன். அந்த ஆடு, சுத்த சுயம்புவான, வடிகட்டப்படாத வெறுப்பைக் கண்களில் தேக்கி என் பக்கம் பார்த்தது. உடனேயே கீழே படுத்தது.

நாங்கள் அதைத் தூக்கி நிறுத்துவோம். நான் வண்டியில் ஏறிய உடனே, அது மறுபடியும் படுத்துவிடும். பிறகு. அது திரும்பவும் சுற்றவும் தொடங்கியது. வெகு விரைவிலேயே இழுவை வாரெல்லாம் தூண்டில் கயிறு போல் திருகல் முறுகலாகிவிட்டது. பில்லி திருப்தியோடு காணப்பட்டது. தாத்தா தோள்களைக் குலுக்கினார்.

"ஒரு நாளைக்கு இது போதும் என்று நினைக்கிறேன். அதன் பயிற்சியைத் துரிதப்படுத்த நான் விரும்பவில்லை. அதை மீண்டும் பகத் தொழுவுக்கு இழுத்துச் செல்வோம். நாளை மறுபடியும் முயற்சி செய்வோம்" என்றார்.

மறுநாள் மீண்டும் முயன்றோம். அன்றும் அதே கதை நான். இந்த வெள்ளாடு ஜீ என்றாலும் திரும்பாது; ஹா என்றாலும் நகராது; தானாகப் போகாது; இழுத்தாலும் அசையாது; படுத்தால் எழாது; நிற்க விரும்பினால் படுக்கவே படுக்காது. சிறு வேலி உடைய பசுத் தொழுவின் வாசல் வழியாக அது உள்ளே நுழையாது. ஆகவே நான் அதை வேலிக்கு மேலாகத் தூக்கி எறிவதை வழக்கமாக்கினேன்.

நாங்கள் மூன்று மாதம் அந்த வெள்ளாட்டோடு போராடினோம். அது இம்மியும் அசையவில்லை. அதை வாரில் கட்டுவதற்கும், அப்புறம் அதை வெளியேற்றுவதற்கும் நாங்கள் போராட வேண்டியிருந்தது. அதைத் தொழுவத்திலிருந்து வெளியே கொண்டு வர, நாங்கள் அதைக் கீழே தள்ளிப் பிடிக்க நேர்ந்தது. அதனுடைய வேலை முடிந்ததும், மீனை விட்டெறிவது போல் அதையும் தூக்கித் தொழுவினுள் வீசுவோம்.

அந்த ஆட்டைக்கொண்டு நான் சிறிது தூரம் கூடச் செல்லவில்லை; கொஞ்ச ஆனந்தமும் பெறவில்லை. பிறகு ஒரு நாள் அந்த ஆடு உண்மையான போர் வீரன் என்பதை நான் தற்செயலாகக் கண்டு பிடித்தேன். அது முட்டுவதற்கும், தின்ன முடியாதது என்று கருதப்படுவதை எல்லாம் தின்னவும் ஆசைப்பட்டது. அதனிடம் இன்னொரு களங்கமும் உண்டு. அது சண்டை போட விரும்பியது. தனது பின் கால்கள் மீது எழுந்து, அது தாக்கும். நான் அதைப் பற்றியதும் அது முறுக்கித் திரும்பி, என்னைக் கீழே தள்ளப் பெரிதும் முயற்சி செய்யும். சாப்பாட்டைத் தவிர சண்டை போடுவதில் மட்டுமே அதற்குச் சிரத்தை இருந்தது.

சிறிது காலத்திற்குப் பிறகு, சண்டை போடுவது சற்றே குறைந்தது. ஏனெனில், ஒரு பையன் சண்டையிட விரும்பினால், அவன் மற்றொரு பையனைத் தேடுவதே நல்லது. அது போக, என் தாய் எனது நாற்றம் பற்றிக் குறைகூற ஆரம்பித்தாள் இது, நாற்றம் உட்பட பூரணமான ஆண் வெள்ளாடுதான்.

அதைச் சாந்தப்படுத்த, தான் எனக்குத் தெரிந்த அன்பு வழிகள் அனைத்தையும் முயன்றேன். பதிலுக்கு நான் பெற்றதெல்லாம் அதே மஞ்சள் மய ஆட்டு முழிதான். அதன் போஷிப்புக்கும், தங்குமிடத்துக்கும் கொஞ்சம் கூட உழைக்க விரும்பாமல், நம்மை வெறுக்கிற ஒன்றுடன் வசிப்பதில் எவ்வித வேடிக்கையுமில்லை. முடிவில், பில்லியைக் காரில் ஏற்றி, மீண்டும் பாக்ஸ்டவுனில் கொண்டு சேர்த்தோம். தனது பழைய வீட்டைக் கண்டவுடனே, அது மகிழ்ச்சிக் குரல் கொடுத்தது, அதை அவிழ்த்து விட்டதும், நேரே வீட்டுக்குள் பாய்ந்தது.

நான் மிகவும் தலைக் குனிவுடன் காணப்பட்டிருக்க வேண்டும். அதனால்தான், தாத்தா காக்ஸ் ஸ்டோரில் தங்கி, இனிய பானமும் கற்கண்டும் எனக்கு வாங்கித் தந்தார். நாங்கள் வீடு சேர்ந்ததும், அவர் சொன்னார்: "நீ அதிகம் நிலைகுலையாதே. சிலவற்றைப் பற்றி சில நாய்கள், சில வெள்ளாடுகள், சில ஆட்கள் பற்றி – அக்கறை எடுத்துக் கொள்வதால் பலன் எதுவும் ஏற்படாது. நாம் சாப்பாடு கொடுக்கலாம்: சாந்தப்படுத்தலாம்; அவை பற்றிக் கவலைப்படலாம்; நயமாகப் பேசலாம். அவற்றுக்குப் பயிற்சி அளிக்கலாம். எனினும், அந்தப் பாழும் ஆடு மாதிரியே, அவை முரட்டுப் பிடிவாதத்துடனேயே இருக்கும். சிறிது காலத்துக்குப் பிறகு, பயன் எதுவுமில்லை என்று கண்டதும், அவற்றை விட்டுவிடுவதுதான் சரி. இதில் முக்கிய விஷயம் மிகவும் சீக்கிரமாகவும் இல்லாமல், மிகவும் தாமதம் இன்றியும் – எப்பொழுது விட்டொழிப்பது என்பதை அறிவதுதான்." நான் ஒன்றும் பேசவில்லை.

"இன்னும் நீ ஒரு குதிரைக்கு ஆசைப்படுகிறாயா?" என்று தாத்தா மிக மெதுவாய் கேட்டார்.

"இந்த வருஷம் வேண்டாம். அந்தப் பாழும் வெள்ளாட்டினால் நான் மிகவும் களைத்துப் போனேன். இவ் வருஷம் மீன் பிடிப்பிலேயே என் கவனத்தைச் செலுத்தப் போகிறேன். குறைந்தபட்சம்,ஒரு சிறு படகையாவது நான் நிர்வகிக்க முடியுமே" என்றேன்.

"இப்ப நீ அறிவு இருப்பதாகக் காட்டிக் கொள்கிறாய். எவனும் எல்லாக் காரியங்களையும் நன்றாகச் செய்ய இயலாது. அநேகர் அகலக் கால் பரப்புவார்கள். இதை முயல்வது, அதில் கொஞ்சம் செய்வது, எடுத்த காரியத்தை முடிக்காமல் விடுவது, தோல்வி கண்டதும் எப்பொழுதும் வேறு புதிய விஷயங்களைத் தேடி அலைவது என்றிருப்பார்கள். கூரிய அறிவுடையவன், தான் நன்றாகச் செய்யக்கூடிய சில காரியங்கள் இருக்கும்பொழுது, அவற்றை அறிந்து கொள்வான். வேறு எதிலாவது தோல்வி காணும்போது, அவற்றைச் செய்யும் சாமர்த்தியமும் அவனிடம் இருக்கும். இது அவனது அறிவாற்றலை

ஒன்று கூட்டவும், ஏமாற்ற உணர்வை அமைதிப்படுத்தவும் துணைபுரிகிறது. பிறகு அவன் மீண்டும் புதிய விஷயத்தில் ஆர்வம் காட்டத் தகுதி பெறுவான். பெருவாய் மீன்கள் இன்று இரவில் தூண்டிலைக் கவ்வக்கூடும் நீ அவற்றிடம் சிரத்தை காட்டினால்தான்" என்று அவர் சொன்னார்.

பெரு வாயன்கள் கவ்வின. எனது புண்பட்ட உணர்வுகளும். ஏமாற்றங்களும் வெகு விரைவிலேயே அமர்ந்து விட்டன. அதற்கு மேல் நான் அவ்வொள்ளாட்டின் மீது வெறி கொண்டிருக்கவில்லை. ஆனால் நான் உயிரோடு இருக்கும் வரை அந்தப் பிராணியை மறக்க மாட்டேன். எனது தன்னம்பிக்கையில் பலத்த வடு ஏற்படுத்திவிட்டது அது. அதற்குப் பிறகு அத்தகைய மனிதர் பலரை நான் சந்தித்திருக்கிறேன். அந்தப் பில்லியைப் போன்ற லட்சணங்கள் பெற்ற ஒரு நபரை, அல்லது சந்தர்ப்பத்தை, எதிர்ப்பட நேரும்போது, நான் விட்டுக்கொடுத்து மீன் பிடிக்கப் போய்விடுவேன். இதுவரை இந்தக் குணம் என்னைக் கைவிடவில்லை.

16. குழலோசை

கோடையின் ஆரம்பம் எப்பொழுதும் ஒரு சிறுவனுக்கு மன எழுச்சி தருவதாகும். வசந்தகாலக் காற்று மட்டுப்படுகிறது. ஏப்ரல் மழையை வெயில் போக்கிவிடுகிறது. பசுமை மெதுவாகத் தலை தூக்குகிறது. சகலவித வாசனைகளும் தொடங்குகின்றன. காலை ஆகாரத்துக்கு முந்திய விடியற்காலைகள் இனிய குளிர்ச்சியோடும் மென்காற்றுடனும் விளங்குகின்றன. பனியில் நனைந்த புல்மீது வெறும் காலுடன் திரியவேணும் என்ற ஆசையையும், அமைதியற்ற கிளர்ச்சியையும் தருகின்றன.

வாசனைகள் குறிப்பிடத் தகுந்தவை. ஓடையின் அருகே நாய்ப்பல் வயலட் மலர்கள் பாசிக்கும் மேலாகக் கிளம்பின. மஞ்சள் மல்லிகையின் கனத்த நறுமணம் ஊர்ப்புறமெலாம் பரவியது. நாய்க்கட்டை மரங்கள் மென்மையான புஷ்பங்களோடு வெண்மையாகவும் இளஞ்சிவப்பாகவும் திகழ்ந்தன; காட்டு வாசனைகளோடு தங்கள் சுகந்தத்தையும் கூட்டும் வகையில், பழத் தோட்டங்களில் பீச்களும், பிளம்களும் பூத்துக் குலுங்கின. அவற்றின் அடக்கமான முதல் பூக்கள் சூரிய ஒளியில் தலையாட்டி, காட்டு வயலட்டுகள், மேலே தாவும் ஜானி மலர்கள் முதலியவற்றோடு போட்டியிட்டன. சொர்க்கமும் இதே மாதிரிதான் – குளுமையாய், ஈரமாய், வெகு மதுர நறுமணத்தோடு – வாசனை பெற்றிருக்கும் என நான் எண்ணுவது உண்டு.

இக் காலத்தில் நாம் வேட்டையாளனாகவோ, மீனவனாகவோ அல்லாமல், இயற்கைவாதியாகவே காட்டில் சஞ்சரிப்போம். அது பற்றித் தாத்தா உறுதியாக இருந்தார்.

"பையன்கள் எல்லோரையும் போலவே நீயும் ரத்த வெறி பிடித்த கொடியனாக இருக்கிறாய். ஆனால் கொல்லுவதைவிட வேறு பல விஷயங்களும் மிகுதியாக உள்ளன. கார்காலத்தின் நெடுந்துயிலுக்கும், கடுமையான வசந்த மழைக்கும் பிறகு உலகம் முழுவதும் புத்துயிர் பெறுவதைக் காண்பது, சுட்டுக் கொல்வதையும் மீன் பிடிப்பதையும் விட வேடிக்கை நிறைந்ததாகும். வயது அதிகமாக ஆக இதன் சிறப்பு மிகும். இதை விளக்கும் ஆற்றல் எனக்கு என்றும் இருந்ததில்லை. எல்லாப் பிராணிகளும் இதை உணர்வதுபோல் தோன்றுகிறது. வேட்டைப் பருவத்தில் ஆண் முயல் போல் காட்டுத்தனமாக நடக்கும் அவை எல்லாம் வருஷத்தின் இந்தச் சமயத்தில் எவ்வளவு சாதுவாக உள்ளன என்பதை நீயே காண்பாய்" என்று அவர் சொன்னார்.

இன்று அது உற்சாகமற்றதாகத் தோன்றலாம். ஆனால் முன்பு நாங்கள் பெர்ரி சேகரிக்கப் போவது வழக்கம். கறுப்புப் பெர்ரிகள் பச்சையிலிருந்து சிவப்பாகி, கருஞ்சிவப்பும் கறுப்புமாக மாறி, முன்மயக் கொடிகளில் மின்னித் திகழும். அது எங்களுக்குக் கிளர்ச்சியே தந்தது. வசந்தத்தில் வாளி எடுத்துக்கொண்டு பெர்ரிப் பழம் சேகரிக்கச் செல்லும்போது, காணவும் கேட்கவும் எவ்வளவோ விஷயங்கள் இருந்தன. முதுகிலும் கைவிரல்களிலும் வலி பெற்று, பெர்ரிப் பழச்சாற்றினால் உதடுகள் ஊதா நிறம் ஏற்று விளங்க வீடு திரும்புவதிலும் ஒரு இனிமை இருந்தது.

இப்போது என் பார்வையில் அடிக்கடி தென்படாத பறவைகள் அன்று எங்கும் இருந்தன. பிரகாசமான நீலப்பறவைகள், வசந்த ஆரம்பத்தில் வந்து கோடை இறுதியில் சென்றுவிடும். பயங்கரமாய்த் தோன்றும் பெரிய செந்தலை மரங்கொத்திகள் மிக நிறைய இருந்தன. மஞ்சள் சுத்திகள் என நாங்கள் குறிப்பிட்ட இனமும் நிறைய உண்டு. மினுக்கி என அழைக்கப்படும் மற்றொரு இள மரங்கொத்தியும் காணப்பட்டன. மழைக்காகங்கள் எனப்படும் பெரிய கக்கூப் பறவைகள்; தங்கள் குளிர்ந்த கொள்ளைக்காரக் கண்கள் மேலே திருடர்களின் வெல்வட் மூடி போர்த்த, மாமிச பட்சிணியான ஷ்ரைக் பறவைகள்; கம்மிய குரலில் கீச்சிடும் பெரிய ஜே பறவைக்கூட்டங்கள் இருந்தன.

உழுது ஈரம் கட்டிய வயல்களில் கில்டீர் பறவைக் கூட்டங்கள்

மண்டியிருக்கும். அழகாக நடக்கும் சிறு வானம்பாடிகள், வேக நடைபோடும் குதிரைகள் போல், விரைந்தோடும். உயரமான பூண்டுகளின் நுனிகள்மீது பாபோலிங் குருவிகள் அசைந்தாடும். அவற்றின் லேசான பளுவினால் தண்டுகள் வளைந்து கொடுக்கும். காசுகளைக் குலுக்குவது போன்ற ஒலி எழுப்பும் பால்டிமோர் ஓரியோல் குருவிகள் சீக்கிரம் வந்துவிடும் பைன், ஸிடார் மரங்களின் கரும்பச்சைப் பகைப்புலனில் பெரிய கார்டினல் பறவைகள் ரத்தத் துண்டுகளாய் பளிச்சிடும். காற்றில் மிதக்கும் பாம்புகளென, கருஞ்சிவப்பு டானேஜர் பறவைகள் பாயும்.

இப்பொழுது அதை எண்ணுகையில், காட்சிகளாய்க் கருதுவதைவிட ஒலிகள், வாசனைகளின் தன்மையிலேயே நான் நினைக்கிறேன். வீட்டைச் சுற்றியுள்ள தணிவான புதர்களில் பூனைப்பறவைகள் சண்டையிட்டன. மக்னோலியா மரத்தில் வசித்த பெரிய. கொழுத்த. துடுக்கான, கிழட்டுப் பரிகாசப் பறவை பூனைப்பறவைக் கூச்சலைக் கேலி செய்து கத்தும். தொலை தூரத்திலிருந்து புறாக்கள் சோகமாய்க் கூவின. பயிர் நிலத்தின் ஓரமாக உள்ள புதர் மறைப்பிலிருந்து காடைகள் கத்தின. அவை ஸ்ட்ராபெர்ரிச் செடிகளை நோக்கித் துணிச்சலோடு அணிவகுத்து வந்தன. கூட்டமாக அல்லாமல் ஜோடி ஜோடியாய், பின் தோட்டத்துக்குத் தாமே அதிபதி என்ற தோரணையோடு, அவை நடந்தன.

கில்டீர் பறவைகள் நீர் தேங்கிய வயல்களின் மேலே வளையமிட்டு மேகங்களில் மூழ்கின. அவற்றின் கில் – டீ, கில் – டீ எனும் சோக ஒலி வானை நிரப்பியது. புற்றரை வானம்பாடிகள் வயல்களில் பாடின சதுப்பு நிலங்களிலிருந்து காட்டுச்சேவலின் இனிய கானம் வந்தது. காகங்களும், ஜேப் பறவைகளும் எதற்கெடுத்தாலும் வசந்தத்தையும் சேர்த்துத்தான் வீண் கூச்சல் கிளப்பின. நெடிதுயர்ந்த பைன் மரத்தில் எங்கோ பதுங்கியிருந்து கத்தும் மழைக்காகத்தின் மந்தத் தொனியையும், மரங்கொத்திகளின் திடமான தாக்குதல்களையும், சிறு நீலப்பறவைகளின் இனிய கீச்சொலிகளையும் நாம் கேட்க முடிந்தது.

பையன்கள் இடைவேளை நேரத்தில் ஓடையில் ஆடையற்று நீந்தி மகிழ்வதற்காகப் பள்ளிக்கூடத்தை விட்டுப் பாய்ந்தோடும் காலம் இது. அவர்கள் வகுப்புகளுக்கு மட்டம் போடுவது அசாத்தியமானதாகத் தோன்றும் காலமும் இதுவே. முற்றிலும் பழுக்காத பெர்ரிகளைத் தின்பதாலும், கல் போல் கடினமான பச்சை பீச் காய்களை ஆராய்வதன் மூலமும் வயிற்றுவலி ஏற்படும் காலமும் இதே. விளக்கெண்ணையும் கலோமலும் தாராளமாய் பிரயோகிக்கப்படும்

காலமும் இதுதான். பள்ளிக்கூடத்தில் பாடத்தில் கவனம் செலுத்துவது சாத்தியமற்றதாகவே தோன்றும். ஏனெனில், ஜூன் மாதத்தின் மயக்கம் தரும் மெல்லிரைச்சல் குன்றுக்கு அப்பால் வந்துவிட்டது. அதனால்தான், எச்சில் துப்பியதற்காகவும், காகித விமானம் வீசியதற்காகவும், பெண்களின் குட்டைத் தலைப்பின்னலை மைக்கூட்டினுள் தோய்த்ததற்காகவும் பையன்களை வகுப்பு நேரம் முடிந்த பிறகும் காத்து நிற்க வைக்கும் காலமாகவும் இது அமைந்தது. கோடை விடுமுறை, மாணவர்களால் விரும்பப்பட்டதைவிட, அதிகமான ஆசைகளோடு ஆசிரியர்களால் எதிர்நோக்கப்பட்டது. மார்க்குகள் பயங்கரமாய்க் குறைந்தன. அராஜகத்தின் கரடுமுரடான விளிம்பிலே ஒழுக்கம் தள்ளாடி நின்றது.

வருஷத்தின் இந்தச் சமயத்தில் உலகம் முழுவதும் சிறிது வெறியுற்று விளங்குமெனத் தான் எண்ணுவதாகத் தாத்தா சொன்னார். நான் கூர்ந்து கவனித்தால், காட்டினுள் வெகுதொலைவில், அரைவாசி ஆண் ஆடு ஆகிய பான் என்னும் புராதனக் கடவுளின் குழலோசையைக் கேட்ட முடியும் என்று அவர் என்னிடம் கூறினார். அந்த பான் எனது ஆண் வெள்ளாடு போல் இருந்தால், அவரைவிட்டு நான் மனப்பூர்வமாக விலகியே செல்வேன் என்று தாத்தாவிடம் சொன்னேன்.

“அது எப்படியும் இருக்கட்டும். அந்தப் பக்கமுள்ள காட்டில் சகலவிதமான வனதேவதைகளும் ஆவிகளும் தவழ்வதாகத் தெரிகிறது. நாம் அங்கே போய் அமைதியாய் இருந்தால் நான் உறுதி கூறமுடியாது. ஆயினும் சிலவற்றைக் காண இயலும். எப்படியும் அவற்றைக் கேட்கவாவது முடியும்” என்றார் தாத்தா,

அவர் குறிப்பிட்ட காடு பசுத்தொழுவின் பின்புறம் இருந்தது. அதன் ஒரு புறத்தில், எனது அன்புக்குரிய காடைகள் வசித்த கோரைப்புல் நிறைந்த பெரிய வயல். இன்னொரு பக்கம், அருவி அரித்த மலைச்சரிவு இருந்தது. அங்குதான் எனது இரகசியத் தொடர் குகைகள் அமைக்கப்பட்டிருந்தன. வேறொரு புறத்தில், டைடேப்பர் பறவைகள் நீந்தி மூழ்கும் குளம். மற்றொரு புறம், இலையுதிர் காலத்தில் புறாக்கள் நிறையக்கூடிய ஸோயாபீன் வயல். அந்தக் காட்டின் பரப்பு ஆறு ஏக்கர். ஓங்கி வளர்ந்த பைன்களும், திருகி முறுகிய ஓக் மரங்களும், நாய்க்கட்டை மரங்களும் நின்றன. அதன் தரை சுத்தமாயும், பெரும்பங்கு புதர்களின்றியும் இருந்தது. பைன் சருகுகளும், பகட்டான காட்டுப் பூக்களும் அத்தரையை வழுவழுப்பாக்கின.

தாத்தாவும் நானும் அங்கே அதிக நேரம் செலவு செய்தோம்.

குகைகள் சிலவற்றை நாங்கள் திருத்தி அமைக்க நேர்ந்தது. அதற்காக, முன் பக்கத்துக்குப் புதிய பைன் மரக்கன்றுகளும், கூரைகளின் கனத்தைத் தாங்குவதற்குச் சில புதிய உத்திரங்களும் தேவைப்பட்டன. ஆகவே சிறிது மரம் வெட்டுவது முறையாயிற்று. ஒரு குகையை அதிலும் முக்கியமாக நீண்ட குடைந்த வழியால் இணைக்கப்பட்ட குகைகள் ஆறு இருக்கும்போது நல்ல நிலையில் பாதுகாப்பதற்கு மிகுந்த உழைப்பு அவசியம். அந்தனைக் குகைகள் எங்களுக்குத் தேவைப்பட்டதற்குக் காரணம், அச் சந்தர்ப்பத்தில் நான் ஒரு திருடர் கூட்டத்தின் தலைவனாக இருந்தேன். முலாம்பழக் காலத்தில் கொள்ளைக்காரர்கள் திடீரென்று ஓடிப்பதுங்க ஏராளமான புகலிடம் அவசியம்.

சில சமயம், குகையில் வேலை செய்து களைப்படையும் பொழுது தாத்தாவும் நானும் ஒரு மரத்தின் கீழ் அமர்ந்து, அடிமரத்தின் மீது சாய்வோம். அவர் தன் புகைக் குழாயைப் பற்றவைப்பார். மரங்களில் வசித்த டூரூயிட்ஸ் பற்றியும், இங்கிலாந்தில் கெண்ட் மாகாணத்தில், குகை வங்குகள் என அழைக்கப்பட்ட பெருங் குகைகளைத் தோண்டிய முதல் பிரிட்டன்கள் பற்றியும், ஜெர்மனியில் கறுப்புக் காட்டில் வாழ்ந்த கெட்ட ஆவிகள் பற்றியும், பான் போன்ற புராதனக் கடவுளர் பற்றியும் அவர் எனக்குச் சொன்னார். பான் எனும் பலவிதமான கட்டுக்கதைகளை அவர் தேவன் பெண்களிடம் மிகுந்த செல்வாக்கு பெற்றவன் என நான் புரிந்துகொண்டேன்.

தாத்தா ஒவ்வொரு இடத்துக்கும் போயிருக்கிறார். அவர் எல்லாப் புத்தகங்களையும் படித்திருந்தார் என்றே நான் ஊகிக்கிறேன். ஏனெனில், இன்று என் ஞாபகத்தில் இருப்பதெல்லாம், அவர் எனக்குச் சொன்னவற்றிலிருந்து நான் நினைத்துப் பார்ப்பவைதான். ஜியாகரபியில் எப்பொழுதும் நான் மிக உயர்ந்த ஸ்தானங்களே பெற்றேன். எனது மாகாணத்தில் நியூஹனோவர் அல்லது பிரன்ஸ்விக் கவுன்ட்டி இருப்பதுபோல. கெண்ட் எந்த நாட்டின் ஒரு மாகாணமாக அமைந்துள்ளது என்று அவர்கள் கேட்டால், “இங்கிலாந்து” என நான் கூற முடிந்தது குகை வங்குகள் எனக்கு நினைவிருந்ததால். குகை வங்கு என்றால் என்ன என்பதை நான் அறிவேன். தாத்தாவும் நானும் எங்களுக்காக ஒன்று அமைத்திருந்தோமே!

அமைதியாக அமர்ந்திருந்து, அல்லது ஜாக்கிரதையாக நடந்து, நாங்கள் சுவாரஸ்யமான விஷயங்களை நிறையவே கண்டோம். ஒரு சமயம், மழைக்காகம் ஒன்று பெரிய கக்கூ ஒரு புறாவை அதன் கூட்டிலிருந்து விரட்டிவிட்டு, அந்த இடத்தில் தான் தங்கிவிட்டதை நான் பார்த்தேன்.

மறுநாள் நான் திரும்ப அங்கு போய், அம் மரத்தின் மீதேறிப் பார்த்தேன். எதிர்பார்த்தபடியே, மிகப் பெரிய முட்டை ஒன்று சிறிய புறா முட்டைகளுக்கு மத்தியில் இடப்பட்டிருந்தது.

அணில்கள் சண்டையிட்டுக் கொண்டு, மரங்களினூடே ஒன்றை ஒன்று துரத்திச் செல்வதை நாங்கள் கண்டோம். ஒரு தடவை, இரண்டு அணில்கள் இனவிருத்தி வேலை செய்வதை தான் பார்த்தேன். முயல்கள் மெதுவாக எங்களிடம் பயமின்றித் துள்ளித் திரிந்தன. ஒரு சமயம்,ஒரு பெண் மானும் அதன் குட்டியும் நேராக எங்களிடம் வந்தன; நெடுநேரம் எங்களை உற்று நோக்கின. பிறகு தாய் சின்னதைப் பார்த்து ஒருமாதிரி தலையாட்டியது. இரண்டும் சென்றன. அவை ஓடவுமில்லை. துள்ளவுமில்லை. விளையாட்டாய் குதித்து நடந்தது தாய். குட்டி குதிகால்களை உதைத்துச் சென்றது.

யானை, அல்லது காட்டில் வாழும் விசித்திரப் பிறவிகளில் வேறு எதையாவது, நான் ஒருபோதும் பார்த்ததில்லை. ஆனால் பறவை அல்லது தவளை அல்லது மிருகம் அல்லது பூச்சி எதனோடும் சேர்த்துக் கூறமுடியாத சப்தங்களை நான் கேட்டதுண்டு என்று உறுதி கூறுகிறேன். மென் சாசரப்பு கேட்கும், இன்னதென ஆராய அருகில் ன்றொல் ஒன்றுமிராது. என் சருமத்தில் ய்லரிப்பு உண்டாகும். என் கழுத்து உரோமம், தான் முற்றிலும் புரிந்துகொள்ள முடியாத ஒரு ஓசையைக் கேட்டுத் தொல்லைப்படுகிற நாயின் மயிர் போல், குத்திட்டு நிற்கும்.

மரங்களில் வசிக்கும் ஆவிகள் அங்கு இருந்தன; புராதனமான மரத்தைச் சுற்றிலும் வெகு விசேஷமான எதுவோ நிலவியது. காலம் கடந்த வசந்தத்தில் விசித்திரமான வசிய சக்தி எதுவோ உண்டு; யுகம் யுகமாக மிருகங்கள், மனிதர் ஆகியோரது போக்கினால் இது உறுதிப்படுத்தப்படுகிறது (இவ்விஷயத்தை பின்னர் நான் நூல்களிலிருந்து கற்றேன்) என்ற உணர்வு எனக்கு ஏற்பட்டது.

அந்தச் சமயத்தில், மலைகள் மீதுள்ள பையன்கள் முகாமுக்கு என்னை அனுப்புவது பற்றி, பெரியவர்களிடையே பேச்சு அடிபட்டது. அது விஷயமாக நானும் வேகமுற்றிருந்தேன். வசந்தம் மென்மையும் இனிமையும் ஏற்று, கோடைக்கு வரவு கூறத் தொடங்குவது வரையில்தான். தாத்தாவும் நானும் பசுத்தொழுவைக் கடந்து, மர்மம் நிறைந்த காட்டினுள்ளே தினசரி யாத்திரை போய் வந்தோம். மே மாதத்தில், முகாம் விஷயமான என் ஆர்வம் குறைந்துவிட்டது. ஜூன் மாதம், அந்த முகாம் ஒரு வாடிக்கைக்காரனை இழந்துவிட்டது. எனக்கு நன்மை ஏற்பட்டதை நான் அறிந்தேன். தான்

நன்னிலையில் இருப்பதை ஒரு புத்திசாலி அறிந்து கொள்வான்; அதை அவன் அறிந்திராத மற்றொன்றுக்கு மாற்றுவானேயாகில், முதல்ரக மடையனேயாவான் என்று தாத்தா அடிக்கடி சொல்லுவார்.

மேலும், அப்பொழுது நான் முகாமுக்குப் போகமுடியாத அளவு மிகுதியான அலுவல்களில் ஈடுபட்டிருந்தேன். பேஸ் பந்து விளையாட்டு, மற்றப் பையன்களோடு நீந்துவது இவை தவிர, தாத்தாவும் நானும் பல திட்டங்கள் போட்டிருந்தோம். கோடை கால மீன்பிடிப்புக்காகப் படகைச் சரிப்படுத்த வேண்டும். ஒரு நாய் குட்டி போடும் வேளை நெருங்கி விட்டது. வாத்துக்களை வேட்டையாடப் பதுங்குமிடத்தில் கொஞ்சம் வேலை செய்ய வேண்டியிருந்தது. ஆண் வெள்ளாட்டை அடக்கும் வேலையும் இருந்தது. இந்த வேலையில் நாங்கள் தோல்வியுற்றோம் என்பது உங்களுக்கு நினைவிருக்கலாம். அப்புறம் மீன்பிடிப்பு இருக்கவே செய்தது. கருமீன், புள்ளி பெற்ற ஆற்றுமீன், கத்தும் மீன் ஆகியவற்றுக்கு உப்பு நீரிலும், பாஸ் மீனுக்காக நல்ல தண்ணீரிலும் பாடுபட வேண்டும். மீன்பிடிப்பு முடிவதற்குள் செப்டம்பர் வந்துவிடும். அலைகள் பொங்கி எழும். உடனே, வெள்ளம் பாய்ந்த சதுப்பு நிலங்களிலிருந்து ஓசையெழுப்பியபடி பறவைகள் தாவித் திரியும்.

சதுப்பு நிலப் பறவைகளைத் தீர்த்துக் கட்டியதும், நீல மீன்கள் வந்து சேரும். நீல மீனையும், நாய் முரசையும் வேலை முடித்தால், காடைப் பருவம் முன்னே நிற்கும். நாம் அறிவதற்கு முன்பே கிறிஸ்துமஸ் விழா நாட்கள் வந்து போய்விடும்.

தாத்தாவின் தோழன் பான் அவர்களிடமிருந்து ஏதாவது ஒலி வரக்கூடும் என்று எதிர்பார்த்து, மர்மக் காட்டிலே நாங்கள் அமைதியோடிருந்தபோது, ஒரு நாள், தாத்தாதன் குழாயினால் என்னைக் குத்தினார். "இந்தக் கோடையில் என்னைத் தனியனாய், பாதுகாப்பு இல்லாதவனாய், பெரியவர்கள் மத்தியில் விட்டு விட்டு நீ முகாமுக்குப் போவாய் என்று நினைக்கிறேன். என்ன?" என்றார்.

"இல்லை என்று நான் நினைக்கிறேன்" என்றேன்.

"ஏன் இல்லை? அங்கே மலைகள் மீது அவர்கள் எல்லாம் வைத்திருக்கிறார்கள். ஆலோசகர்கள் இருக்கிறார்கள். நீச்சல் குளம், வில்வித்தை, மரவேலை, கூடை பின்னல், பிரசங்கம், இன்னும் எல்லா விஷயங்களும் உள்ளன. நீ ஒரு கூடாரத்தில் வசித்து, படகு வலித்து"

"நான் கூடாரத்தில் வசித்திருக்கிறேன். எனக்கும் ஒரு படகு இருக்கிறது.

அட்லாண்டிக் மகா சமுத்திரம் இருக்கிறது. நீந்திக் களிப்பதற்குப் பயமுனை ஆறு இருக்கிறது. ஆலோசகராக நீ இருக்கிறாய். கூடை முடைவதிலோ, வில் பயிற்சியிலோ எனக்கு அக்கறை கிடையாது. ஏனென்றால், என்னிடம் ஒரு துப்பாக்கி இருக்கிறது. படகைச் செப்பனிடும் வேலையும் இருக்கிறது. குழந்தைகளோடு விளையாடுவதற்கு எனக்கு நேரமே இல்லை. வாத்து வேட்டையாடும் இடம் ஒரே குளறுபடியாக உள்ளது" என்றேன்.

"இருந்தாலும், இப்பொழுது வசந்தகாலம்தானே. கோடை காலம் வருவதற்கு இன்னும் நாள் இருக்கிறதே" என்று அவர் என்னைச் சீண்டினார்.

"நான் கருதுகிற முறையில், எனக்கு ஏற்கனவே கிறிஸ்துமஸ் வந்து போய் விட்டது. நாய்க்குட்டி பழக்கும் காலம் வரும்பொழுது, கோடையும் திரும்ப வந்துவிடும்" என்றேன்.

"நீ சொல்வது சரியாக இருக்கலாம். ஒரு சிறுவனுக்குக் காலம் வேகமாய்ப் பறந்து போவது போல்தான் தோன்றும், அதனால்தான் போலும், ஒரு நாள் நீ திடீரென்று விழித்தெழும்போது, இனிமேல் நீ ஒரு பையன் அல்ல என்று உணர்கிறாய். எப்படியாயினும், நீ போகாதது பற்றி நான் சந்தோஷப்படுகிறேன். இங்கே எல்லோரும் பெரியவர்களாக இருக்கையில் அவர்களிடையே என் தனிமை பயங்கரமாகிவிடுகிறது என்று தாத்தா ஒப்புக்கொண்டார்.

17. பெரியவர்களிடையே வாழ்க்கை

"**நா**ன் ஏன் இவ்வளவு காலம், சிரமம், திரண்ட ஞானம் ஆகியவற்றை உன்னிடம் செலவு பண்ணுகிறேன் என்பதுபற்றி நீ வியப்படைந்தது உண்டோ?" தாத்தா தனது புகைக் குழாயை, அவர் இதுவரை கண்டிராத ஒரு அதிசயப் பொருளை நோக்குவது போல், கவனிப்பதற்காகப் பேச்சை நிறுத்தினார். அது ஒரு குழாய், வடுப்பெற்ற, வளைந்த தண்டுடைய, கனத்த குழாய்தான்; சுட்டுச் சாம்பலாக்குவதற்கு அமைந்த ஒன்றைப் போல் தான் அதுவும் மணத்தது: பாட்டியை அவர் அடைந்த காலம் முதல் அதுவும் அவரிடம் இருக்கிறது என்று தனக்குத் தானே உறுதிப்படுத்திக் கொண்டார். அல்லது, பாட்டிக்கு அவர் சொந்தமான காலம் முதல் என்பதே பொருத்தமாக இருக்கும்.

இப்பொழுது, மனிதனுக்குப் பொதுவாக, ஒருவன் இக்கேள்விக்கு என்ன பதில் கூறுவது? இல்லை, ஸார் என்றா? ஆம், ஸார் என்றா? நான் எதுவும் சொல்லவில்லை. நான் முனங்குவது போல் குரல் எழுப்பிக் கேள்வி போல் தொனிக்கச் செய்தேன். பெருவாய் மீன் தூண்டிலைப் பார்ப்பதற்காக, கடிக்க அல்ல, வருவதை ஒக்கும் இது. "ஊமம்?"

"இதற்குள்ளாகவே நீ அதிகப் புத்திக் கூர்மை பெற்று விட்டாய். இப்பொழுது நீ எழுப்பிய 'ஊம்ம்' எனக்குப் பிடிக்கிறது. நீ எதையும் வெளிப்படுத்தவில்லை. உன்னை நன்றாக மூடிப் பாதுகாத்துக் கொண்டாய், போக்கர் விளையாடுவது

போல. போக்கர் ஆட்டம் கூட, மீன்பிடிப்பு மாதிரித்தான். அல்லது மானுக்காகவோ, வான் கோழிக்காகவோ பதுங்கிக் காத்திருப்பது போல் என்று கூறலாம். போக்கர் பற்றி நான் என்றாவது உன்னிடம் சொன்னேனா?" என்று தாத்தா பேசினார்.

"ஊம்ம்"

"ஹ்ம்ம். உனது ராஜாக்கள் பலமாகவும், என் ராணிகள் மோசமாகவும் இருக்கும் என்றே தீர்மானிக்க வேண்டும் போலும். உன் வயதுக்கு அதிகமான தந்திரம் உள்ளவனாக நீ வளர்ந்து வருகிறாய். இல்லையா?"

"ஊம்ம்ப்." நான் பிடிகொடாமலே இருந்தேன். இவ்விதப் பொறியில் நான் முன்பே சிக்கி அனுபவப்பட்டது உண்டு.

"ஏன்? என்னைப்போல் வயது முதிர்ந்து, பொதுவான குண விசேஷமெல்லாம் பெற்ற ஒருவன், ஒரு சின்னஞ்சிறு பையனின் மூளையில் சிறிது ஞானத்தையும், நல்ல பண்புகள் சிலவற்றையும் திணிக்கும் முயற்சியில் தனது காலத்தை வீணாக்குவான் என்றா கருதுகிறாய்? என் விஷயத்தில் இது தன்னகங்காரமா, அல்லது வேறா? எனக்குத் தெரியவில்லை. எனக்குப்பிறகு ஒரு ஞாபகார்த்தம் வேண்டும் என்று நான் முயல்கிறேனோ? நீதான் சொல்லேன்" என்று தாத்தா கேட்டார்.

"எனக்குத் தெரியாது, ஸார்" என்றேன். அந்த "ஊம்ம், உம்ப், ம்ம்" விவகாரத்தை, அது செல்லுபடியாகக் கூடிய அளவுக்கு நான் பயன்படுத்தி விட்டதாகவே நினைத்தேன்.

"இந்தப் பதில் எனக்குப் பிடித்துள்ளது" என்று அவ் வயோதிகக் கனவான் அறிவித்தார். "நிபுணர்கள் மலிந்த இக்காலத்தில், ஒருவன் சில விஷயம் தனக்குத் தெரியவில்லை என்று சொல்ல முன்வருவது அபூர்வ நிகழ்ச்சி தான். இது புத்தி மிகுந்த காலம். ஊறுகாய்ப் படகு வில்லிகள் நிறையவே இருக்கிறார்கள். உள்ளார்ந்த அறியாமையை மூடி மறைக்க வழி தேடும் வேளையிலேயே, அவர்கள் வாயடி அடித்து நேரம் போக்குவர். நான் கால்வாசி நேரம் இலக்கண சுத்தமாயும், இதர நேரமெல்லாம் கொச்சையாகவும் பேசுவதை நீ கவனித்ததுண்டார ஒருவன் கொச்சை மொழி பேசம் விசேஷ உரிமை பெறுவதற்கு முன்னால், சரியாகப் பேசும் ஆற்றல் பெறவேண்டியது அவசியம். இதுபற்றி நீ ஆச்சர்யம் அடைந்திருக்கிறாயா?"

"ஆம் ஸார். நான் வியப்படைந்திருக்கிறேன். ஏனெனில் அப்படி எல்லாம் பேசக்கூடாது என்று பள்ளிக்கூடத்தில் சதா கூறுகிறார்கள். சிலசமயம் நான் உன்னைப் புரிந்துகொள்ளச் சிரமப்பட நேருகிறது" என்றேன்.

“உனக்கு க்ராக்ளிங் பிடிக்குமா?” என்று தாத்தா கேட்டார். இந்த நாள் கடுமையானதாகத் தான் இருக்கும் என நான் உணர்ந்தேன். ‘க்ராக்ளிங்’ என்பது தீயில் வாட்டிய இளம் பன்றியின் தோல் ஆகும். இன்று விருந்துகளில் தரப்படுகிற தின்பண்டங்கள் போலவே அதுவும் மொறு மொறுவென்று சுவையாயிருக்கும். அதில் சத்து அதிகம். ஆனால் இந்த உரையாடலுக்கும் அதற்கும் சம்பந்தமே இல்லை

“ஆம் ஸார். நிச்சயமாக விரும்புகிறேன். பன்றியின் சிறு குடல் கூடப் பிடிக்கும். ஸ்கூப்பர்நங் ஒயினும், பன்றித் தொடைக் கறியும். கொல்லார்ட் கீரையும் பிடிக்கும். கற்கண்டும் தான். “நான் சிறிது வெறி பெற்று வந்தேன். இவற்றை எல்லாம் வயோதிகக் கனவான் என் மீது வீசக்கூடும் என்றால், நானும் ஒரு சிலவற்றைத் தூக்கி எறியலாம் என நினைத்தேன்.

“க்ராக்ளிங் பற்றி நான் கேட்டதன் காரணம் இதுதான். சார்லஸ் லாம்ப் எழுதிய விஷயத்தை – அதன் பெயர் என்ன? வாட்டிய பன்றி பற்றிய வியாசம் என்றோ, அதுபோல் என்னவோ ஒன்று, மறந்துபோனேன் திரும்பவும் படித்தேன். உடனே எனக்கு மிகுந்த பசி ஏற்பட்டு விட்டது. அதைப் பள்ளியில் படிக்கும்படி இப்பொழுதும் கூறுகிறார்களா? என்றார் தாத்தா.

“ஆம், ஸார்,” நான் “ஸார்” களை தாராளமாக உபயோகித்தேன். எப்பொழுதாவது தாத்தா பெரிய இலக்கியலாதி ஆகிவிடுவார். அப்பொழுது “ஸார்” போடுவதுதான் தப்பும் வழியாகும். சாஸர் எனும் பெயர் பெற்ற புராதன இங்கிலீஷ்காரன் விஷயமாக நாங்கள் குழம்பினோம். நான் வெகு நேரம் வளைய வளைய வந்தேன். முடிவில் “ஸார்” போட்டுத்தான் நழுவினேன்.

“நல்லது, நான் சொல்ல விரும்புவது இதுவே: செத்து நூறு வருஷங்களுக்குப் பிறகு கூட உனக்குப் பசி எழுப்பும் சக்தி பெற்ற ஒருவன் அபாரமான எழுத்தாளன்தான்” என்று தாத்தா அறிவித்தார். நான் எங்கே விட்டேன்? ஓ. ஆமா, நீ வளர்ந்து பெரியவனானதும் என்ன செய்வாய்?”

“குழப்பம்தான்” என்று ஆரம்பித்து, அதை விட்டுவிட்டேன். அதிகப் “குழப்பம்தான்” என்று ஆரம்பித்து, அதை பிரசங்கத்தை தாத்தா தானே கையாள விரும்புவார். “நான் அறியேன், ஸார். ஓலியன் ஆகலாம், எழுத்தாளன் அல்லது மாலுமி ஆகலாம். எதுவோ ஒன்று எனக்குத் தெரியாது.”

“நல்லது. அப்படி ஆவதற்குரிய காலம் வருகிற வரையில், நீ என்னவாக விரும்புகிறாய் என அறியாமல் இருப்பதும் நல்லதே”. தாத்தாவுக்கு அதுவும்

பிடித்திருந்தது. "உரிய காலம் வரும் வரை" என்று திரும்பவும் சொன்னார். சந்தோஷமுள்ள பூனை போல் அவர் தன் மீசையைச் சுவைத்தார். "இன்று உன் மீது எனக்கு ரொம்ப திருப்தி" என்றார்.

"சரி. ஸார்."

"நீ மிதமிஞ்சி ஸார் போடக் கூடும். பையா. உனது பொய்யான பணிவு மூலம் நீ எவரையும் ஏமாற்றவில்லை. ஆகவே, எனது தள்ளாத காலத்தில், பேசுவதற்குப் பதிலாக சும்மாச் சாய்ந்து சுகமாக அசைந்தாடி மகிழ்வதற்கு ஏற்ற பருவத்தில், நான் ஏன் எனது காலத்தையும் பேச்சையும் உன்னிடம் செலவிடுகிறேன் என்று சொல்வேன். காரணம் இதுவே. என்னிடம் உள்ளதை எல்லாம் கொடுப்பதற்கு நீ ஒருவனே இருக்கிறாய். நான் விரும்பும் இரண்டு மூன்று விஷயங்கள் எனக்குத் தெரியும். நல்லவை மிகப் பலவும், கெட்டவை மிகப் பலவும் நான் அறிவேன். என்னிடம் பணம் எதுவும் இல்லாததால், நல் விஷயங்களில் சிலவற்றை என் நினைவாக விட்டுச் செல்ல ஆசைப்படுகிறேன். இதில் இன்னும் அதிகமாக உனக்கு வேண்டுமா?"

"ஆம் ஸார்."

"நன்று" என அவர் தொடர்ந்தார். "ஒரு கனவான் அடிப்பாதத்தில் ஆரம்பித்து மேல் சென்று தலையைத் தொடுவார். அனைத்தினும் முதலாவதாக, கனவான் மரியாதை உள்ளவர். கனவான் எவரிடமும் இழிவாகப் பேச மாட்டார். 'எவனுமில்லை' என்பதற்குப் பதில் எவனோ ஒருவன் என்று சொல்லும் எவனிடமும் கூடப் பேச மாட்டார். கனவான் பேராசைக்காரன் அல்ல. கனவான் வேறெவனது நாய்களைப் பார்த்தும் கூச்சலிட மாட்டார். கனவான் போகிற போதே தன் கணக்காகத் தீர்த்து விடுவார், தாள் திருப்பித் தர முடியாதது எதையும் அவர் எடுத்துக் கொள்வதில்லை. கடன் வாங்குவதானால், அவர் பாங்கிலிருந்தே கடன் பெறுவார். தனது தொல்லைகளைக் கூறித் தன் நண்பர்களைத் தொல்லைப்படுத்த மாட்டார் அவர்."

ஒரு கனவான் எப்படி அமைந்திருப்பார் என்பதை நாங்கள் முடிவுகட்டி விட்டதாகவே தோன்றியது. நான் எதுவும் பேசவில்லை.

"வேட்டைக்காரன் என்றால் என்ன?" இதைத் தாத்தா என்னிடம் கேட்கவில்லை. தனக்குத் தானே நம்பிக்கைத் தீர்மானம் நிறைவேற்றிக் கொள்வதுபோல் அவர் தலையை ஆட்டினார். "வேட்டைக்காரன் முதலில் ஒரு கனவானேயாவன். ஆனால், அடிப்படையில், மீனோ. பறவையோ, மிருகமோ எதுவாயினும், தனக்குத் தேவையானதை மட்டுமே, அல்லது, ஒரு விசேஷ காரணத்திற்காகத் தனக்கு அவசியப்படுவதைக் கொல்லுகிற ஒருவன்

தான் வேட்டையாளன் ஆவன். அதைக் கொல்லவேண்டும் என்பதற்காக அவன் எதுவொன்றையும் ஒருபோதும் கொல்வதில்லை. அவ்வப்போது ஒரு சிறிது என்று அவன் கொல்லுகிறவை நிரந்தரமாக இருக்கும்படி பாதுகாக்க அவன் முயற்சிக்கிறான். இதையே பரிபாலிப்பு என்று புத்தகங்கள் கூறுகின்றன. சாதுவான காடைக் கூட்டம் பத்துப் பறவைகளுக்கும் குறைவானதாக ஆகிவிடும்படி நாம் சுட்டுக் கொல்லாததன் காரணமும் இதுவே" என்றார்.

இதை நான் புரிய முடிந்தது. அப் பறவைகளைக் கொண்டுதான் நாங்கள் நாய்க் குட்டிகளுக்குப் பயிற்சி அளித்தோம். அவை எக்காலத்தும் நிலைபெற்றிருந்தன.

"நான் வேட்டைக்காரன் என்று குறிப்பிடத் தகுந்த கெட்ட மனிதன் ஒருவனை என்றுமே கண்டதில்லை. கனவானாக இல்லாத உண்மையா வேட்டையாளன் ஒருவனை நான் அறிந்ததுமில்லை. ஆகவே, நீ கனவானாகவும் வேட்டையாளனாகவும் இருந்தால், கெட்டவனாக இருக்க முடியாது. இது தெளிவாக இருக்கிறதா?"

அப்படி அது இல்லை. ஆனால், இருக்கிறது என்றே நான் சொன்னேன். அது விவாதத்தைத் தவிர்க்கும் என்று தோன்றியது.

தாத்தா மேலும் சொன்னார்: "நான் நிரந்தரமாக வசிக்கப் போவதில்லை. ஆகவே, முன்பு பீவர் பிராணியைப் பிடிக்கச் சென்றவர்கள் தாம் போன பாதையைக் குறிப்பிட மரங்களைக் கொளுத்தியதுபோல, நானும் என் நினைவு உனக்கு இருக்கும்படி உன்மீது சில குறிகள் கீற விரும்புகிறேன். நான் பெரும்பேச்சுத் தொணப்பனாக இருப்பதும் இதனால்தான். இதுவரை நீ எவனையும் கொல்லவில்லை! எந்தக் கடையையும் உடைத்து உட்புகவில்லை. பள்ளியிலிருந்து வெளியேற்றப்படவுமில்லை. அவர்கள் தொடர்ந்து உனக்குக் கல்வி கற்பித்தால், என்றாவது ஒரு நாள் நீயே உணரக்கூடும் – மனிதன், அவன் காகிதத்தில் எழுதிவைப்பதிலும், பாறையில் செதுக்குவதிலும், திரைச்சீலையில் தீட்டுவதிலும், வாத்தியத்தில் இசை எழுப்புவதிலும் தான் அமரநிலை அடைகிறான். நிஜமாகவே எனக்கு வயது அதிகரித்து வருவதை நீ அறிவாய். எனது சொற்பொழிவுக்காக உனது பொறுமையையும் மன்னிப்பையும் வேண்டுகிறேன். எனக்கு நானே பேசிக்கொள்ளத் தொடங்கிவிட்டதாக நான் நினைக்கிறேன். நீ என்ன தான் செய்ய விரும்புகிறாய்?"

"கொஞ்ச காலமாக உனக்குத் தெரியாமல் நான் செய்து வரும் சிலவற்றை இப்பொழுது காட்டினால், நீ என்னை அசடன் எனக் கருதமாட்டாய் என்றே நினைக்கிறேன். இல்லையா?"

"நீ எனக்குக் காட்டுகிற எதையும் – அது சும்மா எவனுக்கும் நீ காட்ட விரும்பாத எதுவாகவேனும் இருந்தால் அசட்டுத்தனமானது என்று நான் நினைக்கவே மாட்டேன். வழிகாட்டு, மேக்டவ், பாழாகட்டும் அவன்....."

நான் இதை ஒருவித அமைதியோடு எழுத வேண்டியிருக்கிறது. ஏனெனில் நான் எளிதில் குழப்பிவிடுபவன். வீட்டிலிருந்து சுமார் ஆயிரம் கெஜ தூரத்தில் இருந்த பென்னம் பெரிய காட்டுச் செர்ரி மரத்துக்குத் தாத்தாவும் நானும் நடந்தோம். மரத்தின்மீது நேர்த்தியாக ஆணியால் பொருத்தப்பட்ட படிகளை அவருக்குக் காட்டினேன். ஒரே சமயத்தில் கைகளால் பற்றவும், கால் பதிக்கவும் வசதியான அகலம் பெற்றவை அவை. படிகள் சுமார் முப்பது அடி உயரம் சென்றன. அதற்குமேல் அம்மரத்தின் பெரும் பிரிவில் ஒரு வீடு இருந்தது.

'தி ஸ்விஸ் பேமிலி ராபின்ஸன்' எனும் புத்தகத்தை நான் படித்தேன். அவர்கள் "பால்கன் ஹர்ஸ்ட்" (வல்லூறு வீடு) என்று பெயரிட்டு, மரத்தின்மீது கட்டிய வீடு என்னை வசீகரித்தது. நானும் எனக்காக ஒரு வீடு அமைத்துவிட்டேன். அந்தச் செர்ரி மரத்தில் விசித்திரமாக நான்கு புறமும் பரவிய கிளைகள் இருந்தன. அந்தப் பரப்பில் ஒரு வீடு அமைப்பது மிகவும் எளிதாயிற்று. பழங்காலத்துக் கப்பியையும் பாரம் சாம்பியையும் கொண்டு பலகைகளை மேலே ஏற்றுவது கஷ்டமாகத்தானிருந்தது. ஆயினும் வீடு நன்கு அமைந்துவிட்டது.

பிறர் கவனிப்புக்கு உள்ளாகக்கூடாது என நான் விரும்பிய ஒவ்வொரு பொருளும் இவ்வீட்டில் இருந்தது. ஓடை அருகில் கொஞ்சம் களிமண் கண்டேன். குயவன் உபயோகிக்கும் நல்ல மண். அதைக்கொண்டு நான் சிற்பியாக முயன்றேன். பரிதாப முயற்சிதான். தாத்தாவின் பிரதிமை ஒன்று செய்திருந்தேன். அது நன்கு அமைந்துவிட்டதாக என் எண்ணம் ஆனால் அது உணர்ந்து பொடியாகும் தன்மை பெற்றிருந்தது. களிமண்ணை மெருகிடும் விதத்தை நான் அறியவில்லை. அப்புறம் நான் வர்ணங்களால் தீட்டிய பயங்கரமான படங்கள் சில இருந்தன பறவைகள், நாய்கள், மான்கள் எல்லாம் எப்படிக் காட்சி அளிக்கவேணும் என நான் நினைத்தேனோ, அப்படி வரைந்திருந்தேன். எனது 'வல்லூறு வீட்'டின் கரடுமுரடான பலகைச் சுவர்களில் அவற்றைத் தொங்கவிட்டிருந்தேன். பச்சைத் தோல்கள் – நன்கு உலர்ந்து கடினமான முயல், அணில் தோல்கள் – சிலவற்றைத் தரைமீது சமுக்காளமாய் பரப்பியிருந்தேன்.

இம் மரவீட்டில் ஒரு படுக்கையும் உண்டு. வளைந்த கிளைகள் பைன் கொம்புகளை பச்சைத் தோலால் சேர்த்துக்கட்டியிருந்தேல். ஒரு அடுப்புகூட

இருந்தது. குப்பை மேட்டிலிருந்து எடுத்த பழைய இரும்புகளைக் கொண்டு அதை அமைத்தேன். தின்பதற்கு அருகதையுள்ள எதையும் எவரும் அதில் ஆக்கிவிட முடியாது.

நான் செய்து, தகரத்தால் கூர்முனை கட்டிய ஈட்டிகளும், ஹிக்கரி மரத்தில் செய்த வில்லும், ஒரு தூணி நிறைய அம்புகளும் இவ் வீட்டில் இருந்தன. புத்தக அலமாரியும் இருந்தது. ராபின் ஹூட், எர்னஸ்ட் தாம்ஸன் ஸீட்டன் எழுதிய 'காட்டிலே ரோல்ப், 'இரு சிறு காட்டுமிராண்டிகள் ஏகப்பட்ட டார்ஸான் கதைகள், 'பஃபலோ பில். 'டிரஷர் ஐலண்ட் போன்ற புத்தகங்களே அதில் நிறைந்திருந்தன. ஸர் வால்டர் ஸ்காட் எழுதியவையும் இருந்தன. நான் கண்டெடுத்த அம்பு முனைகளும், வழக்கமாகப் பிறர் பாராதபோது எந்தச் சிறுவனும் சேர்த்துவைக்கும் துண்டுத் துணுக்குகளும் கிளிஞ்சல்கள், பெரியவர்கள் பார்த்தால் சிறுபிள்ளைத்தனம் என்று பரிகசிப்பார்களே என்பதற்காகப் பதுக்கி வைக்கும் ரகசியப் பொருள்கள் எல்லாம் இருந்தன. எனது சரக்குகளை நான் தாத்தாவிடம் காட்டிய போது துணிந்தே செய்தேன். உண்மையில் நான் கவலைப்பட்டிருக்க வேண்டியதில்லை.

அவர் ஒலி எழுப்பிவாறு படிகள் மூலம் மரத்தின் மேலேறினார். 'வல்லூறு வீட்'டின் பலகைகளோடு சேர்த்து அமைத்திருந்த நாற்காலி போன்ற ஒன்றில் அமர்ந்தார். சற்றே நெடுமூச்செறிந்தபடி, புகையிலையைத்தன் குழாய்க்குள் திணித்தார். பிறகு, ஒவ்வொன்றையும் கவனித்தார். ஒரு சமயத்தில் ஒரு கேள்வியாக, அந்தப் பொருள்களை நான் எப்படி அடைந்தேன், ஏன் அவற்றைச் சேர்த்தேன், முக்கியமாகச் சிற்பவேலை சம்பந்தமாக நான் எப்பொழுதாவது ஏதாவது படித்தேனா என்று கேட்டார். களிமண்ணில், மெருகிடாத விதத்தில் அவரைப்போல் நான் செய்திருந்த கோர உருவத்தில் அவர் தன்னைக் கண்டு கொண்டார்.

அலமாரியிலிருந்து அவர் புத்தகங்களை எடுத்தார். பணிவுடன் எடுத்ததாகவே நான் நினைத்தேன் மோசமாய் தோல்களைத் தடவினார். படுக்கையின் துள்ளலைப் பரிசோதித்தார். வில், அம்புகள், ஈட்டிகள் அனைத்தையும் தூக்கினார். வில்லின் நாண் வெறும் கயிறாக இன்றி, பச்சைத் தோலில் அமைந்திருந்தது கண்டு, அவர் போற்றும் பாவனையில் நாக்கைக் கொட்டினார். பிறகு, நாள் அவரிடம் ஏதேனும் கேட்பேன் என எதிர்பார்ப்பவர் போல் என்னை நோக்கினார்.

"இது ஒருவித முட்டாள்தனம் என்றே நினைக்கிறேன்" என்று தயங்கினேன். நான் என்றுமே மறக்கமுடியாத பதிலை அவர் கூறினார்.

“எனக்கும் இது மாதிரி ஒரு வீடு இருந்திருக்கலாம் என்று ஆசைப்படுகிறேன். ஒரு வேட்டையாளனும் கனவானும் ஆனந்தமாக வாழ்வதற்குத் தேவையான ஒவ்வொன்றும் இதில் உள்ளன. நான் ஏன் எனது காலத்தையும் சிரமத்தையும் உன்னிடம் செலவிடுகிறேன் என்று உன்னைக் கேட்டேனே முதல் கேள்வி, அதற்கு இப்பொழுது விடை அளித்துவிட்டேன்” என்று தாத்தா சொன்னார்.

அதன் பிறகு எவ்வளவோ பேர் எத்தனையோ இனிய விஷயங்களை எனக்குச் சொன்னார்கள். ஆனால் அன்று தாத்தா மரத்திலிருந்து கீழிறங்குவதற்கு முன் சொன்ன கடைசிக் குறிப்பை முறியடிக்கும்படி ஒருவரும் பேசியதில்லை.

அவனைச் சுற்றிலுமுள்ள பூதாகாரமான பெரியவர்கள் மிக முக்கியமானவர்களாக விளங்கும் ஒரு காலம் ஒவ்வொரு சித்திரக்குள்ளன் வாழ்விலும் உண்டு. அச் சிறுவன் தானே ஒரு பெரியவனாவதற்கு வெகு தூரத்தில் இல்லாத காலம் அது. பெரியவர்கள் சிறுவர் நிலையிலிருந்து வெகு தொலைவில் போய்விடாத காலமும் அதுவே. ஒருவித நன்னயம் நிலவும் என்பதையே குறிப்பிடுகிறேன். அவன் இன்னும் ஆளாகவில்லை என்பதற்காக ஒரு பையனிடம் ஆதரவு காட்டுவது மிக மோசம் என்று படும் ஒரு சந்தர்ப்பமும் உண்டு.

நான் கணக்கிட்ட தன்மையில், தாத்தா என்னைவிட இருநூறு வயது பெரியவர். ஆகவே, அங்கே தகராறுக்கு இடமிருந்ததில்லை. நான் பிறப்பதற்கு முன்னரே, அவர் முதிர்ச்சியுற்று, அனுபவத் தேர்ச்சி பெற்றுவிட்டார். இனிமேல் வேட்டையாட இயலாதவாறு மிகவும் களைப்படைந்து ஓய்ந்துபோய், சதா தீயின் முன் படுத்திருக்கவே விரும்புகிற கிழ நாயை ஏற்றுக்கொள்வது போல. நானும் அவரை ஏற்றுக்கொள்ள இசைந்தேன். எதன் நிரூபணத்திற்கும் அப்பாற்பட்டவர் அவர். அனைத்தையும் தன்னகத்தே கொண்டுவிட்டவர்.

எக்காலத்திலும் நான் அதிர்ஷ்டசாலி என்றே எனக்கு நினைவிருக்கிறது. சிறுவர்களுக்குத் தோழமை விஷயத்தில் என்ன தேவை என்பதை உணரக்கூடிய பெரியவர்களே என்னைச் சுற்றிலும் இருந்தனர். எவ்வளவு பின் நோக்க முடியுமோ அவ்வளவுக்கு முடியவில்லை எண்ணிப்பார்க்கும் போதும், நான் இருந்த அளவு சிறியவனாக என்னை உணரும்படி செய்த பெரியவர் ஒருவரைக்கூட நினைக்க முடியவில்லை.

இது தென்பிராந்தியத்தில் மிகவும் சிறிய ஊர். எளிய சிறு நகரம். ஒரு சினிமா உண்டு. அது இன்னும் அமுஸூ என்றே அழைக்கப்படுகிறது. பீட் எனும் கிரேக்கன் நிர்வகிக்கும் சிற்றுண்டிச்சாலை ஒன்று இருக்கிறது. இரண்டு

மருந்துக்கடைகளும் இரண்டு மளிகைகளும் உண்டு. சவ அடக்கம் செய்பவர் ஒருவர். துர்மரண விசாரணை அதிகாரியும் அவரே. மளிகைக் கடைகளில் ஒன்றில் அவருக்கு சம்பந்தம் உண்டு. தங்கும் வசிதிகள் பெற்ற விடுதிகள் இரண்டும், ஹோட்டல் என்று எளிதில் பெயர் பெற்றிருக்கக்கூடியது ஒன்றும் இங்கு உள்ளன.

நான் ஒரு விஷயத்தைப் பெரிதுபடுத்தி, எங்கள் ஊரைப்பற்றிச் சிறிது கூற விரும்புகிறேன். என் உறவினள் கேட்ஸ்டூவர்ட் ஒரு போர்டிங் விடுதி நடத்தினாள். அலன் ஜின்னி என்ற பெயருடைய நீக்ரோ ஒருவன் அவளிடம் பணியாளனாக வேலை செய்தான். அவன் பெயர் அலன் ஜின்னியாக அமைந்ததன் காரணம் என்னவென்றால், அவனது தாய் பெயர் ஜின்னி; நீக்ரோ இனத்தார் ஏகப்பட்ட பட்டப் பெயர்களை அடுக்கிக் கொள்வதுமில்லை.

பரிதாபத்துக்குரிய பழக்கம் ஒன்று அலன் ஜின்னியிடமிருந்தது. அவன் குடித்தான். அவன் குடித்துவிட்டால், மிஸ் கேட்டின் சமையல் தயாரிப்புக்கு – அதைத் தேகத்தில் அணியாமல் சாப்பிட்டால் வெகு நன்றாகவே இருக்கும் – சிரமப்பட்டுத் தேடிய ஐம்பது சதம் முழுவதையும் செலவிடுகிற வாடிக்கைக்காரர் உடம்பிலே சூடான சூப்பு எதையாவது கொட்டாமல் இருக்க மாட்டான். ஓர் இரவில், கடலருகே உள்ள மிஸ் கேட் விடுதியில் அலன் ஜின்னி அங்குமிங்கும் அலைந்து திரிந்தான். பெரிய வட்டில் நிறைய இருந்த கொதிக்கும் சூப்பை அவன் ஒரு கனவானின் நன்கு சலவை செய்யப்பட்ட சட்டையில் கொட்டிவிட்டான். அவர் பெரும் ரகளை செய்தார். அலன் ஜின்னியிடம் சரியான பேச்சு பேசவேண்டியதுதான் என்று மிஸ் கேட் தீர்மானித்தாள். அவள் அவனைக் காதைப் பிடித்து இழுத்துச் செல்வதுபோல் ஓர்புறம் கூட்டிச்சென்றாள். பொன் முட்டைகள் இட்ட வாத்தைக் கொன்றவனுக்கு என்ன நேர்ந்தது என்பதைக் கூறும் பழைய நீதிக் கதையை அவனுக்கு எடுத்துச் சொன்னாள்.

மிஸ் கேட் பெரிதாகப் பேசுபவள். உருவகங்களாலும் விளக்கங்களாலும் அவள் அலன் ஜின்னியைத் திணறச் செய்துவிட்டாள். தன்னையே கதையில் வரும் வாத்தாகவும், அலனின் பிழைப்பைப் பொன் முட்டைகளாகவும் அவள் மதித்தாள். அலன் ஜின்னி அறிவு பெற்று, ஜனங்கள் மீது சூப்பைக் கொட்டுவதை நிறுத்தாவிட்டால். வாத்து பொன் முட்டை கண்டுவகைப்படி நிறுத்தும் என்று விவரித்தாள். இது வேறு விதத்தில் அவன் ஜின்னிக்கு செத்தை உண்டாக்கியதாகத் தோன்றியது. அவன் சமையலறைக்குச் சென்றான். சமையல்காரி காத்து நின்றான். சமையலறைக்கு வெளியில் நடக்கும் குழப்பத்தை எப்பொழுதும் உணர்ந்து கொள்ள முடியும்.

"மிஸ் கேட் உன்னிடம் என்ன சொன்னாள்?" என்று சமையல்காரி கேட்டாள்.

"எனக்குத் திட்டமாகத் தெரியாது. நாய்க்குப் பிறந்த மடப்பயல் எவனோ ஒரு வாத்தைத் தின்ன ஆசைப்பட்டானாம். அந்த வாத்தை எவன் திருடி வந்தான் என்று எனக்குப் புரியவில்லை" என அலன் ஜின்னி கூறினான்.

எங்கள் ஊர் இருந்த நிலை அதுதான். ஒரு வாத்தைப் பற்றிப் பேச்செடுத்தால் – நீதிக்கதையோ, இல்லையோ அதை எவனாவது ஒருவன் திருடித்தான் இருக்க வேண்டும். ஆகவே எனது வாத்தையும் பெரியவன் ஒருவன் என் நோக்கிலே, நோக்கிலே, இருபதுக்கு மேற்பட்ட வயதினன் வெகு ஜோராகத் திருடித்தானிருந்தான்.

டாமையும் பீட்டையும் பற்றி நான் முன்பே சொல்லியிருக்கிறேன். அவர்கள் கூலிக்கு மீன் பிடிப்பவர்கள்; கள்ள மது தயாரிப்பவர்கள்; கள்ள மதுவையே குடிப்பவர்கள்; கள்ளத்தனமாய் வேட்டையாடுகிறவர்கள்; காட்டில் எப்பொழுதும் ஹிப் பூட்ஸ் அணிபவர்கள். நானும் அவர்கள் வயசு பெற்றவன் என்றே அவர்கள் சதா எண்ணுவது போலவே செயல் புரிந்தார்கள். ஆனால் பெரியவர்களில் என் விசேஷ நண்பர்கள், என் உறவினனான டாமி, உறவினரல்லாத டூனியும் ரெஜினியும், என் உறவினள் மார்ஜியின் நண்பன் டிக் – பின்னால் அவனை அவள் மணந்து கொண்டாள் ஆகியோரே. இறால் படகு ஓட்டும் உறவினன் பானர். கொஞ்சம் காது மந்தமான வில்லி, இருவரும் உண்டு.

அந்நாட்களில் எங்கள் வட்டாரத்தில் பல ஸ்காண்டிநேவியர்களும், சில போர்ச்சுகீஸியரும் இருந்தனர். எனது மாமாஜான் எரிக்ஸன்தான் என் நினைவில் நிற்கும் ஸ்காண்டிநேவியரில் சிறந்தவர். அவர் இன்னும் உயிரோடு இருக்கிறார். என்னைவிட நன்றாகத் தோன்றுகிறார். யோசிக்கப்போனால், அது கஷ்டமானதல்ல. ஒரு சமயம் படகுத் துறையிலிருந்து பயணப்பட்டு நின்ற ஒரு படகில் கள்ளத்தனமாக ஏறுவதற்கு ஜானும் மற்றொரு ஸ்காண்டிநேவியரும் முயற்சி செய்தது எனக்கு நினைவிருக்கிறது. மற்றவன் "ஏறு, ஏய், ஏறு!" என்றான்.

"ஏறவா? நிற்பதற்குக்கூட இடம் இல்லாதபோது நான் எப்படி ஏறி நாசமாவது?" என்று ஜான் சொன்னார்.

ஜான் இப்பொழுது ஆங்கிலம் திருத்தமுறப் பேசுகிறார். முன்பு அவருக்கு அப்படிப் பேச வராது.

மற்றும், வில் ஸெல்வர்ஸ் டேவிட், வாக்கர் நியூட்டன், ஸெயின்ட்

ஜார்ஜ் நபர்கள் முக்கியமாக, பந்தாட்டக் கிளப்பில் பிடித்து விளையாடும் பில் டொனால்ட் இவர் புத்திசாலி, ஆனால் கொஞ்சம் குடிப்பார் என்று சொல்வார்கள் ஆகியோரும் இருந்தனர். என் மாமா ராப் இருந்தார். ராப் மாமா என் அத்தை மேயைக் கல்யாணம் செய்திருந்தார். பிறவியிலேயே வெடுவெடுப்பானவர் என்று சொல்வார்களே, அந்த ரகத்தைச் சேர்ந்தவர் அவர். அவருக்கு எதுவும் பிடிக்காது, என்னைத் தவிர என்று சொல்லலாம். நானும் ராபும் சதா நன்றாகவே பழகினோம். ராப் மாமா ஸ்காட்ச் வேட்டை நாய் போல் காணப்பட்டார். அது வியப்பானதல்ல. அவருடைய கடைசிப் பெயர் மக்கீத்தான் ஆகும். அல்பம் அல்லது மன உவப்புடன் அவர் உறவு கொள்வதில்லை.உண்மையை நாடுபவர் அவர். இதை நான் விளக்கமாய்ச் சொல்கிறேன்.

ஒரு தடவை மே அத்தை அவரைக் கட்டாயப்படுத்தி சர்ச் செல்ல வைத்தாள். அங்கே எனது பெண் உறவினரில் மற்றொருத்தியை அவர் கண்டார். அழகுக்குரிய பரிசு எதுவும் அவளுக்குக் கிடைக்காது.ராப் அவளை ஒரு தடவை பார்த்தார். முணமுணத்தார்.

“நான் என் வாழ்க்கையில் பார்த்த மகா மோசு அவலட்சண ஸ்திர் இவள்தான்” என்றார். அதுவும், சர்ச்சில் வைத்து.

“ஷ்ஷ், ராப். அவள் கோரமாக இருந்தால், அதற்கு அந்த அப்பாலிப் பெண் என்ன செய்யும்?” என மே அத்தை சொன்னாள்.

“அவள் வீட்டில் இருக்க முடியுமே” என்று ராப் தனது வெடுவெடுத்த குரலில் கூறினார்.

மற்றுமொரு சந்தர்ப்பம் என் நினைவில் இருக்கிறது. எனது மிகுந்த ஆசைக்குரிய மாமா, கிறிஸ்துமசுக்கு முந்திய மாலை வேளை ஒன்றில், கண்கள் சிறிது சிவந்து மின்ன, வந்து சேர்ந்தார். கிறிஸ்துமஸ் மரத்தினுள் விழுந்து, அதைத் தலைகீழாய்க் கவிழ்த்து, அலங்காரங்களைப் பாழாக்கி, சிங்காரத் துணிகளுக்குத் தீ வைத்து விட்டார். அந் நாட்களில் நாங்கள் மெழுகுவத்திகளையே உபயோகித்தோம். அவர் தானாகவே அக்குழப்பத்திலிருந்து எழுந்தார். ஒரு காதிலிருந்து கொஞ்சம் காக்காப் பொன்னைத் தட்டினார். அவர் மேலங்கியில் ஒட்டிக்கொண்டிருந்த, சிதைந்த அலங்காரப் பொருள்களின் கண்ணாடித் தூள்களை அகற்றினார். அவநம்பிக்கையோடு சுற்றுமுற்றும் பார்த்தார்.

“நாசமாய்ப் போகட்டும் ஸாண்டா க்ளாஸ்” என்று சொன்னார். கிறிஸ்துமசை நிரந்தரமாக ஒதுக்கித் தள்ளிவிட்டு, அவர் தள்ளாடியவாறு படுக்கச் சென்றார்.

நான் இம்மனிதர்களைச் சுற்றி அலைந்தேன். அவர்களும் என்னை மனிதனாக நடத்தினார்கள். அவர்களில் ஒருவரிடமிருந்து கூட நான் ஊழல் எதையும் என்றுமே கற்றதில்லை. டூனி வாட்ஸ் பரிசுப் பதிப்பு அல்ல என்றுதான் நினைக்கிறேன். அவர் கடல் மீது சென்று வருபவர்; கொஞ்சம் முரட்டு ஆசாமி. ரெஜி பின்னரும் அப்படியே. ஆனால், அவரும், உறவினர் டாமியும், மற்றவர்களும் சிறுவர்களான நாங்கள் சரியாக வளரும்படி செய்தார்கள்.

டூனி சண்டையிடுவார். டாமியும் சண்டை போடுவார். சந்திரன் சரியாக இருந்து, நிலாஒளி சரியாக இல்லாதபோது, அவர்கள் மன எழுச்சி வலிமை பெறும்போது, அப்படிச் செய்வர். ஆனால், என்னோடும், உறவினன் ராய், ஹெரால்ட், ஜார்ஜ் வாட்சன் முதலியவரோடும் பழகும் பொழுது அவர்களே சிறந்த ஆசான்களாக விளங்கினார்கள். நாங்கள் ஏசினால், கடுமையாக அறை பெற்றோம். பெரியவர்கள். நாங்கள் இருக்கிறபொழுது, அதிகம் ஏசமாட்டார்கள். எப்பொழுதாவது வெறுமனே 'நாசமாகு 'இழவு' போன்றவை ஒலிக்கும். சிறுவர்கள் அசிங்கமாய் பேசினால், அறைதான்!

பள்ளிக்கூடம் ஓய்வு அளித்தபோதெல்லாம் நாங்கள் காட்டுக்கு. அல்லது கடல்மீது சென்றோம். துப்பாக்கிகள் விஷயத்தில் எச்சரிக்கையும் சிரத்தையும், முகாமில் சுத்தம், தீ பரவாது தடுப்பது, வனப் பிராணிகளிடம் அன்பும் மரியாதையும் முதலியவற்றை எங்களுக்குப் போதிக்க, தன்னைத்தானே தக்க துணையாக நியமித்துக்கொண்ட ஒருவர் எப்பொழுதும் எங்களோடு இருந்தார். தரையோடு செல்வதை அமுக்குவது, அதன்மீது பாய்ந்து ஒரே குதியில் அதை வீழ்த்துவது எப்படி என்று அவர்கள் கற்றுத் தந்தார்கள். துப்பாக்கியால் குறி பார்த்தல், ராபின்களைச் சுடாதிருப்பது, ஏன் படகைச் சுத்தமாக வைக்க வேண்டும். துடுப்புகளை அகற்றிவிட வேணும், படகைக் கரைமீது இழுத்து, மழை நீர் உள்ளே தங்கி அதைப் பாழ்படுத்தா வண்ணம் குப்புறக் கவிழ்த்தல் பற்றி எல்லாம் கற்பித்தார்கள்.

நான் இங்கு எவர் பெயரையும் குறிப்பிடமாட்டேன். சிலர் குடியர்கள். சிலர் சோம்பேறிகள். சிலர் க்ஷவரம் செய்துகொண்டதில்லை. சிலர் அடிக்கடி உ । ல் கழுவுவதுமில்லை. ஆனால் , ஒரு சிறுவனின் நோக்கிலே, நான் அறிந்த மனிதரில் சிறந்தவர் அவர்களே இன்று சிலர் இறந்துவிட்டனர். சிலர் சீர்திருந்தி விட்டனர். ஆயினும், பள்ளிக் கூடங்கள், சர்ச்சுகள், ஒரு சிறுவனுக்கு உயர்வு அளிப்பதற்கென அமைந்த வழிகள் எல்லாவற்றிலும் காணக் கூடியதை விட, அம் மனிதர்களிடம் கண்ட மென்மையான உயர்த்தும் பண்பு பற்றிய மிக இனிய நினைவுகள் எனக்கு இருக்கின்றன.

இன்று இதை நாம் ஓர் சிறிது இழந்திருக்கலாம். பழங்காலத்தில் நகரத்தின் மனிதர்கள் சிறு பிள்ளைகளிடம் சிறிது விசேஷமான, அதிசயிக்கத்தக்க அன்பு காட்டினார்கள். முரட்டுத்தனம் பெற்றவர் ஒருவரோடு நான் காட்டில் திரியும்போது. என் தாயும் தாத்தாவும் ஒருபோதும் மனக்கலக்கம் கொண்டதில்லை, பாபிக்கு அல்லது ராய்க்கு அல்லது டெட், ஹெரால்ட், டாம். ஜார்ஜ், யாருக்குமே ஏதேனும் தேர்த்திருந்தால், முரட்டுத்தனம் பெற்றவன், சாவதற்காக அதிலும் விரைவில் சாக அன்றி வேறெதற்கும், வீடு திரும்பமாட்டான் என்பதை அவர்கள் அறிவர்.

அதிகப்படியாக வேறு பல விஷயங்களும் இருந்தன. உதாரணமாக, நான் கிப்ளிங்கையும் சாஸரையும் பற்றி முரடர் ஒருவரிடமிருந்தே கற்றுக்கொண்டேன். புட்டி அவரைக் கெடுப்பதற்கு முந்தி, ஒரு காலத்தில், பிரபலமான ஒரு சர்வகலாசாலையில் மூன்று வருஷம் படித்து விசேஷ கௌரவத்துடன் தேர்ச்சி பெற்றார் அவர். ஆனால், பார்ஸிலோனாவில் உள்ள பார்ரியோ சீனோ பற்றியும், ஹாம்பர்கில் கிராஸ் ப்ரீஹிட் அனுபவம் எப்படி இருக்கும் என்றும், கலகத்தின்போது உடைந்த புட்டி தேவைப்படுமானால் வேகமாக உபயோகிப்பதற்காக ஒரு பாட்டிலை எப்படி உடைப்பது என்றும் அவர்தான் எனக்குச் சொன்னார். அவர் இரு காலேஜ்களுக்குப் போனதுண்டு. ஒன்று இலக்கியம். மற்றது. செயல் முறை. என்னைக் கடலுக்கு ஓடிப்போகும்படி செய்தவர் அவர்தான் என்று நினைக்கிறேன். ஆனால், நான் வட ஐரோப்பாவின் கடுமையான துறைமுகங்களில் சாதாரணக் கடலோடியாகத் திரிந்து கொண்டிருக்கையில் என்னை ஒருவரும் தொந்தரவு செய்யாதபடி கவனித்தவர் என் உறவினர் விக்டர் பிரைஸ்தான். நான் தொழில் புரிந்த துறையில் அவர் ஒரு நிர்வாக அதிகாரி.

முரட்டுத்தன நகர மக்களில் ஒருவர் மேற்பார்வையில் நான் இருக்கும் வரை எனது தார்மிகப் பண்புக்கு என்ன நேரிடுமோ என்று, அகண்ட ஞானம் பெற்ற தாத்தா ஒருபோதும் கவலைப்பட்டதில்லை. “ஒரு பையன் என்றாவது மனிதனாக வாழ வளர்ச்சி பெற வேண்டியவனே. அந்தப் போக்கை நாம் தாமதப்படுத்தலாம். ஆனால் ஆண்மையினின்று அவனை நிரந்தரமாக விலக்கி வைக்க முடியாது. ஏற்கனவே மனிதர் ஆகிவிட்டவர்களோடு –நல்லவர் கெட்டவர், குடிப்பவர் – குடியாதவர், சோம்பேறி உழைப்பாளி எல்லோருடனும் பையனைப் பழகவிடுவதுதான் சிறந்ததும் சுலபமுமான வழி. முடிவாக, என்னதான் சொன்னாலும் செய்தாலும், உண்மையில் அது பையனைப் பொறுத்ததே. ஒருபோதும் மனிதராகாமல் இருந்துவிடுகிற பையன்கள் நிறைய உண்டு. பையன்களாக விளங்குவதை என்றுமே

விட்டுவிடாத பெரியவர்களும் நிறைய இருக்கிறார்கள்" என்று தாத்தா ஒரு முறை சொன்னார்.

இவ் வேலையை நல்ல முறையில் செய்யவில்லை என்று உணர்கிறேன். நான் சிறுவனாக இருந்தபோது அம் மனிதர்கள் அனைவரிடமும் கொண்டிருந்த மகத்தான அன்பு இதை நல்ல முறையில் நிறைவுறுத்துவதிலிருந்து என்னைத் தடுக்கிறது. ஏற்கனவே பெரியவர்களாகிவிட்ட மனிதர்கள் ஒரு பையனைப் பெரியவனாக மதித்து நடத்துபவா அவனுக்கு எத்தகைய உணர்வு அளிக்கும் என்மனதை நீங்கள் அறியவேண்டும். முரட்டுச் சுபாவம் பெற்ற பெரிய என்பதை மென்மையாக எடுத்தாளப்படுவது எப்படி இருக்கும் என்பதையும் நீங்கள் உணரவேண்டும். அவர்களிடமும் போதுமாள் என்பதையும் இருந்தது. அதனால், விகாரமான ஒரு செடியை இசைகேடாகப் பற்றித் தண்டுக்குச் சேதம் விளைத்துவிடக் கூடாதே என்ற பயம் பெற்றிருந்தார்கள். அவர்கள் கவனிப்பில் உள்ள தண்டோ அழுத்தமான உணர்வுகளுக்கும், வேதனைக்கும் ஆளாகக்கூடிய முதிராச் சிறுவன்தான்.

எனது வளர்ச்சிக்குப் பாடுபட்டவர்களில் 65 சதவிகிதம் பேர் சங்கம். சர்ச்சு, அல்லது தேனீர் விருந்து எதற்கும் அனுமதிபெற முடியாதவர்கள் என்பதை நான் உணர்கிறேன். அவர்களில் பலர் படியாதவர்கள், பலர் தேவ நிந்தனை செய்தவர்கள், பலர் சட்டம் மீறியவர்கள், பலர் வேலை செய்யாதவர்கள், பலர் மிகுதியாகக் குடிப்பவர்கள், பலர் அழுக்குமுட்டிய கை நகம் பெற்றவர்கள் என்பதை நான் அறிவேன். எனினும் இன்று பள்ளிகளில் அவர்களை ஆசிரியர்களாக நியமித்தால், போலீஸ் வேலையை அவர்களுக்கு அளித்தால், பயிற்சி அளிப்போராகவும், குழந்தை வளர்ப்பவராகவும், முகாம் ஆலோசகர்களாகவும் அவர்களை அமர்த்தினால், இளம் குற்றவாளிகள் பிரச்னை இவ்வளவு அதிகமிராது என்றே நான் கருதுகிறேன்.

பெரியவன் என்ற முறையில் என் வாழ்வில், நான் சிறை செல்லாமலே இருந்துவிட்டேன். வரிகள் செலுத்துகிறேன். மதிப்புகள் தெளிவாகத் தீட்டப்பட்டுள்ள ஒரு வாழ்க்கை முறையை அனுஷ்டிக்கிறேன். இது என்னை அதிர்ஷ்டசாலியாக்குகிறது என்று கூறலாம். ஆனாலும், என்னை வளர்ப்பதறகு, டாமும் பீட்டும் ரூனியும் ஜானும் பில்லும் ரெஜியும் பானரும் ராபும், சந்தேகமில்லாமல் தாத்தாவும், எல்லோரும் – அவரவர் சொந்த முறைப்படி செலுத்திய நிச்சயமான பங்குகளின் பிரதிபலிப்பா கவும் அது விளங்குகிறது.

கடலோரப் பாதுகாப்புடன் நான் வெகு இளம் பிராயத்திலேயே உணர்ச்சி பூர்வமாய்த் தீவிரமாகக் கலந்து விட்டேன். ஏனெனில் எங்கள் பகுதியில்

கடற்கரைப் பாதுகாப்பு ஒரு தொழிலாகவும். ஆடம்பரமாகவும், அவசிய ஏற்பாடாகவும் இருந்தது. பயமுனை ஆறு சமுத்திரத்தில் கலக்கும் இடத்தில் உள்ள சிறு நகரில் நாங்கள் வசித்தோம். பால்ட் ஹெட் என அழைக்கப்பட்ட ஒரு பெரிய தீவிலும், ஃபோர்ட் காஸ்வெல் எனும் சிறு நிலப்பகுதியிலும் கடற்கரைப் பாதுகாப்பு நிலையங்கள் இருந்தன. பால்ட் ஹெட்டில் ஒரு தீபஸ்தம்பம் உண்டு. கடற்கரைக்குச் சற்று தொலைவில் ஒரு தீபக்கப்பல் நின்றது. அங்கு ஆழமில்லாத இடங்கள் சில உண்டு. பொரிக்கும் தட்டு என அழைக்கப்பட்ட அவை மிகக் கபடமானவை.

உண்மையில் செயலாற்றும் கடற்கரைப் பாதுகாவலர்கவிடம் மற்ற மனிதரிடமிருந்து மாறுபட்ட எதுவோ ஒன்று இருந்தது. அவர்கள் தனி இனம். அவர்களைத் தனி ஜாதி என்றே கூறலாம். ஹாட்டராஸ். ஆக்ரகோக்கைச் சுற்றியுள்ள சரிவுகளிலிருந்து வந்தவர்கள் அவர்கள். அதனால் நாங்கள் அவர்களைச் “சரிவு வீட்டார்” என அழைப்பது வழக்கம். அநேகமாக அவர்களில் வில்லிஸ், பிக்கெட், பார்னெட், ராபின்ஸன் என்று பெயரிடப் பெற்றவர் தவிர – எல்லோரும் மிட்யெட் என்ற பெயர் உடையவர்தான்.

இம்மனிதர்கள் காற்றடிக்கும் தனிமையிலே வாழ்ந்தார்கள்; குளிர் ஈர மரணத்தோடு வாழ்ந்தார்கள். பின்னர் எவரோ கொடிய கடல் என்று குறிப்பிட்ட ஒன்றுடன் போராடிய ஞான விருத்தர்கள் அவர்கள். கடும் காற்று பெருக்கிய தீவுகளில் வசித்தார்கள். மோனக் கடற்கரையில் குதிரைகள் அல்லது கோவேறு கழுதைகள் மீது சவாரி செய்து காவல் புரிந்தார்கள். துயரத்தின் குறிகளுக்காக அவர்கள் ஓயாது கடலை நோக்கியவாறே இருந்தார்கள். என் நண்பன் ஒருவனின் தந்தையான பில் ஸ்டைரன், ஹாட்டராஸில் கடற்கரைப் பாதுகாவலுக்காக சவாரி செய்கையில் மின்னலால் தாக்குண்டார் எனும் விஷயம் எனக்கு நினைவு வருகிறது. இடி அவரைக் கொன்றது. ஆனால் கோவேறு கழுதையைக் கொல்லவில்லை. இது அக்கழுதையின் உயர்வுபற்றிப் பேசுகிறது.

காற்று உக்கிரமாக வந்து, அந்நியன் ஒருவனின் கடலோரத் தொல்லைகளை அதிகப்படுத்தும் போது, கப்பல் ஏதாவது கரை தட்டி நின்றால், அல்லது அப்படி ஆகிவிடும் எனத் தோன்றினால், தீபஸ்தம்பம் அதைத்தடுக்க இயலாது போனால், ‘பொரிக்கும் சட்டி’க்கு அப்பாலுள்ள தீபக்கப்பல் தன் கடமையை வெற்றிகரமாகச் செய்யாவிட்டால், பீட் மிட்யெட் போன்ற என் நண்பர்கள் தொழிலில் இறங்குவர். கடலலைப்படகுகள் எனப்பட்ட திமிங்கிலப் படகுகளை அவர்கள் வைத்திருந்தார்கள். எதுவும் அல்லது எவரும் அவற்றைக் கவிழ்க்க முடியாது. அவர்கள் அவற்றை மலைபோன்ற கரும் அலைகளினூடே

செலுத்துவர். கடற் பயணத் தொல்லையில் சிக்கியுள்ளவர் விஷயமாய் தாங்கள் என்ன செய்யக்கூடும் என்று பார்ப்பதற்காக, அவர்கள் கரையிலிருந்து நேரே குளிர்ந்த, ஈரம் நிறைந்த, பிரம்மாண்ட அலைகளுடைய இரவுகளுக்குள் புகுவார்கள். என்னைப் பொறுத்தவரை. பின்னர் நான் சந்தித்த எவரையும் விட அவர்களே பெரிய வீரர்கள். ஏனெனில் மற்றவர்கள், சுகமான படுக்கையையும் நெருப்பையும் தேடி ஓடியிருக்கக்கூடிய சந்தர்ப்பத்தில் அவர்கள் தங்கள் கடமையைச் செய்தார்கள். மிகவும் சொல்பமான பணத்திற்காக, இன்பம் எதுவுமே இல்லாதபோதும், அவர்களில் பலர் குளிர்ந்த அட்லாண்டிக் மகா சமுத்திரத்தில் சென்று மூழ்கியிருக்கிறார்கள். காற்றும் மழையும் சாடுகிற ஆளற்ற தீவுகள் அவை.

டல்லஸ் பிக்கெட் எனும் சிறுவன் என் நன்பனாக இருந்தான். அப்பொழுது, அவன் தந்தை பால்ட் ஹெட் நிலையத்தில் தளபதியாக இருந்தார். பில் வில்லிஸ் என்கிற எனது அதிக வயது நண்பர் காஸ்வெல்லில் பணியாற்றினான். எனது. பணியாற்றினார். பில் பச்சையான 'சரிவு வீட்டார்.' கால்லியாய், காலத்தால் அடிபட்டு, சுருக்கங்கள் பெற்று விளங்கினார். அவரது இதர கடமைகளோடு, அவ்வப்போது கடல் மீது கள்ள மது நபர்களைத் துரத்திப் பிடிக்கும் வேலையும் அவருக்கு உண்டு. அதற்கென்றே தனியாக ஒரு சிறு படகு அவருக்கு அளிக்கப்பட்டிருந்தது. அவருடைய நண்பர்கள் அனைவரிடமும் மதுக் கையிருப்பு காலியாகிவிட்ட பிறகுதான் பில் டைஸ் – டைஸ் என்பது அவர் நடுப் பெயர் – கள்ள மது நபர்களை வேட்டையாடப் படகில் போவார் என்று பலரும் சொல்வர். அதை நான் பெரித்தபடுத்தவில்லை. முக்கிய விஷயம். இதுதான். கள்ள மதுப் படகைத் துரத்தும் வாய்ப்பு வரும்போது, சிலசமயம் அவர் என்னையும் உடன் அழைத்துச் செல்வார். அவ்வேட்டைமேல் சென்றபோது, மீன்பிடிப்பு பற்றி நான் நிறையவே கற்றேன்.

டல்லஸ் பிக்கெட்டின் தந்தை விஷயமும் இப்படித்தான் வாராந்தரங்களைக் கழிப்பதற்காக என்னையும் என் உறவினன் ராயையும் பால்ட் ஹெட்டுக்குக் கூட்டிச் செல்ல அவர்டல்லசுக்கு அனுமதி தருவார். பெரிய, காலியான, மணல் தரை பெற்ற, செயலுக்குத் தயாராக இருக்கும் கடற்கரைப் பாதுகாப்பு நிலையத்தில் நாங்கள் தங்குவோம். காவல் கோபுரம் மீது ஏறுவோம். பெரியவர்களோடு கடலோரத்தில் இரவு வேளையில் பாரா கொடுப்போம். கடலில் இறங்கும் பயிற்சி பழகுகிற வீசி எறியப்படும் கடலலைப் படகுகளில் நாங்களும் போவோம்.

இந்த யாத்திரைகளுக்கு தாத்தா ஊக்கமளித்தார். அவரே ஆழமான நீரில் அனுபவம் பெற்றவர்தான். கடல் தளபதியாகவும் உரிமை பெற்ற

ஆற்று வழிகாட்டியாகவும், மீன்பிடிப்பவராகவும் இருந்தார். வேலையற்ற காலத்தில், மென்ஹேடன் மீன்களையும், உரச்சத்துள்ள போஜி மீன்களையும் பிடிப்பதற்காக, 'வானெஸா' எனப் பெயர் பெற்ற ஒரு பழம் படகில் அவர் கடல் மீது செல்வார். கடலைப்பற்றியும், அது நம்மை எப்படிக் கொல்லும் தன்மை பெற்றது என்பதையும் நான் அறிய வேணும் என அவர் விரும்பினார். உண்மையிலேயே கெட்ட கடலோடி எவனையும் அவர்கண்டதேயில்லை என்றும், அது ஒரு விரோதி என்பதை நினைவில் நிறுத்தியவாறே கடலைத் தமது பிழைப்புக்குரியதாகக் கொண்டுள்ள மனிதரோடு கற்றுவதன் மூலம் நான் மிகுந்த அறிவுபெற முடியும் என்றும் அவர் சொன்னார்.

ஒரு சமயம் நான் ஃபோர்ட் காஸ்வெல் போனபோது, கேப்டன் வில்லிஸ் – அவர்தான் பில் டைஸ் – கள்ள மதுப் படகைத் துரத்திச் செல்லத் தயாரானார். என்னையும் உடன் வருமாறு அழைத்தார். கள்ளப் படகு அருகிலேயே இருப்பதாக அவர் கேள்விப்பட்டிருந்தார். அரசாங்கப் படகுதான் துரத்திச்செல்வது. கள்ள மதுப் படகு வேட்டைப் பொருளாம். அவருடைய அழைப்பு ஏற்றுக்கொள்ளத் தக்கது என்றே எனக்குத் தோன்றியது. மது வேட்டைப் படகில் யந்திரத் துப்பாக்கிகளும், குழல் துப்பாக்கிகளும் உண்டு: அவை ஆட்டுத்தோல் உறைகளில், துருப்பிடிக்காதபடி எண்ணெய் பூசப்பட்டு, பத்திரமாகப் பாதுகாக்கப்படும் என நான் அறிந்திருந்தேன். ஓடிப்போகிறவர்களும் அதே ஆயுதங்களை வைத்திருப்பர்; எப்போதாவது ஒரு தடவை, சட்டம், அதே ஒழுங்கு முறை, மனிதனது இயல்பான தவிப்பு இவற்றுக்கிடையே பிணக்கு ஏற்படுமானால், துப்பாக்கிகள் எண்ணெய்ப்பசையோடு, ஆட்டுத் தோலுறைகளை விட்டு வெளிப்படும்; மனிதர்கள் ஒருவரை ஒருவர் சுட்டுக் கொள்வார்கள் என்பதையும் நான் அறிவேன். எனது வயதில் ஒருவரை ஒருவர் சுடுவது அபூர்வமாகவே நிகழும்; இந்தச் சுடுதல் முயற்சியில் ஏதோ ஒரு வகையில் நான் உதவ நேரிடலாம் என்று நம்பினேன்.

'பொரிக்கும் தட்டு' மணல் திட்டுகளுக்கு அப்பால் ஓடும் படகை நாங்கள் பிடித்தோம். சிறிது அடிபட்ட சோகமான படகுதான் அது. அன்று துப்பாக்கி கொண்டு சுடவில்லை என்பதை நான் வருத்தத்துடன் குறிப்பிடுகிறேன். அதை நிற்கும்படி காப்டன் சைகை செய்தார். சும்மா அதுவும் நின்றுவிட்டது. பஹாமாவிலிருந்து கொண்டுவரப்பட்ட கள்ள மதுப் புட்டிகள் சில பெட்டிகளில் இருந்தன. அசிங்கமான, மயிர் வளர்ந்த, பயந்துநடுங்கும் நபர்கள் மூவர் இருந்தனர். ஆகவே காப்டன், காவல் ஆள் ஒருவரை அந்தப் படகில் ஏற்றினார். சுங்கவரி வாங்குமிடத்துக்கு அதைக் கொண்டுபோய், சுங்க அதிகாரிகளும், அரசாங்க நிர்வாகிகளும் பொறுப்பேற்கும்படி விட்டுவிடுமாறு அவரிடம் கூறினார். அந்தக் காவல் ஆள் பெயர் மிட்யெட் என்றும், அவர்

நல்ல பணயமாவார்; ஏனென்றால் அவரே அதிக தாகத்தோடு காணப்பட்டார் என்றும் நான் நினைக்கிறேன்.

சட்டம், ஒழுங்குமுறை விவகாரம், ஒரு குண்டுகூடச்சுடாமலே, நன்கு கவனிக்கப்பட்ட பிறகு, நாங்கள் சுற்றுமுற்றும் பார்த்தோம். எங்கள் வேட்டைப் படகு சரியாக 'பொரிக்கும் தட்டு' வாயருகே வந்திருந்தது. அங்கு ஆழமே இல்லாத பகுதிகள் உண்டு. ஒரு படகை நன்றாகச் செலுத்தத் தெரிந்தவன் தனது இடது கையினால் நிறைய மண் அள்ளமுடியும் அங்கே. பிறகு, கொஞ்சம் கூடப் படகின் வழியை மாற்றாமலே அவன் மறுபடியும் நீரில் குதித்து, ஆழத்தில் மூழ்கிச் சாகலாம். நான் சொல்ல விரும்புவது 'பொரிக்கும் தட்டு' கபடு நிறைந்தது என்பதுதான். கபடமான நீர்ப்பரப்புகளில் மீன்கள் வளமாக உண்டு.

தான் புதிய மெக்கரெல் மீன்களை ரொம்ப காலமாக ருசிக்கவேயில்லை என்றும், படகில் யாராவது தூண்டில் வைத்திருக்கிறார்களா என்றும் காப்டன் கேட்டார். காவலன், இருக்கிறது என்று சொன்னான். அந்நாட்களில், கடற்கரைப் பாதுகாவலர்கள் சாரணச் சிறுவர்களைவிட அதிக ஆயத்தம் பெற்றவர்களாக விளங்கினர். காப்டன் பில் முன்னால் சென்று சுக்கானியிடம் தெரிவித்தார். சுக்கானி தன் தொழில் அறிந்தவன். நாங்கள் 'பொரிக்கும் தட்டு' நீர்நிலையோடு விளையாட ஆரம்பித்தோம். காற்றில் இன்னுமொரு சுழி ஏற்பட்டால் நாங்கள் கண்டிப்பாய் தரையோடு மோதிவிடுவோம் என்று தோன்றும் அளவுக்கு, சுக்கானி படகை மணல் திட்டுகளில் வெகு சமீபமாக ஓட்டினான். ஆனால், ஐயாமார்களே, அதல்லவா மீன் பிடிப்பு!

மிகப் பழமையான வட்டுகள் கொண்ட தூண்டில்களும், வெறும் கயிறுகளும் தான் இருந்தன. கவர்ச்சிக்கும் பொருள்களாக முள்ளில் செருக வாத்திறகு அல்லது சிறகுகள் அல்லது துண்டுத் துணி அல்லது நீரில் சலனம் ஏற்படுத்தக்கூடிய எதுவோ ஒன்று இருந்தது. படகின் வெளியே கைநீட்டி நான் ஒரு விரலால் கோடு இழுத்திருக்கலாம். விரல் நுனியில் ஒரு கொக்கி இருந்திருந்தால், நானும் ஒரு மீனைப் பிடித்துவிடலாம்.

அது எப்படி இருந்தது எனச் சொல்ல முடியுமா என்று பார்க்கிறேன். அம் மாதத்தில், அச் சமயத்தில், பிரகாசிக்கும் சூரிய ஒளியில், வெண்மையாய் மிளிரும் மணல் திட்டுகள் பளிச்செனெ விளங்கின. நானோ பெரியவர்கள் மத்தியில் ஒரு சிறுவன் – வீரர்களிடையே ஒரு இளைஞன். வெயிலும், உப்பும், காற்றும் புத்திளமையோடு முகத்தில் படிந்தன. தண்ணீர் சுத்த நீலமாய், தெளிவாயிருந்து, வரவரப் பச்சையாகி, முடிவில் ஆழமற்ற பரப்பின்

வெண்மையாகித் திகழ்ந்தது. புரளும் அத்தண்ணீரில் மீன்கள் இருந்தன.

அவை மிகப் பெரிய மீன்களாக இல்லாதிருக்கலாம். ஆனால், இன்று அகப்படுவது சாத்தியம் என நாம் எண்ணக் கூடியதைவிட மிக அதிகமான மீன்கள் அங்கிருந்தன. நீல மீன்கள் –கொழுத்த, நெய்ப்பசை உள்ள, நீண்ட தாடை எலும்பு உடையவை கூட்டம் கூட்டமாக இருந்தன. ஒவ்வொன்றும் மூன்று ராத்தல் கனமிருக்கும். கடலிலிருந்து உல்லாசமாகத் துள்ளிவருவன அவை. ஸ்பானிஷ் மெக்கரெல் மீன் கூட்டமும் வரும். பலரகம் இருக்கட்டுமே என்று பானிட்டோவும், குதிரை மெக்கரெல்லும் கிடைக்கும். அவை தூண்டில் முள்ளைக் கவ்வப் பசியோடிருக்கும்.

உண்மையான மீன்பிடிப்பில் அதிக விளையாட்டு இருந்தது என்று நான் சொல்லமாட்டேன். நாம் செய்ததெல்லாம் தூண்டிலை வீசுவது. அதைச் சிறிதுதூரம் செல்லவிடுவது; சுழிப்பிலிருந்து அது விலகியதும் மறு முனையில் ஒரு வாடிக்கைக்காரர் சேர்ந்திருப்பார். அதற்கப்புறம் மீனை படகினுள் சேர்ப்பது தம் பொறுப்பு, தூண்டில் கயிறைக் கையாள் எடுத்தாலும் சரிதான்; அல்லது முன்னோ பின்னோ உருள மறுக்கிற வட்டுடன் போராடி, விரல்களைப் புண்ணாக்கியபடி, இழுத்தாலும் சரியே.

சக்கரத்தை நிர்வகிக்கும் ஆள் செய்யும் வேலைதான் நிஜமான விளையாட்டு, அவர் படகை, முரட்டுத்தனமாக வேக நீரோட்டத்தில். நாலு அவுன்ஸ் கனமான தூண்டிலில் வலுவற்ற கயிற்றில் சிக்கிய ஸால்மன் மீன்போல் மதித்து, ஓட்டுவார். அவர் மீனைக் கொல்ல விரும்புவதில்லை. மீனைக் கொல்லாமல் இருப்பதற்கு அவர் என்ஜின்களை மட்டுப்படுத்த வேண்டும்; நீரையும் காற்றையும் பற்றிய ஞானத்தோடு மணல் திட்டுகளைச் சமாளிக்க வேணும், பிற்காலத்தில் நான் காளையோடு சமரிடுகிறவர்களைப் பற்றிச் சிறிது படித்தேன். மணல் திட்டுகளை எதிர்த்து அந்த நபர் படகை வைத்து விளையாடியதுபோல் எவரும் எருதுடன் என்றுமே சண்டையிட்டது கிடையாது. ஒரு தடவை நான் அதிகக் கடுமையாய்த் தூண்டிலை வெடுக்கென இழுத்தேன். மீன் கரைமேலே விழுந்தது. நாங்கள் ஆழமான நீரில் சுற்றலானோம்!

கடற்கரைப் பாதுகாவல் படகை நாங்கள் மீன்களால் நிரப்பினோம். பழுப்பு–சாம்பல்–பச்சை நிறப் புள்ளிகள் பெற்ற மெக்கரெல், மெலிந்து மினுமினுக்கும் உருக்குநிற மீன்கள் இவற்றின் கொழுப்பு முழுவதும் மென்மையான நீர்மூழ்கிப்படகு உருவ அமைப்பின் கீழ் படிந்திருக்கும் தட்டை மூக்கு பானிட்டோ மீன்கள் ஆகியவை கிடைத்தன. இரண்டு மணி நேரத்தில் நாங்கள் வீடு திரும்பினோம். சக்கரத்தை இயக்கிய நபரின் பெயர்

வல்லிக்கண்ணன் | 231

இப்பொழுது என் நினைவில் இல்லை. ஆனால் மணல் திட்டுகளை ஒரு ஆணியோ அல்லது முனையோ தொடும்படிகூட அவர் விடவில்லை. மிக நெருங்கிச் சென்றதும் படகு ஒரு குதிரைக் குட்டிபோல் துள்ளி விலகும்; அப்படிப் போகும்போது அது தன் பிடரியை உலுக்கும்.

பெரியவர்கள் மத்தியில் சிறுவனாக இருப்பது மிகப் பெரிய விஷயம்தான். வெயில் சூடுபட்டு, வேர்த்து, உஷ்ணமான தேகம் காற்றினால் குளிரடைய, கள்ள மது தயாரிப்பவன் எவனோ எனது கடற்கரைப் பாதுகாவலை ஏமாற்ற முயல்கிறானே என்பதில் நியாயமான கோபங் கொண்டபடி அந்த வேட்டைப் படகில் உட்கார்ந்திருந்த நான். தனது உண்மையான சபையோடு விளங்கும் இளவரசனே தான்.

படகைச் செலுத்தி, அதை மணல் திட்டுகளிலிருந்து விலக்கியவர் என் நண்பர். கப்பல் தலைவனாகி, அட்லாண்டிக் கடற்கரையில் மது அரக்கன் இல்லாதபடி செய்ததோடு, நீல மீனும் மெக்கரெலும் பிடித்தவரும் என் நண்பர்தான். ஒரு தரம் கூடச் சுடாமல் அமெரிக்காவைப் பாதுகாத்த பின், நாங்கள் வெற்றியோடு திரும்பினோம். சக்கரத்தை இயக்கியவர் படகை வீடு நோக்கிச் செலுத்துகையில், அதன் முன்பாகம் சூரிய ஒளியால் முத்தமிடப்பட்டு நுரை ஏற்றி மின்னுகிற தண்ணீரினூடே சுத்தமான கோடு கிழித்துச் சென்றது.

நாம் வெற்றியோடு வீடு திரும்புகையில் காணும் விஷயங்கள் அற்புதமானவை. ஒரு கேனட் பறவை சிவப்பு மென்ஹேடன் மீன் கூட்டத்தில் அழிவு வேலை செய்வதை நான் பார்த்தேன். கடற்பன்றி ஓசை எழுப்பி மேலே வந்ததைக் கண்டேன். எங்கள் சிறு கப்பல் நியாயமான வெற்றி நிறையப்பெற்று துள்ளிக் குதித்தது. நான் கடல் குமட்டல் பெறப்போவதில்லை; ஏனெனில், நானும் மனிதரோடு மனிதனாகி, பெரிய ஆள் வேலையைச் செய்தேன். கள்ள மதுப் படகைத் துரத்தும் யாத்திரையில் ஒரு சிறுவனுக்குச் சட்டப்படி இடம் கிடையாது; கள்ள மது தயாரிப்பவரை வேட்டையாடும் அரசாங்கப் படகுக்கு நின்று மீன் பிடிக்கும் வேலை கிடையாது; சட்டத்தின் நியாயக் கரங்கள் நீண்டு புட்டிகளை நொறுக்குவதற்கு முன்பாகவே கள்ள மதுப் படகின் சரக்கெல்லாம் மறைந்துபோகும் என்று சுலபமாகச் சொல்லிவிடலாம் தான்.

ஆனால் மற்றொரு விஷயமும் உண்டு; வேலை செய்யும் மனிதர்களைப் பற்றி ஒரு பையன் கொள்ளும் நோக்கும் உண்டு. விளையாடுவதற்கு நேரம் உடைய பெரியவர்களும், ஒரு பையனைக்கூட பெரியவனாக உணரச்செய்யும் மனிதர்களும் இருந்தார்கள். ஒரு வாத்தை ஏய்ப்பது எப்படி என்று கற்றுக்கொடுப்பதற்காக, மட்டா மஸ்கீட் அருகிலுள்ள தன் வீட்டுக்கு என்னை

அழைக்க ஒரு சார்லி ஸ்நோ இருந்தார். பருமனாய், சிவப்பு முகம் பெற்ற பில்பார்னட் என்பவர் ஒருவர். பில் டைஸ் நிலையத்திலிருந்து வெளியே செல்லும்போது அவரே நிர்வாகியாக இருந்தார். நான் பெரியவர்களோடு இருந்தபோது பையன் என்னும் உணர்வு எனக்கு எழாதவாறு செய்தவர் அவர். பெரியவர்களோடு இருக்கும் வரையில் நான் ஒரு சிறுவன் மாதிரி நடக்கவேண்டும் என அவர் எதிர்பார்ப்பதுமில்லை.

இளம் குற்றவாளிகள் பற்றியும், சிறுவர்களைக் குற்றம் செய்யத் தூண்டும் காரணங்கள் பற்றியும் இன்று நான் படிக்கிறேன். என் வயதுடைய ஒரு குழந்தைக்கு மதுவேட்டையையும் மீன் பிடிப்பையும் இணைக்க வேண்டிய வேலையே கிடையாது; ஏசுகிற மனிதரோடு சேர்ந்து துறைமுகங்களில் நான் திரிந்திருக்கக் கூடாது என்று நீங்கள் சொல்லக்கூடும்.

எனக்குத் தெரியாது. எனது பிற்காலக் குணம் குறைகளோடு உருவாகியிருக்கலாம். ஆனால் நான் சொல்கிறேன்: மதுப்படகைத் துரத்தி முறியடித்த பிறகு, 'பொரிக்கும் தட்டு மணல் திட்டுகளில் ஆங்கார முன்னிலையில் நீலமீன் பிடிப்புக்காகச் சுற்றிவரும் அனுபவம், காமிக் புத்தகங்களிலும் டெலிவிஷன் மூலமும் நீங்கள் அடைய முடியாத ஒருவித வேடிக்கையாகும். கடலலைப் படகிள் கூரிய பின்புறத்தில் ஒருவின் தீன் தோளைக் கொடுத்துத் தன்துவது, ல் பறயோடும் கடல் ஒருல, காரிருளினூடே அதைச் செலுத்துவது, கல் பறவைகள் கீச்சிடத் மேல் ஒரு கப்பல் செத்துக்கொண்டிருக்க, நாம் பால்ட் ஹெட்டின் குளிர்ந்த சுத்தமான கடற்கரையைவிட்டுப் படகில் போவது ஆகர் மனிதன் ஆக, வளர்ச்சி பெறப் பல வழிகள் உண்டு என்று தாத்தா கூறுவது வழக்கம். அவற்றில் எதுவும் எளியது அல்லதான்.

கோடைகாலம் பூராவும் தாத்தா மிகுந்த கோபத்தோடு இருந்தார். ஏனெனில் கடற்கரை எல்லாம் ஓய்வு நாடும் மக்களால் நிறைந்திருந்தன. அதை அறிந்த நீல மீன்கள் கரை ஓரத்துக்கு வராமலே இருந்தன. எங்கள் முக்கிய மடுக்களில் எல்லாம் நீச்சல் பயில்வோர் நீரை அடித்து இரைச்சலிட்டபடி காணப்பட்டனர். குடாக்களில் அலைமேல் வலை வீசலாம் என்று இரவிலே போனால் காதல் புரிவோரிடையே வழி தேடித் திரிய நேரிடும்.

“தொழிலாளர் தினம் தான் வருஷத்திலேயே சிறந்த திருநாள். அது முடிந்ததும், நகர மக்கள் அனைவரும் வீடு திரும்புவர். தண்ணீரை தொழிற்காரர்களுக்கே விட்டுவிடுவர். தொழிற்காரன் என்பவன், மீன் பிடிப்புக்கென்று போகிறபோது, நிஜமாகவே மீன் பிடிக்கும் அடுமடையன்தான்” என்று சொல்லி, தாத்தா பல்லிளித்தார். “அதை விஸ்கி விருந்தாகவோ, போக்கர் விளையாடுவதற்கு ஒரு சாக்காகவோ அவன் மாற்ற மாட்டான்.

இவ்விரண்டில் எதையும் அதன் ஒழுங்கான முறையில் அது கையாளப்பட்டால் குறைவாக நான் கருதவில்லை," என்றார்.

தாத்தாவின் உணர்ச்சிகள் சில என்னிடம் படிந்திருந்தன. செப்டம்பர் மாதத்தின் முதல் செவ்வாய் வரும் வரை காத்திருப்பது எனக்குக் கஷ்டமாயிருந்தது. அப்பொழுதுதான் கடற்கரை ஆட்களின்றி சுத்தமாக விளங்கும். கோடை அதிதிகள் அனைவரும் தங்கள் மூட்டைகளோடு நகர் திரும்பியிருப்பர். இன்னும் ஒரு வருஷத்துக்கு வரமாட்டார்கள். இதன் பிறகு இதன் பிறகு மட்டுமே – முரட்டுத்தோலர்கள் வெளிப்படுவர். வருஷம் முழுவதும் திரிகிற கடலோர உரிமையாளர்கள் அவர்கள் தான். பயங்கரமான, நரைத்த முடிபெற்ற, அனுபவம் முதிர்ந்தவர்கள். அலைமேல் வலை உயர்ந்த சமுதாயத்தில் அனுமதிக்கப்பெற்றுள்ள ஒரு சில பெண்களும் இதில் அடங்குவர். அப்புறம் கடற்கரை எங்களுக்கே சொந்தம்.

திடீரென்று அந்நியர்கள் அகன்று சுத்தமான கடற்கரை அற்புதமான தனிமையின் சூழலாகும். போர்டிங் வீடுகள், கோடை விடுதிகள், ஹோட்டல்கள் எல்லாம் வடகாற்றுக்கு எதிராகத் தங்கள் சாளரங்களை அடைத்துவிடும். தின்பண்டம் விற்குமிடம் மூடப்படும். நாட்டியசாலை சிக்கெனச் சாத்தப்படும். போக்குவரத்துச் சாதனம் மாரிக்கால அட்டவணையின்படிதான் ஓடும். கிரேக்கன் மட்டுமே தன் கடையைப் பகுதி நேரம் திறந்து வைக்கிறான். பகுதி நேரம் என்று ஏன் சொல்கிறேன். என்றால், முக்கால்வாசி நேரம் அந்த கிரேக்கள் நீலமீன், கடல் ட்ரௌட், மின்னோ மீன்களையும் தெள்ளுப்பூச்சிகளையும் தின்பதற்காகக் கரையோரம் வரும் கடற்கால் பாஸ் மீன்களையும் பிடிக்கச் சதுப்புக்கானக் கலக்கிக்கொண்டிருப்பான்.

யாத்திரீகர்கள் எப்பொழுது போவார்கள் என்பதைப் பருவ நிலை அறியும். நெடிய, இரைச்சல் மிகுந்த, வாராந்தம் முடியும் வரை அது மாறுதலின்றி இனியதாய்த் திகழும். ஆனால், புதன் கிழமைக்குள் மூன்று நாளான வடகாற்று பிரமாதமாய் வீச ஆரம்பித்திருக்கும். கோடைகாலத்தில் வடகாற்று எப்பொழுதும் கிளர்ச்சி தரக்கூடிய விஷயம்தான். வடகாற்றின்போது அட்லாண்டிக் கடற்கரை வெறிபெற்றும், உற்சாகமூட்டுவதாயும் விளங்கும். வானம் சாம்பல் நிறமாகிறது. காற்று கடுமையாய் வீசி மழையை விரட்டுகிறது. அலை கர்ஜிக்கிறது. அலைகள் கரை மணல்மீது சாடிச் சிதறவும், நுரைப் படலங்கள் உயர்ந்து வான் நோக்கி எழுகின்றன. திடீரென்று தகர அடுப்புகள் தீவிரமாக உழைக்கின்றன. எரியிடத்தில் உள்ள கட்டை நீலமாயும் பச்சையாகவும் எரிகிறது. கதகதப்புச் சட்டையும், பிளானல் கால் சட்டையும் அற்புத உணர்வு தருகின்றன. காலத்தால் பழுப்பேறிய சிறு பலகை வீட்டில்,

கோடைக் கடுங்காற்றின்போது காணப்படாத ஒரு சுகம் இப்பொழுது ஏற்படுகிறது.

மூன்று தினங்கள் காற்று அலறுகிறது. தண்ணீர் வெண்மையாய் கொதிப்புறுகிறது. பிறகு, வருஷத்தின் சிறந்த காலம் வருகிறது. மறுபடியும் சூரியன் உஷ்ணமாய் பொன்மயமாய்த் தோன்றுகிறது. வானம் பளிச்செனத் துலக்கப்படுகிறது. ஆனால் இப்பொழுது இளங்காற்று சுழல்கிறது. ஆகாயத்தில் ஓயின் மணம் நிறைகிறது. வெறுங்காலுடன் மீன் பிடிக்க இயலாதபடி தண்ணீர் மிகக் குளிர்ந்திருக்கவில்லை. ஆனால் நாம் தவறி விழுந்து நம்மை நனைத்துக்கொண்டால், காற்றடிக்கும்போது தேகத்தில் சிலிர்ப்பு உண்டாகும். புயல் காற்று எழுப்பிய சகதிக்குழம்பல் தெளிவடையவும், மீன்கள் இரைதேடிச் சதுப்பில் வந்து குழுமவும் தண்ணீருக்கு ஒருநாள் வேண்டும். மிகப்பெரிய மீன்கள் இன்னும் வரவில்லை. அக்டோபர் பிற்பகுதி வரை வரமாட்டா. ஆயினும் நீலமீன்கள் மூன்று ராத்தல் பருமனிலும், குட்டி முரசு மீன்கள் பதினைந்து ராத்தல் கனம் வரையிலும் காணப்படும். கடல் ட்ரௌட்டுகளும், விர்ஜினியா முல்லட்டுகளும் எப்பவும் நிறையவே உண்டு. கடற்கரை நெடுகிலும், குடாக்களின் பக்கத்தில், ஆனந்தமயமான சிறு தனி உருவங்கள் நீரில் இறங்கித் தூண்டில் வீசுகின்றன; தூண்டில் கம்பு வளையவும், பின்னுக்கு நகர்ந்து கயிற்றைச் சுற்றுகின்றன. பிரகாசமான மீன் கீற்று ஒன்று ஆழமற்ற பரப்பில் இழுபட்டு வெள்ளிய மணல் மீது விழுகிறது.

அது எங்கள் செப்டம்பர் கீதத்தின் ஒரு பகுதிதான். மற்றொரு பகுதி ஸவுண்டில் இருந்தது. அங்கே வடகாற்று அலைகளைச் சதுப்பும் புல்களுக்கும் மேலாக ஓங்கி எழச்செய்யும். வளரும் சந்திரன் நீர்மட்டம் குறையாது காக்கும். புல்களின் நுனி மட்டுமே நீர்ப்பரப்புக்கு மேலே எட்டிப்பார்க்கும். அப்பொழுதுதான் தாத்தாவின் வாய் பெருஞ் சிரிப்பாய் மலரும். அவர் துப்பாக்கிகளைப் பெட்டிகளிலிருந்து வெளியே எடுப்பார். உந்து கோலையும் துடுப்புக்களையும் எடுத்துவர என்னை வீட்டுக்கு அனுப்புவார்.

“சதுப்புக் கோழியின் காலம்” என்று தாத்தா சொன்னார். பழைய தட்டை அடிப்படகை நாங்கள் பலகை வீட்டிலிருந்து வெளியே இழுத்தோம். அதன் உட்பாகம் மழையில் கெட்டுவிடாமலிருப்பதற்காக அதை அங்குதான் கவிழ்த்திருந்தோம். சிறு மோட்டாரின் உதவியால் அதைக் கடற் கால்வாயில் ஓட்டுவோம். புல்பரப்பு வந்ததும் மோட்டாரை நிறுத்திவிட்டு தாத்தா கோலினால் தள்ளுவார். நீர் அளவுக்கதிகமாக உயர்ந்திருந்தால், துடுப்பினால் வலிப்பார்.

சதுப்புக் கோழிகள் என நாங்கள் அழைத்த பெரிய ரெயில் பறவைகளைச்

சுடுவதில் மிக அதிகமான விளையாட்டு இருப்பதாக இன்று நான் நினைக்கவில்லை. ஆனால் எத்தனை பறவைகளை நாம் தவறவிடக்கூடும் என்பது ஆச்சர்யம் தருவதுதான். புல்களின் மேலே படகு மெதுவாய் பதுங்கிச் செல்லும்போது, பெரிய பறவைகள் ஒலியிட்டுப் பாய்ந்து, தண்ணீருக்கு மேலே தணிவாகச் சிறகடித்துப் பறக்கும். உண்மையில் அவை பறக்கும் வேகத்தைவிட மெதுவாகப் போவதுபோலவே தோன்றும். தண்ணீரைத் தொட்டுக்கொண்டு தணிவாய் பறப்பதனால், அவற்றைப் பின் புறத்தில் சுடவேண்டும் என்ற இயல்பான துடிப்பு நமக்கு ஏற்படும்.

“படகில் ஒரு சமயத்தில் ஒரே ஒருவன்தான் சுடலாம். இல்லாவிட்டால் என்றாவது ஒருநாள் நீ எவனாவது ஒரு மடையனோடு படகில் போவாய். அவன் பரபரப்பு அடைந்து, உன் கழுத்தின் பின்புறத்தைச் சுட்டுவிடுவான். சுடுவதற்கு ஏகப்பட்ட சதுப்புக் கோழிகள் உள்ளன. நீ கொஞ்சம்தான் தின்னமுடியும்” என்று தாத்தா கூறினார்.

ஆகவே, அவர் தள்ளுவார்; அல்லது தண்டு வலிப்பார். நான் படகில் சும்மா உட்கார்ந்திருப்பேன். கோழிகள் படகின் கீழிருந்து சத்தமிட்டுக் கிளம்பும். டம்பமாக இரண்டைச் சுடுவதற்கு ஏற்ற வாய்ப்பு அடிக்கடி கிட்டும். அரை டஜன் பறவைகளைப் படகில் சேர்த்த பிறகு, நான் பின்னால் போய், வலிக்கும் பொறுப்பை ஏற்பேன். தாத்தா எச்சரிக்கையோடு முன்பக்கம் போய் துப்பாக்கியைக் கையாள்வார்.

பறவைகளின் பின்னே படகு தள்ளுவது கடின வேலைதான். படகு சக்தித் திட்டு மீது சதா முட்டிக் கொள்ளும். உயரமான புல்களில் கொசுக்களும் இதர பூச்சிகளும் இன்னும் அப்பியிருக்கும். சூரியன் மிகக் கடுமையாய்ச் சுட்டெரிக்கும். கனத்த தரை போன்ற சதுப்பிலே மணிக் கணக்கில் படகு செலுத்துவதால் நம் முதுகு பலமாக வேதனை தரும். ஆனால், பெரிய, கபிலநிற, ரெயில் பறவைகள் மான் கண்களும், நீளக் கால்களும், நீண்டு வளைந்து சகதியைக் கிளற அமைந்த அலகுகளும் கொண்டவை – படகு நிறைய இருப்பதனால், புண்பட்ட கைகளும் சூடுண்ட கழுத்தும் பெற்றது கூடத் தகும் என்றே தோன்றும்.

என்னவாயினும், ஒரு சதுப்பைவிட அதிக வசீகரம் பெற்ற இடம் எதுவுமே இல்லை. சதுப்பு நிலம் உயிருடன் துள்ளித்துடிக்கிறது. அதோ தொலைவில், அகன்ற நீர்ப் பரப்பில் எழும் மெல்லிய அசைவு ஒரு மிங்க் நீந்துகிறது என்று கூறுகிறது. ஒரு கிழட்டு நீலநாரை நம்மைக் கோபமாய் கவனித்து, கடைசி நேரம் வரை காத்திருந்து பின், முதுகு வளைய விகாரமாகப் பறந்து போகிறது. அங்கொரு இடத்தில் ஒரு பிட்டர்ன் பறையோசை முழக்குகிறது.

வெள்ளை நாரைகள், தங்களைச் சுடமாட்டார்கள் என அறிந்திருப்பதால், மௌனமாகவும் திடமாகவும் அமர்ந்துள்ளன.

செஞ்சிறகுக் கருங் குருவிகள் சதுப்பைக் காதலிக்கின்றன. ஆடும் புல்லின் நுண்ணிய நுனிகளிலிருந்து, பாபோலிங் குருவிகள்போல அவையும், தங்கள் உல்லாச கீதத்தை வானிலே விட்டெறிந்தவாறு, ஊசலிடுகின்றன. சதுப்புக்கு மேலேயுள்ள ஆகாயம் எப்பொழுதும் காகங்கள் நிறைந்து காணப்படுகிறது. அவை கோபமாய்க் கத்தியபடி தம் தொழிலைச் செய்கின்றன.

முக்கிய பூமியின் ஓரத்தில், மின்னலால் கருகிய மிகப் பெரிய மரம் ஒன்று நின்றது. எனது சொந்தக் கழுகு சதா அதில்தான் அமரும். வருஷத்தில் அநேக நாட்களில், வான வித்தையின் அழகிய காட்சியாக அக் கழுகு திகழ்ந்தது. மீன் பிடிக்கும் பருந்ததுகள் இரண்டு அப்பகுதியில் திரிந்தன. அவை மீன்களை வேட்டையாடுவதைக் காண்பதில் நான் மிக்க மகிழ்ச்சி அடைந்தேன். ஆண் பருந்து, நழுவ விடப்பட்ட குண்டுபோல், கீழ் நோக்கி நேராக வந்து, நீட்டிய தன் கால் நகங்களால் தண்ணீரைத் தாக்கும்; சிறகுகள் வேகமாய் அடித்துக் கொள்ள, அது போராடும். அதன் நகங்கள் பெரிய நீல மீன் ஒன்றை ஆழக் குத்திப் பிடித்திருக்கும். அந்தப் பருந்து உயரே எழப் பாடுபடுகிற வேளையில், கிழக் கழுகு தன் மர உச்சியிலிருந்து மேலெழுந்து ஆகாயத்தில் பாயும். பருந்து போதுமான உயரம் சேர்ந்து சமன் பெற்று, துடிக்கும் மீனுடன் தன் கூடு நோக்கி விரையும்போது, அதற்கும் மேலே பறக்கும் கழுகு தன் சிறகுகளை மடக்கி, கத்திக்கொண்டே கீழ் நோக்கி வேகமாய் பாயும். பருந்து தப்பி விடுவதற்காக வீண் முயற்சி செய்யும். பிறகு மீனை நழுவ விடும். வழக்கமாக, அந்தக் கழுகு, இன்னும் கத்திக்கொண்டே கீழிறங்கி பருந்தின் அருகாகப் பாய்ந்து, விழுந்த மீன் தண்ணீரை அடைவதற்குள்ளாக. அதைத் தன் நகங்களால் அழுத்திப் பற்றிவிடும். பிறகு கழுகு தன் கீழ் நோக்கிய பாய்ச்சலை விட்டு விட்டு, மெதுவாகச் சிறகடித்து, மின்னலால் பாழ்பட்ட மரத்தை நோக்கிச் செல்லும். பிறகு பருந்து மீண்டும் மீன் பிடிக்கப் போகும். இம்முறை அது பிடித்தது அதற்கே அனுமதிக்கப்படும்.

பார்ப்பதற்கேற்ற முதலை வளைகள் எப்பொழுதும் அங்கே உண்டு. மழமழப்பான சேற்றுத் தரைமீது, முதிர்ந்த முதலை வெயில் காய்வதை நாம் எப்போதாவது காணலாம். சதுப்பின் ஓரங்களில் ஒன்றிரு ராக்கூன்கள் வழக்கமாய் கிடைக்கும். கரையை ஒட்டிய உயரமான மணல் மேடுகளில் கருநிறச் சதுப்பு முயல்கள் மிகுதியாய்க் கிட்டும். நாங்கள் அநேகமாக எப்பொழுதும், கனமில்லாத தூண்டில்கள் இரண்டும், வீச்சு வலையும் எடுத்துப் போவோம். நீரோட்டம் குறைந்து, படகைப் புல்களுக்கு மேலாகச்

செலுத்த முடியாதபடி கீழிறங்கத் தொடங்கினால், நாங்கள் வலைவீசி, சில இறால்கள் பிடிப்போம். பிறகு, நாங்கள் நன்கறிந்த மீன் வளைகளில் தூண்டில் போடுவோம். ஆழமான இம் மடுக்கள் மிகுதியாக, கத்தும் மீன்கள், கருமீன், பெரிய மணல் பெர்ச், அவ்வப்போது சோதா மீன்கள் முதலியவற்றை அளிக்கும்.

அல்லது, அழகிய முல்லட் மீன்களின் பெருங் கூட்டத்தை நாங்கள் கண்டால், தாத்தா விச்சு வலையைச் சுழற்றி ஏறிவார்; இழுப்புக்கயிற்றைக் கடுமையாய் சுண்டுவார்; துள்ளும் முல்லட் மீன்களை நிறைய இழுத்து, படகுப் பலகையில் குவியலாய்க் கொட்டுவார். பெரிய மீன்களைச் சமையல் பண்ண வைத்துக் கொள்வோம். சிறு மீன்கள், கடல் மீன் பிடிப்புக்கு ஏற்ற அருமையான தூண்டில் இரையாகும்.

மணல் மேடுகளின் ஓரங்களைச் சுற்றிலும், சகதியில் இப்பிகள் கிடைக்கும். பெரிய கருநீல இப்பிகள் சேற்றிலிருந்து மினுமினுத்தபடி மேலே வரும். ஓடுகளின் இணைப்பை கத்தியின் பின் பக்கத்தால் தகர்த்து விட்டு, அந்த இடத்திலேயே தின்றால், பச்சையான அவை அற்புதமாக ருசிக்கும். நாங்கள் எப்பொழுதும் படகில் சிப்பிக் குறடுகள் வைத்திருப்போம். படகின் தளத்தில் கிடக்கும் நானாவித வேட்டைப் பொருள்களோடு பெருஞ் சிப்பிகளையும் சேர்த்துக் கொள்வோம். பின்னர், இவற்றைக் கடல் பூண்டில் பொதிந்து, தீயில் வாட்டுவோம். அவற்றை உருகிய வெண்ணெயில் தோய்த்துத் தின்றால் சிறப்பாக இருக்கலாம். ஆனால் எனக்கு அதில் சந்தேகம்தான்.

திரும்புகாலில், கால்வாயின் குறுக்கே உள்ள பாலத்தின் கீழ் படகை ஓட்டி காளான் மண்டிய கம்பி. அருகே சுழலும் கருமையான நீரில் அதைக் கட்டுவோம். இல்லையேல், அந்தப் பயணம் நிறைவுற்றது ஆகாது. பெரிய, கரிய, மஞ்சள் புள்ளிகளுடைய கல் நண்டுகள் இங்கேயே வசித்தன. ஆட்டுத்தலை மீன்கள் இங்கு கம்பிகளருகே நீந்தின. நாம் தொழில் தேர்ச்சி பெற்றிருந்தால், அவற்றின் அசட்டுச் சிறு வாய்களில் முள்ளை மாட்டி விடலாம். முள் சரியாகப் பதியாவிடில் இறாலை அவை வெளியே துப்பும்.

நாங்கள் வீடு திரும்பி, படகைக் கரை சேர்த்துப் பலகையில் கவிழ்ப்பதற்குள், வேட்டைப் பொருள்களைக் கொண்டு சேர்க்க மும்முறை அலையவேண்டியிருக்கும். மீன்களைச் சுத்தம் செய்து, சதுப்புக் கோழிகளைத் தோலுரித்து, உப்பு நீரில் போட்டு வைப்பதற்குள் இருள் அணுகிவிடும். அலைமீன் பிடிக்கும் தூண்டில்களை வெளியிலெடுக்கவும், அந்தி வேளை சந்திரோதயத்துக்கு வகை செய்யவும் நேரம் சரியாக இருக்கும். இருட்டும் பொழுது, கடற்கரையில் குளிரத் தொடங்கும். வழக்கமாக நான் கட்டைகளைச்

சேர்த்து தீ மூட்டுவேன். சிப்பிகளைக் கருக வைப்பேன். அதே சமயம் நாங்கள் அலைகளுடே வலை எறிவோம்.

எட்டு மணி ஆகும்போது, தாத்தாவும் நானும் ஒரு நாளுக்குப் போதுமான வேலை செய்திருப்போம். அதன் பிறகே. மீன்களைக் கயிற்றில் கோத்து, ஆவி பறக்கும் சிப்பிகளோடு சேர்த்து, வீட்டுக்குச் சுமந்து செல்வோம். ஈரக் கால் சட்டைகளை நீக்கிவிட்டு, அடுப்பில் காப்பிச் சட்டியை வைப்போம். வேகவைத்த சதுப்புக் கோழிகளையும் சிப்பிப் புழுக்களையும் தின்போம். எப்பொழுதாவது, ஒரு மீனையும் சமைத்து உண்போம். அல்லது வெறுமனே குளிர்ந்த நண்டு ஸாலட் சாப்பிடுவோம்.

இதெல்லாம் நடந்து ரொம்ப காலம் ஆகிவிட்ட பிறகு, வால்டர் ஹஸ்டன் "செப்டம்பர் கீதம்" பாடுவதை நான் கேட்டேன். எனக்குப் பிடித்த மாதங்களில் ஒன்றை அம் முதியவர் வெகு உயர்வு படுத்தியதாகத் தோன்றியது. ஆனால் அவர் காதல் பற்றியே அதிகம் எண்ணிக் கொண்டிருந்தார். ஆனால் காதல் என்பது செப்டம்பரின் உண்மைத் தன்மையில் ஐந்தில் ஒரு பங்கு தவிர அதிகமானதல்ல. எல்லா யாத்திரீகர்களும் வீடு திரும்பினர். கடற்கரைகளையும் சதுப்புகளையும் தாத்தாவுக்கும், கழுகுக்கும், எனக்கும் விட்டுவிட்டார்கள் என்று உண்மையின் அடிப்படையில் அமைந்ததுதான் என் செப்டம்பர் கீதம்.

18. நவம்பரின் சிறப்பு

நவம்பர் நடுத்தரமான சோக மாதம் என்று பெரும்பலர் கருதுகிறார்கள். பிற்பகல் இறுதியில், இருண்ட வானப் பகைப் புலனில் மரங்கள் மொட்டையாய்க் காட்சி தரும். புல்கள் எல்லாம் பனியினால் மொறமொறத்து, பழுப்புற்றிருக்கும். அச்சுறுத்தும் மாரிக்காலம் காலை நேரத்தில் காதுகளைச் சிவப்பாக்கும். மாலைக் குளிர் மூக்கில் ஒழுக்கு உண்டாக்கும். அந்த வருஷம் இன்னும் ஒரே ஒரு மாதம்தான் வாழும். இதுகூட சிவருக்கு வருத்தமே தரும்.

ஆனால் ஆண்டு முழுவதும் நான் எதிர்பார்த்திருக்கும் மாதம் நவம்பர்தான். காரணம் வெகு எளியது. நன்றி அறிவிப்பு தினவாக்கில் பறவைப் பருவம் ஆரம்பமாகும். காட்டின் எங்கள் பகுதியில் “பறவைகள்” என்றால், கனேரியோ. கிளியோ, நீல ஜேகளோ அல்ல. பறவைகள் என்றால் காடைகளே. இவ்விஷயத்தில் தாத்தா பூரணமாக என் பக்கம்தான். ஆனால் அவர் அதில் கொஞ்சம் தத்துவத்தைக் குழப்ப விரும்பினார். பெரும் பகுதி குழாய் புகைப்போரைப் போலவே அவரும் அதை கௌரவமானதாக ஆக்குவதற்கு அதிகப்படியான சிலவற்றை நாடினார்.

பருவ காலங்களைப் பற்றி நாங்கள் ஒருமுறை பேசிக்கொண்டிருந்தோம். அவசியம் ஏற்பட்டால் கோடையும், மே மாதம் தவிர்ந்த வசந்தம் முழுவதும்

இல்லாமலே அவர் வாழ முடியும். ஜனவரி கழிந்ததுமே அக்டோபர் வந்துவிட்டால் அவர் சந்தோஷமாக இருப்பார். மற்ற மாதங்களைத் தள்ளி விடலாம். நவம்பரையே மிகச் சிறந்த மாதமாக அவர் தேர்ந்தெடுப்பார். ஏனெனில் அப்பொழுது மிக அதிக உஷ்ணமும் இராது; மிக அதிகக் குளிரும் இராது. எந்தக் காரியத்தையும் வெயிலால் சூடுறுவதையும் காதல் புரிவதையும் தவிர– வருஷத்தின் இதர காலங்களில் செய்வதை விடச் சிறப்பாக இப்போது செய்ய முடியும் என்று அவர் சொன்னார்.

"காதல் புரிவதற்கு நிலவு சரியாக இருந்தால் நவம்பரில், அல்லது எந்த மாதத்திலுமோ, தவறு எதுவும் கிடையாது. ஆனால் நான் நவம்பரைச் சிறப்பாக விரும்புவதற்கு முக்கிய காரணம் அது எனக்கு என்னையே நினைவுபடுத்துவதுதான்" என்றார்.

பேச்சை நிறுத்தி, இன்னொரு தீக்குச்சி கிழித்து அவர் குழாயைப் பற்றவைத்தார்.

மேலும் சொன்னார்: "என்னையே பார். பயன்படும் ஒரு நினைவுச் சின்னமாக நானிருக்கிறேன். காதலிக்க முடியாதபடி வயதானவன். ஆனால் சாகப் போதுமான வயது ஆகாதவன். ஓட முடியாதவாறு வயது முதிர்ந்தவன். ஆனால் நடப்பதில் உன்னைத் தோற்கடிப்பேன். ஏனெனில் எப்படி அடி எடுத்து வைப்பது என நானறிவேன். எப்போது வேலை செய்வது, எப்போது ஓய்வு பெறுவது என்பதையும் அறிவேன். எதைத் தின்னலாம், எது வயிற்றில் கனமாய்த் தங்கிவிடும் என்பதும். எனக்குத் தெரியும். உலகத்தில் உள்ள மது முழுவதையும் குடிக்க முயற்சிப்பதில் அர்த்தமே கிடையாது; ஏனென்றால் மேன்மேலும் அதைத் தயாரிப்பார்கள் என அறிவேன். நான் ஒருபோதும் செல்வன் ஆக மாட்டேன்; பரம ஏழையாகி விடவும் மாட்டேன்; ஏற்கனவே என்னிடம் இல்லாதது எதையும் நான் பணத்தினால் வாங்க முடியாது எனவும் அறிவேன்.

"ஒருவன் நாற்பது வயது வரும்வரையில் கற்கத் தொடங்குவதில்லை. அவன் ஐம்பதாவது வயதை அடையும்போது, கற்க முடிந்ததை எல்லாம் கற்றிருப்பான். அதற்குப் பிறகு அவன் சுகமாகச் சாய்ந்து, தான் கற்றதைக் கொண்டு ஆனந்திக்கலாம்; அல்லது அதில் சிறிதைப் பிறருக்கு வழங்கலாம். அவனது பசிகள் குறைந்துவிடுகின்றன. தனது துயரத்தில் பெரும் பகுதியை அவன் அனுபவித்துவிட்டான். எனினும் முற்றிலும் வற்றிப் போகும் முன், இன்னும் ஆனந்தம் பெறுவதற்கு அவனுக்கு நிறையப் பொழுது இருக்கிறது. அதனால்தான் நான் நவம்பரை விரும்புகிறேன். எழுபது வயது வரை – எவருக்கும் அது போதுமான காலமே – வாழலாம் என்று எண்ணும் ஒரு

நபர் தான் நவம்பர், அதாவது, புது வருஷ விழாவைக் காண சராசரிக்கு அதிகமான சந்தர்ப்பத்தோடு, அவர் நவம்பரையும் டிசம்பரையும் தாண்ட முடியும். நான் என்ன கூறுகிறேன் என்று புரிகிறதா?"

"ஆமய்யா" என்றேன். ஏனெனில், அதை எல்லாம் அவர் மீண்டும் விளக்குவதை நான் விரும்பவில்லை. மேலும், வேட்டை நாயாக மாறும் முதல் வாய்ப்பைப் பெறவிருந்த ஒரு சிறு நாய்க்குட்டி பற்றி நான் கவலைப்பட்டேன். பிந்திப் பெய்த மழை காடைகளின் இரண்டாவது கூட்டம் முழுவதையும் மூழ்கடிக்காமல் இருக்கவேண்டுமே என்று கவலைப்பட்டேன். சென்ற பருவத்தின் இறுதி இரண்டு வாரங்களில், கலவரமடையும் விதத்தில் பழுதுற்ற எனது குறிவைக்கும் கண்பற்றியும் கவலை கொண்டேன்.

தாத்தா, தன் கண்களைப் பாதி மூடியபடி, "நவம்பர் பற்றி உன் கருத்து என்ன?" என்று கேட்டார்.

முக்கியமாக அது பறவைகளின் பருவம் துவங்கும் காலம்; நன்றி அறிவிப்பு விழா நாட்கள்; பெர்சிம்மன் மரங்களில் பழுத்துத் தொங்கும்; பருவநிலை இனிதாக இருக்கும்; நாட்டுப்புறத்தில் பன்றி அடிக்கும் காலம்; வயலில் பூசனிக்காய்கள் மஞ்சளாய் மனோகரமாய் விளங்கும்; சூரியன் சிவப்பாய் நன்றாக இருக்கும் என்றும், இன்னும் பல விஷயங்களையும் அவரிடம் சொல்ல விரும்பினேன். ஆனால் அவற்றை எல்லாம் வெளியிட இயலவில்லை. பேச்சில் நான் வல்லவன் அல்லன்.

"பறவைக் காலம்" என்றே சொன்னேன்.

தாத்தா என்னைப் பார்த்து, பெருமூச்சு விட்டார். "உன்னை நான் ஒருபோதும் தத்துவஞானியாக மாற்ற முடியாது என்றே எண்ணுகிறேன். நாம் துப்பாக்கிகளைப் பார்க்கப் போவோம். வேளை வந்ததும், நாளை எங்கே போவது நல்லது என்றும் யோசிப்போம்" என்றார்.

பறவைப் பருவம் துவங்குவதற்கு முந்திய இரவும், பகலும் மற்ற எதையும்விட – கிறிஸ்துமஸ் விழாவுக்கு முந்திய முந்திய வாரத்தையும் விடவே – நீடித்திருக்கும். மழை வருமோ; நாய்கள் சுடுமூக்கு பெற்றுவிட்டாலோ; காடைகள் வேறிடம் போய்விட்டால் என்ன செய்வது என்பன போன்ற, கோரமான பயங்கர எண்ணங்கள் நம்மைத் தூங்கவிடா. பின்னர், மறுநாள் காலை தெளிவாய், பிரகாசமாய், தகுந்த அளவு மென்காற்றுடன் விடிகிறது. பிற்பகல் வரை, நமக்குப் பத்து வருஷம் போல் தோன்றும். காலையில் கிளம்ப வேணும் என்று நான் கெஞ்சிக் கேட்பேன். ஆனால் தாத்தா கல் மனதோடு மறுப்பார்.

"காடைகளைக் காலையில் வேட்டையாடுவதில் அர்த்தமே இல்லை. ஒன்பது, பத்து மணி வரை, குளிர்ந்தால், அதற்குப் பிறகும் கூட, அவை இரை தின்ன வெளியே வரா. அதிகச் சூடோ, மழையோ இருந்தால் அவை வரவே வரா. அப்படியே வெளியே வந்தாலும், அவை தம்மிடம் விட்டு வெகு தூரம் போகா. நீ நாய்களை அடக்குவதற்குள் அவை ஓடி மறைந்துவிடும். வேட்டைக்கு உரிய காடைகள் எல்லாம் இரண்டு மணி நேரத்தில் மூன்று முதல் ஐந்து மணி வரையில் அகப்படும். வெகுசிலதான் மறைந்திருக்கும். நாள் முழுதும் வேட்டையாடுவது உன்னையும் நாய்களையும் களைப்படையச் செய்யும். அதிர்ஷ்டவசமாக நீ பறவைகளைக் காலையில் கண்டாலும், வேட்டைக்கு ஒரு எல்லை அமைந்துவிடும். பிற்பகலில் நீ ஒன்றும் செய்ய முடியாது. காலை. மான்களை, வாத்துக்களை, வான்கோழிகளை வேட்டையாடும் நேரம். காடைகள் வெகு நேரம் தூங்கும் பறவை" என்றார் அவர்.

ஆகவே பகல் பூராவும் சுற்றித்திரிவோம். மத்தியான சமயத்தில் கொஞ்சம் சிற்றுண்டி உண்போம். இரண்டு மணிக்குள் நாங்கள் போக வேண்டிய இடத்தில் இருப்போம். நாய்கள் உணர்வுக் கிளர்ச்சியால் உடல் சிலிர்க்க, வாயில் நீர்வடியக் காட்சிதரும். நாங்கள் பல இடங்களில் வேட்டையாடுவது உண்டு. ஆனால் வழக்கமாக ஸ்பிரிங் ஹில் என்ற இடத்தில்தான் ஆரம்பிப்போம். அது அதிர்ஷ்டம் வாய்ந்தது என்று எண்ணினோம். அதற்கு முன், அருகாமையில் உள்ள மூன்று நான்கு கூட்டங்களில் முயற்சி செய்வோம். நாய்கள் எல்லாப் புதர்களையும் மோந்து பார்த்து, தங்கள் உடலில் உள்ள அசட்டுத்தனத்தை அகற்றுவதற்கு நேரம் கொடுக்கவே அது.

நாய்கள், பழுப்புற்ற பட்டாணி வயல்களில் பாய்வதை, அல்லது கசப்பு பெர்ரி புதர் ஓரங்களில் திரிவதை, அல்லது மஞ்சளாகிக் காய்ந்த சோளக் கட்டைகள் நின்ற வயல்களில் குறுக்கும் நெடுக்கும் போவதை, தங்கள் தலைகளை நிமிர்த்தி, வால்களை ஆட்டிக் கொண்டு பந்தயக் குதிரைகள் போல் ஓடுவதைக் காணும்போது, ஒரு சிறுவன் என்ன உணர்வுகளை அடைகிறான் என்று விளக்க முயல்வது சிரமம் மிகக் கடுமையானதுதான் அப்புறம், அந்தக் கணம், சுமார் ஒரு வருஷத்துக்குப் பிறகு நிகழ்வது, முதல் நாய் முதலாவதாக மோப்பம் பிடிப்பது; அதன் கிளர்ச்சியை மற்ற நாய்களுக்கும் உணர்த்துவது; எல்லா நாய்களும் செயலில் ஈடுபடுவது – தடம் தேடுபவை தேடி அலையும்; காற்றில் மோப்பம் பிடிப்பவை நாசியை உயரே நீட்டும்; பிறகு மெதுவாக ஊர்ந்து, வால்கள் வேகமாய் ஆட, அடி வயிறு தரையோடு தாழ. ஒரு இடத்தைக் குறிவைத்து நகரும்.

பின்னர், திடுமென உறைவது, பிறகு சிறிது நிச்சயமின்மை, பின் சற்றே

வழி விலகுதல், அப்புறம் வேகமான, திடமான தலை நிமிர்வு, பறவை இதோ இருக்கிறது. ஐயா, நேரே என் மூக்கின் கீழே, இனி உம் பாடு என்று கூறும் தோற்றம். பின்தங்கி நிற்பவை. முக்கியமாகக் குட்டிகள். நெருங்குகின்றன. "நில்லு!" என்று தாத்தா வெடுக்கெனக் கூறுகிறார். பின்நிற்பவைகளைக் கடந்து, குறி நாயிடம் போகிறோம்.அது,புல் தரையில் உள்ள ஒரு பிராணி போல, இரும்பு உடலாய் மாறி நிற்கிறது. நாம் அதைத் தாண்டுகிறோம். உதைக்கிறோம். ஆயினும் ஒன்றும் நிகழ்வதில்லை.

இந்தச் சமயத்தில் ரத்த ஓட்டத்தைக் கணக்கிடப் போனால், அதை அளவிடும் கருவியே வெடித்துவிடலாம். நம் நெஞ்சு என்ஜின்போல் பலமாக அடிக்கிறது. கால்பந்து அளவு பெரிதாக ஏதோ ஒன்று நம் தொண்டையை அடைக்கிறது. நம் தேகத்தில் ஏற்பட்டுள்ள உஷ்ணத்தினால் இது 110 டிகிரி பாரன்ஹூட்டுக்குச் சிறிது தணிவாக இருக்கலாம் உதடுகள் வறண்டு போகின்றன.

நாம் நேரே நாய்க்கு மேலாகப் பார்க்கிறோம். தரை நோக்கிப் பார்ப்பதேயில்லை. துப்பாக்கி மார்பின் குறுக்கே சாய்ந்து இருக்கிறது. அடிக்கட்டை முழங்கையின் கீழே நீண்டு நிற்கிறது. எதுவும் நிகழவில்லை. நாய் தன் தலையின் நிலையை மாற்றுகிறது. இன்னும் ஆறு கெஜம் முன்னே நகருகிறது. நாம் அதன் பின்னாலேயே போகிறோம். அது மறுபடியும் உறைகிறது. இம்முறை அது நேரே தன் முன்பாதங்களையே நோக்குகிறது. நாம் அதைக் கடந்து செல்லவும், உலகமே வெடிக்கிறது.

உலகம் வெடித்து விடுகிறது. அதன் கோடிகோடித் துண்டுகள் நம் முன்னால் பறக்கின்றன. பழுப்புநிறச் சின்னஞ்சிறு துண்டுகள். அவற்றின் ஒவ்வொரு சிறகிலும் இடி இருக்கிறது. அவை எல்லாத் திக்குகளிலும் – வலப்புறம், இடப்பக்கம், நமக்குப் பின்னே, நம் தலைக்குமேலே. சில சமயம் நமக்கு நேரே, சில சமயம் நேராக உயர்த்து, பறக்கின்றன. பிறகு ஒரு அதிசயம் நிகழ்கிறது.

இக்கோடி கோடித்துண்டுகளில் ஒன்றைக் குறிவைத்துச் சுடுகிறோம். சிறகு மேகங்களிலே அத்துண்டு சிதறிவிட்டால், இன்னொரு துண்டைத் தேர்ந்து மீண்டும் சுடுகிறோம். அத் துண்டும் வெடித்தால் நாம் துப்பாக்கியை வேகமாகக் கழற்றி, கெட்டிக்கிறோம். தனிப்பறவை ஏதேனும் கிடைக்கும்; முழு நகையுடன் தாத்தாவின் பக்கம் திரும்பலாம். எத்தனை?" என அவர் கேட்கையில், "மூன்று" என்று கூறலாம் என நினைக்கிறோம். உண்மையில் நமது பதில். "ஒன்று" அல்லது "ஒன்றுமில்லை" என்றே அமையும்.

இப்போது விறைப்பு தீர்ந்துவிடுகிறது. நாம் அதிகமாக வேர்த்துக் கொட்டியதை உணர்கிறோம். அருகே ஒரு நீரோடை இருந்தால், அங்கு போய்

முகத்தை அதில் ஆழ்த்துகிறோம். இல்லாவிடில், நம் தண்ணீர் புட்டியிலிருந்து நிறையவே குடிக்கிறோம். நாய்கள் எடுத்து வருகின்றன. இதோ நம் கையில் இருப்பது இவ்வருஷத்தின் முதல் பறவை. சுத்தமான. புள்ளிகளும், தலைக் கொண்டையும் பெற்ற, பழுப்புநிறச் சிறு பறவை. அது ஆணாக இருந்தால், அதன் மோவாயில் வெள்ளைப்பட்டை இருக்கும். பெண் எனில் மஞ்சள் கழுத்தாரம் கிடக்கும். அது அரை ராத்தலுக்கும் குறைவாகவே கனக்கிறது. ஆயினும் அது, ஒரு பெரியவருக்கும் ஒரு சிறுவனுக்கும், இரு நாய்களுக்கும் உணர்வுத் தடுமாற்றம் உண்டாக்கிவிட்டது.

இலையுதிர்காலக் காட்டில் வெடிமருந்தின் மணத்தை நாம் முதன் முதலாகச் சுவாசிக்கும் வேளை இதுவே. நித்தியப் பசுமையான சிலவற்றைத் தவிர ஏனைய அனைத்தும் சிவப்பாய், பொன் மயமாய். நொறுங்கும் பழுப்பு இலைகளாய் மாறியிருப்பதையும், துடைப்பப் புல் காய்ந்து, புழுதி மஞ்சளாகி விட்டதையும், மினுமினு பெர்ரிப் பழங்கள் தின்னும் நிலையில் உள்ளதையும், சிங்காபின் காய்கள் பொறுக்கும் பக்குவம் பெற்றதையும் கவனிக்கிறோம். சோள வயலின் எல்லையில் எப்போதும் தனியாகவே நிற்கும் பெர்சிம்மன் மரத்தில், சுருங்கிய மஞ்சள் உருண்டைகள் தவிர வேறு ஒன்றுமேயில்லை. போஸம் அவற்றை விரும்பும். இப்பொழுது அவை மென்மையாய், ஈரல் பழுப்பு நிறக் கறை படிந்து விளங்கும்; நம் நாக்கைச் சுழட்டி, வாயைப் புரட்டுகிறபடிக் காரம் பெற்றிரா.

நாய்கள் முன்னே சுற்றித் திரிகின்றன. "நல்லது. ஆரம்பத்தில் நாம் அவ்வளவு மோசமில்லை. தனிப்பறவைகள் எங்கு போயின என்பதை இங்கு யாராவது கண்டதுண்டோ?" என்றார் தாத்தா.

"துடைப்பப் புல் முடிவில் ஓங்கி வளராத ஓக்மரங்களை ஒட்டி ஆறு போனதாக நினைக்கிறேன்" என்றேன்.

"அங்கு போய் நன்றாகப் பார்ப்போம். நீ சொல்வது சரி என்றே நாய்கள் நினைப்பதாகத் தோன்றுகிறது. கிழட்டு பிராங்க் ஒரு நண்பனைக் கண்டிருக்க வேண்டும்; அல்லது மரத்தின் அடிக்கட்டையாக மாறியிருக்க வேணும்" என்று தாத்தா கூறினார்.

துடைப்பப் புல் எல்லையில், சிதறி நின்ற, நன்கு வளராத ஓக் மரங்கள் சதுப்பின் முன்னால் திரையிட்டுள்ள இடத்தில், கிழ பிராங்க் அசையாது காணப்பட்டது. அதற்கும் அப்பால், மஞ்சள் புள்ளிகளுடைய சிலைபோல், ஸேண்டி நின்றது.

"இதை நீ கவனி. நான் அதைக் கவனிப்பேன். நாம் இருவரும் சேர்ந்து நடக்கலாம்" என்று தாத்தா சொன்னார்.

என் நாயின் மூக்கடியில் இரு பறவைகள் எழுந்தன. நான் இரண்டையும் சுத்தமாய்த் தப்பவிட்டேன். தாத்தா ஒரு முறை கடுவது கேட்டேன். உடனே கும்பலின் இதர பறவைகள் என் முன்னால் கிளம்பின. நானோ காலித் துப்பாக்கியைக் கழற்றியபடி நின்றேன். அதை நான் கெட்டித்தேன். பதுங்கிய பறவை ஒன்று என் பின்னால் கிளம்பியது. நான் சுழன்று, என் துப்பாக்கி முனையால் அதை வீழ்த்தினேன்.

"அது போதும். ஆளுக்கு மூன்று அடித்துவிட்டோம். போய் வேறொரு கூட்டத்தைக் தேடுவோம். சென்ற வருஷம் நமக்கு அதிர்ஷ்டம் கிட்டாத அந்த மேட்டுப் பகுதியின் மேலே மிகப் பெரிய கூட்டம் ஒன்று உண்டு. பருவகாலம் முடிந்ததும் அவை மயக்கம் அடைந்திருக்கும் என்று நான் எண்ணினேன். பூனைகளும் நரிகளும் அவற்றைக் காலி செய்திராவிட்டால், நாம் நமது தேவையின் பாக்கிப் பகுதியை அக் கூட்டத்திலிருந்து எடுக்கலாம். அதனால் அதில் சிறு குறையும் ஏற்படாது" என்றார் அவர்.

தாத்தா தன் குழாயைப் பற்ற வைத்தார். நான் என் பையிலிருந்து ஒரு ஆப்பிளை எடுத்தேன். நவம்பர் மாதக் காட்டில், வருஷத்தின் முதல் நாளில் முதல் பறவைக் கூட்டத்தை வேட்டையாடிய பிறகு அதைத் தின்பது வரை, நான் ஆப்பிளை உண்மையாக ரசிப்பதில்லை. நாங்கள் நாய்களுக்குப் பின்னால், குன்றின்மேல் ஏறினோம். அதன் விளிம்பை அடைந்ததும், அங்கு வெள்ளை நாய் விறைத்திருப்பதையும் கறுப்பு நாய் பின்தங்கியதையும், குட்டி இனி என்ன செய்வது என்று ஆச்சரியப்படுவது போல் உட்கார்ந்திருந்ததையும் கண்டோம்.

இது ஒவ்வொரு நாளும் ஒவ்வொரு வருஷமும் கூட நிகழ்வதில்லை. எப்போதாவாவது ஒரு தடவை இப்படி நடந்தது. ஒரு குன்றின் பக்கத்தில் தீட்டிய ஓலியம் போல் நாய்கள் இருந்த இடத்துக்கு நடந்துபோனதுதான், நான் என் வாழ்வில் மேற்கொண்ட மிக நீண்ட, உல்லாச யாத்திரை என்று அறிவித்துக்கொள்கிறேன்.

19. இளமையும் முதுமையும்

அதை வைத்துக்கொண்டு குறும்பு பண்ணுவதற்கும். லீப் வருஷம் என்று கணக்கிடுவதற்கும் பதிலாக, பிப்ரவரி மாதத்தையே ஏன் காலண்டரை விட்டு அகற்றாமலிருக்கிறார்களோ தெரியவில்லை ஏனெனில், மாதங்கள் அனைத்திலும் மகா மோசமான பருவநிலை பெற்றது அதுவே யாகும். மாரிக்காலத்துக்கும் வசந்தருதுவுக்கும் இடைப்பட்ட அது இரண்டின் கெட்ட பண்புகள் எல்லாம் பெற்றுள்ளது. குளிர், மழை, சிறிது பனி, மிகுந்த காற்று, இயல்பான ஊழல் பலவும் அதனிடம் உண்டு என்றுதான் கூறுகிறேன்.

பிப்ரவரியிடம் உள்ள சங்கடம் என்னவென்றால். ஜனவரி போய்விட்டதும், அடுத்து மார்ச் வருவதும் தான். அனைத்தினும் அதிக உதவாக்கரை மாதம் மார்ச். மூக்கை உறிஞ்சுவதையும், காற்று வீசுவது நிற்காதா என ஆசைப்படுவதையும் தவிர வேறு ஒன்றையும் மார்ச்சில் செய்ய முடியாது. வேட்டை முழுதும் முடிந்துவிட்டது. மீன்பிடிப்புக்கு உரிய காலம் இன்னும் வரவில்லை. பள்ளிக்கூடம் மூடுவதற்கும் இன்னும் வெகுநாட்கள் போக வேண்டும். "ஐட்ஸ் ஆவ் மார்ச் பற்றி எச்சரிக்கையோடு இருக்கும்படி அவர்கள் ஸீசருக்குச் சொன்னதில் வியப்பு எதுவுமில்லைதான்" என்றார் தாத்தா. ஐட் என்பது என்ன என்று தான் தாத்தாவைக் கேட்கவில்லை. அவர்விளக்கம் தருவாரே என்ற பயம் எனக்கு.

ஆனால் நாம் மார்ச் மாதம் பற்றிப் பேசவில்லையே. பிப்ரவரியே நமது

விஷயம். ஒரு காரியத்தை, இதர மாதங்களில் செய்வதைவிட, பிப்ரவரியில் சிறப்பாகச் செய்ய முடியும். காடை சுடுவதுதான் அது. வெகுகாலம் நான் அதை நம்பவில்லை. ஆனால், பிப்ரவரிதான் மிகச்சிறந்த காடை மாதம் என்று தாத்தா சதா வற்புறுத்தினார்.

ஒருநாள், மெதுவாய், குளிரோடு, அசிங்கமாய், ஒரே நிதானமாக நசுநசுவென்று தூறிக்கொண்டிருந்தது. உடலை தீ போல் தாக்கி, காதுகளைப் பனிக்கட்டிகளாக்கி, மூக்கில் நீர் ஒழுக வைக்கும் குளிர் நீடித்தது. வானம் கரிய சிமிட்டி போலிருந்தது. ஜன்னல் சட்டங்களிலும், முன் மண்டபக் கூரையிலும் பனிக்கட்டித் துணுக்குகள் தொங்குவதைக் காணமுடிந்தது. தாத்தா, நெருப்பின் முன் அமர்ந்திருந்தார். தீவலுவுடன் எரிந்ததால், சுவாலைகள் புகைப்போக்கியினுள் புகும்போது இரைச்சல் எழுந்தது. அவ்வப்போது அவர் குனிந்து, தீயில் துப்பினார். அப்பொழுது, கொல்லன் குதிரை லாடத்தைப் பதப்படுத்துவதுபோல் 'இஸ்ஸ்ஸ்' எனும் ஒலி எழுந்தது.

தாத்தா தன் பாதத்தை நீட்டி, முற்றிலும் எரிந்துவிட்ட ஒரு கட்டையை மெல்ல இடித்தார். அது செங்கங்குகளாய்ச் சிதறி, அடிப்பகுதியில் விழுந்தது மேலேயுள்ள கட்டையின் ஊடாக, புதிய தீக் கொழுந்துகளை எவ்வி எழச் செய்தது. தாத்தா என்னை நோக்கினார்.

“எப்பொழுதும் பெரியவர்களை பையன்களிடமிருந்து பிரிப்பதற்கு ஒரு வழி உண்டு. மற்றவர்கள் எல்லோரும் சும்மா உட்கார்ந்து முணுமுணுத்து, அதைச் செய்ய முடியாது என்று வாதாடிக் கொண்டிருக்கையில், ஒருவன் சிரமமான வழியிலாவது ஒரு காரியத்தைச் செய்கிறானா என்று சுவனிப்பதுதான் அது.” அவர் இன்னொரு தடவை தீமீது எச்சில் துப்பினார். அறிவுக்கூர்மை பெற்ற கிழ நாய்போல், தலையை ஒருபுறமாய் நீட்டி என்னைப் பார்த்தார். “உறுதி கொஞ்சம் தளர்ந்த உடனே, ஒன்றைச் செய்வது நாகரிகமாக அல்லது சுகமாகத் தோன்றாதபோது, பெரும்பலர் செயல் புரிவதை விட்டுவிடுகிறார்கள். அதுவே ஒரு சில தனி மனிதர்களுக்கு விசேஷ கவர்ச்சி அளிக்கிறது. பணியாளர்கள் ஓடிப் பதுங்கியதும், களத்தை பெரிய மனிதர்கள் தமதாக்கிக் கொள்வர்” என்றார்.

நான் எதுவும் சொல்லவில்லை. இதற்குள்ளாக, கிழவரை நான் நன்கு அறிந்திருந்தேன். அன்புக்குரிய ராக்கூன் போல, அவரும் தந்திரம் நிறைந்தவர். நான் கொஞ்சம் எட்டிப் பார்க்க வேண்டியதுதான், உடனே அவர் என்னைப் பிடித்துக் கொள்வார். தான் செய்ய விரும்பாத ஏதோ ஒன்றை நான் செய்யவேணும் என அவர் ஆசைப்பட்டார். புதுப் புகையிலை வாங்குவதற்காக மழையோடு கடைக்குப் போய்வருவது. அல்லது மேலும் விறகு சேகரிக்க வெளியே போவது, அல்லது ஷேக்ஸ்பியர் பற்றிப் பாடம் சொல்வது. அல்லது இதுபோன்ற ஒரு வேலைதான்.

தாத்தா தொடர்ந்து பேசினார்: "காடைகளையே எடுத்துக் கொள். நன்றி அறிவிப்பு நாள் சமயம், பருவகாலம் தொடங்கியதும், ஒவ்வொரு அடுமடையனும் அவன் தம்பியும், காட்டுக்கு வந்து, நெடுகிலும் சுட்டுத்தள்ளி, பரஸ்பரம் இடித்து நெருக்கிக் கொண்டு திரிவார்கள். பறவைகள் வெறி பெறும். நாய்கள் கிளர்ச்சி அடையும்; பறவைகளைக் குழம்பவைக்கும். பதுங்கிச் சென்று குறி பார்க்கவேண்டிய இடத்தில் அவை பறவைக் கூட்டங்கள் மேலேயே ஓடும். தரை வறண்டு கிடக்கிறது. பறவைகள் நிலையாக நிற்பதற்குப் பதில் ஓடிவிடுகின்றன. நயமான தனிப்பறவை வேட்டை என்று எதுவுமே கிடைக்காது; ஏனென்றால் காடைகள் சிதறிப் போவதற்குப் பதிலாக, ஒருசேர எழுந்து கும்பலாகவே அமரும்.

"அப்புறம் கிறிஸ்துமசும் புதுவருஷ விழாவும் வந்துவிடும். பொழுதுபோக்காகக் காடை வேட்டையாடுகிறவர்கள் அலுத்துப் போகிறார்கள். அதிகமான குளிரும், அதிக மழையும் வருகின்றன. சுட வருகிறவர், துப்பாக்கிகளில் துரு ஏறாமல் பாதுகாப்பதற்காக ஒவ்வொரு தடவையும் அவற்றைச் சுத்தம் செய்ய நேர்கிறடுத்த ஆகவே அவர் தடவையும் கட்டிப்போடுகிறார். வேட்டையை அடுத்த வருஷம் வரை மறந்து விடுகிறார். இதன் மூலம் காடு, பட்டணத்து எத்தர்கள், நாடாக் குமாஸ்தாக்கள், உல்லாச வேட்டையாளர் ஆகியோரிடமிருந்து விடுதலை பெறுகிறது. இதற்குள் பறவைகள் நிதானம் அடைகின்றன. நாய்களும் போதிய பயிற்சி பெற்று, ஒரு நிதானத்துக்கு வருகின்றன. வேட்டைக்குத் தப்பிய சிறு பறவைகள் பெருஞ் சிறகுகள் பெற்றுள்ளன. பறவைகளைக் காட்டினால், அவற்றை மனிதன் கடுவான் என்பதை இளம் நாய்கள் புரிந்து கொள்கின்றன. எனவே அவை பறவைகளை மனிதனிடம் சேர்க்கின்றன. இப்படி எல்லோரும் –நாய்கள், மனிதன், பறவைகள். ஒன்றுபட்டு வேலையில் ஈடுபடுகிறார்கள். இனிமேல் அது முயல்களை விரட்டுவது போன்ற விளையாட்டு அல்ல. அது மனிதரின் வேலையாகும்."

நான் சரணடைந்தேன். தாத்தா என்னை வசமாக மாட்டிவிட்டார். "நான் போய்த் துப்பாக்கி எடுத்து வருகிறேன். நீ என்னை வெளியே துரத்தலாம். நான் நிமோனியா சம்பாதிக்கும்போது, நீ காக்ஸ் கடைக் கணப்பருகில் சுகமாக இரு. இந்தப் பருவ நிலையில் நாய்கள் வெளிக் கிளம்புமோ என்னவோ" என்றேன்.

"அவை போகும். அவை தொழில்வாதிகள்; எனக்குத் தெரிந்த சிலர்போல் பகுதிநேர வேட்டையாளர்கள் அல்ல. போய் அவற்றை இட்டுவா. நீமெழுகு துணிக் கால்சட்டையும், மெழுகுதுணிச் சட்டையும் அணிவது நல்லது. காடு நீர்மயமாக இருக்கும்" என்றார் தாத்தா.

ஐயா, நான் அந்தக் குறிப்பிட்ட தினத்தை என்றும் மறவேன் என

நினைக்கிறேன். நான் ஒரு மீனாக இல்லையே என்பதில் மிகுந்த மகிழ்வு கொண்டேன். ஏனென்றால் அன்று காடு ஒரு கிணற்றை விட அதிக ஈரம் பெற்றிருந்தது. தணிவான செடிகள், கசப்பு பெர்ரிப் புதர்கள், துடை புல் மீதெல்லாம் சிறுசிறு நீர்த்துளிகள் படிந்திருந்தன. மரங்கள் ஒரே நிதானமாக நீர் சொட்டின. நிலைத்த மழை பெய்யவில்லை. பாதித் தூறலாகவும், பாதி மூடுபனியாகவும் எங்கும் பரவி நின்றது. துப்பாக்கிக் குழல்கள் மேலிருந்த என் கைகள், உருக்கு இரும்போடு ஒட்டிக் கொண்டது போல் விறைத்திருந்தன. மழைநீர் துப்பாக்கிக் கண்ணில் தேங்கிக் குழல்களுக்கு நடுவிலுள்ள ஓடை வழியாக கீழே வடிந்தது. நாய்கள், நனைந்த நாய் எதுவும் எப்பொழுதும் காட்சி தருவது போல் – தரைமேல் போடப்பட்ட ஓட்டர் மாதிரி – துக்ககரமாய் தோன்றின.

மழை எங்குமே துக்ககரமானதுதான். ஆயினும், பிப்ரவரியில் நனைந்த காடுபோல் உற்சாகமற்றது ஒன்றுமே இல்லை. மரத்தூள் குவியல்கள் நன்கு நனைந்து இறுகிக் கடினமாகி, கரும் பழுப்பு நிறம் பெறுகின்றன. மரங்களின் பசுமை எல்லாம் ஈரத்தால் கருமை அடைகின்றன. அதனால் வர்ணபேதங்கள் புலனாவதில்லை. உழுத நிலம் அசிங்கமாய், அழகற்ற சாம்பல் நிறமாய் இருக்கிறது. மிஞ்சி நிற்கும் சோளக் கொண்டைகள் புள்ளி விழுத்து சுருங்கிக் காணப்படுகின்றன. கருகிய கிளைகளில் ஒட்டியிருக்கும் பருத்தியின் சோகச்சிறு கொண்டைகள், பெரிய நகரத்தில் வழிதவறிவிட்ட அநாதைப் பிள்ளைகள்போல் தோன்றின. நல்ல ஆண்டவன் பறவைகளுக்குச் சிறகுகளும், மிருகங்களுக்கு உரோமத்தோலும் அளித்திருப்பதால் அவை உலர்ந்து, கதகதப்போடு விளங்குகின்றன. வாழ்க்கையும் ஒழுங்காக நடை பெறுகிறது. தாத்தா. ஏறக்குறைய எப்போதும் சரியாக இருப்பதுபோலவே, இப்பவும் சரியாகவே குறிப்பிட்டார். நனைத்த காட்டில் பறவைகளைக் கண்டு பிடிப்பது சுலபம். ஏனெனில் அவை அதிகம் சுற்றி அலைவதில்லை. அவை எங்கே இருக்கக் கூடுமோ, அவ்விடத்தை நாம் எளிதில் கண்டு கொள்ளலாம். மழைக்கால இரவில், எரிபொருள் சக்தி உயர்வாக இருக்கையில், ஒரு கார் அதிக வேகமாக ஓடுவது போலவே, மழையின்போது ஒரு நாயின் நாசியும் ஜோராக வேலை செய்கிறது.

நான் காரிலிருந்து இறங்கி ஐந்து நிமிஷங்கள் ஆகவில்லை. அதற்குள், பறவை நாயாகிய ஸேன்டி, பெரிய சதுப்புக்கு வழி அமைத்த துடைப்பப் புல் பரப்புக்கும் ஒரு பட்டாணி வயலுக்கும் பாதி தூரத்தில் இருந்த, பைன்மரக் குன்றுகளின் சிறு புதர் ஒன்றினுள் மறைந்தது. ஒற்றைப் பறவை நிபுணரான கிழ பிராங்க் கண்ணோட்டம் விடச் சென்று. என்னிடம் செய்தி கூறத் திரும்பி வந்தது. பைன் மரங்களின் பக்கமாக அது தலையை ஆட்டியது. ஒரு காரை நகர்த்த விரும்பும் போலீஸ்காரன் போல அதுவும் அமைதியின்றிக்

காணப்பட்டது. பிறகு அது, ஹூலா நாட்டியக்காரன்போல் அதன் வால் ஆட, புதரினுள் பாய்ந்தது.

நான் தனியாக இருந்தால், அல்லது தாத்தாவோடு இருந்தால் அல்லாது வெகு நன்றாகச் சுடமாட்டேன் என முன்பே கூறியிருப்பதாக நினைக்கிறேன். அவர் முன்னிலையில் நான் கூச்சம் அடைவதில்லை; வேகமாகச் சுடவேண்டும், அல்லது பறவைகளுக்காகப் போட்டியிட வேணும் என்று கவலையுற வேண்டியதுமில்லை. நான் தனியாக இருக்கும்போது, மோசமாகச் சுடுவது சாத்தியமே அல்ல என்றுதான் தோன்றுகிறது. ஏனென்றால், எவர் தலையையாவது சுட்டுவிடுவோமோ என்ற கவலையே இல்லாமல் நாம் எத்திக்கிலும் பின்னால் பக்கவாட்டில், அல்லது எங்கு வேண்டுமாயினும் சுடலாமே.

இருண்ட, நீர் சொட்டும் தோப்பினுள் நான் அடி எடுத்து வைக்கும்போது, கிழ ஸேன்டி என்ன செய்து கொண்டிருக்கும் என்று எனக்குத் தெரியும். அவை பைன் புதரின் வெளிப்புற ஓரமாக நகர்ந்து போனால், நனைந்த துடைப்பப் புற்கள் நிறைந்த அழகிய சுத்தமான வயலைக் காணலாம்; அதன் மேலே பறந்து சதுப்பை அடையலாம் என்று அது பறவைகளுக்கு யோசனை கூறியிருக்கும். இதற்குள் நான் வெகு நன்றாகத் தேர்ச்சி பெற்றிருந்தேன். நான் அரைவாசி பயிற்சி பெற்ற நாய்க்குட்டிபோல் பறவை உணர்வு பெற்றிருப்பது கண்டு. அவர் வியப்புறுவதாயும், நாய்கள் வெட்கப்பட வேண்டாத அளவுக்கு நான் பூரணவளர்ச்சி பெற முடியும் என்ற நம்பிக்கை ஏற்படுவதாகவும் தாத்தர் சென்னார்.

பறவைக் கூட்டத்தைப் புதரின் விளிம்புக்கு ஸேன்டி ஓட்டியிருந்தது. கிழ பிராங்க், புதருக்குள், அதன் வலதுபக்கமாக வந்து அப் பக்கத்தில் பாதுகாப்பாக நின்றது. நான் செய்ய வேண்டியதெல்லாம், சிறிது பகுத்தறிவை உபயோகித்து, புதருக்கு வெளியில் இடது பக்கமாக நடந்து வருவதுதான். நான் ஸேன்டியின் மூக்குக்கு நேராக வந்ததும், பிராங்க் வலப்புறத்திலிருந்து ஓடி வரும்; ஸேன்டி நேரே முன்னால் பாயும்; பறவைகள் கிளர்ந்தெழும். நானும் பறவைகளும் திறந்த வெளியிலே இருப்போம். பிறகு நான் சிலவற்றைச் சுட வேண்டியதுதான்.

அது மிகவும் பெரிய கூட்டம். சுமார் இருபது இருபத்தைந்து பறவைகள் அதிலிருந்தன. கடப்பட்ட இரு கூட்டங்களில் எஞ்சியவையாக அவை இருக்கலாம். அல்லது. முற்றிலும் தவறவிடப்பட்ட ஒரு கூட்டமாகவும் இருக்கலாம். அது பிந்திய ரகம் என்றே நான் கருதினேன். வலதுபுறமிருந்து பிராங்க் உறுமிக்கொண்டு வரவும், கிழ ஸேன்டி நிலை பெயர்ந்து பறவைகளுக்கு ஊடே குதிக்கவும், அவை ஒரு திரளாக மேலெழுந்தன. என் பக்கமாய் நன்றாக விரிந்து பறந்தன. அதன்மூலம். சுடுவதற்கு நல்ல வாய்ப்பு

அளித்தன. முக்கால்வாசி நேரே பறந்தன. கொஞ்சம் முன்னுக்கு இழுத்து குறி வைக்கப்படும் பறவையின் பின்னே சுடவேண்டியதுதான்.

இது அதிர்ஷ்ட நாளேயாகும். பல தடவைகள் நான் ஒரே குண்டில் இரண்டு பறவைகளைக் கொன்றதுண்டு. ஆனால் அவை எல்லாம் தற்செயலாக நிகழ்ந்தவைதான். ஒன்றைத் தேர்ந்து, அதை நோக்கிச் சுடுவேன்; குண்டு வேகம் மற்றொன்றையும் வீழ்த்திவிடும். முன்னே பறக்கும் காடைகளில் ஒன்றைக் குறி வைத்துச் சுட்டேன் வானமே தகர்ந்து விழுந்தது. நான் வாய் பிளந்து நின்றேன். பாக்கிப் பறவைகள் சதுப்பின் எல்லைக்குள் நழுவிச் செல்வதைப் பார்த்தும், துப்பாக்கியின் இடது குழலை தீர்க்காமலேயே நின்றேன்.

நாய்கள் பறவைகளை எடுத்துவரத் தொடங்கின. இந்த வேலையில் அதிக சிரத்தை காட்டாத ஸேன்டிகூட எடுத்துவந்தது. முட்டாள்தன நாய் எதுவும் செத்த பறவையைப் பொறுக்க முடியும், தனது வாயை உதிர் இறகுகளால் நிரப்பிக்கொள்ளவும் கூடும் என்பது அதன் எண்ணம். ஆனால் இப்பொழுது அவற்றுக்கு வேலையில் உற்சாகம் ஏற்பட்டிருந்தது. எதிரிகளை அவை சேகரம் செய்தபோது, ஒரே குண்டினால் அடிக்கப்பட்ட ஆறு பறவைகள் என் அங்கியில் இருந்தன. விடை மிக எளியதுதான். நான் ஆண் பறவையை நோக்கிச் சுட்டபோது, அதன் உறவினரில் சில பாதுகாப்பு முன்னணி வருந்து அதனுடைய பக்கமாய் வந்துள்ளன; நான் அந்த வரிசை முழுவதையும் சுட்டு, பக்க அணியைத் தகர்த்துவிட்டேன்.

ஸேன்டி கடைசிப் பறவையைக் கவ்வி வந்து, தரைமீது போட்டது. இழ பிராங்கைப் பார்த்துக் கண் சிமிட்டியது. அந்தச் சிறுவனைப் பார். அவன் வீடு போய்ச் சேர்வதற்குள், தான் அதை வேண்டுமென்றே செய்ததாக எண்ணிக்கொள்வான். அடுத்த வருஷம் இதே சமயம் இவன் இதைப் பற்றிச் சொல்லும்போது இது பன்னிரண்டு பறவைகள் ஆகியிருக்கும் என்று ஸேன்டி சொல்லிற்று. பிராங்க் சிரித்தது; ஆமோதித்துத் தலையசைத்தது.

ஈரம் சொட்டும் காடு நெடுக நாங்கள் வேட்டையாடினோம். பறவைக் கூட்டம் இருக்கும் என்று எண்ணிய ஒவ்வொரு இடத்திலும் ஒரு கூட்டம் இருந்தது. நான் அன்று எதையும் தவறவிட இயலவில்லை. தனிப் பறவை ஒன்றின்மீது நான் இரு குழல்களையும் வெடிக்க நேர்ந்தது. அவ்வளவே. அதிகப்படியான அந்தக் குழல் மருந்துக்கு உரியதைச் சிறிது நேரத்துக்குப் பிறகு நான் அடைந்துவிட்டேன். எல்லாப் பறவைகளும் ஒழுங்காக எழும்; மேலே கிளம்புவதற்கு முன் நாயின் மூக்குக்கு வெகு சமீபத்திலேயே ஓடுங்கிக் கிடக்கும் தினங்களில் இதுவும் ஒன்று. தனிப் பறவைகள், பாறையில் அப்பியிருக்கும் இப்பிகள் போல், தரையோடு ஒட்டிக்கிடந்தன. அவற்றை உதைத்துத்தான் கிளப்ப வேண்டியிருந்தது. நீரில் நனைந்த பறவைகள் மெதுவாகவே பறக்கும். எனவே அது கொலை மாதிரிதான்.

அந்த நாளின் எண்ணிக்கையைப் பூரணமாக்கும் விதத்தில், அதிகப்படியான குண்டுக்கு ஈடாக நான் பெற்றது பிராங்க் தந்த பரிசேயாகும். கடைசிக் கூட்டத்தில் சுட்டேன். ஒரேதடவையில் இரண்டு கிடைத்தது. என் அங்கியில் பதினான்கு பறவைகள் சேர்ந்திருந்தன. இரண்டு பறவைகளையும் எடுத்து வந்த பிறகு பிராங்க், கூட்டத்தின் இதர பறவைகள் ஓடிச்சென்ற பெரிய, பயங்கரமான, கரிய சதுப்பினுள் மறைந்தது.

ஒரு வருஷத்துக்கு முன்பென்றால், அது முட்டாள் மாதிரிச் செயல் புரிகிறது என நான் எண்ணியிருப்பேன். ஆனால், நான் கூறியது போல. நாய்கள் எனக்கு வெகு நல்ல பயிற்சி தந்திருந்தன. பிராங்க் பறவைக் கூட்டத்தைத் துரத்திப் போகும் நாய் அல்ல. நான் ஒரு பறவையைச்சுட்டு, தெரியாமலே அதைக் காயப்படுத்தியிருக்கலாம்; அதன் ஒரு கால் தொங்கியதையோ அல்லது எதையோ பிராங்க் பார்த்திருக்கவேண்டும் என்று நினைத்தேன். மரக்கட்டை ஒன்றின்மீது நான் அமர்ந்தேன். மழை நீர் என் முகத்தைத் தாக்கியது. கிழ ஸேன்டி என் அருகில் உட்கார்ந்தது. சிறு குழந்தையைத் தன்னால் அடக்கமுடியாதபோது பெரியவர் செய்வதுபோல, அதுவும் தன் தோள்களைக் குலுக்கியது. அந்த அடிமுட்டாள் நாய் ஒரு காட்டு வாத்தைத் துரத்திச்சென்று, தன்னையே அந்தச் சதுப்பில் மூழ்கடிக்க விரும்பினால், அப்படியே செய்யட்டும் அது எனக்குச் சரிப்படாது, தம்பி. சுற்றுப்பக்கத்தில் மிக நிறையப் பறவைகள் உள்ளன என்று ஸேன்டி தன் குலுக்கலோடு கூறியது.

பிராங்க் சுமார் அரை மணி நேரம் போயிருந்தது. அது திரும்பி வந்தபோது, நீரில் மூழ்கிய எலியைவிட அதிகம் நனைந்திருந்தது. ஆனால் அது உயிருள்ள ஒரு பறவையைத் தன் வாயில் பற்றியிருந்தது. ஓடிப்போனதை அது அரை மைல் துரத்தியுள்ளது என்பது புரிந்தது. நான் அந்தப் பறவையின் கழுத்தை முறித்து, அதையும் என் அங்கியுள் திணித்தேன். தாத்தாவை அழைப்பதற்காகக் கடைக்குத் திரும்பினேன். மிஸ்டர்காக்ஸின் தொந்தி வயிற்று அடுப்பின் பிரகாசமான நெருப்பருகே நாங்கள் வந்ததும், தாத்தா உரக்கச் சிரித்தார். நாங்கள் நனைந்த நாய்கள், நனைந்த பையன், நனைந்த கோட்டு நிறைய உருக்குலைந்த பறவைகள் வேடிக்கைக் காட்சியாகத் தான் தோன்றியிருக்க வேண்டும்.

தாத்தா உண்மையிலேயே சாமர்த்தியமானவர்தான். "எத்தனை குண்டுகள்?" என்று கேட்டார்.

"ஒன்பது."

"எத்தனை பறவைகள்?"

"பதினைந்து" என்று, மன்னிப்புக்குரிய பெருமையோடு, நான் சொன்னேன்.

“அது எப்படி நிகழ்ந்தது என்று இப்பவே சொல்லாதே. நீ அந்த நனைந்த உடைகளைக் களையவேணும் என்று விரும்புகிறேன். உன் ஜம்பப் பேச்சைக் கேட்பதற்குப் போதிய பலம் பெற எனக்கு உணர்ச்சி மருந்து சிறிது தேவை என்று நினைக்கிறேன். ஆனால் எனக்கு ஒரு விஷயம் சொல்லிவிடு: பிப்ரவரி மாதப் பறவை வேட்டை பற்றி நான் சொன்னது சரிதானே?” என்றார் தாத்தா.

“ஆமாமய்யா. ஆனால், பொதுவாகக் காட்டில் உள்ள எதைப் பற்றியும் நீ தவறாகப் பேசுவதில்லையே” என்றேன்.

நாங்கள் மழையில் வெளியே வந்து, காரில் ஏறும்போது தாத்தா சொன்னார்: “உன் போன்ற இளையவனிடமிருந்து வரும் மிகுந்த ஞானமுள்ள கூற்று அது. அதனால் நான் உயர்வாகப் புகழப்படுகிறேன். உனக்கு இது சிறந்த உணர்வு அளிக்குமானால், தெரிந்துகொள் நான் சிறியவனாக இருந்தபோதுதான் என் தவறுகளை எல்லாம் செய்தேன். இன்று ஒரு கிழவனுக்கும் ஒரு சிறுவனுக்கும் உள்ள வித்தியாசம் அது தான். இளமை தவறுகள் செய்யவே ஏற்பட்டுள்ளது. நமது ஞானத்தை விளைஞருக்குப் பதியவைப்பதலைக் உள்ளது முதுமை அட கடவுளே, இன்று பயங்கரமான நாள். இல்லையா?”

“இது ஒரு அழகான நாள்” என்றேன் நான்.

20. எண்ணிப்பார்க்க ஏற்ற மாதம்

"**மா**ர்ச் எண்ணிப்பார்க்க ஏற்ற இனிய மாதம். அப்பொழுது நாம் வேறெதுவும் செய்ய முடியாததுதான் காரணம் என நான் நினைக்கிறேன். வாழ்வின் இலையுதிர் காலத்தில்தான் நாம் கிழடாகிறோம் என்று எவரையும் சொல்ல அனுமதிக்காதே. மார்ச்சில் அது ஏற்படுகிறது" என்று தாத்தா சொன்னார்.

நமது கொடிய எதிரிக்குக் கூட நாம் அளிக்க விரும்பாத ஒரு நாளில் நாங்கள் உட்கார்ந்திருந்தோம். சும்மா இருந்தோம். நம் பற்களை உதிர வைக்கும் விதத்தில் காற்று வீசியது. நாம் வீட்டை விட்டு வெளியே வரும் ஒவ்வொரு சமயமும் நமது சருமத்தை அரித்தெடுப்பது போன்ற உணர்வு ஏற்பட்டது. ஒரு சில மலர்கள் தலை தூக்கின. உடனே, யாருமே எதிர்பார்த்திராத புதிய உறைபனி வந்தது. புஷ்பங்கள் தம் தலைகளைச் சுருட்டி மடக்கிக் கொண்டன. வாத்துக்கள் வடக்கே பறந்துபோக இன்னும் கொஞ்சம் நாளாக வேண்டும். இப்போது எல்லாம் முடிந்திருந்தன – காடைகள் காலம் தீர்ந்தது; மீன் பிடிப்புதுவங்கவில்லை; அந்நாட்களில் டெலிவிஷன் கிடையாது.

நான் எழுந்து, வெளியில் மழை பெய்யும்போது திரியும் அமைதியிழந்த பூனை போல், அங்குமிங்கும் நடக்கலானேன். நான் நடப்பதைத் தாத்தா சற்றே கவனித்தார். பிறகு மீசைக்குள்ளாகக் கிளுகிளுத்துச் சிரித்தார். இருந்த

வல்லிக்கண்ணன் | 255

இடத்தில் இருப்பதையே அவர் விரும்பினார். அவர் நடக்க ஆசைப்படவில்லை. எங்கும் போகவுமில்லை.

"கலோமல் குணப்படுத்த முடியாத கோளாறு எதுவும் உனக்கு ஏற்பட்டுவிடவில்லை என்று நான் நினைக்கிறேன். நீ ஒரு நிமிஷம் உட்காருவதானால், சிறு உபதேசம் ஒன்று உனக்குச் சொல்வேன். அது இதுதான்: ஒருவரும் இளமையை என்றுமே திரும்பப் பெற்றதில்லை. எவராவது அப்படி அடைந்திருந்தால் அதுபற்றி நான் கேள்விப்பட்டிருப்பேன். நானும் அதை வாங்கியிருப்பேன். ஆகவே, ஒரு மனிதன் செய்யவேண்டியது என்னவென்றால், வயது அதிகம் ஆக ஆக, அவன் சிறிது நேரத்தை ஒதுக்கிக்கொண்டு, முன்பு தான் செய்த – அநேகமாக இனி என்றுமே தான் செய்ய முடியாத – காரியங்களை நினைத்துப் பார்க்க வேண்டும், நமது வலிமையை மீண்டும் பெறும் வழி அதுதான் உணர்வு அஜீரணம் ஏற்படாதவாறு தடுக்கும் இனிய முறையும் அதுவே. நீ செய்ததை எல்லாம் எண்ணிப் பார்த்து அலுத்துப் போனால். வருங்காலத்தில் நீ என்ன செய்ய விரும்புகிறாய் என்று எண்ணுவதில் உண் நேரத்தைச் செலவிடலாம். நீயே மெச்சும் விதத்தில் அண்மையில் ஏதாவது செய்தது உண்டோ?" என்றார் அவர்.

"ஆமய்யா. அநேக காரியங்கள்" என்றேன்.

"நல்லது பையா. அவற்றை நீ உன் மூளையில் புதுப்பித்து, அச் செயல்களைச் செய்தபோது உனக்கு எப்படி இருந்தது என்று என்னிடம் சொல்லு. சிறு விஷயங்களில் வெகு அதிகம் உன் ஞாபகத்தில் இராது என்று நான் பந்தயம் கூறுகிறேன். புகழ்ச்சிக்கு உரிய வேட்டைப் பொருள்களோடு நீ வீடு திரும்பினாயே, அன்று நான்கு வாத்துக்களை எப்படிச் சுட்டாய் என்பதிலிருந்து தொடங்கு" என்று தாத்தா கூறினார்.

நான் நான்கு வாத்துக்களைச் சுட்டு, புகழத்தக்க வேட்டைகளோடு வீடு திரும்பிய தினம் போன்ற ஒரு தினம் என்றுமே இருந்ததில்லை. ஒன்பது குண்டுகளில் பதினைந்து காடைகளைச் சுட்டது எதிர்பாராத ஒரு நாள் ஆகும். ஆனால், தற்செயல் நிகழ்ச்சிகள் கணக்கில் சேரா ஒவ்வொருவரும் பூரணத்துவத்தை ஒரு முறை எய்துகிறார்கள். அன்று நான் அதை அடைந்தேன்; அது என் கைக்கு எட்டியுள்ளது என்றும் அறிந்தேன். ஆனால் அன்று நான் அதை நிர்ணயிக்க முயலவில்லை. அது எனக்குக் கிட்டிவிட்டது என்று தானாகவே உணர்ந்தேன்.

அது இப்படி நிகழ்ந்தது: மாகாணத்தின் கீழ்க் கோடிக்கு, ஹாட்டராஸ்

பகுதிக்கு, நான் சில நண்பர்களோடு போயிருந்தேன். கனடா வாத்துக்களுக்கு அது நேர்த்தியான பெரும் வருஷம். ஒருவரும் அவற்றை அதிகமாகச் சுடவில்லை. அதனாலேயே "நேர்த்தியான" என்கிறேன். வேட்டை நேரம் முடியும் வரை, அவை அகன்ற நீர்ப்பரப்பின் மீது இருக்கும். பிறகு இரை தேடிச் சோள வயல்களுக்குள் பறந்து போகும். கடியாரம் வைத்துக் கொண்டு அவை செயல் புரிந்திருக்கவேண்டும். ஏனெனில், ஒழுங்கான சுடுதல் முடிந்ததும் அவை கூச்சல் போடுவதை நன்கு கேட்க முடியும். பிறகு அவை கோழிக் குஞ்சுகள் போல் சாதுவாக இரையுண்ண வரும்.

செய்வதற்கு அதிகமாக எதுவும் இல்லாததால், நான் பணயம் கூறிக்கொண்டேயிருந்தேன். அவற்றின் காலக் கணிப்புக் குறி தவறுதலாக முடியும். அவ் வாத்துக்களில் சில கொஞ்சம் முன்னதாகவே அந்த நீர்ப்பரப்பை விட்டு வெளியேறும். அப்படி அவை வரும்போது நான் தயாராக இருப்பேன் என்றுதான். ஆகவே, சோள வயலில் உள்ள ஒரு கால்வாயில் நான் எனக்காக ஒரு கூண்டு அமைத்து, இரண்டு துப்பாக்கிகளுடன் காத்திருந்தேன். அவை இரண்டுமே 12 இனம்; இரட்டைக் குழல் பெற்றவைதான் வாத்துக்கள் ஒரு மணி நேரம் முன்னதாக வரத் தீர்மானித்தால், நான் துப்பாக்கி பற்றாது திகைக்க விரும்பவில்லை. இரண்டிலும் நிர். 1 குண்டுகளைக் கெட்டித்தேன். நீர்.1. குண்டுகள் ஒரு மானைச் சுடுவதற்குப் போதிய அளவு பெரிதாக இருக்குமெனில், வாத்தைக் கொல்லவும் அது போதும் என்று எனக்கிருந்த இளமை உற்சாகத்தில் நான் எண்ணினேன்.

ஒவ்வொரு நாளும் நான் அங்கு போய், சோள வயலில் உள்ள எனது சிறு மறைவிடத்தில் காத்திருந்தேன். ஒவ்வொரு தினமும் வேட்டை நேரம் தீர்ந்த பிறகே வாத்துக்கள் வந்தன. ஒவ்வொரு நாளும் நான் எழுந்து, இரண்டு துப்பாக்கிகளோடு திரும்பினேன். நான் ஏமாற்றாததன் காரணம் வெகு எளியது. வேட்டைப் பாதுகாவலருடன் எப்பொழுதாவது ஏதேனும் தொல்லை ஏற்படுமானால், அவர் வார்டன்கள் பக்கமே சேருவார் என்றும், நான் சிறையில் கிடந்து தவித்தால் அவர்கவலையுறப் போவதில்லை என்றும் தாத்தா சொல்லிவிட்டார். வேட்டைச் சட்டங்கள் காரியார்த்தமாகவே இயற்றப்பட்டுள்ளன. அவற்றை அனுஷ்டித்தால் தான் அடுத்த வருஷம் சுடுவதற்கும் கொஞ்சம் மிஞ்சும் என்று அவர் கூறினார்.

அன்றுதான் நான் குண்டுகளை மாற்றினேன். வாத்துக்கள் வராததனாலும், எனக்கு அலுப்பு ஏற்பட்டதாலும், நாள் வெகு தூரத்திலிருந்த ஒரு காகத்தைச் சுட்டேன். முற்றிலும் கெட்டித்த,முப்பது அங்குல இரட்டைக் குழல் துப்பாக்கியால் அதைச் சுட்டேன். சுமார் அறுபது கெஜ தூரத்தில் அது

கல் போல் கீழே விழுந்தது. மற்றொரு நாள் சில புறாக்களைச் சுட்டேன். ஏனெனில் அன்றும், வாத்துக்கள் உயரமாக V வடிவில், சாப்பாட்டைப் பற்றி, தீவிரம் இல்லாமலே, குரல் கொடுத்தபடி பறந்தன. ஆனால், முடிவில் நான் பொறுமையின் மதிப்பைக் கற்றேன்; சுடாது சும்மா அங்கேயே இருந்தேன். என்றாவது வாத்துக்கள் வரும்; நான் காக்கைகளையும் புறாக்களையும் சுடாதிருந்தால் அவை அவசியம் வந்தே தீரும் என்று நான் கருதினேன்.

இலையுதிர் காலத்தின் பிற்பகுதி அது. சோளக் கொண்டைகள் உறை பனியால் பழுப்பேறித் தோன்றின. சுருண்ட மஞ்சள் இலைகளில் புகையிலை விஷ நீர் ரேகைகள் போல் கறை படிந்திருந்தன. வெறித்தனமாக வளையும் தண்டுகளில், நன்கு விளையாத தானிய மணிகள் இன்னும் நிறையவே இருந்தன. அம்மணிகளின் உச்சியில் காய்ந்த கரும் பழுப்பு நிற மீசைகள் இருந்தன; உள்ளேயிருக்கும் விதை தெரியும்படி உமிகள் பிரிந்திருந்தன. சோள வயலில் எவ்வளவு தனிமை உணர்வு ஏற்படுமோ, அப்படித் தனிமை நிலவியது. பழைய சோள வயலைப் போல் மக்கிப் பாழடைந்தது வேறெதுவும் இல்லை. ஆயினும் அங்கே இன்னும் உணவு நிறையவே உண்டு. அதை வாத்துக்கள் அறிந்திருந்தன. அதைத் தின்று தீர்க்கும் வரை அவை அங்கிருந்து போகா. அதைக் காலி பண்ணும் வேலையை அவை இன்னும் சரியாகத் தொடங்கக்கூட இல்லை.

இலையுதிர் காலப் பிற்பகுதி நாள். அதன் மட்டில் கூட அற்புதமான விஷயம்தான், ஏனென்றால், பன்றி கொல்லும் வேளையில், எங்காவது எரிந்துகொண்டிருக்கும் தீயின் மரப் புகையினால் சூரியன் ரத்தச் சிவப்பாகத் தோன்றும். பிற்பகல் இறுதியில் தரை சாம்பல் நிறமாகி குளிர்ச்சி அடைந்து, கடுமை பெறுகிறது. மூன்றரை மணியிலிருந்து, வீட்டிலுள்ள நெருப்பருகே போய்ச் சேரும் வரை நம் கை விரல்கள் விறைத்திருக்கக் காண்கிறோம். தனித்த ஓசைகள் எல்லாம் சீக்கிரமாகவே கிளம்புகின்றன: சிதறிய காடைகள் மீண்டும் கூட்டமாய் சேர ஒன்றை ஒன்று கூவி அழைக்க முயலும்; எங்கோ வெகு தொலைவில் ஒரு பசு வருத்தமாய், நம்பிக்கையிழந்த குரலில் கத்தும். காக்கைக் குரல்கூடல் கோபமாய் ஒலிப்பதற்குப் பதில் சோகமாய் தொனிக்கிறது.

அப்புறம் வாத்தின் இரைச்சல். அது வேகப் பிதற்றல் அல்ல. நிஜமான ஹாங்காரமும் அல்ல. அது வெறும் வாத்து ஒலியேயாகும். ஏரியிலிருந்து, அல்லது சதுப்பிலிருந்து, முதிர்ந்த ஆண் வாத்து தன் குரலை உயர்த்தி, தனது மந்தை எத்திசை செல்லும் என்பது பற்றிய சரியான செய்திகளை ஒலிபரப்புகையில், அது வேறு எதைப் போலவும் தொனிப்பதில்லை.

ஆகாயத்தில் செல்லும் வாத்தின் ஒலி சங்கீதம்தான். அந்த வாத்து கீழிறங்காது என நாம் அறியும்போது அதன் ஒலி சோக கீதமாகும். அது கீழே இறங்குவதற்காகப் பெரும் வட்டமிட்டு, சிறகடிப்பை நிறுத்தி, குளிர்ந்த தெளிவான ஆகாயத்தில் சிறகுகளைச் சரிவாக வைத்து, உயரத்தைக் குறைத்து, படிப்படியாகக் குறைந்து வரும் ஒழுங்கு முறையில் வழுக்கி, தனது கால்களைத் தாழ்த்தி, கனத்த ஓசையோடு வந்து அமரும் வரையில் அதன் கத்தல் அழகிய சங்கீதம்தான்.

வாத்து பற்றிய முக்கிய விஷயம், அது கூர்மையான பார்வை உடையது. அது கீழே இறங்குவதற்கு முன்னர், தனது பாம்புக் கழுத்தைத் தணித்து, தலையைக் கீழே நீட்டி, நிலத்தை நன்கு பரிசோதிக்கும். அப்பொழுது நாம் கண்ணைக்கூட அசைக்கலாகாது. ஒரு வாத்து உற்று நோக்கும் போது, நாம் அசையவே கூடாது. எனினும், ஒரு வகையில் அது முட்டாள்தான். நான் மிகப் பெரியவனான பிறகு, லூஸியானாவில் நீல வாத்துக்களைச் சுட்டேன். மோசமான அழைப்பைக் கேட்டுக்கூட அவை வந்துவிடும். அவை சிறியனவாகவும், தாயை இழந்துமிருந்தால் அவசியம் வரும். ஒரு கம்பியில் செருகிய பத்திரிகைத் தாள் ஒன்றையோ, அல்லது தரைமீது கிடக்கும் செத்த உறவினனையோ கண்டாலும் அவை வரும்.

ஆனால், என் ஞாபகத்தில் நிற்கும் அந்த ஒரு தினத்தில், வாத்துக்கள் சீக்கிரமாகவே நீரை விட்டுக் கிளம்பின. நான் எனது குறுகலான, சிறிய பதுங்கும் இடத்தில் அசையாதிருந்தேன். கிளர்ச்சி அடையாமலும், தேவையான நேரத்துக்கு முந்திச் சுடாமலும், இறங்கிக்கொண்டிருந்த மூன்று வட்டங்களையே நான் கவனித்தேன். தசையின் சிறு துணுக்கைக்கூட அசைக்கவில்லை. இறங்குவதால் அபாயமில்லை என்று, முதிர்ந்த பதினைந்து ராத்தல் கனமுள்ள வாத்து தீர்மானித்ததும், தன் கூட்டத்துக்கு ஒரு குரல் கொடுத்தது. எல்லாம் தணிந்து இறங்கின.

வரும்பொழுது இரண்டை நான் சுட்டேன். பிறகு ஒரு துப்பாக்கியை வைத்துவிட்டு, இன்னொன்றை எடுத்தேன். போய்க் கொண்டிருந்த இரண்டைச் சுட்டேன்.

என் வாழ்வில் நான்கு வாத்துக்கள். எல்லாம் ஒரே சமயத்தில் விழுவதுபோல் தோன்றுவதை நான் ஒருபோதும் கண்டதில்லை. சுடப்பட்ட விமானங்கள்போல் அவை விழுந்தன. வெடிகுண்டு விழுவது போல் தரையைத் தாக்கின. ஒன்றே ஒன்றுதான் கடைசியில் சுடப்பட்டது காயம் பெற்றிருந்தது. நான் பற்றியிருந்த துப்பாக்கியில் புதிதாக ஒரு குண்டு போட்டு, அதன் தலையில் அடித்தேன். உடனே அது உயிரைவிட்டது. ஆகாயத்தில்

பொங்கிய ஆத்திரம் குறிப்பிடத் தகுந்தது. கிழட்டு ஆண் வாத்து கீழ் நோக்கி நேராக விழுந்ததும், மற்றும் மூன்று கும்பலிலிருந்து பிரிந்ததும், துரோகம் என்று திடமான குற்றச்சாட்டு எழுந்தது அங்கே. உயிர் தப்பியவை தெற்கு நோக்கி விரைந்தன. குறை கூறிக்கொண்டே பறந்து போயின.

உணர்ச்சிகளை வர்ணிக்க ஆரம்பம் செய்யவும் முடியவில்லை என்னால். ஒரேசமயத்தில் நான்கு கனடா வாத்துக்கள் தரை மீது செத்துக் கிடக்கையில், எதை முதலில் எடுப்பது என்றே புரியாது. கிளர்ச்சியுற்ற கிழவி மாதிரி, நான் ஒன்றிலிருந்து இன்னொன்றுக்கு ஓடினேன். வாத்துக்களை நான் பார்த்த முறைப்படியே, இப்பொழுதும் எடுப்பது என்று தீர்மானித்தேன். வரும்பொழுது சுட்ட இரண்டில் ஆரம்பித்து, உயிரைப் போக்குவதற்காக நான் மறுபடியும் சுட நேர்ந்த வாத்தைக் கடைசியாக எடுத்தேன்.

எனக்கு, ஒரு மேலங்கியில் பத்துக் காடைகள் சேருவதே பெரிய நிகழ்ச்சிதான். நான்கு கனடா வாத்துக்கள் – முதிர்ந்து கழுத்து வளையம் பெற்றவை நான்கு கிடைத்தது ஒரு விருந்து. ஒரு பாக்கியம், வண்டி நிறைய வெற்றிப் பொருள் கிட்டியது போல. ஒரு சிறு பையன் இரண்டு பெரிய துப்பாக்கிகளையும் நான்கு முதிர்ந்த வாத்துக்களையும் எப்படிச் சுமந்து சென்றான் என என்னால் சொல்ல முடியாது. ஆனால் நான் சமாளித்தேன். அந்தச் சுமையை ஒரு கையால் பற்றி வீட்டுக்குப் பறந்து போயிருக்கலாம் என்று நினைக்கிறேன்.

ஒரு வாத்தின் இறகுகளைப் பிடுங்க அதிலும் விசேஷமாக, உலர்ந்த இறகுகள் தலையணையில் திணிப்பதற்குத் தேவைப்படுமென்றால் – அதிக நேரமாகும். நான்கு வாத்துக்களில் சேகரிக்க, எவ்வளவோ நேரம் பிடிக்கும். ஆனால் ஏனோ நான் காலத்தைச் செலவிடுவது பற்றிக் கவலைப்படவில்லை. கிழட்டுத் தலைமை ஆண் வாத்து, வெள்ளைத் தோலைவிட, கடினமாக இருந்தது. ஆயினும் நான் அதை மகிழ்வுடன் தின்றேன்.

துப்பாக்கிகள் புதிய கௌரவம் பெற்றுவிட்டதாக நான் நினைத்தேன். ஏனென்றால், ஒரே தடவையில் நான்கு கனடா வாத்துக்கள் சுட்ட எவரையும் நான் ஒருபோதும் சந்தித்ததில்லை. இனி என்றுமே நான்கு கனடா வாத்துக்களுக்குக் குறைவாக சுட விரும்பாத ஒரு மனிதனைப் போல் நானும் இருந்தேன்.

இதையே நான் தாத்தாவிடம் கூற முயன்றேன். "நான் நான்கு யானைகளைச் சுட்டது போலிருந்தது அது. அத்தகைய மாபெரும் நாள் என் வாழ்வில் என்றுமே எதிர்ப்படவில்லை. சிதறி ஓடிய தனிப் பறவைகளை நாம் வேட்டையாடினோமே ஒரு நாள்"

தாத்தா தன் கையை உயர்த்தி, என் பக்கம் மெதுவாக நீட்டினார். “வேண்டாம். இன்று இதற்கு அதிகமாக நினைவு கூற வேண்டாம். இல்லையேல், உன்னை ஒரு தொணதொணப்பன் என்று எல்லோரும் சொல்வார்கள். வாத்துக்களைப் பற்றிப் போதுமான அளவு எண்ணி விட்டாய். மார்ச் மாதத்தின் அடுத்த மழை நாளன்று நினைத்துப் பார்ப்பதற்காக நீ சிலவற்றைச் சேமிக்க வேண்டும். ஆயினும், எனக்கு ஒரு விஷயம் சொல்லு, அந்த நாளைப் பற்றி மிகத் தெளிவாக நினைவில் நிற்பது எது?” என்றார் தாத்தா.

எண்ணும்முன்பே பதில் சொன்னேன் நான்: “அந்த நாள். அது முழுவதுமேதான். அதில் உள்ள சின்ன விஷயங்கள் எல்லாவற்றையும் விடப் பெரிதானது எதுவும் உண்மையாக அதில் இல்லை. சோள வயலில் கால்வாயுள் உட்கார்ந்து அதைத் தொடங்கியபோதே அதிர்ஷ்டமிருப்பதை நான் உணர்ந்தேன். வாத்துக்கள் வரக்கூடிய ஒரே ஒரு நாள் அது என்பதை ஒருவாறு அறிந்தேன். அதை அறிந்தேன் எனவும் நான் அறிந்தேன். அதுதான் ஒற்றைத் தனிப் பெரும் விஷயம். அதற்குரிய சரியான நாளாக அது அமையும் என நான் அறிந்தேன்.”

“நல்லது. ஒன்றை நினைவு வைத்துக்கொள். மீண்டும் நீ எண்ணிப் பார்க்கத் தொடங்குகையில், ஒரு நாளை மாண்புபடுத்தும் எல்லா விஷயங்களையும் விடப் பெரியது எதுவும் எந்த ஒரு நாளிலும் கிடையாது என்பதை ஞாபகப்படுத்திக்கொள். நீயும் என்னளவு பெரியவனானதும். இது உனக்குக் குறிப்பிடத் தகுந்த சுகம் தரும். நான் என்ன சொல்ல விரும்புகிறேன் என்பதை நீ புரிந்து கொண்டாயா?” என்று தாத்தா எச்சரித்தார்.

“ஆமய்யா, நிச்சயமாய்” என்றேன். ஏனென்றால் இது என்னையும் மீறி மிகவும் ஆழ்ந்து போய்க் கொண்டிருந்தது.

உண்மையில், நான் புரிந்துகொள்ளவேயில்லை. மேடையினின்று அகலவே நான் அவாவினேன். ஆனால் இன்று எனக்குப் புரிகிறது. நான் வெகு சிரத்தையோடு ஒரு யுத்தம் பற்றிக்கூட எண்ணிப் பார்க்கிறேன். நான் ஞாபகப்படுத்துகிற எந்த ஒரு நாளிலும், அன்றைய காலை உணவாக நான் பெற்றதை விடப் பெரிய நிகழ்ச்சி ஒன்றுகூட இல்லைதான்.

21. வேட்டை வெறி

அன்றைய தினம் கருமையாக இருந்தது. காற்று குடா நீரை நுரை எழக்கலக்கியது. மேகங்கள் தாழ்ந்து, அச்சுறுத்திப் புரண்டன. பனி வரும் போல் தோன்றியது. வீட்டின் கதகதப்பில் புகுந்ததும் என் காதுகள் தீப்பிடித்துக்கொள்ளும் போலிருந்தன. சிறு துளிகள் என் மூக்கில் தொங்கி நின்றன. என் கைகள் குளிர் நீரால் சுருக்கமுற்று, ரேடிஷ் கிழங்குகள் போல் சிவப்பாய் விளங்கின. சேறு நிறைந்த பூட்ஸில் சிக்குண்ட பாதங்களில் எவ்வித உணர்வுமில்லை. என் வாழ்வில் அதுபோன்ற ஆனந்தத்தை நான் என்றுமே அனுபவித்ததில்லை.

"நம் இருவரையும் பாரேன். விறைத்துப் போனோம். நிமோனியாவால் நமக்கு மரணம் ஏற்படலாம். நனைந்து, சகதி படிந்து, துக்ககரமாய் தோன்றுகிறோம். ஆனால் நாம் இருவரும் ஒருவரை ஒருவர் பார்த்து செஷயர் பூனைகள் போல் பல்லிளிக்கிறோம். நாம் லூன் பறவைகள் போல் வெறி பிடித்தவர்கள் தான். ஆனால், வாத்து வேட்டையாளன் ஆவதற்கு ஒருவன் சிறிது வெறி பெறவேண்டியது அவசியமே. வயிறு நிறைய மீன் தின்ற கிழட்டு ஆண் மல்லார்ட் வாத்து ஒன்று தப்பிவிடக் கூடிய அளவுக்கு நம் பக்கத்திலே வரும் வாய்ப்பு கிட்டலாம் என்று எதிர்பார்த்து பனியில் உறையும்படி பதுங்கியிருப்பதற்காக, சரியான மன நிலை பெற்ற எவனும் உதயத்துக்கு முன்னரே விழித்தெழ மாட்டான்" என்று தாத்தா கூறினார்.

நாங்கள் பூரணமான ஒரு நாளை அனுபவித்தோம். தண்ணீரைக் கலக்கிய காற்று வாத்துக்களின் பெரிய கூட்டத்தைச் சிதறடித்தது. நீலப் பறவை நாளில் குடாவின் மத்தியில் வெறித்தனமாக அமர்ந்திருக்கும் அந்தக் கூட்டத்தைத்தான். தணிவாக அமைந்த மேக விதானம் அவற்றைத் துப்பாக்கி எல்லையினுள் அடக்கியது. ரகசியமான சிறு குட்டைகளிலிருந்த நீரைக் காற்று வெளியேற்றிவிட்டது. எப்பொழுதாவது ஒரு தடவை நிகழ்வது போல, இப்பவும் வாத்துக்கள் தங்குமிடம் தேடி அலைந்துகொண்டிருந்தன. பூனைகள் பேய் மருட்டிச் செடியிடம் வருவது போலவே, அவையும் வசீகரிக்கும் ஏய்ப்புகளிடம் வந்து சேரும்.

“பருவ நிலை சகாயம் செய்யும்போது, கறுப்பு மல்லார்ட் லாத்து போல் சுறுசுறுப்பானது வேறு எதுவுமில்லை. இங்கிருந்து ஜப்பான் வரை அது பார்க்க முடியும். ஒரு மைல் உயரத்தில் இருந்தபடியே அது போலி பொம்மையைக் கண்டு கொள்ளும். வழக்கமாக அது அவ்வளவு உயரத்தில் தான் பறக்கும். ஆனால் பருவ நிலை மாறி, காற்றும் அதிகமாக வீசினால், அத்துடன் சிறிது பனியும் சேர்ந்தால். அதுபோல் மடத்தனமானது வேறு எதுவும் இராது. சாதாரண வாத்தைவிட, முதிர்ந்த கனடா வாத்து பொதுவாக புத்திக் கூர்மை உடையது என்று நான் எண்ணுகிறேன். பருவ நிலை சரியாக இருந்தால், நாம் அவற்றை மறைவிடத்திலிருந்து மட்டையால்தான் அடிக்க வேண்டும். இன்று தாயை இழந்து தவித்த வாத்து எப்படி வந்தது?” என்றார் தாத்தா.

அசுத்தமான சாம்பல் நிற வானத்தில் பறந்த V அணியிலிருந்து விலகி வந்து, பரிதாபகரமாகக் கத்திக்கொண்டிருந்த, முக்கால்வாசி வளர்ச்சி பெற்ற ஒரு கனடா வாத்து பற்றியே தாத்தா குறிப்பிட்டார். அவர் அதைக் கண்டு பரிகாசமாய்ச் சிரித்தார். “சில பெரிய வாத்துக்கள் வெள்ளைத் தோலை விடக் கடினமாக இருக்கும். ஆனால் இந்தச் சின்ன வாத்து, உன் பாட்டியின் அடுப்புக்கு வெகு நேர்த்தியாக அமையும். இப்பொழுது நான் அதை எப்படிக் கீழே இழுக்கிறேன், பார். அதன் அம்மா மாதிரி நான் சுத்தப் போகிறேன்” என்றார்.

அவர் வாத்துக் குரல் கருவியை எடுத்து, ஒரு வாத்தின் அம்மா கூப்பிடுவது போல் ஒலி எழுப்பினார். ஒலிகளை எழுப்பும் வழி எதுவும் என்னிடமில்லை. ஆனால், தாத்தாவின் அழைப்பொலி எட்டிய உடனே. வழி தவறிய அந்த வாத்து தன் கழுத்தைக் கீழே தாழ்த்தியது. சிறகடிப்பை நிறுத்தி, மீன் மேல் பாயும் பருந்து போல, வானத்திலிருந்து கீழே வந்தது. அது நேரே எங்கள் மறைவிடத்திற்குள்ளேயே வந்தது. அதை நோக்கி நான் சுட்டேன். அபூர்வமாக எப்போதாவாவது ஒரு தடவை செய்யக் கூடிய செயல்களில் ஒன்றை நானும் செய்ததை உணர்ந்தேன் என் துப்பாக்கியை வெறுமனே சுட்டேன். அதைக் கெட்டிக்க நான் அடியோடு மறந்துவிட்டேன். அவ்வாத்து பறந்து சென்றது.

“வருத்தப்படாதே. அதை கெட்டி, நான் வாத்தை மறுபடியும் அழைக்கிறேன். இம்முறை நன்றாகச் சுடு. இல்லையேல் அதுவும் நம்மோடு இம் மறைப்பில் சேர்ந்துவிடும்” என்று தாத்தா கூறினார்.

வாத்தின் கூச்சலை அவர் மீண்டும் எழுப்பினார். அவ்வாத்து திரும்பியது. எங்கள் இடத்துக்கு நேராக வந்தது. இந்தத் தடவை நான் துப்பாக்கியில் குண்டுகள் போட்டிருந்தேன். அவற்றை அதன் தலையிலும் கழுத்திலும் சேர்த்தேன். அது பாறை மாதிரி வந்து விழுந்தது.

“இது இழிவான தந்திரம். ஆனால், இந்த அம்மா அழைப்பு மூலம். வழி தவறிய சிறு வாத்தை நீ எப்பொழுதும் உன்னிடம் கூப்பிடமுடியும்” என்றார் தாத்தா.

தாத்தா, அவர் காலத்தில், உயிருள்ள ஏய்ப்புகளைக் காட்டி வேட்டையாடி இருக்கிறார். அன்று அது சட்ட பூர்வமானதே. சக்தியில் ஊன்றிய ஒரு கம்பில் ஒரு பெண் மல்லார்ட் வாத்தைக் சுட்டுவார். அது ஒரு ஸ்திரீயைவிட அதிகமாக உரையாடும். தன் வால் மீது நின்று சிறகுகளை அடித்துக்கொண்டு, ஆகாயத்தில் செல்லும் கூட்டங்களை நோக்கிக் காதல் மொழி பேசும். அவை வேசுமாகத் திரும்பி, கால்கள் தொங்க, சிறகுகளை உயர்த்திக் கொண்டு கீழிறங்கும். செயலற்ற கால்களோடும் சிறகுகளோடும் தண்ணீரை நோக்கிப் பாய்கிற கொழுத்த மல்லார்ட் அல்லது ஊசிவால் வாத்து போன்ற வெகு சுலபமான குறி வேறொன்றும் கிடையாது.

நல்லது. காற்று நீரைப் பேய்க் குழம்பாகக் கலக்கியது. வாத்துக்கள் நிறைய வந்தன. நாங்கள் சுட்டுத் தள்ளினோம். சந்தேகமின்றி. மல்லார்டுகள் மிக அழகானவைதான். ஆனால் தாத்தா ஊசிவால்களைத் தான் அதிகம் போற்றினார். “மஞ்சள் பாதங்களும், சிறகுகளில் படிந்த சகல வர்ணங்களும், சுளுகுப் பாறை போன்ற பெரிய மஞ்சள் அலகும் பெற்ற ஃபிரஞ்சு வாத்து பகட்டானதே. ஆனால் நாம் அதை நம்ப முடியாது. அது சேற்று மடு வாத்து, அதற்குப் போதுமான தானியம் கிடைக்காவிட்டால், வயதான மீன் தின்னி மெர்கான்ஸர் போல, அதுவும் வயிற்றுக்கோளாறு வரும் வரை மீன்களைத் தின்னும். ஊசிவாலன் அப்படி அல்ல. அது அணிந்துள்ள கண்ணியமான உடைகளைப் பார். மல்லார்டோ நாட்டியசாலைக் கூத்தாடிபோல் காட்சி தருகிறது. ஊசிவாலன் மீன் தின்பதை நீ ஒருபோதும் காண முடியாது. அதைவிடப் பட்டினி கிடக்கும் அது” என்று அவர் சொன்னார்.

“கித்தான்முதுகு வாத்து பற்றி நீ நிறையப் படித்திருக்கிறாய். அது எனக்குத் தெரியும். தின்பதற்கு அது எவ்வளவு நேர்த்தியானது என்றும், காட்டின் இந்தப் பகுதியில் உள்ள அரசியல்வாதிகள் அனைவரும் தங்கள் பெரிய விருந்துகளில் கித்தான்முதுகையும், டெர்ராப்பின் வாத்தையும் தவிர

வேறொன்றையும் தின்னமாட்டார்கள் என்றும் படித்திருக்கிறாய். ஆனால், மீன் தின்னும் விஷயத்தில் மல்லார்ட் வாத்திடம் உள்ள ஒழுக்கம்தான் இந்தப் பழைய டப்பாக்களிடமும் உண்டு. நான் பூரணமாக சிபாரிசு செய்யக்கூடிய ஒரே ஒரு பெரிய வாத்து ஊசிவாலன்தான். சின்ன வாத்துக்களில், மீன் தன்மை பெற்ற டீலை நான் இதுவரை தின்றதில்லை. உண்மையைச் சொல்வதானால், சாப்பாட்டு விஷயத்துக்கு டீல் வாத்தைவிடச் சிறந்தது உனக்குக் கிடைக்காது."

வாத்துக்கள்... டீலை எடுத்துக் கொள். பாயும் மின்னலை விட வேகமாக அவை பறக்கும். காற்றாய் பறக்கும் ஒரு டீலைச் சுட நீ அதை முப்பது அடி முன்னிழுக்க நேரிடும். ஆனால், நாம் இதர வாத்துக் கூட்டங்களை நோக்கி ஒலி எழுப்பிக்கொண்டிருக்கையில், இவை வசிய பொம்மைகள் நடுவே வந்திறங்கி, அந்தக் குளம் தங்களுக்கே சொந்தம் என்ற பாவனையோடு சிதறி நீந்தும். இது பயன் அளிக்காது. டீல் வாத்து ஒரு தடவை நீரில் இறங்கி விட்டால், அப்புறம் அதை அங்கிருந்து விரட்டவே முடியாது. அதை நோக்கிச் சுட்டால்தான் ஆகும்."

காயம்பட்டவற்றைச் சுடுவதிலேயே வெடிமருந்தில் பெரும் பகும் பயங்கரமாகத் தீர்ந்துபோகிறது; தண்ணீரில் இருந்த டீல்களைச் சுடுவதில் என்னிடமுள்ள குண்டுகளை எல்லாம் காலி செய்தேன்; அவையோ மேலெழுந்து மெக்ஸிக்கோ நோக்கிப் போயின என்று நான் சாதாரணமாகக் குறிப்பிட்டேன்.

தாத்தா பதில் கூறினார்: "இதை முழுவதும் நான் உனக்கு விளக்கிவிட இயலாது. ஆனால் நீரில் மிதக்கும் வாத்து ஒரு பனிக்கட்டி மாதிரிதான், அதில் பத்தில் எட்டுப்பாகம் நீரினுள் இருக்கும்; தண்ணீர் தகரக் கூரையைப் போலவே குண்டைச் சிதறடிக்கும். இதை நீ நினைவில் நிறுத்து வாத்தைக் கொல்வதற்கு, அதன் தலையைக் குறிவைத்துச் சுடவேண்டும். ஏனென்றால் அதன் சிறகுகள் மடங்கியிருக்கும். சிறகுகளின் தோகையும் முதுகு இறகுகளும் தண்ணீரைப்போலவே குண்டைச் சிதறடிக்கும். வேட்டை நிபுணத்துவம் என்ற பிரச்னையை ஒதுக்கிவிட்டுப் பார்த்தாலும், எல்லா ரகமான பறவைகளிலும், உட்கார்ந்திருக்கும் ஒன்றைச் சுடுவதைவிட, பறக்கும் பறவையைச் சுடுவதுதான் மிகமிக எளிது என நான் கவனித்திருக்கிறேன். பறக்கும் பறவை தாக்குதலுக்கு இலக்காகக்கூடிய தன் பாகங்களை மென்மையான இறகுப் பகுதிகளை எல்லாம் வெளிப்படுத்துகிறது; அதைச் சுடுவதற்கு வாய்ப்பு அளிக்கும் முறையில் தனது சிறகுகளையும் பரப்பிக் கொள்கிறது. சிறகுகளை ஒடுக்கிக்கொண்டு உட்கார்ந்திருக்கையில் அது பாதுகாப்புக் கவசம் தரித்ததுபோல் விளங்குகிறது.

“இன்னும் ஒரு விஷயம். ஒரு படகில், அல்லது மறைவிடத்தில் நின்று, தண்ணீரில் குறி பார்த்துச் சுடுகையில், துப்பாக்கி அமைப்புக்கு ஏதோ நேர்ந்துவிடுகிறது. என்ன அல்லது எப்படி என்று என்னைக் கேளாதே. எனக்குத் தெரியாது. துப்பாக்கிகள் மேல் நோக்கி, அல்லது நேராகச் சுடுவதற்காகவே செய்யப்பட்டுள்ளன; கீழ்நோக்கிச் சுடுவதற்கு அல்ல. என்னைவிடப் புத்திக் கூர்மை பெற்றவன் இதைத் தெளிவுபடுத்தக்கூடும். இருப்பினும், அதை நம்புவதற்கு நீ செய்யவேண்டியதெல்லாம். அடுத்த முறை வாத்தைக் காயப்படுத்தும்போது, குண்டுகள் எப்படி ஒழுங்கற்ற விதமாகத் கண்ணீரைத் தாக்குகின்றன என்று கவனிப்பது தான்.”

தாத்தாவும் நானும் சதா நிலையாக மறைவிடத்தில் பதுங்கியிருப்பவர்கள் அல்ல. அதை எதிர்ப்பவர் அவர் ஒளிவிடம். ஓசை, உறவுப்பறவையின் திடீச்சாவு இவற்றின் தொடர்பை வாத்துக்கள் புரிந்து கொள்ளும்; பிறகு அவை துப்பாக்கி எல்லைக்குள் வராமலே விலகிப் போய்விடும்; வாத்து வேட்டையாளர்களைப் போலவே அவையும் மனநிலை இழந்து, வெறிபிடித்து அலைந்தால்தான், அப்படிப் போகாது. அருகில் வரும் என்று அவர் கூறினார்.

“அதற்குரிய வழி ஒரு பேட்டோவில் போவதே, காஜன்கள் அதை ‘பிரோக்’ என்கிறார்கள். ஆனால் பேட்டோ அது ‘படகு’ என்பதற்கு ஃபிரெஞ்சுப் பதம், எனது அறியாத இளம் நண்பனே தட்டையான அடிப்பாகம் பெற்ற சிறு படகு ஆகும். காற்றும் நீரும் சரியான நிலையில் தோன்றும் ஒரு இடத்துக்கு அதைத் தள்ளிச் சென்று. நாணல் அல்லது கோரைப் புதரில் நிறுத்தி வைக்க வேண்டும். உனக்காகக் கொஞ்சம் ரோஸோ அல்லது ட்யூல்ஸ் – ‘நாணல்கள்’ என்பதற்குரிய ஃபிரெஞ்சும். ஸ்பானிஷும் இவை – வெட்டி எடுத்து, உன்படகைச்சுற்றிலும் மறைப்பு அமைக்க வேணும். நீ எப்பொழுதும் நாணல் நிறத்தை ஒத்திருக்கும் காக்கித் தொப்பியை அணிந்து, சுடுவதற்குத் தயாராகும் வரை உன் முகத்தைத் தாழ்த்தி வைக்கவேண்டும். ஏனென்றால், டீல் அல்லது நீல அலகு வாத்தைத் தவிர மற்றது எதுவும். அது பறக்கிற உயரத்திலிருந்தவாறே, நமது வெள்ளை முகத்தை அல்லது வழுக்கைத் தலையைக் கண்டு கொள்ளும். அப்புறம் – நான் சொன்னதுபோல், பருவநிலை மகாமோசமாக இருந்து, அவை கவலைப்படுவதை விட்டுவிட்டால் ஒழிய – உலகத்திலுள்ள எல்லாவசிய பொம்மைகளும், அழைப்புகளும் அவற்றைக் கீழே இறங்கும்படி செய்யா. நாணல் மறைப்பில் ஏற்படுத்திய சிறு துவாரம் வழியாக நீ வெளியே பார். மறைவிடத்தைச் சுற்றி அவை இருமுறை வளையமிடட்டும். இரண்டாவது வளையத்தில் அவை க்ரீம் மாதிரி வந்து சேரும்.

“பொறுமை உள்ள ஒரு மனிதன் மிக அதிகமான வாத்துக்களைச் சுடலாம். ஏனென்றால் அவை கால்களைத் தொங்கவிட்டுச் சிறகுகளை

உயர்த்திக்கொண்டு இறங்கும்போது, முதல் வாத்தை சுயேச்சையாக அடித்துவிடலாம். அப்புறம் நீ செய்ய வேண்டியதெல்லாம், காஜன்கள் சொன்னது போல, மறு பாதி மேலே கிளம்பும் பொழுது மூக்கை நோக்கிச் சுடுவதுதான். தண்ணீரை அப்போதுதான் விட்டுவிட்டு, வான் நோக்கிப் பறக்கும் மல்லார்ட் வாத்து உண்மையில் வேகமாக இயங்குவதில்லை. ஏனெனில் உயரே எவ்வ அது போராடுகிறது. அதனுடைய கேந்திரோத்ஸாரி சக்தி நிலைகுலைந்து விடுகிறது" என்றார் அவர்.

கேந்திரோத்ஸாரி சக்தி என்றால் என்ன என்று நான் தாத்தாவைக் கேட்கவில்லை. நான் அநேக தடவைகள் சொல்லியிருப்பது போல, அவரைக் கேட்டால் உடனே விளக்கத் தொடங்குவார். அதற்கு சுமார் ஒரு மணி நேரம் ஆகும். ஜூலியஸ் ஸீஸரிலிருந்து ஈன்ஸ்டின் முடிய எல்லோரையும் போட்டுக் குழப்பி எடுத்துவிடுவார்.

மட்டமான வாத்துக்கள் பற்றியும். பாதுகாக்கப்பட வேண்டிய வாத்துக்கள் பற்றியும் தாத்தா எனக்கு எவ்வளவோ பிரசங்கம் புரிந்திருக்கிறார். காட்டு வாத்தைச் சுட அவர் என்னை என்றும் அனுமதித்ததில்லை. அவை வெகு அழகானவை, மிகவும் சிறியன. மேலும், சுடுவதற்குப் போதுமான அளவிலும் இல்லை என்று அவர் கூறினார். வேறு எதுவேனும் பறந்துகொண்டிருந்தால், சாம்பல் நிற வாத்தை அல்லது கரண்டிமூக்கனை அவர் சுடவே மாட்டார். தூரத்தில் வரும்போது அவை பெண் மல்லார்டுகள் போல் தோன்றுகின்றன என்று நான் முனங்கியபோது, நான் எனது கண் பார்வையைக் கூரியதாக்க வேண்டும் அல்லது பெரியவர்களோடு சேருவதை விட்டுவிட வேணும் என்றார் அவர். ஒரு தடவை நான் ஒரு அன்னத்தைச் சுட்டேன். உடனே தாத்தா என்னைத் தாக்கினார். அவை தின்பதற்கு நன்றாக இராது; பலவீனமான அவற்றில் ஒரு சிலவே உயிருடன் உள்ளன; அவற்றை அமைதியோடு வாழவிட வேண்டும் என்று அவர் சொன்னார்.

இப்பொழுது எண்ணிப்பார்க்கையில், வேட்டைப் பாதுகாவலர்கள் இல்லாத அந்தக் காலத்தில், ஏராளமான வேட்டைப் பிராணிகளும் விசாலமான எல்லைகளும் இருந்தபோதும், தாத்தாவைப் பற்றிய ஒரு விஷயம் மேலோங்கி நிற்கிறது. நாம் சாப்பிடக்கூடிய, அல்லது பிறருக்கு வழங்கக்கூடிய, அளவுக்கும் அதிகமான மீன்களையோ, வேட்டைப் பிராணிகளையோ அவர் மனப்பூர்வமாக ஒருபோதும் கொன்றதில்லை. வெடிக்கும் சத்தத்தைக் கேட்பதற்கென்று, அல்லது உபயோகமற்றது எதையும் கொல்வதற்காக அவர் ஒருபோதும் துப்பாக்கி சுட்டதில்லை சுடுவதற்கு என்னை அனுமதித்ததுமில்லை. வேட்டைப் பொருளின் அது காடையாயினும், மானாயினும் சரியே மூலத்தை விட்டுவைப்பதில், அவர் ஒரே உறுதியாக இருந்தார். பெட்டைகளை, அவை

இனம் கண்டுகொள்ளக் கூடிய வகையில் இருந்தால், அவர் ஒருபோதும் சுடமாட்டார். இந்தப் பால் பேதம் காடைகளுக்கும் வாத்துக்களுக்கும் பொருந்தாது. ஏனெனில், மல்லார்டுகள் வெகு அருகில் இருந்தால் ஒழிய, காடைகள் நம் மீது பாய்ந்தால் ஒழிய, வித்தியாசம் காண நேரம் இராது.

நான் நெடுகிலும் சலசலத்துக் கொண்டிருப்பதாகவே எனக்குத் தோன்றுகிறது. நான் உண்மையில் கவனம் செலுத்த விரும்பியது, தாத்தா முதலில் சொன்னாரே வாத்து வேட்டையாளன் ஆவதற்கு வெறிபிடித்தவனே ஏற்றவன் என்று அது பற்றித்தான். நீரில் மூழ்கியும், பனியில் விறைத்தும், நிமோனியா பெற்றும் சாகலாம் என்ற நிலைமைக்குத் துணிந்த பிறகு, காலையில் இருட்டோடு விழித்தெழுத்த பிறகு, மைல் கணக்கில் படகு வலித்த பிறகு, வசிய பொம்மைகளை மிதக்க விட்டு விரல்களில் விறைப்பேறிய பிறகு, செயலற்று இருந்ததால் பாதங்கள் உறைந்த பிறகு, நான் தீவிரமாகத் தின்ன விரும்பாத பறவை இறைச்சியின் ஒரு சில இராத்தல்களைத் தேடி இடைவிடாத அசௌகரியங்கள் அனுபவித்தபிறகு. தனைத்த எங்கள் உடுப்புகளிலிருந்து ஆவி பொங்கி எழ நாங்கள் நெருப்பின் முன் நின்றபோது, ஒரு பொருளைப்பற்றி முடிவு செய்தேன் வாத்து வேட்டையாட நாம் பைத்தியம் பிடித்தவர்கள் ஆகவேண்டுமென்றால், நான் அறிவுடையவனாக இருக்க ஆசைப்படவில்லை.

22. எக்ஸ்.ஒய் மீன்

அபிவிருத்தி அறிக்கையில், முக்கியமாக அல்ஜீப்ராவிலும் சாஸரிலும், மிக மோசமான மார்க்குகள் பெற்றதனாலேயே இவ்விஷயம் எழுந்தது என நான் நினைக்கிறேன். மிஸ் ஹெட்டி ஸ்ட்ரூதர்ஸ் அல்ஜீப்ரா கற்றுக்கொடுத்தாள். மிஸ்.எம்மா மார்ட்டின் சாஸர் கற்பித்தாள். இவற்றில் எதிலும் நான் கொஞ்சமும் முன்னேறவில்லை. எனது பெற்றோர் என் தேகத்தில் ஒரு சிறிதைப் பிய்த்தெடுத்தனர். ஒரு ஞாயிற்றுக்கிழமை, பிந்திய நீலமீன் ஓட்டத்தை ஆராய நாங்கள் போனபோது, தாத்தாவிடம் நான் கடுமையாக முறையிட்டுக் கொண்டேன்.

“அதில் எவ்வித அர்த்தமும் இருப்பதாக எனக்குத் தோன்றவில்லை. வான் தட் ஏப்ரில் வித் இட்ஸ் ஷூஅர்ஸ் ஸூட்டி தி ட்ரொட்ட் ஆவ் மார்ச் ஹேத் பீர்ஸ்ட் டு தி ரூட்டி’ என்பது போன்ற விஷயங்களைப் படிப்பதில் என்ன நன்மை? ஜீஷிப் பேச்சிலாவது நான் ஏதேனும் அர்த்தம் காண முடியும். ‘பையா, அந்தக் கயிறை எங்கே எடுத்தாய்?’ என்று நான் ஒரு ஜீஷியைக் கேட்டால், அதைத் துறையிலிருந்து திருடினேன்’ என்கிறான் அவன். அவன் என்ன சொல்கிறான் என்பது எனக்குப் புரிகிறது. “அந்தக் கயிற்றை அவன் களவாடினான்” என்று நான் முணுமுணுத்தேன்.

தாத்தா, ஒரு கயிற்றில் சுருக்கு முடிச்சு போட்டவாறே மிருதுவாகச்

சொன்னார்: "நல்லது. ஒவ்வொன்றுக்கும் சில பயன்கள் உண்டு. பழைய ஆங்கிலம் பற்றிய உன் கருத்தை நானும் ஏற்றுக்கொண்ட போதிலும், சாஸர் என்றாவது ஏதோ ஒரு வழியில் பயனளிப்பார் என்று தோன்றுகிறது. இவ் வட்டாரத்தில் பழைய இங்கிலீஷை நாம் அதிகம் பேசுகிறோம். 'ஹெல்ப்' ஐ 'ஹோல்ப்' என்கிறோம். 'பெட்' ஐ 'ஸ்டிட் என்று கூறுகிறோம். இது 'பெட்ஸ்டெட்' என்பதன் சுருக்கம் போலும். நாம் 'டவிக்' என்பது 'லுக்' என்பதற்குக் கொச்சை என்று நான் உணர்கிறேன்."

"சரி அய்யா. ஆனால் நாம் யாத்ரீகர்கள் அல்ல. நாம் காண்டர்பர் போகப்போவதுமில்லை. அந் நாட்களில் அவர்கள் உச்சரித்ததை விட நாம் சிறப்பாகவே உச்சரிக்கிறோம். இது எனக்குப் புரியவேயில்லை. எனது பிழைப்புக்கு அது எப்படி வழி செய்யப் போகிறது?" என்றேன்.

"நன்று. யுக ஆரம்பத்திலிருந்தே அவர்கள் மிகுதியான பழைய விஷயங்களைச் சிறு பிள்ளைகளின் மூளையில் திணித்துக் கொண்டே இருக்கிறார்கள். அதன் மூலம் சிறுவர்களுக்குக் கலாசாரம் கற்பிக்கலாம். அவர்களைச் சிந்திக்கும்படி செய்யலாம் என்று கருதப்படுகிறது. அல்ஜீப்ராவில் குறைந்த மார்க்கு வாங்கியதற்கு உன் சமாதானம் என்ன?" என்றார் தாத்தா.

"தயவு, ஐயா. நீங்கள் முன்னால் நின்று, x உடன் y– ஐக் கூட்டி, 2 ஆல் வகுப்பது q –க்கு சமமாகும் என்று சொல்லப் போவதில்லையே? ஆப்பிள் பழங்களைத் துண்டு போட்டு, பகுதிகள் பற்றி நீங்கள் எனக்குக் கற்பித்தீர்கள். அதை, முக்கியமாக ஆப்பிள் பகுதிகளைத் தின்றபோது. நான் நன்கு புரிந்து கொண்டேன். ஆனால் 'y டு தி தேர்ட் பவர்' வந்து 'க்யூப் ரூட் ஆவ் P டைம்ஸ் 10' என்கிற விவகாரம் எனக்கு உறைக்கவே இல்லை. அதனால் என்ன நன்மை?"

"எனக்குத் தெரியாது. அதனால் ஏதாவது ஏற்படலாம். அதுபற்றி நீ சிறிது அறிய வேண்டியது அவசியமாகலாம். நீ முட்டாளாக வளர்ந்து, உன் வாழ்நாள் பூராவும் மீன் பிடிக்கும் படகில் வேலை செய்யவா விரும்புகிறாய்?" என்று தாத்தா கேட்டார்.

"ஆம்" என்று நான் பிடிவாதமாய்ச் சொன்னேன். "சாஸரும் அல்ஜீப்ராவும்தான் கிடைக்கும் என்றால், அதைவிட நான் 'வானெஸா படகில் டாம், பீட் இருவருடனும் சேர்ந்து உழைப்பேன்; மாரிக் காலத்தில் மது வடிப்பேன்."

தாத்தா சொன்னார்: "அது எவ்விதமான பதிலும் அல்ல. கவனி. இப்பொழுது

நீ அந்த முல்லட் மீனை சற்றே கனமாக நறுக்குகிறாய். வருங்காலத்தில் ஒரு நாள் நீ கல்லூரி செல்வாய். அப்பொழுது நீ என்ன படிக்க விரும்புகிறாயோ, அதை மட்டுமே படிக்கலாம். ஆனால் முதலில் நீ உயர்நிலைப் பள்ளியை விட்டு வெளியேற வேண்டும். அதற்காக நீ உனக்குப் பிடிக்காத பல காரியங்களைச் செய்தாக வேண்டும். வாழ்க்கை அப்படித்தான் அமைந்துள்ளது. எல்லாம் ஒரே வழியில் நடைபெறுவதில்லை. எனக்கு ஒரு குண்டு எடுத்துத் தா.

"இதை மனதில் கொள். ஞானம் என்பது சேர்த்து வைப்பதே ஆகும். ஒரு எலி பல பொருள்களையும் சேர்த்து ஒளிப்பது போல்தான். உனக்குத் தெரியும் என்று நீ அறியாத சில விஷயங்கள் பின்னர் எப்பொழுதாவது தலை தூக்கும். என்றாவது ஒருநாள் அவற்றில் ஒன்று தேவைப்படும் என்ற நினைப்போடு, உன் மண்டையில் ஏகப்பட்ட விஷயங்களை தீ திணிக்க வேண்டும் என்று கருதப்படுகிறது. இதையும் நினைவு வைத்துக்கொள் ஆழாக்கு மூளையில் ஒரு படி அறிவைப் புகுத்த முடியாது. இதன் கருத்து என்னவென்றால், மூளை எதை எல்லாம் ஏற்றுக்கொள்ள வேண்டுமோ, அதற்கு வசதியாக அதைப் பெரிது பண்ணவும், இளகவைக்கவும் வேண்டும். வரும் மாதத்தில் நீ இன்னும் அதிகமான மார்க்குகள் பெறுவதை நான் பார்க்க ஆசைப்படுகிறேன். இல்லாவிடில், இந்த இலையுதிர் காலத்தில் நாம் காடைகளை வேட்டையாடப் போவதில்லை. இது பயமுறுத்தல் அல்ல. வெறும் யோசனைதான். இனி நாம் மீன் பிடிக்கப் போவோம்" என்றார்.

நாங்கள் நிறைய மீன் பிடித்தோம். பெரிய நீல மீன்கள் சதுப்பில் இரையுண்ண வந்திருந்தன. முரசு மீன்களும்– அது தான், கால்வாய் பாஸ் வந்திருந்தன. சோதா மீன்கள் மிகப் பெரும் அளவில் ஓடின. வெகு நன்றாக வீசிய வடகாற்று சதுப்பில் பள்ளங்கள் பறித்திருந்தது; மணல் திட்டுகளை உறுதிப்படுத்தியது. நாம் செய்ய வேண்டியது, தூண்டிலை ஒரு சிறிது சுண்டுவதுதான். நான்கு அவுன்ஸ் கனமுள்ள கோபுர வடிவப் பளு நேராகச் சண்டைக் குணம் நிரம்பிய எதனுடைய பெரிய வாயிலோ போய் விழும். அன்று, முப்பது ராத்தல் கனமுள்ள முரசு மீன் ஒன்றை நான் பிடித்தேன். தாத்தா நாற்பது ராத்தல் மீன் ஒன்று பிடித்து என்னை மிஞ்சினார். நாங்கள் களைப்படைந்ததும், மீன் பிடிப்பை நிறுத்தினோம். எங்கள் காரின் பின் பகுதியை நிரப்புவதற்குப் போதுமான மீன்கள் கிடைத்திருந்தன. மிகவும் அலுப்படைந்து நாங்கள் வீடு அடைந்தோம். மீன்களைச் சுத்தம் செய்வதற்கு அன்று தாத்தா எனக்கு உதவி புரிந்தார். ஒரு சிறுவன் அதைச் செய்ய முடியாத அளவு மீன்கள் மிகுதியாக இருந்தன.

நாங்கள் சாப்பிட்டோம் அதிகமாக அல்ல. நான் களைத்திருந்ததுதான்

காரணம். கொஞ்சம் சோள ரொட்டி, பால், முட்டைகள், பன்றி இறைச்சி, ஜெல்லி இவ்வளவே. நான் படுக்கச் சென்றேன். ஆனால் தூங்க முடியவில்லை. அல்ஜீப்ராவும் சாஸரும் என் தலைக்குள் தங்களைத் தாங்களே துரத்தி வளைய வளைய வந்தார்கள். அவர்களோடு நீல மீன்கள், கால்வாய் பாஸ், காடை, முகாமிடுதல், குதிரை சவாரி, சொர்க்கம், நரகம், நிரந்தரம் என்பது எவ்வளவு நீளம் என்னும் நினைப்பு எல்லாம் கலந்து குழம்பின. அபூர்வமாக ஒரு சிறுவன் அனுபவிக்கிற மோசமான இரவுகளில் அது ஒன்று.

இரவு இரண்டு மணி சுமாருக்கு நான் எழுந்து, ஆடை தரித்து, நாய்களை அழைத்துக்கொண்டு, ஆற்றின் பக்கமாக உலாவப் போனேன்.

சந்திரன் ஏகதேசம் பூரணமாகத் தோன்றியது. அப்பொழுது வானத்தில் உயரமாகவும் அழகாகவும் மிதந்தது அது. எவரோ சாகப்போவது போலவும், அதுபற்றிய அனைத்தையும் அவை அறிந்தது போலும், நகரெங்கணும் நாய்கள் ஊளையிட்டதை நன்கு கேட்க முடிந்தது. ஒரு விஷயத்தை நான் என் மனதிலிருந்து அகற்ற முடியவில்லை. “ஆழாக்கு மூளையில் ஒரு படி அறிவைப் புகுத்த முடியாது” என்று தாத்தா சொன்னாரே, அதைத்தான். நான் ஒரு மேகத்தைப்போல் தனியாய். வருத்தமாய் திரிந்தேன் இதுவும் இங்கிலீஷ் பாடத்தில்தான் வந்துள்ளது ஆழாக்கு மூளை பெற்றவர்களில் நானும் ஒருவனோ என்ற விய வியப்பு எனக்கு ஏற்பட்டிருந்தது. துறை நோக்கி நடந்தபோது, என்னுடையதை மாகாணி மூளை என்பதே பொருந்தும் என நான் முடிவு செய்தேன். பிறகு அங்கு உட்கார்ந்து, பாதங்களை ஆட்டியவாறே, சந்திரன் தண்ணீரைப் பலமாக மாற்றுவதைக் கவனித்தேன்.

அப்புறம் நான் வேறு விஷயம் பற்றி எண்ணத் தொடங்கினேன். தாத்தா கற்றுத் தந்தவற்றில், எனக்கு ஏற்கனவே எவ்வளவு விஷயங்கள் தெரியும் என்பது பற்றி நினைத்தேன். இவ்விஷயங்கள் என் மண்டையில் தாறுமாறாகத் துள்ளின. ஒரு நாய்க் குட்டியை நல்ல பறவை நாயாகப் பயிற்றுவது எப்படி என்பதை நான் அறிவேன். ஒரு வான்கோழியை அல்லது ஒரு வாத்தை எப்படி அழைப்பது என அறிவேன். படகை வலிப்பது பற்றியும், மானை நிறுத்தும் வகையையும் அறிவேன். நிலாவையும், அலையையும், மீன்களையும் வேட்டையையும் அவை எப்படி பாதித்தன என்பதையும் அறிவேன். மணலில் தனது மென்மையான முட்டைகளை இடும்போது, கடல் ஆமை பெரிதாகக் கண்ணீர் வடிப்பதை அறிவேன். மணல் நண்டை வீசி, ஆட்டுத்தலை மீனைத் தூண்டிலில் பிடிப்பது எப்படி என்றும் அறிவேன். முகாம் அமைப்பது, தீ மூட்டுவது, ஒரே இழுப்பில் முயலைத் தோலுரிப்பது பற்றியும் அறிவேன். காட்டில் சமைப்பது, வீச்சுவலை ஏறிவது, ஒரு புறாவை

இழுக்கடித்துச் சுடுவது, சிப்பியைப்பற்றுவது, கரை வலையை இழுப்பது பற்றி எல்லாம் அறிவேன்.

எவ்வளவோ விஷயங்களைப் பற்றி எவ்வளவோ நான் அறிவேன் எனத் திடீரென்று முடிவு செய்தேன். அவற்றில் சில எனக்குக் கற்பிக்கப்பட்டன. சிலவற்றை நானாகவே கற்றேன். ஆனால் நாள் அறிந்தவை – மீலாஸின் அப்ரோடைட்டை வீனஸ் தெ மிலோ என்று கூறக்கூடாது, கானோப் பறவைகள் எப்படி வேலை செய்கின்றன என்பன போன்ற சின்ன விஷயங்கள் – தாத்தாவிடமிருந்தே பெறப்பட்டன என்று எனக்கு அதிகம் தோன்றியது. பள்ளிக்கூடத்தில் பாடம் போதிக்கும்படி தாத்தாவை ஏற்பாடு செய்தால், அவர் அல்ஜீப்ராவைக்கூட எளியதாக்கிவிடுவார் என்றும் தோன்றியது. ஒரு சிறுவன் 'ராக்கூள் வேட்டையில் காட்டுகிற சிரத்தையில் பாதி அளவு சிரமத்தோடு சாஸரைக் கற்பதானால், சாஸர் சிறு தொல்லையாகவே விளங்குவார்! அவரை வழியிலிருந்து சுலபமாக அகற்ற முடியும்' என்றும் எனக்குத் தோன்றியது. சும்மா இருந்து பெரிய ஆண் மானைச் சுடுவதைவிட அல்ஜீப்ரா கடினமானது அல்ல; அதில் கணக்கு குறைவாகக் கூட இருக்கலாம். உடனே நான் சீட்டியடித்து நாய்களை அழைத்தேன். வீடு திரும்பினேன். இம்முறை நன்றாகத் தூங்கினேன்.

அப்புறம், விசித்திரமும் ஆச்சரியமுமான ஒரு விஷயம் எனக்கு பள்ளிக்கூடத்தில் ஏற்பட்டது. நான் படிப்படியாக உணர்ந்தேன். உண்மையாகவே படிப்பது. ஷேக்ஸ்பியர் டூனி வாட்ஸை விட வலிமை பெற்றவர் என்றும், அதிகமான முரட்டு ஆசாமிகள் தோன்றுவதற்குக் கடலோரத்தைவிட அவர் பொறுப்பானவர் என்றும் நாள் கண்டேன். கஸ் மக்நீல் கடையில் உள்ள ஆட்கள் அறிந்ததைவிட அதிகமான ஆண்மை நிறைந்த தமாஷ்களை அவர் அறிந்திருந்தார். அவருடைய பாஷை ஒரு சிறுவனுக்கு மிகுந்த சிரத்தை ஏற்படுத்தும் அளவுக்கு வெளிப்படையாக அமைந்திருந்தது.

வான்கோழி வேட்டைக்குப் பதுங்குமிடம் அமைக்கக் கற்றது போலவே, நான் ஷேக்ஸ்பியரிடம் ஆர்வம் காட்டினேன். அவர் உறுதியான பற்றுதல் ஏற்படுத்தினார். ஐவன்ஹோ என்றுமே பெற்றிராத விளையாட்டை நான் வால்டர் ஸ்காட் மூலம் அடைந்தேன். எர்னஸ்ட் தாம்ஸன் ஸீட்டன் போன்ற சில இயற்கைவாதிகள், சில புராதன ஆராய்ச்சியாளர்கள், கொஞ்சம் கிப்பன் ஆகியோரிடமும் நான் தீவிரமாக ஈடுபட்டேன். எனக்கு ரோம் பற்றி அதிக ஆர்வம் ஏற்பட்டதால், டோகா எனப்படும் ரோமானிய ஆடை ஒன்றை வாங்கினேன். கிரேக்கரும். எகிப்தியரும், போனிஷியரும் எனது நண்பர்களானார்கள். ராபின்ஹுட், 'பொக்கிஷத் தீவு', 'ராபின்ஸன் க்ரூஸோ'

எல்லாம் இப்பொழுது பச்சைக் குழந்தைகள் விவகாரமாகத் தோன்றின. ஆயினும், மிஸ்டர் டீபோ உண்மையான பல விஷயங்களை அறிவார்; மிஸ்டர் வைஸ் எழுதிய 'ஸ்விஸ் பேமிலி ராபின்சன்' கதையில் எது எப்படி எனும் ஞானம் நிறைய இருந்தாலும் கூட, அது ஒரு புளுகு மூட்டைதான் என்பதை நான் சொல்லத்தான் வேண்டும். மீன்களை உப்புக்கண்டம் போடுவது, காட்டுக் கழுதைகளை அடக்குவது, மரத்தின் மேல் வீடுகள் அமைப்பது போன்ற விஷயங்களையே குறிப்பிடுகிறேன்.

இதை எல்லாம் விரும்பினேன் என்ற அதிர்ச்சி, ஒரு நாள் நான் ஈ.ஜி. குட்மேன் என்கிற நண்பன் ஒருவனுடன் வேட்டையாடும் பொழுதுதான் எனக்கு ஏற்பட்டது. அவன், இறந்துவிட்ட தன் தந்தை மாதிரி ஒரு டாக்டர் ஆகப்போகிறவன். அவனுடைய அம்மா மிஸஸ் எலிஸா குட்மேன் அவனை ஒரு கம்பினால் அடித்தாலும் அவன் கவலைப்படமாட்டான். அவன் பெயரிலுள்ள 'E' எனும் எழுத்து எராஸ்மஸ் அல்லது எராஸ்டன்ஸ் என்று எதையோ குறிக்கும். அதை நான் மறந்துவிட்டேன். ஆனால் அவனை "ராஸ்" என்று அழைத்தால் நாம் அவனோடு சண்டை போட நேரிடும்.

ஜீயும், நானும் அவன் பண்ணையில் அருமையான ஒரு நாளை அனுபவித்தோம். சிறுவர்கள் செய்வதுபோல் நாங்கள் ஒவ்வொன்றையும் முயல்கள், அணில்கள், புறாக்கள், காடைகள் அனைத்தையும் வேட்டையாடினோம். உதயத்துக்கு முன்னரே எழுந்தோம். சீக்கிரமே படுத்தோம். பசி மிகுந்த ஆர்மீனியர் மாதிரித் தின்றோம். தான் எதைத் துரத்துகிறது என்பது பற்றிக் கவலைப்படாதது போல் தோன்றிய புல்டாகும் வேட்டை நாயும் கலந்த ஒரு நாயின் பின்னே, நாங்கள் நூறு மைல்கள் நடந்திருக்க வேண்டும்.

பொருள்களின் அமைப்பு பற்றி நான் உண்மையாகவே அறிந்த முதல் நாள் அதுதான். ஸ்கூப்பர்நங் திராட்சை எவ்வளவு பெரிது, அதினுள் எவ்வளவு சாறு இருக்கும், முதிர்ச்சியுற்ற பசிய ஓக் மரத்தின் மீதுள்ள பாசி எப்படித் தோன்றும், முற்றிய சோளத் தண்டில் உள்ள இலைகளில் காணப்படும் புள்ளிகள், சர்க்கரையும் காடியும் கலந்து பரிமாறப்படுகிற மாட்டிறைச்சித் தக்காளியின் கனம், புகை வீட்டில் காலத்தால் வெண் சாம்பல் நிறம்பெற்ற பலகைகளில் கட்டிவைக்கப் பெற்ற போஸம் தோல் விளிம்புகளில் சுருளும் விதம், கரிய சதுப்பு முயலைத் துரத்திச் செல்கையில் வேட்டை நாய் எழுப்பும் குரலுக்கும். மரத்தின் மீதுள்ள அணிலைப் பார்த்து அது குரைப்பதற்கும் உள்ள தொனி மாறுபாடு முதலியவற்றையே நான் குறிக்கிறேன்.

புகைவீட்டினுள்ளே உப்பிட்ட பன்றித் தொடைகள் கனமாக, பச்சைப்

பூஞ்சக்காளம் பெற்றுத் தொங்கும். கடுமை நீங்கியிருக்கும். அதன் மொத்த எடையில் 30 சதவிகிதம் வரக்கூடிய உப்பு தரையில் காணப்படும். கிணற்றருகில் கிடக்கும் சுரைக்காய் வாளியின் உலர்ந்து சுடினமான, மஞ்சளும் பசுமையும் கலந்த மேல்புறம் கட்டிகட்டியாக இருக்கும். முற்றத்தில், கடற்கரை போல, நன்கு சுத்தம் செய்யப்பட்ட மணல் கிடக்கும். பழைய வீடு. அறையினுள் ஒரு சுண்டெலி வேகமாக வருவதைக் கண்டதும் தனது ஆடையின் விளிம்புகளைத் தூக்கிப்பிடித்துக் கொண்டு நிற்கும் வயது முதிர்ந்த கன்னி மாதிரி, விறைப்பாக உயர்ந்து காணப்படும்.

துப்பாக்கியின் இடதுபுறக் குழலில், மான் சுடும் குண்டை அடைத்துக்கொண்டு, ஒரு மானை விரட்டலாம் என்ற நம்பிக்கையோடு நாங்கள் சதுப்பு நிலத்தில் வேட்டையாடினோம். அப்பொழுது ஒரு சதுப்பின் காம்பீர்யம் பற்றி இரண்டாம் முறையாக நான் உண்மையான அறிவு பெற்றேன். அது பசுமையாய், குளுமையாய், பயங்கரமாக விளங்கும். இலைகள் ஊறிப் பழுப்பு நிறம் பெற்ற ஓடை மெதுவாக அசையும். நீரோர ஓக் மரங்களின் வெறுமையான கிளைகளில் மிஸில்டோ செடிகள் அணில் கூடுகள் மரங்களின் கீழ்ப்பகுதியில் பழுப்பாய், தனித்துக் காணப்படும். சைப்ரஸ் முண்டுகள் மிக உயர்ந்திருக்கும். புறாக்களின் சோக அழைப்பு பேய்த்தனமாக ஒலிக்கும். ஒற்றைப் புறாவின் கடைசி நுக்கக் கதறல், சிதறிய காடைகளின் தீனமான கிரீச்சொலி, விப்பூர்வில் பறவையின் முதல் புலம்பல், வஞ்சக ஆந்தையின் அச்சமூட்டும் அவையின் எழும். பிறகு சந்திர உதயமும், மரங்கள் சித்திரிக்கும் பேய் உருவங்களும் தென்படும்.

இந்தப் பொருளுடன் நான் என் வாழ்வு முழுவதும் கழித்திருந்தேன். ஆயினும் அதற்கு முன்பு அதை முற்றிலும் கவனித்தேனில்லை – அதை ஒருபோதும் பார்த்ததில்லை. ஒருபோதும் நுகர்ந்ததில்லை, ஒருபோதும் கேட்டதில்லை. ஒருபோதும் தனிமைப்படுத்தியதில்லை, ஒருபோதும் தொட்டதில்லை. குடிக்க உபயோகிக்கும் சுரக்காயின் உட்புறம் ரம்பத்தைப் போல் சொரசொரப்பாக இருக்கும் எனும் விசித்திர உண்மையை நான் அன்று வரை எண்ணியதேயில்லை. மக்னோலியா புஷ்பங்கள் நாம் தொட்டவுடன் பழுப்பாக மாறிவிடும் என்பதையோ, உறவினள் மார்ஜி வீட்டு முற்றத்தில் வளர்ந்த மாதுளையின் பழங்களில் தோலும் சதையும் விதைகளும் மட்டுமே உண்டு என்பதையோ நான் சிந்தித்ததில்லை.

இரவு வரும் வேளையில் நாட்டுப்புறம் ஓரே சோக மயமாகி இருக்கும்; அதனால்தான் இருள் படியும் காடுகள் வழியே போகும் போது நீக்ரோக்கள் தங்களுக்குத் துணையாக இருக்கும்படி சீட்டி அடிக்கிறார்கள். அல்லது பாட்டுப்

பாடுகிறார்கள்; பெரிய கொப்பரைக்கு நான்கு கால்கள் இல்லை, மூன்றே கால்கள் தான் இந்த உண்மைகள் மீது நான் என்றுமே என் எண்ணத்தைச் செலவிட்டதில்லை. புகை கீழே விழாமல் மேலேயே கிளம்பும் என்பதோ, உறை பனியானது இறுகிய நீர்த்துளிகள் என்பதோ என் பிரக்ஞையில் பதிந்ததேயில்லை. நான் பன்றிக்கறி ஸாசேஜ் சாப்பிட்டிருக்கிறேன். ஆனால் அதன் தோல் புள்ளிகள் பெற்றிருக்கும் என்றும், அது குடல்களாலேயே ஆக்கப்பட்டது என்றும் நான் ஒருபோதும் கவனித்ததில்லை.

இவை எல்லாம் அன்று ஈ.ஜி. குட்மேன் பண்ணையில் எனக்குப்பட்டது. நியாயபூர்வமாக நான் கல்விப் பயிற்சியைக் குறை கூற வேண்டியவனானேன். 'தி டிக்ளைன் அண்ட் ஃபால் இல்லாமல், 'ரோல்ப் இன் தி உட்ஸ்' இல்லாமல், ஃபால்ஸ்டாவ் இல்லாமல். லாம்பின் வாட்டிய பன்றி இல்லாமல் (உண்மையில் க்ராக்ளிங் என்பது என்ன என்று நான் எண்ணியது கூட இல்லையே! – சொல்வதற்கு விசித்திரமானதுதான்), சாஸர், மேக்பத், பானையில் பொரித்த இறால்கள், அந்தப் பயங்கரக் கனவுகாணும் ஆசாமி ஹேம்லெட் எல்லாம் இல்லாமல் இவை அனைத்தும் இல்லாமலே நான் வசீகரமான இந்த வாழ்க்கையைக் கடந்திருப்பேன். ஒவ்வொன்றையும் ஏற்றுக் கொண்டிருப்பேன். ஆனால் ஒன்றையும் கவனித்திரேன்.

தாத்தா வயதானவரே; ஆனால், பின்னர் கூபு என நான் தெரிந்து கொண்ட ஷியாப்ஸின் வயது எவ்வளவு அதிகமானது. என் வீடு புராதனமானதே; ஆனால் அதைவிட ரோம் எவ்வளவு புராதனமானது; பிரமிட்ஸ் எவ்வளவு பழமையானவை. "ரோம் ஒரே நாளில் கட்டப்படவில்லை" என்ற வசனத்தை நாங்கள் "துப்பாக்கி இரும்பு போல் உறுதியானது" என்பதை உபயோகித்தது போலவே, தாராளமாக வழங்கினோம். அது ஒரே நாளில் கட்டப்படவில்லை என்பதை இன்று நான் சர்வ நிச்சயமாக அறிந்தேன். ஆனால், அவர்கள் ஹமானைத் தூக்கிலிட்டார்களே அதைவிட இது எவ்வளவு உயரமானது என்று நான் எண்ணவில்லை.

நான் அல்ஜீப்ராவில் முதல்தர மார்க்கு வாங்கவில்லை என்பதை ஒப்புக்கொள்ளத்தான் வேண்டும். ஆனால் ஏமாற்றாமலே தேறிவிட்டேன். ஒரு சிறுவனிடம் இத்தகைய மாறுதல் ஏற்பட்டதை அவள் அதுவரை கண்டதேயில்லை என்று மிஸ் ஹெட்டி சொன்னாள். ஷேக்ஸ்பியர் பாடத்தில் நான் ஏமாற்றவில்லை என்பதை மிஸ் எம்மா மார்ட்டினுக்கு நிரூபிப்பது கஷ்டமாக இருந்தது. ஆனால் நான் பின்வாங்கி, ஒருநாள் அவளுக்கு ஒரு சுமை சாஸர் அளித்ததும், குறைந்த பட்சம் நான் மனப்பாடம் பண்ண முடியும் என்று புரிவதாக அவள் அறிவித்தாள். லத்தீன் மொழியில் ஜூலியஸ்

ஸீஸர் பற்றி அருமையாக நான் எடுத்துச் சொல்லவும், மிஸ் கிளேர் லாத்ராப் திணறிப்போனாள். எனக்கு அதில் ஏற்பட்ட சிரத்தை ஷேக்ஸ்பியர் மூலமும், தாத்தா வழியாகவும் திடீரென வந்தது என்பதை அவள் அறிந்திருக்க முடியாது. 'கால்' முழுவதும் மூன்று பகுதிகளாகப் பிரிக்கப்பட்டது என அறிவேன். ஆனால் ஏன் என்பதற்குரிய நேரான பதிலை நான் விரும்பினேன்.

இது கல்வி பற்றிய விளம்பரம் அல்ல. ஒவ்வொரு நாளும் நான் செய்தவைகளைப்பற்றி, எப்படி என்பதை மிகுதியாகவும் ஏன் என்பதைக் குறைவாகவும், எனக்குக் கற்பித்ததிலும் முக்கிய அம்சங்கள் இருந்தன என்பதை நான் ஒப்புக்கொள்ள வேண்டும். அதில் சிறிது, பிற்காலத்தில் நான் எழுதுவதைத் தொழிலாகக் கொண்டபோது, எனக்கு உதவியாக அமைந்தது. ஆனால், போஸம் வேட்டையிலும், வெளி உலக விஷயங்களின் அமைப்பு முறைகளை அறிவதிலும் அது எனக்குப் பெரிதும் உதவியது.

தாத்தா சொன்னார்: "பைத்தியம் சில குடும்பங்களில் வழிவழியாக வருவதுபோல் தோன்றுகிறது. அது விதம் விதமான உருவங்கள் பெறுகிறது. சிலர் சந்திரனைப் பார்த்து விளையாடுகிறார்கள். மற்றவர்கள் தாங்களே நெப்போலியன் என நினைக்கிறார்கள் என்னைப் பொறுத்தவரை, நான் வாத்து வேட்டையாளனாக இருப்பது போக, ராக்கூன்களை வேட்டையாடுவதையும் ரசிக்கிறேன். போஸம் வேட்டை கூட எனக்குப் பிடிக்கும்.

"இப்போ, நீயே சொல்லு. ஒரு மனிதன், படுக்கையில் கதகதப்பாகவும் சுகமாகவும் கிடக்கக் கூடியபோது, காட்டில் கத்துகிற வேட்டை நாய்களின் பின்னால் இரவிலே சுற்றித் திரிவதைப் பெரிதாக மதிப்பானேன்? அதிலும், உண்மையாக அவனுக்குத் தேவை இல்லாத ஒரு பிராணியின் பின்னால், பைத்தியம்தான்| நீ என்னோடும், நம் ஆட்களோடும் ராக்கூன் வேட்டைக்கு வர விரும்புகிறாயா?"

"ஆமய்யா. இதை நான் உன்னிடமிருந்து பெற்றுள்ளதாக எண்ணுகிறேன். நாம் எப்போது போகிறோம்?" என்றேன்.

"இன்றிரவு. டாமும் பீட்டும். இன்னும் இரண்டு பைத்தியங்களும். எல்வுட், கார்பெட் என்ற பெயர்களை உடைய அவர்கள் புதிய வேட்டை நாய்கள் சில வைத்திருக்கிறார்கள். அவற்றைச் சோதிக்க விரும்புகிறார்கள். இதில் பிரமாதம் எதுவும் ஏற்பட்டுவிடாது. கார்பெட் டாமுடன் சண்டை போடுவார். கடமையே என்று பீட் எல்வுட் கூடச் சண்டை போட நேரும் இது அவர்கள் குடிபோதை பெற்ற பிறகுதான் ஆனால் ஒரு ராக்கூன் அல்லது போஸம், அல்லது ஒரு கரடியாவது வந்தால், நாம் சிறிது சங்கீதம் கேட்கலாம். எப்படியாயினும், நாம் தேகப்பயிற்சி பெறுவோம்."

இரவில் தவளை பிடிக்கவும், அதிகாலையில் மான்கள், அணில்கள், வான்கோழி ஆகியவற்றுக்காகவும் நான் காட்டில் திரிந்தது உண்டு. ஆனால் ஒரு விதத்தில் அது அமைதியான செயல் முறையாகும். ராக்கூன் வேட்டையோ, பொந்துகளில் விழுந்தாலும், முட்செடிகளின் மீது இடறினாலும், மரங்களில் மோதினாலும் கவலைப்படாத முரட்டு மனிதர்களுக்கு உரிய விஷயம். எனக்குத் தெரிந்த வரையில், ராக்கூன் வேட்டையாடுவதை எலும்போடு ஒட்டிய பண்பாகக் கொண்டவன், தான் கூனைப் பிடிக்கிறானா இல்லையா என்பது பற்றிக் கவலைப்படுவதே கிடையாது. வேட்டை நாய்கள் அந்த இசையொலி எழுப்புவதைக் கேட்கவே அவன் விரும்புகிறான்.

நான், சிறுவனாக இருந்தபோதே, இரவு நேரக் காட்டினால் சதா வசீகரிக்கப்படுவேன். பகல் வேளையில் ஒரு காடு வெம்மையானது; நட்பு நிறைந்தது; சூரிய ஒளி பாய்ந்த இடம். வெட்ட வெளிகளில் ஒளி தேங்கி நின்று பளிச்சிடும். ஆனால் மாலையில் காடு குளிர்ச்சியுறத் தொடங்கியதும், அது பேய்த்தன்மை பெறுகிறது. பகலில் காடு காடாக இருப்பதில்லை. ஆனால் நகரப் பூங்கா கூட இரவு வேளையில் காடாகி விடும். நாய்கள் அதை அறியும். அதனால்தான் அவை ஊளையிடுகின்றன. கறுப்புநிற மனிதர்களும் அதை அறிவர். நாகரிகம் பெற்ற நகரமக்கள் கூடத் திரைகளை இழுத்துவிட்டுத் தீ மூட்டுகிறார்கள்.

இரவில் காட்டில் நாம் மட்டுமே இருப்பதென்பது பயம் மண்டும். பெரிய சாகசச் செயல்தான். ஆனால், முரட்டு மனிதர்கள் பலரோடு அவர்களில் அநேகர் இதற்குள்ளாகவே மதுச் சாடிகளில் ருசி பார்க்கத் தொடங்கியிருந்தனர் – ராக்கூன் வேட்டைக்குப் போவது வேறு விஷயம். மனிதர்கள் சுற்றிலும் தடுமாறுகிறார்கள், விழுகிறார்கள், ஏசுகிறார்கள். சிரிக்கிறார்கள். திடீரென்று, ஆந்தை அலறலும், விப்பூர்வில்லின் புலம்பலும், பேய் இரைச்சலாக அமைவதில்லை; ஆனால். பெரும் உவகைக் கூத்துக்கு ஏற்ற பின்னணி இசையாக மாறுகின்றன.

கூன் வேட்டை பற்றிய பொதுவான கருத்து என்னவென்றால் அவை பதுங்கியிருக்கலாம் என்று தோன்றும் இடத்துக்கு நாய்களை அவிழ்த்துவிட வேண்டும். பிறகு நாம் காட்டில் நாய்களின் பின்னே ஓட வேண்டும். இது மிகவும் சுருக்கமாக்கிவிட்டதாக இருக்கலாம். ஆனால் இவ்வளவே என் நினைவில் நிற்கிறது. குறிப்பிட்ட இந்த இரவில் நாய்கள் ஒரு நரியை விரட்டின. ஒரு போஸத்தை மரத்தில் நிறுத்தின. கூனை பூரணமாகத் தவறவிட்டன. ஒரு நாய் மான் ஒன்றைத் துரத்தியது. இன்னொன்று முயலின் பின்னால் ஓடியது. அவற்றின் உரிமையாளருக்கு அவை மிகுந்த வெறுப்பு ஏற்படுத்தின.

போஸம் வெகு நன்றாக என் ஞாபகத்துக்கு வருகிறது. ஏனென்றால், அது தஞ்சம் அடைந்திருந்த பெர்சிம்மன் மரத்தின் மேலேறி, ஒரு கம்பினால் அதைக் குத்தி விரட்டும் வேலை எனக்குத் தரப்பட்டது. நான் இருந்த கிளை முறிந்தது. நானும் போஸமும் கிட்டத்தட்ட ஒரே சமயத்தில் மரத்திலிருந்து கீழே விழுந்தோம். ராக்கூனை நாங்கள் சதுப்பில் இழந்துவிட்டோம். அது தப்புவதற்கு முந்தி, முட்டாள்தனமாக ஓடைக்குள் அதைப் பின்பற்றிச் சென்ற நாய்களில் ஒன்றை கூன் அநேகமாகக் கொலையே செய்தது. மான் மற்றொரு மாகாணத்திலுள்ள நண்பர்களைக் காண ஓடி விட்டது.

நான் முக்கியமாகக் கருதுவது இவைதான் –வேட்டை நாய்களின் ஒலியை இரவு நேரத்தில் தெளிவாகவும் வெகு கூர்மையாகவும் கேட்க முடிகிறது. அவற்றின் மணியோசை பல மைல்கள் எட்டியிருக்கும்; தாழ்ந்த கசப்பு பெர்ரிச் செடிகளிலும், பைன் புதர்களிலும் நாய்கள் மளமளவென்று முறிப்பதைக் கேட்கலாம். கூன் அகன்று போய்விட்ட மரத்தைச் சுற்றி பரபரப்புடன் வளையமிடும் வேட்டை நாய்களைப் பார்க்கலாம். நன்கு வளர்ந்த பெரிய மனிதர்கள் பலர் சிறுபிள்ளைகள் மாதிரி நடந்து கொள்ளும் காட்சியையும் காணலாம். அவர்கள் உண்மையாகவே சிறு பிள்ளைகளாக இருந்தால், அவர்கள் செய்கைக்காக இதர பெரிய மனிதர்கள் அவர்களின் பின்பக்கத்தைப் பதம் பார்த்திருப்பார்கள்.

தாத்தா சொல்வதுபோல், இரவில் ஒருவன் கூன் வேட்டைக்குப் போக அவனுக்குப் பைத்தியந்தான் பிடித்திருக்க வேண்டும். இல்லையெனில் ஒரு மனிதனை அதற்குத் தூண்டுவது எது என்னும் பிரச்னைக்கு என்னிடம் சரியான விடை இல்லை. ஆனால், இன்று எனது பணிவான கருத்து ஒன்று உண்டு; ஒவ்வொருவரும் வயது முதிர்ந்தவன் கூட – வீட்டைவிட்டு வெளியே போய் தனது நரம்புகளுக்குச் சுகம் அளிப்பதற்காகச்சிறிது ஆடிக்களிக்க வேண்டியது அவசியமாகிறது. அதற்காகத்தான் கூன் படைக்கப்பட்டுள்ளது.

ராக்கூன் வேட்டை இரவில் நாம் எத்தனை மைல்கள் நடப்போம் என்பதை நான் அறியேன். நாய்கள் வட்டம் போடுகின்றன. நாம் வட்டத்தை வெட்டிச் செல்ல முயல்கிறோம். ஓடைக்குள் விழுகிறோம். ஆட்களைத் தவற விடுகிறோம். நாய்களைத் தவற விடுவோம். அதிகாலை இரண்டு அல்லது மூன்று மணி சுமாருக்கு, எல்லோருக்கும் நாய்கள், நாம் பிடிக்க முடியாமல் போன கூன், குன்றுக்கு அப்பால் ஓடிய மான், இவற்றுக்கும்தான் – 'போதும் போதும்' என்றாகிவிடுகிறது. பொதுவான ஏதோ சம்மதியின்படி ஒவ்வொருவரும் அதை விட்டுவிடத் தீர்மானிக்கின்றனர். தவறிவிட்ட நாய்கள் ஒன்றிரு தினங்களில் திரும்பி வந்து சேருமென அறிவோம். ஆகவே நாங்கள்

தலைமை நிலையம் செல்கிறோம். அது டாமின் இடமாகவோ, எல்வுட்டின் வீடாகவோ இருக்ககலாம். அங்கு உறங்கிக்கிடக்கும் தீயைப் பொங்கி எழும்படி செய்கிறோம். வேறு எவராவது காப்பிச் சட்டியை அடுப்பின் மீது வைக்கும் வேளையில், ஒவ்வொருவரும் அடுப்பங்கரைத் தரையில் படுத்துக் கிடக்கிறோம். பன்றி இறைச்சி எடுத்துவர யாரோ புகைவீடு போகிறார்கள். வேறு யாரோ ஒரு பெட்டைக்கோழியைக் கலைத்து, பழுப்புப் புள்ளிகள் விழுந்த முட்டைகளைக் கொண்டு வருகிறார்கள். கையால் தயாரித்த தானிய மதுச்சாடி இன்னொன்றை வேறொருவர்தேடி எடுத்து வருகிறார். மற்றொருவர் வாத்தியத்தை எடுக்கிறார்.

நான் வளர்ந்து வந்த இடத்தில், எல்லோரும் எலிஸபெத் காலத்தையே விரும்பினார்கள். ஆகவே நாம் கேட்கும் பாடல்கள் எல்லாம் பழைய இங்கிலீஷ் நாடோடிப் பாடல்களாகவே இருந்தன. பின்னர் இவற்றை மலை ஜாதிக் கலைஞர்கள் ரேடியோவிலும், இசைப்பெட்டி மூலமும் பிரபலப்படுத்தினார்கள்.

ஜனங்கள் எப்படி அல்லது எங்கே சங்கீதம் கற்றார்கள் என நான் அறியேன். உதாரணமாக, தாத்தா பிடில் வாசிக்கத் தெரிந்தவர். முதலில் அவர் தனக்கு ஒரு பிடில் செய்தார். அவர் அதை எப்படிச் செய்தார் எனக் கண்டதும், அதை வாசிக்கக் கற்றுக் கொள்ளலாமே என்று கருதினார். அவர் அதை வெகு நன்றாக வாசியாதிருக்கலாம். ஆயினும், நான் கேட்ட எவரையும் போலவே அவரும் "ஒல் ஸிப் கூன்", "பாப் கோஸ் தி வீஸல்" முதலியவைகளை வாசித்து உணர்ச்சி உண்டாக்கினார்.

பார்க்கப் போனால், ஒவ்வொருவரும் எதையாவது வாசித்தார்கள். சட்டபூர்வமான காகிதத்தில் தற்குறி தவிர வேறெதுவும் கீறத் தெரியாத ஜனங்கள், வாஷ்போர்டு, யூத ஹார்ப், பாஞ்ஜோ, மௌத் ஆர்கள் எதையாவது வாசித்து, இசை எழுப்புவது பற்றிச் சில விஷயங்களை அறிந்திருந்தார்கள்.

கறுப்பு நிற மக்கள் அனைவரும் கூட ஏதேனும் ஒன்றை, அல்லது இன்னொன்றை, வாசிக்கக் கூடும். முகாம் கூட்டங்கள், உயிர்ப்பு நிகழ்ச்சிகள், புராதன ஆன்மீகச் சடங்குகள் முதலியவற்றில் எழும் பாடலைக் கேட்டால், அவர்கள் இன்றைய இசை முறையை எட்டிப் பிடிக்கப் போராடுகிறார்கள் என்பது புரியும். "கோடௌன், மோஸஸ்" என்ற கீதம் நூறு நீக்ரோக் குரல்களால் பாடப்பட்டபோது எப்படி ஒலித்தது. என்பதை எண்ணிப் பார்த்து, இப்பொழுது கூட நான் புல்லரிப்புப் பெற முடியும்.

அநேகமாக நாம் செய்த ஒவ்வொன்றிலும் கொஞ்சம் இசை இருந்ததாகவே

தோன்றியது. முயல்கள், மான், கூன் ஆகியவற்றைத் துரத்திய நாய்கள் இசை எழுப்பின. அது இன்னிசையேயாகும். வேர்த்துக் கொட்டும் பெரிய படகோட்டிகள் போஜி மீன் கூட்டத்தில் கரைவலையை வீசி இழுக்கும் போது, இழுப்பைக் கணிப்பதற்காக "ஹூஹ்!" என்று இசைப்பது வழக்கம். இதே இசையைப் பல வருஷங்களுக்குப் பிறகு நான் தங்கநியாகாவின் மத்திய பாகத்தில் கேட்டேன். விலங்கிடப்பெற்ற கோஷ்டிகள் விசேஷமான பாடல்கள் பாடினர். குற்றவாளிகள் இருப்புப் பாதை இணைப்புகளைப் பதித்து முடித்ததும், அக் கூட்டங்களைக் கண்காணிக்கும் தலைவன் இலவச இசைக் கச்சேரிகள் நிகழ்த்துவான். டர்பென்டைன் முகாம்களைச் சுற்றியுள்ள ஆற்றுத்துறைத் தொழிலாளிகள் தங்களுக்கெனத் தனியான சங்கீத நாட்டிய நிபுணர்களைப் பெற்றிருந்தார்கள். மொத்தத்தில் செல்வர்,ஏழை, கறுப்பர், வெள்ளையர், விலங்கிடப் பெற்றவர். சுதந்திரமுடையவர் ஆகிய நாங்கள் எல்லோருமே கொஞ்சம் சக்தி மிகுந்த இனிய சங்கீதம் சிருஷ்டித்தோம்.

சனிக்கிழமை இரவுகளில் நிகழும் சதுக்க நாட்டியங்கள் ஸர் வால்டர்ராலே காலத்துக்கே பின்நோக்கிச் செல்வதாகும். சங்கீதம் மாறுதல் பெறவில்லை. ஆட்ட நுணுக்கங்களும் அவ்வளவாக மாறிவிடவில்லை தான். மாகாணத்திலேயே சிறந்த கோஷ்டி அறிவிப்பாளர் டான் வார்ட் என்கிற ஒட்டிய முகமும் மெலிந்த உடலும் பெற்ற சிறிய நபர்தான். "சீமாட்டிகள் மத்தியில்; சீமான்கள் சுவர் ஓரத்தில்; புகையிலை மெல்லவும்; அனைவரும் சமநிலை எய்தவும்" என்ற பாகத்துக்கு வந்ததும், அவர் தரையிலிருந்து துள்ளி தன் உயரத்தில் பாதிக்கு மேலே குதிகால்களை உதைப்பார்; உண்மையிலேயே குதிப்பார். ஆச்சர்யகரமான முறையில் ஓரக்கண் பார்வை வீசுவார்.

நான் கூன் வேட்டை விலகிப் போய்விட்டேன். அன்றிரவில் கூனும் அவ்விதமே போயிற்று. பொதுவாக நான் குறிப்பிட விரும்பியது இதுதான்; நாம் செய்வது என்னவாயினும் – கூன் வேட்டை, பந்து விளையாட்டு, மீன் பிடிப்பு, முகாம் கூட்டம், எதுவாக இருந்தாலும் – அதில் அநேக நல்ல விஷயங்கள் கலந்துள்ளன.

நாம் செய்வது என்னவாயினும், அதில் இசை இருந்தது; நல்ல உணவு இருந்தது; விஞ்ஞானமும் தனித் தன்மை பெற்ற அறிவும் உண்டு. நெருப்புச் சுவாலையின் வேடிக்கையும், மிகுந்த சோர்வடைந்தால் சோம்பல் நிறைந்த ஓய்வும் இருந்தன. அந்த நாள் முடிவுற்றதும் பெரியவர்களுக்கு மானிறைச்சித் துண்டு இருந்தது. சிறுவர்களுக்கு ஒரு வாய் ஸ்கூப்பர்நங் ஒயின் கிடைக்கலாம். ஒவ்வொன்றுக்கும் ஏதோ ஒருவித அளவு; ஒரு ஆரம்பம்; ஒரு மத்தி, ஒரு முடிவு இருந்ததாகத் தோன்றிற்று.

வேட்டையாடுவதிலும் மீன் பிடிப்பதிலும் உள்ள மிகச்சிறந்த அம்சம், அதற்குப் போவது பற்றிச் சிந்திப்பதும், போய் வந்த பிறகு அதைப்பற்றிப் பேசுவதும்தான் என்று தாத்தா கூறுவது வழக்கம். "சம்பாஷணைக்கு ஆதாரமாகவும், சட்டியில் கொஞ்சம் இறைச்சி போடுவதற்கு வசதியாகவும், உண்மையான மையம் ஒன்று நமக்கு இருந்தாக வேண்டும். அன்றைய தினம் அவன் செய்த நல்லது பற்றிப் பெருமை பேசவும், அவன் செய்த தவறுகளை வெட்கமில்லாமல் மூடி மறைக்கவும் ஒவ்வொருவரும் அனுமதிக்கப்படவேண்டும்" என்றார் அவர்.

கிராமாந்தரச் சமையலறையின் சுத்தமான வெள்ளை பைன் தரைமீது படுத்துக் கொண்டு, மெல்லிய பைன்மரப் பலகைச் சுவர்கள் உறுமும் தீயின் உஷ்ணத்தால் அதிர்வதையும், முட்டைகள், பன்றிக்கறி ஆகியவற்றின் நறுமணம் காப்பி, விஸ்கி இவைகளின் வாசனையோடு கலந்து நிலவுவதையும் ரசித்தவாறே, சுற்றுவட்டாரத்தில் தலைமுறை தலைமுறையாக வழங்கப்படும் கதைகளை எல்லாம் நானும் கேட்டேன். கடந்தகால கூன் வேட்டைகளைப்பற்றித் திரும்பச் சொல்லுவார்கள். வேட்டை நாய்கள், பறவை நாய்கள் பற்றிய சகல புளுகுகளும் மீண்டும் பேசப்படும். குறியை விடாது காக்கும் ஒரு நாய் தன் பிடிவாதத்தினால் தவறிவிட்டதையும், ஒரு வருஷத்துக்குப் பிறகு அது கண்டுபிடிக்கப் பட்டதையும் பற்றிச் சொல்வர். பருவநிலை மாறிவிடவும், அந் நாய் குளிரில் விறைத்துச் செத்தது. பிறகு அதன் எலும்புக்கூடு அகப்பட்டது. அப்பொழுது அது காடைக் கூட்டம் ஒன்றின் எலும்புக் கூடுகளைச் சுட்டிக் கொண்டிருந்ததாம்.

"ராஜ்யத்துக்காக உழைத்தது பற்றி" கள்ள மது சம்பந்தமாக ஜெயிலில் வாழ்ந்ததைக் குறிப்பிடும் வசனம் இது – கார்பெட் சொன்னதை நான் கேட்டேன். முதல் உலக யுத்தம் பற்றியும் கேட்டேன். குற்றமும் தண்டனையும், யுத்தமும் சமாதானமும், ஒரு கூன் வேட்டையோடும் ஒரு கொப்பரைப் பன்றிக்கறி, முட்டைகளோடும் இணைந்து வந்தன.

விருந்து முடிந்தபோது பிரகாசமான வெளிச்சம் பரலியிருந்தது. காயம்பட்ட ஒரு நாயுடனும், எங்கள் வேலையின் அத்தாட்சியாக விளங்கிய ஒரு போஸத்துடனும் நாங்கள் வீடு நோக்கி நடந்தோம். கார்பெட் எல்வுட் உடன் ஒரு சச்சரவில் ஈடுபட்டார். ஆகவே டாமும் பீட்டும், தங்கள் அனுதாபத்தைக் காட்டும் வகையில், வீச்சுவலை அல்லது துப்பாக்கி அல்லது எதுவோ ஒன்று யாருக்குச் சொந்தம் என்ற பிரச்சினைமீது தனிப்பட்ட சண்டையைத் துவக்கினார்கள். கார்பெட் எல்வுட் மேல் பாய்ந்தார். தவறி நெருப்பில் விழுந்தார். நாங்கள் அவரை வெளியே இழுக்க நேர்ந்தது. பீட்டும் டாமும்

தங்கள் சண்டையை வாசல் முகப்புக்குக் கொண்டு வந்தார்கள். பீட் டாம் மீது பாய்ந்தான். திண்ணையிலிருந்து தவறி விழுந்தான். அங்கேயே கிடந்தான். அவன் தனித்திருப்பதாக டாம் நினைத்தான். ஆகவே அவன் அங்கு போய் பீட் அருகில் படுத்தான். ஒரு வேட்டை நாய் வந்தது. அவ்விருவரோடும் சேர்ந்து படுத்தது.

தாத்தா தன் தலையை ஆட்டினார். ஒளி நிறைந்த காலையின் இளங்காற்றை உள்ளிழுத்தார். "நான் உனக்கு மறுபடியும் சொல்கிறேன். பைத்தியம் தனது விசித்திர வழியிலே ஓடுகிறது. கூன் வேட்டை மிகவும் பலமான அடையாளம் ஆகும். ஒரு விதத்தில், வாழ்க்கை எப்படிப்பட்டது என்பதை அது எனக்கு ஞாபகமூட்டுகிறது. நாம் உழைக்கிறோம், கீழே விழுகிறோம், சாப்பிடுகிறோம், சண்டை போடுகிறோம். எல்லாம் முடிந்ததும், மிகவும் முட்டாள்தனம் என்ற உணர்வே நமக்கு ஏற்படுகிறது. ஏனென்றால், இவ்வளவு குழப்பத்துக்கும் பிறகு சும்மா காட்டுவதற்குக் கூட ஒரு கூன் நம்மிடம் இல்லை" என்றார்.

23. பெண்கள் சுபாவம்

வசந்த காலத்தின் துக்ககரமான நாட்களில் அதுவும் ஒன்று. காற்று உக்கிரமாக வீசியது. அத்துடன் மழையும் சேர்ந்து வந்தது. அதிகமாக ஒன்றும் செய்வதற்கில்லை. நெருப்பு இருந்தால், அதிக வெப்பமாகத் தோன்றும். தீ இல்லாவிட்டாலோ, குளிர் மிகுதியாக இருக்கும். ஜன்னல் கண்ணாடிகளில் மழை சடசடத்தது. காற்று வீசி வீசித் தாக்கியபோது, கண்ணாடி நடுங்கியது.

தாத்தாவும் நானும் சும்மா உட்கார்த்திருந்தோம். சொறிந்து கொண்டும், அமைதியற்றும் இருந்தோம். நாங்கள் எங்கே உட்கார்ந்தாலும் சரி, உடனே எங்கள் பாட்டி, மிஸ் லாட்டி, ஒரு அழுக்குத் துணி அல்லது துடைப்பம் எடுத்துக் கொண்டு எங்களுக்குப் பின்னால் வந்து நிற்பாள். நாங்கள் ஒரு நாற்காலியில் அமர்ந்தால், அவள் எங்கள் பக்கம் வருவாள். பெண்கள் செய்வது போல், சுற்றிலும் அமகளிப்படுத்துவாள். அந்த நாற்காலியை அவள் வேறொரு இடத்துக்கு மாற்ற விரும்புகிறாள் என்பது எங்களுக்குத் தெரிந்துவிடும். எந்த இடத்தில் அது சிறப்பாகத் தோன்றாதுதான். தான். ஆயினும் அவளுக்குச் சிறிது திருப்தி அளிக்கும். எங்களை அவள் ஒரு இடத்திலிருந்து இன்னொரு இடத்துக்குத் துரத்தியபடி இருந்தாள். இறுதியில் தாத்தா நெடுமூச்சுயிர்த்தார். "தாம்ஸனின் பில்லியார்ட் அறைக்குப் போவோம் வா. குறைந்தபட்சம், அங்கு பெண்கள் இல்லை. நியமப்படி, நான் பூல் ரூம்களை எதிர்க்கிறவன். ஆனால்,

சில சமயங்களில் ஒருவனுக்கு தன் வீட்டுப் பெண்களிடமிருந்து தப்புவதற்கு வேறு இடம் எதுவுமே கிடைப்பதில்லை” என்றார்.

இதற்குள் மிஸ் லாட்டி ஜமுக்காளத்தைச் சுத்தம் செய்வதற்காக எங்களருகில் வந்தாள். நாங்கள் எழுந்து, மூன்று கட்டடங்களுக்கு அப்பாலுள்ள பில்லியார்ட் விளையாடுமிடத்துக்கு நடந்தோம். அங்கே கிடந்த உயரமான ஸ்டூல் மீது அமர்ந்து கோக் குடித்தோம். பந்துகள் உருளும் ஒலியைக் கேட்டோம். மேஜைகள் மீதுள்ள குளுமையான பச்சைநிற விரிப்பின் மேல் சாய்ந்தபடி விளையாடுவோரைக் கவனித்தோம். குழிகளுக்குள் பந்துக்களைத் தள்ளுவதற்காக அவர்கள் சில சமயம் அசாத்தியமான நிலைகளில் வளைந்து காணப்படுவர். தாம்ஸனின் பூல் ரூம் அன்று நிறைந்திருந்தது. “இன்று இந்த ஊர்ப் பெண்கள் அனைவருக்கும் மழைக் காலச் சாமான் நகர்த்தும் வியாதி ஏற்பட்டிருப்பது நன்கு புலனாகிறது” என்று தாத்தா சொன்னார்.

அவர்தனது தொங்கு மீசையை இழுத்தார். குழாயைப் பற்ற வைத்தார். விளையாடுகிறவர் ஒருவர் எட்டாவது பந்தை ஒரு பக்கத்துக் குழியினுள் தள்ளுவதைக் கவனித்தவாறே, அவர் தனக்குத் தானே பேசுவதுபோல் கூறினார்.

“உலகத்தில் உள்ள பிராணிகளில் எல்லாம் பெண்கள்தான் மிகவும் விசித்திரமானவர்கள். நான் என் வாழ்க்கை முழுவதும் பெண்களை, சகல சீதோஷ்ண நிலைமைகளிலும் ஆராய்ந்திருக்கிறேன். சரியான விடையில்லாத, பெருங் கணக்கிற்கு வகை செய்கிற, எதேச்சையாகத் திரியும் ஜந்து காட்டிலோ கடலிலோ வேறு எதுவும் கிடையாது. உபயோகமற்ற ஒரு நாயை நாம் பழக்கி விடலாம்; மீனை ஏமாற்றலாம்; நரியை வஞ்சிக்கலாம்; கூனை மிஞ்சி விடலாம்; ஆண் மானை நம் வழியே வரச் செய்யலாம். ஆனால் ஒரு பெண்ணைப் பூரணமாகக் கட்டுப்படுத்துவதற்கு ஏற்ற உண்மையான வித்தை ஒன்றுமே இல்லை. அவளைச் சரியாக நிர்ணயம் செய்தாயிற்று என நாம் எண்ணுவதற்குள், அவள் புதிய தந்திர மூட்டை ஒன்றை அவிழ்க்கிறாள். அப்புறம் நாம் மறுபடியும் முதலிலிருந்தே துவங்க வேண்டியதுதான்.

“இப்பொழுது, ஒரு பூல் ரூமை எடுத்துக்கொள். உண்மையாகவே கெட்ட விஷயம் எதுவும் இங்கு இல்லை பூவ் விளையாடுவதில்லை. ஆயினும், பலருக்கும் காட்ட விரும்பும் ஒரு நாயை அடைந்தால், அல்லது பெருமையடிப்பதற்கு உரிய புதிய சாதனைண ஏதேனும் இருந்தால், நான் வரக்கூடிய இடம் இந்த அறைதான். ஏனென்றால், நான் சொல்ல விரும்புவதைக் கேட்கவும், காட்டக் கூடியதைக் காணவும், இங்கு நிறையப் பேர் இருப்பார்கள் என்பது எனக்குத் தெரியும். இவ்வூர் போன்ற சிறிய

இடத்தில், பில்லியார்ட் ஆடுமிடம் தீமைகளின் குகையாக விளங்குவதில்லை. தனது வீட்டுப் பெண்களால் சித்திரவதை செய்யப்படாமலிருக்க ஒருவனுக்கு வாய்த்த ஒரே புகலிடம் இதுதான்.

"பூல் என்பது கனத்த டென்னிஸ் பந்து தவிர வேறல்ல. நரம்பு கட்டிய ஈ அடி மட்டைக்குப் பதிலாக இதில் ஒரு கம்பை உபயோகிக்கிறார்கள். ஒரு தடவை நான் இங்கிலாந்து போன போது, இரண்டு கிளப்புகளுக்குள் சென்று, உயர்ந்த இனத்துச் சோம்பேறிகள் பூல் விளையாடுவதைப் பார்த்தேன். லைமீஸால் அது 'ஸ்னூக்கர்' என அழைக்கப்பட்டது. ஆனால், டென்னிஸ் பெண்மை விளையாட்டு என்றும், பூல் கெட்டது என்றும் நாம் விசித்திரமாக எண்ணுகிறோம்.. அது ஏனென்றால். பெண்கள் தங்கள் ஆண்களைப் பயமுறுத்த பூல் அறைகளுக்குள் புக முடிவதில்லை; அது பெண்களுக்குக் கோபம் உண்டாக்குகிறது" என்று தாத்தா சொன்னார்.

ரூனி வாட்ஸ் விதிகளுக்குப் புறம்பான ஆட்டம் ஆடுவதை நான் கவனித்தேன். உந்தப்படும் பந்து, தடுத்து நின்ற பந்து ஒன்றைத் தாண்டிக் குதித்து, தனது இலக்கைப் பிடித்து, அதை மூலைக் குழிக்குள் தள்ளியது.

"அழகானது. சட்ட விரோதம்தான். ஆனால் அழகியது. ரூனி எப்படிப்பட்ட ஆண் என்று சொல்கிறேன். 'தாவி அடித்தலும், கும்பலாய் உந்துவதும் கூடாது' என்ற விதி ரூனிக்கு, 'காவலுக்கு உட்பட்டது. அல்லது 'வேட்டை கண்டிப்பாய் கூடாது' என்பது போலவே, அர்த்தமற்றதுதான். ரூனி இயல்பிலேயே சட்டத்துக்கு அடங்கி நடப்பவன் அல்ல. நான் என்ன சொல்லிக் கொண்டிருந்தேன்? ஆமாம். நினைவு வந்தது. பெண்களைப் பற்றித்தான்" என்றார் தாத்தா.

அவர் மேலும் சொன்னார்: "அவர்களுக்கு எதிராக உபயோகிக்க ஒரே ஒரு சட்டம்தான் உண்டு. அதை எதிர்மறை ஒப்புதல் சட்டம் அல்லது மாறுபடும் இங்கிலீஷ் யோசனை என நான் குறிப்பிடுவேன். அவர்கள் நமக்கு இரண்டு அடிகள் முன்னே இருக்கிறார்கள் என்று எண்ணி, நாம் ஒரு எட்டு பின் நகர்ந்து, அவர்களைத் தடுமாற வைப்பது என்ற, ஆதாரக் கருத்தின்படி செயல்புரிய வேண்டும்.

"பெண்கள் பிறவியிலேயே வக்கிர குணம் உடையவர்கள் அவர்கள் புரிந்துகொள்ள முடியாத, அல்லது பங்குபெற இயலாத, எதன் மூலமும் ஒருவன் மகிழ்வடைவது அவர்களுக்கு வெறியூட்டும். அவர்கள் தங்கள் முழங்கைகளை முத்தமிட்டு, ஆண்களாக மாற முயன்று கொண்டிருக்கிறார்கள். ஆண்களாக மாற முடியாதபோது, அவர்கள் வெறுப்படைகிறார்கள். ஆகவே அவர்கள் மிகச் சிறு வயதிலேயே பையன்களோடு சண்டை பிடிக்கிறார்கள்.

தங்களுக்கென்று ஒரு முரட்டுப் பையனைப் பிடித்து அவனை வீட்டின் செல்லப் பிராணியாக மாற்றும்போது அவர்கள் தங்கள் இறுதி வெற்றியை அடைகிறார்கள். அல்லது அவனை மாற்ற முயல்கிறார்கள்.

“ஏசவும், புகையிலை மெல்லவும், ஒரு சிறிது மது குடிக்கவும், பூல் விளையாடவும், போக்கர் ஆடவும், சுருட்டுப் புகைக்கவும், வேட்டைக்குப் போகவும், மீன் பிடிக்கவும் ஆசைப்படுகிறார்கள் ஆண்கள். பொதுவாக இவை எல்லாம் பெண்கள் கலந்து கொள்ளக்கூடிய விளையாட்டுக்களாகக் கருதப்படவில்லை. எனவே அவர்கள் அவற்றின்மீது கோபம் கொள்கிறார்கள்.

“மிதமாக அனுஷ்டிக்கப்படின், இவற்றில் எதுவும் கெட்டது அல்ல. ஒரு மனிதன் ஆரம்பத்திலேயே நல்லவனாக இருந்தால், அவன் காட்டிலோ, கடலிலோ, அல்லது பூல் ரூமிலோ தானே தீமை எதுவும் பெறமாட்டான். நான் புகை பிடிப்பதையும், அவ்வப்போது கொஞ்சம் குடிப்பதையும் நீ கவனித்திருக்கிறாய். ஆனால் எந்த ஜெயிலும் என்னை அறிந்ததில்லை. நான் கொடுக்க வேண்டியதைச் செலுத்திவிடுகிறேன். உபதேசியாரிடம் பணிவாகப் பேசுகிறேன். எதையும் இனிய தருமத்தையும், வேக வைக்கும் உருளைக்கிழங்கையும் கூட –நீ ஒரு அளவுக்கு மீறிக் கையாளக்கூடும்; நல்ல விஷயத்தைக் கெட்டதாக மாற்றிவிட முடியும்.

“ஆனால் பெண்கள், அதில் அவர்களுக்குப் பங்கு இல்லை என்றால். அது கெட்டது என்று தாமாகவே எண்ணிவிடுகிறார்கள். செஸ்டர்டன் என்கிற இங்கிலீஷ்காரன் ஒருவன் இதுபோல் ஒருவரி எழுதியிருக்கிறான்: இவ்வுலகில் பெண்கள் புரிந்துகொள்ளாத விஷயங்கள் மூன்று உள்ளன: சுதந்திரம், சமத்துவம், சகோதரத்துவம். ‘சமத்துவம் விஷயத்தில் பெண்களைப் பற்றிக் கொஞ்சம் கடுமையாக அமைந்துள்ளது என்று நான் நினைக்கிறேன். ஆனால், சுதந்திரமும் சகோதரத்துவமும் பற்றி அவர்களுக்குக் கிரகிக்கும் சக்தி ஒரு துளிகூடக் கிடையாது.”

விளையாடியவர்களில் ஒருவர், பில் ஸெயின்ட் ஜியார்ஜ் ஆக இருக்கலாம், மூன்று ‘குஷன் பேங்க்’ அடி அடித்தார். அது, சிக்கலில் மாட்டிலிருந்த ஒரு பந்தை இடித்துக் குழிக்குள் தள்ளியது.

“அவற்றை விளையாடும் முறை இதுதான் பேங்க் அடிகள் அதிகப்படியான மூன்று குஷன் அடிகளுக்குத் திட்டமிடுவார்கள். உந்தும் பந்திலேயே ஆர்வம் காட்டுவார்கள். முக்கியமான பந்தை மறந்துவிடுவார்கள். பிறகு இரண்டாவது குஷனிலேயே சிரத்தை இழந்துவிடுவர்.” தாத்தாவுக்கு இன்று பேச்சில் ஆர்வம் ஏற்பட்டிருந்தது. எடுத்த விஷயம் பற்றி நிறையப் பேசினார்.

“எனக்கு விளங்கவில்லை. இரண்டாவது குஷனிலேயே ஆர்வம் இழப்பார்கள் என்பதன் பொருள் என்ன?” என்று நான் கேட்டேன்.

“வீட்டுக்கு வா. அது எப்படி வேலை செய்கிறது என்று காட்டுகிறேன். நான் உனக்குச் சுடவும், முகாம் அமைக்கவும், மீன் பிடிக்கவும். நாயைப் பழக்கவும் கற்றுக்கொடுத்தேன். பெண்களைப் பற்றிக் கற்பித்து அதைப் பூரணமாக்குவது நல்லது தான்” என்றார் அவர்.

நாங்கள் வெளியே வந்தபோது, மழை நின்றுவிட்டது. காற்று குறைந்து கொண்டிருந்தது. தாத்தா காற்றை மூக்கினால் உறிஞ்சினார்; மீசைக்குள்ளே சிரித்தார். “நாளைக்கு நல்ல நாளாக இருக்கும். நீ மிகுதியாகச் செய்ய விரும்புவது எது?” என்றார்.

“நானறியேன். பாஸ் மீன்கள் தூண்டிலில் சிக்கும் என்று எண்ணுகிறாயா?!”

“அருமை. நாம் மீன் பிடிக்கப் போகவேண்டும் என்றா நினைக்கிறாய்? இது வாராந்தம் தான்” என்று தாத்தா சொன்னார்.

“ஆமய்யா, கார்ன்கேக்கில் உள்ள குடிசையைச் சரிப்படுத்தும் விஷயமாய் நாம் எதுவும் செய்யவில்லை. அது வேடிக்கையாக இருக்கும். போன புயலுக்குப் பிறகு அந்த வீடு ஒரே குழப்பமாக விளங்கும்” என்றேன்.

“பார்க்கலாம். நிலைமை எப்படி உள்ளது என்று பார்ப்போம் என்றார் தாத்தா.

நாங்கள் வீட்டுக்குள்ளே போனோம். மிஸ் லாட்டி மனைவி நோக்குடன் உறுத்துப் பார்த்தாள். “இவ்வளவு நேரமும் எங்கே போயிருந்தீர்கள்?” என்று கேட்டாள்.

“பூல் ரூமுக்கு. நீ ரொம்பவும் சுறுசுறுப்பாகக் காணப்பட்டாய். நாங்கள் உனக்குத் தொல்லைதர விரும்பவில்லை.”

“அந்தப் பையனை, சோம்பேறிகள் எல்லோரும் கூடுகிற பூல் ரூமுக்கு அழைத்துப்போவதா!” என்றாள் அவள். உதவாக்கரைகளோடு சேர்ந்துகொண்டு பூல் ரூம்களைச் சுற்றி வருகிற எவருக்கும் ஒரு தன்மைகூட ஏற்பட எது என்பது பற்றிச் சுமார் ஐந்து நிமிடங்கள் பேசினாள். வேகம் பெற்ற குதிரை மாதிரி அவள் இரையும்படி தாத்த விட்டுவிட்டார். அவர் ஒரு வார்த்தையும் சொல்லவில்லை. அவளே பேசட்டும் என்றிருந்தார்.

அவள் பேசுவதை விட்டதும், அவர் “என்னை மன்னிக்கவும்” என்றார். பின்புறத் தோட்டத்துக்குப் போனார் வீட்டின் கீழே ஊர்ந்து, வீச்சு வலையை

எடுத்தார். புழங்கும் அறைக்கு வந்து, அதைத் தரைமீது பரப்பினார். சம்மணமிட்டு அமர்ந்து, கித்தான் ஊசியை எடுத்து, வலையைத் தைக்கத் தொடங்கினார். என்னிடம் கண்ணைச் சிமிட்டி, இரக்சியம் பேசினார்: "போய், தூண்டில்களை எடுத்து வர. அவற்றைக் கவளிக்க வேண்டியது அவசியம்.

நான் போய், தூண்டில்களை எடுத்து வந்து, தரையில் போட்டேன். பத்திரிகைத் தாளைப் பெரிதாகப் பரப்பி, அதன்மேல், வட்டுகளைச் சுத்தம் செய்யலானேன். புதிதாகப் பெருக்கிய விரிப்பின் மீது பரப்பிக் கிடந்த பொருள்களை எல்லாம் கண்டவுடன், மிஸ் லாட்டி வெறியோடு குதித்து எங்களிடம் மீண்டும் வந்தாள். "இதெல்லாம் என்ன குப்பைகள், என் விரிப்புகளின் மேல்?"

"வெறும் வீச்சு வலையும், சில மீன் தூண்டில்களும்தான், லாட்டி" என்று தாத்தா, மிட்டாய் போல் இனிமையாகச் சொன்னார். "இந்த வேலையைக் கவனிக்கையிலேயே, பையா, நீ போய்த் துப்பாக்கிகளையும் எடுத்து வருவது நல்லது. இந்த மழைக்காலம் அவற்றுக்கு எவ்வித நன்மையும் செய்வதில்லை.

"சரி ஐயா" என்று நான் எழுந்தேன்.

கிழவி கத்தினாள். "நீங்கள் துப்பாக்கி எதையும் எனது சுத்தமான ஜமுக்காளத்தில் வைத்துத் துடைக்கக்கூடாது!" அவள் கோபத்தால் சிவந்து, பரபரப்புடன் காணப்பட்டாள். "எண்ணெயைச் சிந்தி என்...."

"ஆனால், லாட்டி, வெளியே வேலை செய்ய முடியாதபடி ஒரே ஈரமாக இருக்கிறது. நான் எல்லாச் சாமான்களையும் முகப்பு அறைக்குக் கொண்டுவந்து விட்டதால்..."

"யார் ரொம்ப மோசம், நீங்களா பையனா என்றே எனக்குத் தெரியவில்லை. நான் சுத்தம் செய்த பிறகு நீங்கள் வீடு பூராவையும் கூட்டிக் குப்பை சிதறுகிறீர்கள் என்றுதான் எனக்குத் தோன்றுகிறது. நீங்கள் ஏன் பையனை இட்டுக்கொண்டு எங்காவது போகக்கூடாது? என்றாள் அவள்.

"பூல் ரூமுக்கு?" தாத்தாவின் கண்கள் அகன்று, கபடமற்றுத் தோன்றின.

"நீங்கள் எங்கே போவீர்களோ எனக்குக் கவலை இல்லை அவ்வளவையும் என் விரிப்புகளிலிருந்து அகற்றினால் சரி" என்று மிஸ்லாட்டி கத்தினாள்.

"நிச்சயமாக" என்ற தாத்தா என் பக்கமாகக் கண்சிமிட்டினார். "பூல் ரூமில் எவ்வளவோ உதவாக்கரை நபர்கள் சுற்றிவருகிறார்கள். அதனால்......"

"உங்களுக்கு ஏதாவது அறிவிருந்தால், நீங்கள் அந்தப் பையலோடு

கார்ன்கேக் போய், சதா பேசிக்கொண்டிருந்தீர்களே அந்த வீட்டைப் பழுது பார்ப்பீர்கள், நீங்கள் செய்ய விரும்புகிற குழப்பங்களை எல்லாம் அங்கு செய்யலாம். குறைந்த பட்சம், நான் சுத்தப்பத்திக் கொண்டிருக்கும் போது, என் காலுக்குள் வராமல் விலகிப் போங்கள்" என்று அவள் சொன்னாள்.

நான் என்னவோ சொல்ல ஆரம்பித்தேன். ஆனால் தாத்தாதன் கையை அசைத்து என்னை அடக்கினார்.

அவர் சொன்னார்; "என்னைப்போலவே நீயும் அறிவாய், லாட்டி, கார்ன்கேக்கில் இப்ப குளிரும் ஈரமும் இருக்கும். அந்த வீட்டில் உணவுச் சாமான்கள் எதுவுமில்லை. நாங்கள் குளிரினால் சாக நேரிடலாம். மேலும்"

"ஓ. ஷுஷ்! நீங்கள் நன்கு வளர்ந்தவர்கள். உங்கள் காலத்தில் அரைவாசியை முழுக்க நனைந்து, அல்லது வெயிலில் நன்றாகக் கொதித்தே கழிக்கிறீர்கள். அலையில் வந்த விறகுக்கட்டை அங்கு நிறைய இருக்கிறது. அல்லது, இருந்தாக வேண்டும். தின்பதற்கு வேண்டிய சிலவற்றை நீங்களே எடுத்துச் செல்லலாம். உங்களால் வெகு நன்றாய் சமைக்க முடியும் என்று எப்பொழுதும் பேசுகிறீர்களே. எங்காவது போய், அதை நிரூபிப்பதுதானே!" என்றாள் அவள்.

"எனக்குத் தெரியாது..." என்று தாத்தா தன் தலையை அசைத்தார். "கொஞ்ச காலமாக என் வாத நோய் மகா மோசமாக இருக்கிறது. நாங்கள் இங்கு தங்கியிருப்பதே நலம் என்று நினைக்கிறேன். வா, பையா. நாம் முற்றத்தில் இருப்பதை உன் பாட்டி விரும்பாவிட்டால், சாப்பிடும் இடத்துக்குப் போவோம்."

"எனது சாப்பாட்டு அறையில் காலை வையுங்கள், அப்புறம் நான்... நீங்கள் இங்கேயே இருங்கள்!" அவள் சமையல் அறையை நோக்கி ஓடினாள்.

"நீ சும்மா உட்கார்ந்து, அந்த எண்ணெய்த் துணியை ஆட்டிக்கொண்டிரு. அவள் ஒரு நிமிஷத்தில் வந்து விடுவாள்" என்று தாத்தா கூறினார்.

அவள் வந்தாள். இரண்டு கைகளாலும் பிடித்து ஒரு பெரிய கூடையைத் தூக்கிக் கொண்டு வந்து சேர்ந்தாள். "அரைப் பன்றியின் இறைச்சி இதில் இருக்கிறது. மூன்று டஜன் முட்டைகள், கொஞ்சம் பீன்ஸ், ரொட்டி, காப்பி, ஆப்பிள் பை, சில ஆரஞ்சுகள், வாழைப்பழம், கேக்கின் ஒரு பகுதி எல்லாம் உள்ளன. இப்போது, அந்தச் சாமான்களை என் விரிப்பிலிருந்து அகற்றுங்கள் எங்காவது போய், இரண்டு நாட்களுக்கு 'கௌபாய்' விளையாட்டு விளையாடுங்கள்" என்றாள்.

"நாம் தோற்றுவிட்டோம் என்று எண்ணுகிறேன், பையா இவற்றை எல்லாம் சேகரித்து, காரில் கொண்டு போடு. நாம் இருவரும் தண்ணீரில் மூழ்கினாலும் மூழ்கி விடலாம். பிறகுதான் இவள் வருத்தப்படுவாள்" என்றார் தாத்தா.

"சிறு நஷ்டமே " என்றாள் மிஸ் லாட்டி

தாத்தா பெருமூச்சு விட்டார். வாசல் வழியே வெளியேறினார். நான் காரில் ஏறும் சமயம் மிஸ் லாட்டி என்னைக் கூப்பிட்டாள். அவள் கைகளில் காகிதப்பை ஒன்று இருந்தது. உள்ளே அது கடினமாக இருந்தது. கலகலவென ஒலி செய்தது.

"அவர் தனது நரம்பு டானிக்கை மறந்து விட்டார். உன் ஸ்தானத்தில் நான் இருந்தால், வீட்டுக்குப் போவதற்கு முன்பு, முதலில் பாஸ் மீன்களைப் பிடிக்க முயல்வேன். அவை கவ்வ வரும் என்றே நினைக்கிறேன்" என்னைப் பார்த்துக் கண் சிமிட்டினாள் அவள். 'பூல் ரூம்களைவிட்டு விலகியே இரு" என்றாள்.

நான் தாத்தாவிடம் அவருடைய நரம்பு டானிக்கைக் கொடுத்த போது, அவர் நெடுமூச்சு விட்டார். "நான் சொன்னதன் பொருள் உனக்குப் புரிந்ததா? அவர்களை முட்டாள்கள் ஆக்குவதற்கு ஒரு வழியுமில்லை. அவள் என்ன சொன்னாள்?"

"முதலில் மீன் பிடிக்கப் போங்கள் என்றாள்."

"அப்ப நாம் மீன் பிடிக்கப்போவோம். அவள் நேரடியாக முன்வந்து. அவளுக்கு மீன்கள் மீது அதிக ஆசை ஏற்பட்டுள்ளது என்று சொல்லியிருந்தால், நமக்கு எவ்வளவோ நேரம் மிச்சமாகியிருக்கும்" என்று தாத்தா சொன்னார்.

24. அதோ போகிறது!

முன்னாட்களில் போஜி மீன் பிடிப்புத் தொழில், ஒருவன் குறுக்கே ஓடுவதைப் போலவே, பிழைப்புக்கு வழி செய்யும் ஊக்கமளிக்கும் விஷயமாகும். கடலின் அத்துடன், உலகத்தின் எல்லையின்மை பற்றிய முதலாவது கூரிய உணர்வு எனக்கு ஏற்பட்டதே, போஜி பிடிக்கும் படகில் நானும் ஏறிச் செல்லும் அளவு பெரியவன் ஆகிவிட்டேன் என்று தாத்தா தீர்மானித்தபோது தான். போஜி என்பது மிக வழவழப்பான கொழுத்த அதன் உண்மையான பெயர் மென்ஹேடன். அது உரத்துக்கும், மீன் தூளுக்கும், இன்னும் பல வழிகளிலும் பயன்படும். போஜி மீனைச் சாப்பிடுவது தவிர வேறு என்ன வேண்டுமாயினும் செய்ய முடியும். உமக்குப் பசி அதிகமாகயிருந்து நீர் அதை உள்ளே தள்ளிவிட்டால், அது உம்மைக் கொல்லாது என்றே நான் நினைக்கிறேன்.

என் நகரத்தில் போஜி மீன் பிடிப்பு பெரிய தொழிலாக விளங்கியது போஜிகள், இறால்கள், படகோட்டுவது முதலிய போஜிகள், நாங்கள் சாப்பிடவும் செய்தோம். வானெஸா எனும் பெயருடைய போஜிப்படகு ஒன்று தாத்தாவிடம் இருந்தது. கடல் மேல் சென்ற கப்பல்களில் அது மிகப் பெரியது அல்ல என்றே நான் கருதுகிறேன். ஆனால் எனக்கு அது க்வின் மேரியை விடப் பெரியதுதான். கோடி மைல் நீளமுள்ளதுபோல் தோன்றிய

கரை வலை, பல சிறு படகுகள், ஒரு தலைவன், ஒரு துணைவன், ஒரு 'விஞ்ச்மேன்'. முரட்டு ஆட்கள் பலர் அநேகமாக இவர்கள் நீக்ரோக்கள்தான் ஒரு சிறுவன் ஆகியவர்களைத் தாங்கும் அளவுக்குப் பெரிதாகயிருந்தது அது.

போஜி மீன்கள் கூட்டம் கூட்டமாகவே செல்லும். கேனட், கள் முதலிய பறவைக் கூட்டங்கள் அவற்றைத் தொடர்ந்து போகும். அவை சூரிய ஒளியில் பித்தளைபோல் மின்னும் சுறா, டால்பின், மெக்கரெலி போன்ற பெருமீன்கள் அவற்றினூடே பாய்வதையும், பறவைகள் கீழே பாய்ந்து, ஒரு மீனைத் தங்கள் கால் நகங்களில் அல்லது அலகுகளில் பற்றுவதற்காக மூழ்குவதையும் நாம் காண முடியும்.

எனது வேலை உயரே காக்கைக் கூட்டில் இருந்தது. நான்தான் உற்று நோக்குவோன். தளங்களுக்கு மேலே உயர்ந்து நிற்கும் அஞ்சாநெஞ்சன். அங்கே எல்லையற்ற வானவெளியில் தன்னந்தனியனாக இருந்து. எல்லையிலாக் கடலை ஆராய்ந்தேன். அலை போல் எழுந்தும் விழுந்தும் வரும் கொழுத்த முதுகுடைய மென்ஹேடன் கூட்டங்களை நோக்கினேன். வலையில் சிக்கி, பளபளப்பாய் துள்ளிக்குதிக்க, அவை படகினுள் இழுக்கப்படும். பிறகு சார்லி காஸின் சுத்தம் செய்யும் தொழிற்சாலைக்கு எடுத்துச் செல்லப்படும். பயங்கரமான நாற்றப் பொருளாக மாற்றப்படும். பன்றிக் கொழுப்பு, பீன்ஸ், நீக்ரோவர் வீடுகளின் நெடிய இனிமைகள், வெள்ளை இனத்தவர் வீடுகளின் பிரத்தியேகப் பாதைகளில் சேரும் மட்டச் சரக்குகளின் மற்றுமோர் குவியல் என்பதை அந்த நாற்றம் உணர்த்தும்.

"இது பெரிய தொழில். நீ ஒரு மீன்பிடிக்கும் படகிள் காக்கைக் கூட்டில் உட்கார்ந்திருக்கும் வெறும் பையன் அல்ல. ஏகப்பட்ட மக்களின் வாழ்வில் உள்ள பொருளாதார பேதம் ஆவாய். போஜி மீன் கூட்டம் ஒன்றை, இதர கப்பல்களில் உள்ள பிற உற்றுநோக்கிகள் பார்ப்பதற்கு அப்போதுதான் முந்தி நீ கவனித்தாக வேண்டும். அப்போதுதான் நாம் முதலில் அவற்றை அடைய முடியும். இல்லையேல் அடுத்த வருஷம் கிறிஸ்துமஸ் விழா கிடையாது. மோபி டிக்கைத் தேடி அலையும் கண்கள் பெற்ற காப்டன் ஆஹப் நீதான் என்று உன்னால் நடிக்க முடியாதா, பாரேன். பார்க்கப் போனால், போஜிகள் நிறையச் சேர்ந்தால் ஒரு திமிங்கலத்தின் கனம் இருக்கும்; அதைப் போன்ற பணமதிப்பும் பெறும்" என்று தாத்தா சொன்னார்.

தாத்தாவிடமுள்ள விசேஷம் இதுதான். ஒவ்வொன்றுக்கும் விளையாட்டு பொம்மை ரீதியான முறை ஒன்றை அவர் எப்பொழுதும் கொண்டிருந்தார். உர உற்பத்தித் தொழிற்சாலைக்குப் போக வேண்டிய கெட்ட நாற்றமுடைய

மீன்களை ஒரு சிறுவன் தேடுவது என்பது ஒரு விஷயம், உற்சாகமற்ற செயலும்கூட. ஆனால், பெரிய வெள்ளைத் திமிங்கல வேட்டையில் ஈடுபட்ட காப்டன் என்ற பட்டத்தோடு ஒரு பையன் இருப்பது முற்றிலும் வேறான ஒரு நிலைமையாகும். ஐயா, வானவெளியிலே அவ்வளவு உயரத்தில், மீன்களைத் தேடும் கண்களோடு, நான் இருந்தபோது, இந்தப் பிரபஞ்சத்தின் தலைவன் நானே என்ற உணர்வு எனக்கு ஒருவாறு ஏற்பட்டிருந்தது.

போஜி மீன்களின் கூட்டத்தைக் கண்டதும் நான் கீழ்நோக்கி, "பிரிட்ஜ், அஹோய்!" என்றே கத்துவேன். "ஏ தாத்தா!" என்று நான் சுலபமாகச் சொல்லியிருக்கலாம். "மீன்! முன்பக்கம் வலது புறத்தில் இரண்டு பாயின்ட் முன்னே!" என்று. முறையாகச் சொல்லக்கூடியது எதையாவது சொல்வேன். நான் கத்துவதற்கு முந்தியே தாத்தா மீன்களைப் பார்த்திருப்பார், சும்மா மரியாதைக்காகக் காத்திருக்கிறார் என்றே எனக்குத் தோன்றும்.

மீன்கள் செல்லும் திக்கு நோக்கி நாங்களும் போவோம். துரத்தும் படகுகள், அவற்றுக்குரிய முளைகளிலிருந்து வெளியே தொங்கும். ஆடும் அப்படகுகளிலிருந்தபடி வலையை வீசுவார்கள். மிகவும் பெரிய, மினுமினுப்பான, வேர்த்துக்கொட்டும் ஆட்கள் வலையை இழுப்பர். தூக்குவர், உறுமுவர், மீன்கள் அலைபோல் பொங்கி, கப்பலருகே வந்து சேரும். என்ஜின் வலையைத் தளத்துக்குள் சேர்க்கும். செதிளடித்துக் குதித்தபடி கிடக்கும் மீன்கள் கடல் பொருள்களின் செல்வக் களஞ்சியமேதான்.

"இந்தத் தடவை என்ன கிடைத்திருக்கிறது பார்ப்போம்" என்று கூறி, தாத்தா சக்கரத்தை டாம் அல்லது பீட் அல்லது வேறு எவர் வசமாவது ஒப்படைப்பார்.

அதுதான் சிலிர்ப்பு தரும். ஏனெனில், போஜிகளுடன் வேறென்னவெல்லாம் கடலிலிருந்து கிடைத்திருக்கும் என்பது நமக்குத் தெரியவே தெரியாது. சுறா மீன்கள் – சுத்தித் தலையன்களும், களுகுப்பாறை மூக்கன்களும் – எப்பொழுதாவது கிடைக்கும். அடிக்கடி பெரு மீன் டார்பான் வடக்கே எவ்வளவு தூரம் தேடி வரும். மெக்கரெல், நீலம், டால்பின் போன்ற தின்பதற்கு இனிய மீன்களும் கலந்து கிடக்கும். உடனே எனக்குப் புதிய வேலை வரும். என் பாதங்களை ரப்பர் பூட்ஸில் திணித்துக் கொண்டு, நான் தளத்தில் இறங்கி மீன் குவியலுக்குள் நடத்து. நல்ல மீன்களைப் பிரித்து எடுப்பேன். அவற்றை ஆட்கள் பங்கு போடுவர்: அப்புறம் கரை சேர்ந்ததும் கடைகளில் அவற்றைப் பசுமையாக விற்று விடுவர். என் பங்குப் பணத்தை நானே வைத்துக்கொள்ள அனுமதி கிடைக்கும். செலவிட்டேன் என்ற கேள்வியே எழாது. அதை நான் எதில்

சூரியனும் கடல் அலைத் திவலைகளும் நிறைந்த பிரகாசமான பொன் நாட்கள் அவை, உப்பு நம் உதடுகளில் சொரசொரக்கும். வெயில் தம் சருமத்தில் உப்பைக் கனிய வைக்கும்போது மூக்கு எரியும் கவனிப்பதற்கு எவ்வளவோ விஷயங்கள் இருந்தன. பறவைகள், மீன்களைப் பற்றிய விதம்; சுறா மீன்களின் முதுகுப் புறம் நீரைக்கிழிக்கும் முறை: கப்பலின் முன் பக்கத்தோடு டால்பின்கள் ஓட்டப் பந்தயம் நடத்துவது; உல்லாசமும் நேசப் பண்பும் பெற்ற கடல் பன்றிகள் கப்பலைச் சுற்றி விளையாடுகையில் சடக்கெனத் திரும்பும், தோழமை பெறுவதில் ஆனந்தம் அடையும் பெரிய, கோமாளித்தன, மேல்மினுக்கிகள் இவை.

எப்பொழுதும் கவனிப்பதற்குப் பருவ நிலையும் உண்டு பெருங்காற்று, புயல் அல்லது மிகவும் இழிவான சூறாவளித் தன்மையை வளர்த்து அது கையாளும் முறையைக் கவனிக்கலாம். என்னிடம் மெழுகுத் துணி உடையும், ஈரம் படிய முடியாத தொப்பியும், பூட்ஸூம் இருந்தன. வானம் அழுக்காய் சாம்பல் நிறமாய் மாறுவதையும். மேகங்கள் தணிவதையும், கடல் அலைகள் குவிந்தெழுந்து நீர்த்திவலைகளின் பெரும் படலங்களைக் கப்பலுக்குள்ளே விட்டெறிவதையும் நான் நேசித்தேன். கடலில் புயல் எழும் நிலையில் ஒருவித அற்புதம் என்றும் உண்டு. நம்மை மீண்டும் நெருப்போரத்திற்கும் படுக்கைக்கும் பத்திரமாய் கொண்டு சேர்ப்பார் என்ற நம்பிக்கை தலைவனிடம் இருந்தால் இதன் விசேஷம் மிகும்.

ஒரு கப்பலில் உள்ள வாசனைகள் விசேஷமானவை – எண்ணெய், கீலெண்ணெய், சுத்தமான சணல், கித்தான், உப்பு, கொழுப்பு, எரிபொருள், வர்ணம் முதலியன. நான் முதன் முதலில் ஸஜி மூஜி பற்றி அறிந்து கொண்டது வானெஸாவில் தான். அது வர்ணப் பூச்சுக்களைத் துடைப்பதற்குரிய கொடிய கார நீர்க் கலவையாகும்; நம் தோலில் துளை உண்டாக்கக் கூடியது பல வருஷங்களுக்குப் பிறகு நான் ஒரு வியாபாரக் கப்பலில் கடல் மீது சென்றபோது, முன்தள உச்சியில் அமர்ந்து கவனிப்பது, வர்ணத்துக்கு ஸுஜி உபயோகிப்பது பற்றி எல்லாம் எனக்கு மிகக் குறைவான போதனைகளே தேவைப்பட்டன.

நான் (மோபி டிக்கைத் தேடும் காப்டன் ஆஹப் ஆக இல்லாத போது) சாதாரணத் தளத் தொழிலாளியே ஆகையால் தலைவரோடு அதாவது. அவரோடு சேர்ந்து சாப்பிடலாம் என எதிர் பார்க்கக்கூடாது என்று நாத்தா சொன்னார். தலைவருக்கென்று விசேஷமான கௌரவம் உண்டு. அது எவ்வாறேனும் பாதுகாக்கப்படவேண்டும். தான் மட்டும் தனியாகச் சாப்பிட நேர்ந்தாலும் பரவாயில்லை என்று அவர் கூறினார். ஆகவே, நான் டாம், பீட் இருவரோடும் சாப்பிட்டேன். நாங்கள் பன்றியை விட மிக அதிகம்

தின்றதாகத் தோன்றியது. அல்லது அது வெறும் பசியாகவே இருக்கலாம். ஏனென்றால் எங்களுக்குக் கிடைத்ததெல்லாம் உப்பிட்ட பன்றிக் கறிப் பொரியல், நொய், முட்டை, உப்பிட்ட பன்றித் தொடை, பதனிட்ட ஸால்மன், பொரித்த மீன், காப்பி, கடல் பிஸ்கட்டுகள், இனிப்புக்காக வெல்லப்பாகு, ஒரு ஆப்பிள் ஆகியவையே, வெகு காலத்துக்குப் பிறகு, ஒரு இராணுவம் முட்டிய வயிற்றுடன் பிரயாணம் செய்தால், கடற்படை காப்பி இல்லாமலே வாழ்கிறது என அறிந்தேன். கடற் பிரயாணத்தில் "டார்ப்பிடோ நாசமாய்ப் போகட்டும்! என்பதைவிட "காப்பி நேரம்" எனும் சொல் மிகுந்த முக்கியம் பெற்றதாக அமையும்.

பெரியவர்களில் – கறுப்பர் அல்லது வெள்ளையர் எவருமே, நான் சிறுவன், இடம் தவறி வந்தவன். ஒரு தொல்லை அல்லது அதுபோல் எதுவோ என்று உணரும்படி, எப்பொழுதும் செய்ததில்லை என்பதே என் நினைவுகளில் சிறப்பாகத் திகழ்கிறது. அவர்கள் எனக்குப் பல விஷயங்கள் கற்பித்தார்கள். ஆனால் அவை எல்லாம் ஒரு சிறுவன் தெரிந்துகொள்ள வேண்டியவைதான். கழிவுப்பொருள் நிறைந்த வாளியை, காற்றடிக்கும் பக்கத்துக் கம்பிகளுக்கும் மேலாக வெளியே கொட்டக் கூடாது; முரட்டுத்தனமான கடலில் துள்ளிக் குதிக்கும் கப்பலை, அதன் சக்கரத்தைப் பற்றி காற்றும் நீரோட்டமும் எந்தப் பக்கமாக நம்மைத் தள்ளிச் செல்கிறதோ அதற்குத் தக்கபடி கையாண்டு, செலுத்துவது எப்படி என்பது போன்ற விஷயங்களே.

சாக்கைக் கூட்டின் உயரே இருந்து, அடித்தளம் வரை எந்தத் தொழிலிலும் மற்றவர்களுடன் கையோடு கை சேர்த்து நிற்கக் கூடிய தன்மையை நான் அடைந்தேன். பிற்காலத்தில் நான் கடற்படையில் சேர்ந்ததும், க்ளோவ் முடிச்சுக்கும் போலைன் முடிச்சுக்கும், சதுர முடிச்சுக்கும் கிரேன்னி முடிச்சுக்கும் உள்ள வித்தியாசத்தை நான் புதிதாகப் படிக்க நேர்ந்ததில்லை. எப்படி 'துருக்கித் தலை' செய்வது, தூக்கும் கயிறைப் பிடிப்பது, பிரியும் கயிற்றை இணைப்பது என்று டாம் அல்லது பீட் எனக்குக் கற்றுக் கொடுத்தனர். தூக்கும் கருவியை முடுக்குவது. கப்பலையோ துறையையோ தகர்க்காமல் அதை வெளியேற்றுவது அல்லது கரை சேர்ப்பது ஆகியவற்றையும் நான் செய்ய முடியும்.

இவை எல்லாம் என்றாவது பயன்படக்கூடும் என்று தோன்றாது தான். ஆனால், ஒரு சில வருஷங்களுக்குப் பிறகு, மோசமான ஒரு இரவில் தலைவர், துணைவர், பயில்வோன், நான் எல்லோரும் பெரிய கப்பல் ஒன்றை ஹாம்பர்கில் உள்ள ஒரு துறையிலிருந்து வெளியேற்றி, பிரெமர்ஹேவன் நதியில் மேல் நோக்கிச் செல்ல நேர்ந்தது. அப்பொழுது. மாலுமிகளும் மற்றுமுள்ள அதிகாரிகளும் குடிபோதையிலிருந்தனர். பின்புற மேலறையில்

நான் மட்டும் தனியாக இரண்டு பின்புறத் துள்ளு சுயிறுகளையும் இரண்டு தூக்குக் கருவிகளையும் நிர்வகித்தேன். அதே சமயம், புராதன வானெஸாவுக்கும், அதன் ஒத்துழைக்கும் குணம் பெற்ற மாலுமிகளுக்கும் நான் அபசாரம் கலந்த மரியாதை நிறைந்த நன்றி கூறிக் கொண்டிருந்தேன்.

நான் மிக உயர்வாக நினைக்க முடிவது இதுதான்; உதயத்துக்கு முந்திய பிரயாணத்தில் நிலவிய பேய்த்தனக் குளிர், தார்ப் பாய்கள் மீது படிந்த பிசுபிசுப்பான பனி, சணல் கயிறுகள் மேல் விறைப்பாய் குத்திட்டு நிற்கும் பனி, தளத்தில் குளிர்ச்சிப் புள்ளிகளாய் விளங்கும். பாலத்தின் கண்ணாடிக்குக் குறுக்கே கறை பூசியிருக்கும். கப்பலோடு கடல் மோதுவதும், உறுதியாகக் கட்டப்படாத எதுவும் கடல் கொந்தளிக்கும்போது உலாக் கிளம்பிவிடுவதும், பெரிய அலை ஒன்று சாடும்பொழுது கப்பல் அதிர்ந்து நடுங்குவதும், கப்பல் சமையலறையில் எழும் ஓசையும், சமையல்காரனின் ஏச்சும், சமையலறை அடுப்பில் காப்பிச் சட்டி கவிழ்ந்ததால் தீயில் கொட்டிய காப்பிப்பொடி கருகும் மணமும் எனக்கு ஞாபகம் வருகிறது.

சூரியன் அஸ்தமிக்கும் வேளையில், இரவின் குளிர் மீண்டும் வரும் சமயத்தில், நமது கொடிகள் நன்கு பறக்க, நாம் துணிகரமாகத் துறைக்குள் வந்ததும், அந்த நாளின் முடிவில் எலும்பை நொறுக்கும் களைப்பு இருந்ததை நான் நினைவுகூர்கிறேன். நாம் கட்டியபோது துறை ஆடி அசைந்த விதமும், கடலில் நனைந்த கால்கள் உறுதியான பலகைகளை மறுபடியும் மிதித்த வகையும், அந்நிலையில் கூட கடலின் அசைவுக்கு ஏற்ப உருண்டு ஆடியதும் நினைவில் எழுகின்றன.

'தி ஏன்ஷியன்ட் மேரினர்' கவிதையைப் படிக்கும் முன்னரே நான் அல்பட்ராஸ் பறவையைப் பார்த்தேன். அதுமட்டுமல்ல; அப்பெயர் பெற்ற ஒரு படகையும் அறிவேன். குன்றுகளிலிருந்து வீடு திரும்பும் வேட்டைக்காரன் பற்றியும், கடலிலிருந்து வீடு திரும்பும் மாலுமி பற்றியும் நான் அறிவேன்.

ஒரு நாள் நான் சக்கரத்தைக் கையாளும்போது, தாத்தா சொன்னார்: "என் வாழ்வில் பெரும் பகுதியை நான் கடலில் கழித்தேன். உன் பெரியப்பா ஜேக், பெரியப்பா டாமி, பெரியப்பா வாக்கர், இன்னும் எங்களுக்கு முந்திய எல்லோரும் அப்படியே செய்தார்கள். கடலுக்குப் போகும் நேர் வாரிசாக நாங்கள் உன்னைப் பெற்றிருக்கிறோம்."

ஒரு சமயம், ஓரானுக்குக் கிழக்கே எங்கோ ஓரிடத்தில் இரண்டாவது உலக யுத்தம் என்று அழைக்கப்பட்ட மகிழ்வற்ற நிகழ்ச்சியின்போது, அவர் சொன்னதை நான் நினைவு கூர்ந்தேன்; எங்கள் குடும்பத்தில் இன்னும் சிறிது அதிகமான போர் வீரர்கள் இருந்திருக்கலாமே என்று ஆசைப்பட்டேன்.

25. ஞாயிறு பள்ளி - இடுகாடு

கோடை காலத்தில் ஒரு ஞாயிற்றுக் கிழமை காலையில் தாத்தா சொன்னார்: "நீ எனக்கு ஏதேனும் கற்றுத்தர வேண்டிய காலம் வந்துவிட்டது என்றே தோன்றுகிறது. மிக நெடுங்காலமாக இது ஒரு பக்க விவகாரமாகவே இருந்து வருகிறது. எனக்குத் தெரியாதது ஏதாவது உனக்குத் தெரியுமா?"

"உனக்குத் தெரியாதது ஏதாவது இருக்கிறதா?" என்று நான் எதிர்த்துக் கேட்டேன்.

"முரட்டுத்தனம் பண்ணாதே. நான் உண்மையாகவே கேட்கிறேன்" என அவர் கண்டித்தார்.

"நானும் அப்படியே தான். எனக்குத் தெரிந்த ஒவ்வொன்றையும் நீதான் கற்பித்தாய்" என்றேன்.

"நான் அப்படிச் சொல்லவே மாட்டேன். வயது முதிர்ந்த விசித்திரப் பேர்வழி கூட ஒரு சிறு பையனிடமிருந்து எவ்வளவோ விஷயங்கள் கற்க முடியும். ஆனால் நீ சிறு பையன் என்கிற நிலையைத் தாண்டி வந்துவிட்டாய். நீ ஒரு வாரத்துக்கு ஒரு அடி வளருவதாக எனக்குத் தோன்றுகிறது" என்றார் தாத்தா.

"எந்நேரமும் எனக்கு மிகுந்த பசி இருப்பதாகவே தோன்றுகிறது" என்று

சிரித்தபடி, நான் ஒப்புக்கொண்டேன். "எப்படியோ ஏனோ, நான் திருப்தியாகச் சாப்பிடுவதற்குப் போதுமானது ஒருபோதும் கிடைப்பதில்லை. என் குடலில் கீரைப்பாம்பு இருக்குமென்று நினைக்கிறாயா?

"அது சாத்தியம் என்று எண்ணவில்லை. உங்கள் இருவருக்கும் போதுமான தீனி நீ தின்ன முடியாது. வேடிக்கை பண்ணுவதை விட்டுவிட்டு, எனக்கு ஒன்று கூறு. நான் உனக்குப் போதித்த எல்லா விஷயங்களிலும், உன்னிடம் அதிகமாகப் பதிந்துள்ளது எது?"

"நிஜமாகவா?"

"நிஜமாகத்தான்?"

"நீ சிரிப்பாய்."

"நான் சிரிக்க மாட்டேன். எப்பவாவது சிரித்திருக்கிறேனா? அதாவது, சந்தர்ப்பம் தவறி."

"சரிதான், ஐயா, நன்னயம்."

"நன்னயமா"

"ஆமய்யா. உன்னைப் பற்றிய இதை நீ அறிந்திருக்கவே மாட்டாய் என்று நான் பந்தயம் கூறுவேன். நாம் சேர்ந்து செய்த ஒவ்வொன்றும் நன்னயத்தைத்தான் அடிப்படையாகக் கொண்டிருந்தது."

தாத்தா சீட்டி அடித்தார். "நல்லது. நாசமாய்ப் போச்சு!" என்றார். தன் குழாயைப் பற்ற வைத்தார் "தொடர்ந்து சொல்லு."

"நான் ஞாயிறுப் பள்ளிக்கூடம் போல் தொனிக்க விரும்பவில்லை. ஆனால்"

"நீ ஞாயிற்றுப் பள்ளி மாதிரி என்றுமே தொனிக்க முடியாது. அதற்குப் போதுமான நேரத்தை நீ அதில் செலவிடவில்லை. நீ தொடர்ந்து பேசும் முன், பையன்களைப் பற்றி நான் கற்ற ஒரு விஷயத்தை உனக்குச் சொல்கிறேன். அதன் புதைபொருள் முக்கியத்துவம் கருதி இடுகாட்டுக்குப் போவதற்காக ஞாயிறுப் பள்ளிக்கு மட்டம் போடுகிறேன் என்று சொல்லும் ஒரு பையன், என்றுமே குணப்படுத்த முடியாத பொய்யனாக வளருவான்; அல்லது தீர்க்க தரிசனம் பெற்றுப் பெரியவனாவான். சரி, சொல்லு."

"அது இனிமையான நாள். நான் இடுகாடுகளை விரும்புகிறேன். ஞாயிறுப் பள்ளியைவிட அதிகமாகத்தான். அவை அதிக உற்சாகம் தருபவை. ஆனால்

நீ இன்னும் கவனித்துக்கேட்க விரும்பினால், நான் சொல்வதற்கிருந்தது இதுதான்:

“வேறொருவன் நாயைப் பார்த்து ஒருபோதும் கத்தக் கூடாது என்று நீ எனக்குக் கற்பித்தாய். சுயநலத்தோடு ஒரு பறவையைச் சுடக் கூடாது என்று கற்பித்தாய். தானும் ஒரு மனிதன்தான் என்று நினைக்காதவன் எவனுமில்லை என்று கற்றுத் தந்தாய். முக்கியமாக, பிளாரன்ஸ் அத்தை, ஹென்ரிக்ஸ், ஆல்பர்ட் கிரே, மேரி மில்லட், ஏப்னர் மக்காய் போன்ற நீக்ரோ மக்களைப் பற்றியே எண்ணுகிறேன். தங்கள் காடைகளைச் சுடுவதற்கு நம்மை அனுமதித்ததோடு, அவர்கள் வீட்டுப்பக்கத்தில் நாம் திரியும்போது நம்மிடம் அன்பு காட்டினார்களே, அவர்களைப் பற்றித்தான். ‘ஆமய்யா’, ‘தயவு செய்து’, ‘நன்றி அம்மா’ என்று கூறுவது தொப்பியை அகற்றித் தலைவணங்குவது, காலைப் பின்னுக்கிழுப்பது, சாப்பாட்டு மேஜையில் குழந்தைகள் காணப்பட வேண்டுமே தவிரக் கேட்கப்படுதல் கூடாது போன்ற விஷயங்களைப் பற்றி நால் பேசவில்லை. எவரிடமும் – மட்ட நாய், அன்றொரு நான் துறையில் வைத்து தாடையில் ஓங்கிக் குத்திக் கீழே தள்ளினாயே ஊறுகாய்ப் படகு வில்லி, அவர்களிடம் கூட – நீ கேவலமாக ஒருபோதும் நடந்ததில்லை. என்பதையே குறிப்பிடுகிறேன்.”

தாத்தாமெதுவாக முணுமுணுத்தார். “அது ஒருவித விசேஷமான நாள் ஒருவன் தனது கோபத்தை மிஞ்சவிடக் கூடாது. ஆனால், நான் அவனை அதே துறையிலிருந்து மறுபடியும் குத்தித் தள்ளுவேன், மன்னிக்கவும், மேலும் தள்ளுவேன்.”

“வெண்டல் நியூட்டனோடு நான் சண்டை போடவில்லை என்பதற்காக நீ என்னை ஒரு தடவை சவுக்காலடித்தாயே, நினைவிருக்கிறதா?”

“இருக்கிறது. நான் உனது பின்புறத்தில் நல்லபடி சூடு கொடுத்தேன். அதை நான் மீண்டும் செய்வேன். ஏனென்றால் நீ எழுச்சி பெற்று. வெண்டல் நியூட்டனின் உடம்பிலிருந்த கறுப்பை உரித்துவிட்டாய். அதன் பிறகு நீ கோழையா இல்லையா என்று கவலைப்படாமலே, நீங்கள் நல்ல நண்பர்கள் ஆகிவிட்டீர்கள். உரிய சந்தர்ப்பத்தில், பின்புறம் கொடுக்கப்படுகிற உதைக்கு ஒரு விசேஷ முக்கியத்துவம் உண்டு. அதன் இடத்தையும், அதன் காலத்தையும் பொறுத்து. ஒவ்வொன்றும் அதன் முக்கியத்துவத்தைப் பெறும். ஏசுவதும் இதில் அடங்கும். நாம் சிலவேளை ஏசுகிறோம்; சிலவேளை ஏசுவதில்லை. சிலவேளை சண்டையிடுகிறோம்; சிலவேளை சண்டை இடுவதில்லை. உனது

புள்ளிகளை எப்போது பொறுக்குவது என்பதை நீ அறிந்ததாக வேண்டும்" என்றார் தாத்தா.

"உன் புள்ளிகளை எப்போது பொறுக்குவது என்று உனக்கு எப்படித் தெரியும்?"

"எனக்குத் தெரியாது. நீ அதைத் தொட்டுவிட்டாய் என்று நான் கருதுகிறேன். நன்னயம்தான். விநயம் மீறப்படுமானால், எவரேனும் நீ அல்லது மற்றவன் – தவறி நடந்தால், அதனால் சண்டை வாய் வீச்சு அல்லது கைவீச்சு – தேவைப்படுகிறபோது."

"நீ எனக்குக் கற்பித்தவைகளை எல்லாம் நான் உன்னிடம் சொன்னால் நீ குழப்பமுறுவாய். அது ஒரு பிரசங்கம் போல் ஒலிக்கும்" என்று நான் கூறினேன்.

"என்னிடம் சொல்லாதே. அவை உனக்கு மன அமைதி அளிக்குமெனில், நீயே அவற்றைப் பற்றி எண்ணு. இந்தப் பேச்சை எடுத்தற்காக நான் வருந்துகிறேன். ஒரு துப்பாக்கியால் உன் பாதத்தை நீ சுட்டுக்கொள்ளாதிருக்க உன்னைத் தயார் படுத்துவதோடு, மிக உயர்ந்த குணவானாக இல்லாமல் உன்னைப் பயிற்றுவிக்கவும் நான் ஆசைப்பட்டேன். பெருந்தன்மையால் நம் நாடு பாதிக்கப்பட்டுள்ளது. ஒவ்வொருவரும் வேறு யாரையாவது சீர்திருத்தவே ஆசைப்படுகிறார்கள்.

"நடுக்கத்துக்கும் நோவுகளுக்கும் மாற்றாக நான் அவ்வப்போது கொஞ்சம் குடிக்கிறேன். ஆனால் உன் பாட்டி, அவளுக்கு நோய் என்று அவளே எண்ணிக்கொண்டால் அவளும் சிறிது குடிக்கத்தான் செய்வாள் என்றாலும், அது பாபகரமானது என்று கருதுகிறாள். ஆனால் நான் விளையாட்டாகக் குடித்தால், அது தவறு; இது தானாகவே அமையும். வேடிக்கையாக உள்ள எதுவும் ஏன் தவறாக வேண்டும் என்பதற்கு உண்மையில் காரணம் ஒன்றுமில்லை. ஆனால் பெண்கள் விசித்திரப் பிறவிகள். அவர்களை மனிதத்தன்மை பெற்றவர்கள் என்று குறிப்பிடுவது கஷ்டம்தான். எனினும், முடிவில் அவர்கள் அவசியமானவர்களே. இல்லாவிடில் நாம் இங்கிருக்க மாட்டோம். இது ஒரு தடுமாற்றம். நான் மனதில் கொண்டிருந்தது ஒரு கட்டளையாகும். மேன்மையாக இராதே. அது நாட்டைப் பாழாக்குகிறது" என்று தாத்தா சொன்னார்.

"மேன்மை என்பது என்ன?" என்று கேட்டேன்.

"நல்லது. அது பல விஷயங்களைக் குறிக்கும். உயர் குலத்து

உதித்தவன் என்று அது பொருள்படும். அதாவது, அவன் ஒரு மேன்மகன். அதாவது, அவனுடைய அப்பா போதுமான பணம் வைத்திருப்பதால், தன் கைகளை உழைப்பில் ஈடுபடுத்த வேண்டாத நிலைபெற்ற ஒருவன். அது ஒரு பகுதி அரசியலாலும், ஒரு பகுதி பரம்பரையாகவும் ஏற்பட்டது. யார் எதை அடைந்துள்ளனர் அடுத்தவனைவிடச் சதுப்பில் அதிகமான பன்றிகள் பெற்றிருப்பது என்பதாலும் ஏற்பட்டது. பிறகு அது ஒரு தனித்த மனநிலைக்கு வீழ்ச்சி பெற்றுவிட்டது. ஒரு சிலர், தாங்கள் அதிகமான பன்றிகளை வைத்திருப்பதால், மற்றவர்களைவிட உயர்ந்தவர்கள் என்று எண்ணலாயினர். உடனே அவர்கள் முகத்தில் ஒரு கடுமையான தோற்றம் பரவியது. தங்களைப்போல் மேன்மை பெறாத மக்களைத் திருத்தவேண்டும் என்ற துடிப்பும் அவர்களுக்கு ஏற்பட்டது. போகப்போக, எவனாவது ஒருவன் –அதாவது, மேன்மை பெறாத எவனோ ஒருவன் – அவர்களைச் சுடுகிறான். அத்துடன் அது பன்றிகளின் நிலைக்கு இறங்கிவிடுகிறது. நான் சொல்லுவது உனக்குப் புரிகிறதா?"

"இல்லை. நான் அவ்வளவு மேன்மை பெறவில்லை."

"வருந்துவதற்குரிய இரண்டு பழக்கங்களை நீ என்னிடமிருந்து கற்றுக்கொண்டாய் என்று நான் உணர்கிறேன் என்னைப் போல் வார்த்தைகளை உபயோகிப்பது ஒன்று; மற்றது, அவ்வப்போது மிகவும் யோக்கியமாக நடந்துகொள்வது. இதனால் உனக்கு நண்பர்கள் ஏற்படமாட்டார்கள். ஆயினும், தகுதியற்ற மேன்மை பெறுகிறாய் என்ற காரணத்துக்காகச் சுடப்படுவதிலிருந்து இது உன்னைக் காப்பாற்றி விடும். இதனால் நீ அலுப்படைகிறாயா?" என்றார். அவர்.

"ஆம். மிகவும் உண்மையாகச் சொல்வதானால் நீ என்னை நாக்ஸ் பண்ணைக்கும் ஷாலட்டுக்கும் இடையே ஓரிடத்தில் விட்டு விட்டாய் லாக்வுட் ஃபாலி அருகே, என்பேன்."

"நான் அறியவேண்டும் என்ற விருப்பத்தைத் தூண்டும் ஒரு மனிதர் அவர், நீரோடை அருகே அவருக்கு ஒரு வீடு இருக்கிறது; தனது சொந்தப் படகில் போய் கடலைப் பார்க்கவேண்டும் என்ற துடிப்பும் இருக்கிறது. ஆகவே அவர் ஒரு படகு கட்டுவதில் பல வருஷங்களைச் செலவிடுகிறார். அது வெகு அழகாக அமைகிறது. ஆனால் ஓடை மீதுள்ள பாலத்தின் அடியில் புகமுடியாத அளவு பெரிதாக இருக்கிறது. மேலும், அதனுள் ஏசுப்பட்ட தண்ணீர் ஏறுகிறது. எனவே, அவர் அழியாப் புகழ் பெற்றுவிடுகிறார். எல்லோரும் அந்த ஓடைக்கு

லாக்வுட்ஸ் ஃபாலி என்று பெயரிட்டார்கள். இத்தகைய விஷயங்களால்தான் புகழ் நிர்மாணிக்கப்படுகிறது" என்று கூறி, தாத்தா பெருமூச்செறிந்தார்.

"இதை நாம் எப்படி ஆரம்பித்தோம்?" என்று கேட்டேன்.

"நிஜமாக நான் அறியேன்" என்று தாத்தா பதில் அளித்தார். "விவகாரத்துக்கு உதவாத ஒரு கேள்வியை நான் கேட்டதாக நினைக்கிறேன். அதற்கு மிகவும் சொல்பமான பதிலே நன்னயம் பற்றியும், அதுபோலவும் ஏதோ சிறிது கிடைத்தது. நீ மாடி அறைக்குள் பதுங்கிச் சென்று, உன் பாட்டி கண்ணில் படாமலிருக்க சிரத்தை எடுத்துக்கொண்டு, நமது மீன் பிடிப்புச் சாமான்களைத் தூக்கி வரவேண்டும். இதைச் செய்வாயா?

"சரி ஐயா."

"நான் விரும்புவது அதுதான். மூத்தவர்களிடம் 'சரி ஐயா' என்று சொல்லும் இனிய, விநயமுள்ள பையன்தான். வேறு பல பையன்கள், இல்லை ஐயா. நான் ஞாயிறுப் பள்ளிக்குப் போகவேண்டும்' என்று சொல்வார்கள்" என்றார் தாத்தா.

"இன்று ஞாயிற்றுக் கிழமை, உனக்கு அது தெரியும்" என்று நான் நினைவுபடுத்தினேன்.

"நாம் நமது சீட்டுக்களை ஒழுங்காக ஆடினால், சாப்பாட்டு நேரத்துக்கு வீடு திரும்ப முடியும். சர்ச்சுக்குப் போனோம் என்று மிஸ்லாட்டியிடம் சொல்லிவிடலாம். எனது எச்சரிக்கைகளுக்கும் மேலாக மேன்மையோடு இருப்பது அதிலும் முக்கியமாக, மீன்கள் கவ்வ வரும் ஞாயிற்றுக்கிழமை காலையில் – விசேஷமான நடைமுறை மதிப்பு உடையதுதான்" என்று கூறி, தாத்தா கண் சிமிட்டினார். "நாம் அகப்பட்டுக்கொண்டால், முந்திய வட கரோலினா சமாதிகளின் புதைபொருள் முக்கியத்துவத்தை ஆராய இடுகாட்டுக்குப் போனோம் என்று அவளிடம் சொல்ல முடியும்" என்றார்.

26. விரைந்து வரும் கிறிஸ்துமஸ்

சூரிய ஒளி மிகுந்த கோடைத் தினத்தை, லேசாக மேகங்கள் சிதறிக்கிடந்த சுத்தமான வானத்தை, தாத்தா ஓரக் கண்ணால் பார்த்தார். தனது குழாயை நிரப்பினார். மிகுந்த எச்சரிக்கையோடு அதைப் பற்றவைத்தார். பிறகு அதை வலிய கரியாகும்படி புகைத்தார். தண்டை என் பக்கம் சுட்டினார்.

"இன்று உன்னைப்பற்றி நான் அதிகம் கவலைப்படவில்லை" என்றார்.

"இப்பொழுது நான் என்ன கெட்ட காரியம் பண்ணினேன்?"

"ஒன்றுமில்லை. ஆனால் நீ செய்வாய். இன்று நான் உன்னிடம் விசேஷமான பிரியம் கொள்ளாத காரணத்துக்கும் அதற்கும் ஒரு சம்பந்தமுமில்லை" என்று அவர் சொன்னார்.

நன்னயமாக இருக்கும்படி தாத்தா என்னை வளர்த்தார். ஆகவே நான் விநயமாக இருந்தேன். "ஏன்?" என்று கேட்டேன்.

"ஏனென்றால் நீ ஒரு பையன். நான் வயது அதிகமானவன். வயது முதிர்ந்தவன் ஒருவன் ஒரு பையனைப் பார்த்து, ஒரு சிறுவனாக இருப்பது எப்படி விளங்கும் என உணர்கிற நாட்களும் உண்டு. வயதானவனுக்கு வெறி ஏற்படுத்துகிறது. ஏனெனில் அவன் மீண்டும் என்றுமே ஒரு பையனாக மாற முடியாது" என்றார் அவர்.

தாத்தா வெளியிட்ட உரையாடலிலேயே இது பயனற்ற துணுக்கு ஆகும் என்று நான் எனக்குள் தீர்மானித்தேன். ஆனால் ஒன்றும் சொல்லவில்லை.

"இது பொறாமைதான்; சந்தேகமில்லை. சுயம்புவான பொறாமை. வாத நோய், இடுப்பு வலி, எல்லாப் பாதைகளும் சவக் குழிக்கே போகின்றன எனும் ஞானம் ஆகியவையும் கொஞ்சம் கலந்துள்ளன. இந்த விஷயத்தைப் பேசத் தொடங்கியதற்காக மன்னிப்பு கோருகிறேன். ஆனால் நான் உன்னை ஒரு எண்ணத்தோடு விட்டுச் செல்ல விரும்புகிறேன்: அடுத்த கிறிஸ்துமசை ஆவலுடன் எதிர்பாராதே. அதற்குள் நீ ஆறு மாதம் பெரியவனாகி விடுவாய்; அந்த ஆறுமாதங்களை நீ திரும்பவும் பெற முடியாது. அந்தக் கணத்தில் நிகழ்கிற அனுபவத்திலிருந்து பள்ளி நேரம் முடிந்த பிறகும் நிறுத்தி வைக்கப்படுவதானாலும், அல்லது சின்னம்மை பெறுவதாயினும், எதுவாக இருப்பினும் பலனடைய உன்னை நீயே பழக்கிக் கொள்வதற்காக முயலுக. நீசெய்யும் காரியங்களில் பெரும்பான்மையை சுக்குவான் இருமலையும் சேர்த்தேதான் – சரியான வழியில், ஒரே ஒரு தடவைதான் செய்கிறாய். நான் பிறகு உன்னைப் பார்ப்பேன்" என்று அவர் கூறினார்.

தாத்தா தன் குழாயை வாயில் திணித்தார். சிரமத்தோடு நடந்து போனார். அவர் அபூர்வமாகத்தான் வெடுவெடென்று இருப்பார். ஆனால் இன்று அவர் மனநிலை சரியில்லை என்பது தெளிவாகப் புரிந்தது. வெகு காலமாக அவர் உடல் நிலை மோசமாக இருந்தது. நோய் பெற்றிருந்தது அவரது நரம்புகளைக் கடுமையாகத் தாக்கிற்று என நான் யூகித்தேன்.

திடீரென்று நான் மிகுந்த துயரம் மிகுந்த துயரம் அடைந்தேன். ஒரு மனிதருடன் நன்கு பழகிப்போனால் எப்படியிருக்கும் என்பதை நீங்கள் அறிவீர்கள். அவர்கள் மாற்றம் பெறுவதை நாம் காண முடியாது. நான் தாத்தாவிடம் வெகுவாகப் பழகியிருந்தேன். அதனால், அவ்வளவு காலமும் அவர் வயது முதிர்ந்து வருகிறார், அதிக பலவீனமும். மேலும் கொஞ்சம் பைத்தியமும் பெறுகிறார் என்பது எனக்கு ஒருபோதும் மனதில் படவில்லை. ஆனால் இப்பொழுது அவர் தெருவில் நடந்து போவதைக் கவனித்தேன். அவர் மிக மெதுவாக நடந்தார். அவர் கால்கள் இழுபட்டன. தோள்கள் அதிகம் கூனியிருந்தன. இந்த எண்ணம் சட்டென்று என்னைத் தாக்கியது: அவர் அதிக வயது அடைகிறார். நானும் அப்படியே, பள்ளிக்கூடம் மூடட்டும் என்று, அல்லது கிறிஸ்துமஸ் வருவதற்காக, அல்லது பறவைப் பருவம் துவங்குவதற்காகக் காத்திருக்கும் ஒரு வாழ்வில், ஒரு தேதிக்கும் இன்னொரு தேதிக்கும் இடையேயுள்ள காலத்தை நான் வெறுமனே குறித்துக்கொண்டு, இடைப்பட்ட பொழுதை எல்லாம் வீணாக்கி வருகிறேன் என்பது எனக்கு

இதுவரை என்றுமே தோன்றியதில்லை. தாத்தா மூப்படையும்போதே நானும் வளர்ந்தேன் என்பதும் எனக்குத் தோன்றவேயில்லை. திடீரென்று சூரியன் அவ்வளவு பிரகாசம் இல்லாததுபோல் ஆகிவிட்டது; மென்மேகங்கள் ரேகையிட்ட வானம் அவ்வளவு இனியதாகத் தோன்றவில்லை.

பெரும்பாலானவர்கள் நோக்குகிறார்கள்; ஆனால் ஒருபோதும் எதையும் பார்ப்பதில்லை என்று தாத்தா சொல்வது வழக்கம். ஒருசமயம் அவர் என்னிடம் சொன்னார்: "பெரும்பலர் கண்கள் திறந்திருந்தும் குருடராய் வாழ்க்கையைக் கழிக்கிறார்கள். சிஞ்ச் பூச்சி முதல் இப்பி வரை எதுவும் – நீ அதை உண்மையாகவே கவனித்து, அதுபற்றிச் சித்தித்தால் – சுவாரஸ்யமானதுதான்." அவர் கூறியதன் பொருளை நான் இப்பொழுது உணரத் தொடங்கினேன்.

நான் வீட்டின் கீழ்ப் பகுதியில் நுழைந்து. துடுப்புகளை எடுத்தேன். மேல் பகுதிக்குப் போய் வீச்சுவலை, லேசான மீன் தூண்டில், தளவாடப் பெட்டி ஆகியவற்றைச் சேகரித்தேன். எல்லாவற்றையும் சுமந்து, ஆறு நோக்கி நடந்தேன். நான் செய்த ஒவ்வொன்றும் தாத்தா என்னிடம் சொன்ன எதனாலோ தூண்டப்பட்டது என்பது என் மனதில் படவேயில்லை. "பையா, உன் இதயம் வேதனை அடைந்து, நீ எதையாவது பற்றிச் சிந்திக்க வேண்டிய அவசியமாகிறபோது, ஒரு படகையும் மீன் பிடிக்கும் தூண்டிலையும் போன்ற சாதனம் வேறு கிடையாது. தண்ணீர் மனதுக்கு அடை அமைதி அளிக்கிறது; கண்களுக்கு இனிமை தருகிறது; உணர்வுகளை அமைதிப்படுத்துகிறது. மீன்களை நீ எப்பவும் தின்ன முடியும்" என்று அவர் சொல்வார்.

நான் படகில் ஏறி, கால்வாயைக் கடந்தேன். காற்றால் எற்றுண்ட உல்லாசச் சிறு அலைகளில் சூரிய ஒளி மின்னியது. உப்பு நீரின் மணமும், ஆவி பறக்கும் சதுப்பு நாற்றமும் என் நாசியில் நன்கு ஏறின.

புதிய கோடை நாளிலே உப்புச்சகதிச் சதுப்பு நில வாடையை நுகரும் அதிர்ஷ்டம் உமக்குக் கிட்டியதோ என்னவோ நானறியேன். கால்வாய் நிர். 5 பற்றி நான் படித்திருக்கிறேன். ஆயினும் அதன் வாடை, சதுப்பிலிருந்து வீசும் காற்றுடன் சேரும் சாதாரணக் கால்வாய் மணத்துக்கு ஈடாகாது. சேற்று மணமும், கரைமீது வரிசையாக நிற்கும் ஸிடார், சைப்ரஸ் மரங்களின் வாசனையும். வெயில், புல், நண்டு வளைகளும், சிப்பிப் படுகைகளும், அழுகும் இப்பிகளும் குழம்பிய பழஞ் சகதி ஆகியவற்றின் வாடையோடு கலந்து வரும். நான் சதுப்பு பற்றி ஒருபோதும் அதிகமாக எண்ணியதில்லை. ஆனால், உலகத்தில் உள்ள உண்மையான சொத்தின் வளம் மிகுந்த பகுதி அதுவேயாகும்.

சதுப்பின் நிகழும், நம்மால் காண இயலாத, உயிரியக்கம் விபரீதமானது. கரும் பழுப்பு நிற கிட்டத்தட்ட கறுப்பேயான சிறு சதுப்பு முயல்கள் நெடுகிலும் துள்ளித் திரியும். நாம் சகதியினூடே நடந்து ஒரு மேட்டின் மீது ஏறி நின்று, நாயை அவிழ்த்துவிட்டால் அது வெகு ஏராளமான முயல்களை நம் பக்கமாகத் துரத்தும். அமைதியான மிங்க், பாம்பு மாதிரிக் கள்ளத்தனமாக வேட்டையாடும். எப்போதாவது ஒரு தடவை, மெல்லிய வளைவு அலை எழுப்பி, தனக்குப் பின்னால் நேர்த்தியான நீரசைவை விடுத்தவாறே அது நீந்திச் செல்வதை நாம் காண முடியும்.

கண்ணில் படாத நாரைகளின் கனத்த நீண்ட கதறல், காகங்களின் சுத்தல், புல் நுனிகளுக்கு மேலே தணிவாகவும் கவர்ச்சியோடும் பறந்து, பாய்ந்து பற்றுவதற்கு ஏதேனும் அகப்படாதா என்று பார்க்கும் ஓயாது பார்த்துக் கொண்டேயிருக்கும் – சிறு இனப் பருந்தில் கீச்சொலி முதலியவற்றைக் கேட்க நான் ஆசைப்பட்டேன். மஞ்சளும் பசுமையும் கலந்த சதுப்பில் பெரிய வெள்ளை நாரைகளும், நீலநாரைகளும், ‘கிராங்கி’ என நாங்கள் அழைக்கும் சோகமான தோற்றமுடைய தாரைகளும் சிதறல்களாகக் காட்சி தரும். கரும் பறவைகளின் பிரகாசமான கழுத்துச் சிவப்பு புள் மீது சிதறப்பட்ட மணிகள்போல் மிளிரும்.

தெளிவான குளங்களில் கோடை கால வாத்துக்கள் நீந்தின; மூழ்கின. சிறிய டைடேப்பர்கள் நம்ப முடியாத அளவு நேரம் நீருக்குள்ளே இருந்தன. கிரீப்,மெர்கான்ஸர் இன வாத்துக்களைச் சுடுவதை நான் வெகு காலத்துக்கு முன்பே விட்டுவிட்டேன். அவை தின்ன ருசியாக இருப்பதுமில்லை; சுடுவதற்கு வேடிக்கையானவையும் அல்ல, எனினும் நான் அவற்றைக் கவனிப்பது உண்டு.

மணல் மேடுகளின் விளிம்புகளில் ஸேண்ட்பைப்பர் பறவைகள் தங்கள் நெட்டைக் கால்களில், குலுங்கும் பெருமிதத்தோடு நடந்தன. பெரிய அலகும், ஆராயும் நோக்கும் பெற்ற இரண்டு சிப்பிப் பறவைகள் தண்ணீர் நெடுகிலும் தணிவாகப் பறந்து திரிந்தன.

மணல் கரைக்குச் சற்றுத் தள்ளி சகதியில், நான் ஒரு துடுப்பை ஆழப் பதித்து, அதில் என் படகைக் கட்டினேன். பிறகு வலையை எடுத்துக் எண்டு, நீரில் சிறு குமிழிகள் எழுப்பிக் கிடக்கும் இறால்களின் கூட்டம் ஒன்றைக் காணும் வரை சுற்றி அலைந்தேன். இரண்டு தடவை வலை வீசியதில் நாலைந்து டஜன் தூண்டில் இரைகள் கிடைத்தன. முல்லட் மீன்கள் –பத்துப் பன்னிரண்டு அங்குலம் நீளமுள்ள பெரிய மீன்கள் துள்ளிக் குதித்தன. எனக்குத் தூண்டிலில் அதிர்ஷ்டம் ஏற்படாது போனாலும் கூட, சாப்பாட்டுக்குக்

கவலை நேராதபடி வலை கவனித்துக் கொண்டது.

மெது நண்டுகளின் காலம் அதுதான். நான் என் பாதங்களாலேயே ஆறு நண்டுகள் பிடித்தேன். சுறுசுறுப்பான கால் விரல்கள் பெற்ற சிறுவன் சதா இப்பி அல்லது எதன்மீதாவது இடறுவான். நான் படகை அவிழ்த்துவிடத் தயாராவதற்குள், அதை நண்டுகள், துடிக்கும் இறால்கள், முல்லட் மீன்கள், நீலமும் கருநீலமும் கலந்த, வெள்ளை விளிம்பு பெற்ற, பெரிய இப்பிகள் ஆகியவற்றால் நிரப்பிவிட்டேன்.

மீன் பிடிக்கும் மடுபற்றி எவரும் உங்களை ஏய்க்கவிடாதீர்கள். சாதாரண நீரில் நாள் முழுவதும் தூண்டில் எறிந்தாலும், தேகப் பயிற்சி தவிர உமக்கு வேறெதுவும் கிட்டாது. ஆழமான மடு அல்லது பழஞ் சேதப்பகுதி, சிப்பிகள் ஓட்டிய கம்புகள் இவை அறிமுகமாகியிருந்தால், எந்த ரக மீன்களை நாம் விரும்புகிறோமோ அதற்குத் தக்கபடி, தூண்டில் எறிவது நல்லது. நிச்சயமாக மீன்களைத் தரும் என்று எனக்கு முன்பே தெரிந்திருந்த ஒரு மடுவுக்கு என் சிறு படகைச் செலுத்தினேன். இந்த ஆழம் அந் நாட்களில் கண்டுபிடிக்கப்பட்டிராத –உறைய வைக்கும் பெட்டி மாதிரி கருமீன், பெர்ச், ஒரு சில ட்ரௌட்டுகள் இங்கு மண்டியிருந்தன. இவை பிரமாதமானவை அல்ல; எனினும் பதார்த்தம் ஆக்குவதற்கு மிக இனியன. நான் மகிழ்ச்சியோடு இரண்டு மணிநேரம் மீன் பிடித்தேன். என் படகின் பின்புறத்தில் கட்டியிருந்த கோணியை நிரப்பினேன். அக்காலத்தில் ஒரு சிறு தூண்டிலில் சிக்கிய அரை ராத்தல் மீன் மார்லின் அளவு பெரியதாகத் தோன்றியது. இரண்டு ராத்தல் கனமுள்ள ஒரு சோதா மீன் ஒரு திமிங்கலத்துக்குச் சமமாகும்.

படகின் பெட்டியில் நான் எப்பொழுதும் ஒரு பொரிக்கும் தட்டு, சோள மாவு, உப்பு, மிளகு, காடி எல்லாம் வைத்திருப்பேன். மணல் மேட்டில் எரிசுள்ளிக்குப் பஞ்சமில்லை. மீன்கள் கவ்வுவதை நிறுத்தவும், என் வயிறு உறுமவும் தொடங்குகிற போது, கடலோர விருந்து என வட கரோலினாவில் கருதப்பட்டதற்கு இணையான சாப்பாட்டை எனக்கு நானே தயாரித்துக்கொள்வேன். மென்மையான ஓடு பெற்ற நண்டுகள், புதிய இப்பிகள், நெருப்பை உணர்கிறவரை துள்ளுவதை நிறுத்தாத மீன்கள் ஆகியவற்றில் உண்மையிலேயே தவறு ஒன்றுமில்லைதான். நீர் ஒரு பையனாய், மிகுந்த பசியோடு, தன்னந் தனியனாய் எல்லையற்ற கொதிக்கும் மணல் பரப்பு, சதுப்பு, வானம், கடல் இவற்றிடையே இருந்தால், அவை சிறப்பாகவே தோன்றும்.

மணலையும், உப்பு நீரையும் உபயோகித்து நான் கொப்பரையைச் சுத்தம் செய்து, என் முகத்திலும் கைகளிலும் படிந்திருந்த பிசுக்கைக் கழுவிவிட்டுத்

தீயை அணைத்த பிறகு, படகில் ஏறியபோது, அலைகள் பலமாக மோதிக் கொண்டிருந்தன. அவற்றிடையே படகை வலித்துச் செல்வது ஒரு கப்பலின் மாலுமிகள் முழுமைக்கும் ஏற்ற வேலையாகத் தோன்றியது. சூரியன் எப்பொழுதும் மூன்று அல்லது நான்கு மணிக்குக் காய்வது போலவே, மத்தியான நேரத்தைவிட உறைப்பாகத் தாக்கியது. நான் குடிசை போய்ச் சேருவதற்குள் வேர்த்துக் கொட்டலானேன்.

குடிலுக்குள் படகை இழுத்துச் சேர்ப்பதும், பிறகு தண்ணீரில் வேகமாகக் குதித்தெழுவதற்காகத்துறை வாராவதிக்குப் போவதும் எளிய காரியம்தான். மீன்கள், இப்பி, நண்டுகள் ஆகியவற்றில் மீதமிருந்ததைச் சேகரித்துக் கொண்டு, துடுப்புக்களையும், கயிறு, வலை எல்லாவற்றையும் தோளில் சுமந்தபடி வீடுபோய்ச் சேருவது சிரமமாகத்தான் தோன்றியது.

தாத்தா வீட்டின் முகப்பில், குழாயைப் புகைத்துக் கொண்டு தனது அபிமான நாற்காலியில் மெதுவாக அசைத்தபடி இருந்தார். அவர் முன்னைவிட நல்லுணர்வு பெற்றவர்போல் தோன்றினார். வயது குறைந்தவர் போலவும் காணப்பட்டார். நீ என்ன செய்து கொண்டிருந்தாய்?" என்று அநாவசியமாய்க் கேட்டார்.

"நான் படகில் போனேன்; மீன் பிடித்தேன்" என்றேன்.

"என்னிடம் சொல்ல விரும்புகிற சுவாரஸ்யமானது எதையாவது நீ பார்த்தாயா?" என்றார் அவர்.

"அதிகமாக ஒன்றுமில்லை, எல்லாம் பழைய விஷயம் தான் சதுப்பு, தண்ணீர், மீன், பறவைகள் – அதே விஷயங்கள் தான்" என்று கூறினேன்.

"உன்னைச் சிறு பொய்யன் என்று அழைக்கும்போது நான் முரட்டுத்தனமாக நடப்பதாகாது. அது அன்பின் அறிகுறி ஆகாவிடினும், மரியாதையைக் காட்டும் பதம் ஆகும். இன்று காலை நிகழ்ச்சிக்காக நான் மீண்டும் மன்னிப்பு கோருகிறேன். நான் ஒரு சிறுவனாக இல்லையே என்பதற்காக, இப்போது உன் மீது பொறாமை கொள்ளவில்லை. போய் உன் உடம்பிலுள்ள சகதியைக் கழுவிவிட்டு, சாப்பிட வா. நாம் இறைச்சிக்கண்டம் தின்போம். ஏனெனில், ஒரு நாளைக்குப் போதுமான மீன்களை நீ பிடித்து வந்திருப்பதாக நான் கருதுகிறேன்" என்றார் அவர்.

தாத்தா புன்னகை புரிந்தார். "நான் உண்மையில் மறுபடியும் ஒரு பையனாக வேண்டும் என்று விரும்ப மாட்டேன். அது மிக அதிகமான வேலைதான்" என்றார்.

27. ஆமை மசியல்

"**வி**ஷயங்கள் நிச்சயமாக முன்பு இருந்தது போல் இப்பொழுது இல்லை. அறிவு பெறுவதற்காக நாம் செலுத்தும் அபராதம் அது. தனக்கு எது பிடிக்கும் அல்லது பிடிக்காது என்று ஒருவன் முடிவு பண்ணுவதற்குள், அது அவனுக்கு அகப்படாமல் போகிறது; அதைப் பெறும் சக்தி அவனிடம் இல்லாது போகிறது; அல்லது அதைக் கையாள முடியாமல் போகிறது. வைர முதுகு ஆமையைக் கொண்டு நான் இதை விளக்க முடியும்" என்று தாத்தா சொன்னார்.

"சரி ஐயா" என நான் விநயத்தோடு சொன்னேன். அப்பொழுது செப்டம்பர் மாதம். நாங்கள் பௌர்ணமி வரட்டும் என்று காத்திருந்தோம். அப்போதுதான் அலைகள் பொங்கி எழும்; சதுப்பு நிலப் பறவைகளைச் சுடும் வாய்ப்பு எங்களுக்குக் கிட்டும். புறாக்கள், சதுப்புக்கோழிகள், ஒற்றை அணில்கள் தவிர, வேட்டையாடுவதற்கு அதிகமாக ஒன்றுமில்லை. ஆனால், அணில் வசிக்கும் மரங்களில் இலைகள் மிகுதியாக அடர்த்திருந்தன. புறாக்களைச் சுட முடியாதபடி உஷ்ணம் அதிகமாக இருந்தது.

"உலகத்தில் உள்ள ஞானம் முழுவதும் வைர முதுகில் அடங்கிக் கிடக்கிறது. உனக்கு வேலை மிகுதியாக இல்லையெனில், நான் இதைத் தொடர்ந்து விளக்குவேன்" என்றார் அவர்.

"எனக்கு அதிக வேலை இல்லை. இன்னும் பள்ளிக்கூடம் துவங்கவில்லை.

நாய்க்குட்டிகளைப் பழக்க முடியாதபடி காட்டில் மிக அதிகமான பாம்புகள் உள்ளன. தயவு செய்து தொடர்ந்து சொல்லு" என்று கூறி, அமுத்தலாகச் சிரித்தேன். தாத்தாவைப் போல் வார்த்தைகளை உபயோகிக்கும் பழக்கம் எனக்கும் சிறிது படிந்துவிட்டது.

"நல்லது. ஒவ்வொருவரும் ஏழையாக இருக்கிற இக்காலத்திலேகூட, ஒரு குவார்ட் அளவு ஆமைத் துவட்டலின் விலை பத்து டாலர் ஆகிறது. ஒரு ஓட்டலில் அது கிடைக்குமானால், ஒரு பிளேட்டுக்கு 3 – 50 தர வேண்டியிருக்கும். அதாவது, நான் அதைத் தின்ன முடியும் என்றால் கூட வாங்க முடியாது. அதை நான் தின்ன முடியாது. ஏனெனில் அதன் விலை வெகு அதிகம் என்பதோடு, இன்னொரு காரணமும் உண்டு. அத்துடன் அருமையான ஷெரி ஒயினும் எனக்கு வேண்டும். பொன்னான மதுவிலக்கு இருக்கும் போது, அருமையான ஷெரி ஒயினை நாம் வாங்க முடியாது. அப்படியே வாங்க முடிந்தால் கூட, எனது ரத்த அழுத்தத்திற்கு மோசமானது என்றோ, அல்லது எதையோ டாக்டர்கள் கூறுவார்கள். பஞ்சம், வறுமை, மதுவிலக்கு, வாத நோய் இவற்றிடையே, நான் ஆமைத் துவட்டல் பெறத் தகுதியற்றவன் ஆகிவிட்டேன். வெகு காலம் வாழ்வதின் பயனின்மையை இது விளக்குகிறது."

தாத்தா பெருமூச்சு விட்டார்.

"பையா, 'விஷயங்கள் முன்பு இருந்தது போல் இப்போதில்லை என்று சொல்ல ஆரம்பிக்கும்போதே, நாம் கிழடாகி வருகிறோம் என்ற உணர்வும் ஏற்படுகிறது. ஆனால் ஒவ்வொரு முறையும், நாம் சொல்வது சரிதான். ஏனெனில், விஷயங்கள் முன்பு இருந்தது போல் இல்லை. நான் இளமையோடு இருந்த காலத்தில், ஒரு நீக்ரோ, வளைகளில் தோண்டி எடுத்த அரைப் பறை ஆமைகள் இல்லாமல் சதுப்பிலிருந்து ஒருபோதும் திரும்பமாட்டான். அஞ்சு சதத்திற்கு ஒன்று என்று விற்பதில் மகிழ்ச்சி அடைவான். பெண் ஆமைகளைச் சொல்கிறேன். அவை ஆண்களைவிடப் பெரியவை. அவை ஏழு அங்குலம் நீளம் வரை இருக்கும். முதிர்ச்சி பெற அவற்றுக்கு ஒன்பது வருஷங்கள் பிடிக்கும். ஆண் ஆமைகள் வயிற்றின் குறுக்கே அளந்தால் ஐந்து அங்குலமே இருக்கும். ஆகவே நீக்ரோக்கள் அவற்றை மூன்று சதங்களுக்கு விற்பார்கள். பத்தொன்பதாம் நூற்றாண்டிலேயே ஆமைகள் பிடிபட்டுக் குறைந்து போயின என்பதற்காக மட்டுமே, அவர்கள் நன்கு வளர்ந்த ஒரு ஆமைக்காக மூன்று முதல் ஐந்து டாலர்கள் வரை பெறுகிறார்கள். விருந்தளிக்கிற பணக்கார அரசியல்வாதி ஒவ்வொருவனும் ஆமையை வித்திய உணவுப்பொருள்களில் ஒன்றாகப் படைத்தே ஆகவேண்டும்.

தாத்தா மறுபடியும் நெடுமூச்செறிந்தார்.

"உன் பெரியப்பா ஹோவர்ட் ஏகப்பட்ட பணம் வைத்திருந்தபோது. கவர்னர்களோடும் பொலி குதிரைகளோடும் தொடர்பு கொண்டிருந்த காலத்தில், அவரைக் காண நான் மேரிலேண்ட் போவது வழக்கம். அப்போதெல்லாம் ஒரே மாதிரி விருந்து தவிர வேறு இருந்ததேயில்லை என்றுதான் தோன்றுகிறது. ஆரம்ப விஸ்கிக்குப் பிறகு, சின்கோடீக் சிப்பிப் புழுக்கள் தருவார்கள். அவை துறைமுக எலி மாதிரிப் பெரிதாக இருக்கும். அப்புறம் ஆமைத்துவட்டல் வரும். பின்னர், கித்தான் முதுகு வாத்தின் இதயமும். சிவப்புப் பன்றித் தொடைத் துண்டுகளும் கிடைக்கும். அதன் பிறகு பிராந்தியும் சுருட்டும். கித்தான் முதுகு என்று நான் சொல்வது ஏனென்றால், நான்கு ராத்தல் கனமுள்ள வாத்துக்கள் இருபத்தஞ்சு சதத்துக்கு இரண்டு வீதம் கிடைக்கும். கனடா வாத்துக்கள் தவிர வேறு எதையாவது விருந்தினருக்கு அளிப்பது அவரை அவமதிப்பது போலாகும். எப்போதாவது ஒரு தடவை ஊசிவால் வாத்தைப் படைக்கலாம். ஆனால் இப்போது கித்தான் முதுகைக் காண்பது அரிதாகிவிட்டது. இறைச்சிக்காகச் சுட்டுத் தள்ளுவோர், அவை சர்வஜனப் பிரியமாக இருந்ததால், அவற்றை ஒழித்துவிட்டனர்."

"அவர்கள் அவற்றை எப்படிச் சுட்டார்கள்? அதாவது, அவற்றை மொத்த வியாபாரியிடம் விற்க நீ எப்படிச்சுடுவாய்?" என்று கேட்டேன். தாத்தாவின் தத்துவத்தைவிட, செயல் உத்திகளிலேயே நான் எப்பொழுதும் அதிக ஆர்வம் காட்டினேன். ஆனால் நானே மிகுந்த தத்துவரீதியாகி விட்டேன். மற்றொன்றில் பற்றுதல் கொள்ளாமல் ஒன்றைப் பெற்றிருக்க முடியாது என நான் அறிந்தேன்.

"அவர்கள் படகுத் துப்பாக்கிகளை உபயோகித்தார்கள் என்பது முக்கிய விஷயம். தட்டையான அடிப்பாகமுள்ள ஒரு படகை எடுப்பார்கள். அதன் முன்பக்கத்தில், துரித இயக்க பீரங்கி ஒன்றை உறுதியாய்ச் சுட்டுவார்கள். ஆணிகளிலிருந்து, கற்கள், குண்டுகள் முடிய என்னென்ன கற்பனை பண்ண முடியுமோ அதை எல்லாம் பீரங்கி நிறையத் திணிப்பார்கள். பெரும் உறைபனி படியும் காலம் வரை காத்திருப்பார்கள். அப்போதுதான் வாத்துக்கள், சுற்றிலும் காகிதம் போன்ற மென்பனி கவிந்திருக்க, சதுப்பில் உள்ள சிறு குளங்களில் ஏராளமாய்க் கிடக்கும். அவர்கள் உறைபனியினூடே படகு செலுத்தி இரவில் அங்கே போவார்கள். வாத்துக்கள் மண்டியிருக்கும் குளத்தை அடைவார்கள். படகுத் துப்பாக்கியைச் சுடுவார்கள். படகு குதிக்கும். நாற்பது, அல்லது அதற்கும் அதிகமான வாத்துக்கள் குளத்தில் செத்துக் கிடக்கும்."

"அப்புறம், சந்தேகமில்லாமல், அவர்கள் பதுங்கியிருந்தும் சுடுவார்கள்.

உயரே பறப்பனவற்றை அழைக்கப் பெட்டைகளைப் பயன்படுத்துவார்கள். பெண் வாத்து வால் மீது நின்று கூச்சல்போடும். ஆண் வாத்துக்கள் கும்பல் கும்பலாகக் கீழிறங்கும். இறைச்சி வேட்டைக்காரர்கள் பெரிய துப்பாக்கிகளை முடுக்குவர். அந்நாட்களில் வாத்துக்கள் மகாமூடங்களாக இருந்தன. ஏனெனில், அவையோ மிக அதிகம் குறைவான நபர்களே அவற்றைச் சுட்டார்கள். இருபத்தஞ்சுசத ஓட்டல் சாப்பாட்டில் காட்டு வாத்து நிரந்தர இடம் பெற்றிருந்தது. ஆனால், நான் வசித்த எந்தப் பகுதியைக் காட்டிலும், பால்டிமோர் வட்டாரத்தில் உள்ளவர்கள் சிறப்புடன் சாப்பிட்டார்கள். அதில் பெரும் பகுதி ஜெர்மன் ஆகும். ஜெர்மானியர் தங்கள் வயிற்றிடம் வலிய மோகம் கொண்டிருந்தனர்."

"நீங்கள் ஆமையை எப்படிச் சமையல் செய்தீர்கள்?"

"எத்தனையோ வழிகள் இருந்தன. ஆனால், இன்னும் நான் மேரிலேண்ட் முறையையே உயர்வாக விரும்புகிறேன். உன்னிடம் முதிர்ந்த ஆமைகள் இரண்டு இருப்பதாக – அவற்றை வாங்கும் சக்தி உனக்கு உண்டு என்று வைத்துக் கொள்வோம். அப்போது, ஏறக்குறைய ஒரு பைண்ட் இறைச்சி உனக்குக் கிடைக்கும். ஒரு ராத்தல் வெண்ணெயையும் இரண்டு பைண்ட் ஜெர்ஸி க்ரீமையும் அதில் சேரு பெரிய ஜாடி நிறைய ஷெரி எடுத்து அதில் கொட்டு. பக்குவம் பண்ணு. கொதிநிலைக்குக் கொண்டு வா பையா. அதல்லவா துவட்டல்! வெறுமனே அதை நினைத்தாலே வாதம் பெற்ற என் காலிலே வலி எடுக்கிறதே. கடல் ஆமை சூப்பு, பதார்த்தம் என்று பலரும் பேசுகிறார்கள். நறுமணத்துக்கும் ஊட்டத்துக்கும் சதுப்பு ஆமையை மிஞ்சக்கூடியதை எவரும், என்றுமே தொட்டதில்லை."

"முன்னாளில் அவற்றை எப்படிக் கண்டு பிடித்தீர்கள்? இப்போது நான் சிலவற்றைப் பிடிக்க முடியும் அல்லவா?" என்று கேட்டேன்.

"இங்கே முடியாது என்றே நான் நினைக்கிறேன். அவை வேறெங்கோ போய்விட்டதாகத் தோன்றுகிறது. ஆனால், முற்காலத்தில் அவர்கள் சின்னஞ்சிறு நாய்கள் வைத்திருந்தார்கள். ஆமை வேட்டைநாய்கள் என அவற்றை அழைத்தார்கள். ஆமைகளை மாரிக்காலத்தில் தான் வேட்டையாடுவர். ஏனென்றால், ஆமைகள், குளிர் காலத்தைக் குகைக்குள் தூங்கிக் கழிக்கும் கரடி மாதிரி, சேற்றில் வளை தோண்டி அதனுள் செயலற்றிருக்கும். காற்று நுழைவதற்காக அவை சகதியில் சிறு துவாரம் அமைத்திருக்கும். நாய்கள் அதைக் கண்டு கொள்ளும். ஒரு நல்ல பறவை நாய் எத்தனை தடவைகள் தவறுதலாக, சேற்றில் புதைந்த ஆமையை அல்லது பாம்பைக் குறிவைத்துக் காட்டியது என்பதை நீ நினைவு கூர்ந்தால், இது ஆச்சர்யமாக இராது. அவை

ஒரு விதமான பூசணம் பிடித்த நாற்றம் பெற்றிருக்கும். உடனே நீக்ரோக்கள் அவற்றைத் தோண்டி எடுத்து விற்று விடுவார்கள். நான் சிறுவனாக இருந்தபோது, அடிமை நாட்களில், அடிமைகளுக்கு ஆமை உணவு கொடுத்து வந்தனர் என்ற ஞாபகம் எனக்கு இருக்கிறது. ஏனெனில், ஆமைகள் இளவிருத்திக்கு ஊக்கம் அளிக்கின்றன என்றொரு மூட நம்பிக்கை நிலவுகிறது. அதில் உண்மை இருக்கிறதா என்று என்னால் சொல்ல முடியாது."

பேராசைக்குடலன் என்று பிரக்யாதி பெற்ற ஒரு வர்க்கத்தைச் சேர்ந்தவன் நான். தாத்தா உணவை விட்டு விலகுகிறார் என்று உணர்ந்தேன். அவரைத் தத்துவத்திலிருந்து விலக்கி, சாப்பாட்டு விஷயத்திலேயே நிறுத்த விரும்பினேன்.

"பழங்காலத்தைப் பற்றி இன்னும் கொஞ்சம் சொல்லு. இந்தக் காலத்தில் அதிகமாகக் கிடைக்காத வேறு எவை எல்லாம் தின்ன சுலபமாகக் கிட்டியது?" என்றேன்.

"எருமைத் திமில் எதையும் நான் ஒருபோதும் தின்றதில்லை. அது என் காலத்துக்கு முந்திய விஷயம். மேலும் அது அளவுக்கு அதிகமாக மதிப்பிடப்பட்டதாக எனக்கு ஒரு எண்ணம் உண்டு, இந்தப் பிராந்தியத்தில் மிக அதிகமான எருமைகள் இருந்ததுமில்லை. ஆயினும், காலை உணவுக்கு வாட்டிய காடையைப் போல் சந்தேக மின்றி, மார்புக் கூறி தான் – சிறந்தது வேறெதுவுமில்லை. வேகவைத்த மென்மையான நண்டும் அவ்வளவாக வெறுப்பு தராது. இன்று காடைகளைச் சட்ட விரோதமான முறையில்தான் வாங்கமுடியும். முன்பு அவர்கள் அவற்றைச்சுட மாட்டார்கள்; கண்ணி வைத்தே பிடித்தார்கள். நிர். 8–ஆல் சுட்டவற்றை நாம் எப்பொழுதும் ஜீரணித்தோம் என்பதற்கில்லை.

"ப்ளோவர் பறவைகளின் முட்டைகளை, அல்லது ஹம்மிங் பறவைகளின் நாக்குகளை, அல்லது அதுபோன்ற உவப்பானது எதையேனும் நான் தின்றதேயில்லை. ஆனால், ஒரு முயலைச் சரியாகச் சமைத்தால், ருசிகரமான எந்த உணவும் அதற்கு ஈடாகாது. மான் கறியைவிட அத்துடன் எவ்வளவு ஒயினையும், வெண்ணெயையும் கொட்டியிருந்தாலும் பரவாயில்லை முயலையும் ருசிகர உணவையும் நான் பெரிதும் விரும்புகிறேன். எனக்குப் புதிதாகக் கொல்லப்பட்ட மானின் கறியே சிறந்ததாகும். நாம் களைப்பும் பசியும் பெற்றிருக்கும் வேளையில், கொஞ்சம் மதுவை உள்ளே தள்ளிவிட்டு, தீயின் முன்னமர்ந்து வெம்மையுறும் வேளையில், ஹிக்கரிக் கட்டை நெருப்பின் மேல் வேக வைக்கப்படும் மானிறைச்சித் துண்டுகளும் ஈரலும் மிகச் சிறந்தன. ஏனோ, ஒரு ஓட்டலில் பெறுகிற மானிறைச்சி

கொடியதாகத் தோன்றுகிறது. மான் உயிருடனோ, இறந்ததாகவோ ஓட்டலுக்கு உரியது அல்ல. ஆனால், காட்டிலுள்ள சகல பிராணிகளின் கரடியையும் சேர்த்தேதான் – மாமிசத்தையும் தரக்கூடிய நிலையில் இல்லாத ஒரு ஓட்டல் மட்டமானதேயாகும்."

"வேறு என்ன?"

"எப்போதாவது கொஞ்சம் விஸ்கியை நான் விரும்புகிறேன் என்பது உனக்குத் தெரியும், அந்த மனிதன் வால்ஸ்டெட் தனது சட்டத்தை நிறைவேற்றுவதற்கு முன்பு, ஒருவன் சுமார் ஒரு டாலருக்கு அருமையான விஸ்கி ஒரு பாட்டில் வாங்க முடியும். அவன் மதுக்கடையில் குடித்தால், விற்குமிடத்தில் ஒரு பெண்ணும் இல்லாமலே, உயர்வான சூழ்நிலையில், நயமான சரக்கை அமைதியாய் குடிக்க முடியும். பழுப்புச் சர்க்கரையால் முதிரச் செய்து, பழச்சாடிகளில் விற்கிறார்களே வெள்ளை விஷயம், அது போன்றதை அல்ல. அருமையான சிவப்பு விஸ்கி மனிதனுக்குப் பகையாக விறங்குவதற்கு மாறாக, சுகம் தரும். பீர் பெரும் பீப்பாயிலிருந்து சிறு பீப்பாய்களில் நயமாக வந்து சேரும். அதனால் ஜனங்களுக்குப் பிடித்தமானது ஆயிற்று அது. அதன் விலை அஞ்சுசதமே. அத்துடன் இனாம் உணவுக்கு ஒரு அளவு கிடையாது."

"இனாம் உணவு பற்றி நான் கேள்வியுற்றதே இல்லை. அது என்ன?" என்றேன்.

"இனாம் உணவு தேவதூதர்களின் ஏற்பாடாகும். குடிப்பவர்கள் அதிக பீர் வாங்குவதற்காகவும், குடி போதை பெறாமலிருக்கவும். யோக்கியமான மதுக்கடைக்காரரர்கள் அதைக் கண்டுபிடித்தார்கள். அதன் மூலம் குடிப்பவர்கள் தொல்லைகளாக மாறுவது தவிர்க்கப்பட்டது. நான் சிறுவனாக இருந்த காலத்தில், பத்து சதம் வைத்திருந்த எவனும் ராஜா மாதிரி நடக்க முடிந்தது. ஒரு பீர் வாங்கிவிட்டு ஒருவன் சாப்பாட்டிலே புகுந்தால், மதுக்கடைக்காரன் சிறிது சந்தேகப்படுவான். ஆனால், நாம் வயிற்றைச் சரிப்படுத்தி, இரண்டாவது பீர் வாங்கியதும். அந்தக் கடையின் அதிதி ஆகிவிடுவோம். பிறகு மூக்கு முட்டச் சாப்பிடலாம்."

"அவர்கள் என்ன தந்தார்கள்?"

தாத்தா துக்கமும் ஆவலும் கலந்த புன்னகை புரிந்தார். பிறகு ஆனந்தமாய் உதடுகளை நக்கினார்.

"எல்லாம்தான். பெரிய கண்ணாடி ஜாடி நிறைய ஊறிய பன்றிக் கால்கள் இருக்கும். உப்பு நீரிலிருந்து அவற்றை எடுப்பதற்காக மரக் கத்திரிக்கோலும்

உண்டு. ஒரு கப்பரையில் நன்றாக வேகவைத்த முட்டைகளும், இன்னொரு கப்பரையில் பச்சை வெங்காயமும் இருக்கும். சில கடைக்காரர்கள் சூடாகப் பொரித்த மாட்டுக் கறி தந்தனர். சிலர் ஆறிய நாக்கும். ஆறிவிட்ட இறைச்சியும் தருவர். எனினும் அவர்கள், யார் உயர்ந்த இனாம் உணவு தரமுடியும் என்பதில் போட்டியிட்டார்கள். வழக்கமாக, ஸலாமியில் ஒரு பெரிய துண்டும். ஒரு கிண்ணம் முல்லிகனும், ஜெர்மானியர் விரும்பும் பலரக உணவுகளும் ஹார்டைன், ஹெர்ரிங் மீன் வகைகள், சகல வித சீஸ்களும் – கிடைக்கும். விஸ்கி குடிக்கும் ஒருவன் இந்தச் சாப்பாட்டு வகை முழுவதையும். எளிதில் தின்னலாம். பீர் குடிப்பவன் மெதுவாகத் தான் சாப்பிடமுடியும். பீர் உணவு வகைகளுடன் கலக்க வேண்டுமே.

“மது விலக்கு வந்தது. எல்லோரும் திருட்டு பீரும், தொழுவத்தில் காய்ச்சும் விஸ்கியும் கண்டுபிடித்து, மக்களைத் தள்ளாடி விழும் குருடர்களாக மாற்றத் தொடங்கினார்கள். உடனே நாடு செத்தது. சட்ட பூர்வமான விஸ்கி என்றாவது ஒருநாள் திரும்பி வரலாம். ஆனால், இலவச உணவு எதுவும் இனிமேல் கிடைக்காது என்று நான் உறுதியாகக் கூறுகிறேன். விஷயங்கள் முன்பு இருந்தது போல் இனி என்றும் இரா என்று அவர் சொன்னார்.

“எல்லாவற்றுக்கும் என்ன கேடு வந்தது?” என்று நான் கேட்டேன்.

“எருமைகளைச் சுட்டொழித்தார்கள். வேட்டைப் பிராணிகளை இறைச்சிக்காகத் தீர்த்துக் கட்டினார்கள். காட்டுப் பறவைகளைக் கொலை பண்ணினார்கள். பெண்களுக்கு வாக்குரிமை அளித்தார்கள். தங்களுடைய ஆண்கள் மதுக்கடைகளில் அதிக நேரத்தைக் கழிப்பதாகப் பெண்கள் கிளர்ச்சி செய்தார்கள்; ஆகவே மதுவிலக்கு ஏற்பட்டது. கையால் செய்யும் தானிய விஸ்கியும், ‘பேச எளியவை’ என்று நகரங்களில் கூறப்படுவதும் வந்தன. மருந்தாகும் திரவங்களிலிருந்து நகரவாசிகள் ஜின் செய்யலானார்கள். இரு மடங்கு விலை கொடுத்து, குருடாகவும் போனார்கள். ஆட்டோமொபைலையும், ஏரோபிளேளையும் கண்டு பிடித்து, எல்லாவற்றுக்கும் வேகம் கொடுத்தார்கள். மற்றவர்யுத்தங்களில் கலந்து குழம்பினார்கள். ஸ்டாக் மார்க்கெட்டில் சூதாடத் தொடங்கினார்கள். மொத்தத்தில் எல்லாம் ஒரே அலங்கோலமாகி விட்டது. இனாம் உணவு இல்லாது போயிற்று.”

“மாற்று எதுவும் கிடையாதா?”

“அதிகமாக ஒன்றுமில்லை. ஜனங்களும் முன்பு இருந்தது போலில்லை இப்போது. அதிக நாகரிகமுடையவர்கள் ஆகிவிட்டார்கள். தலையறுபட்ட கோழிக் குஞ்சுகள் போல் வளைய வளைய ஓடுவதும், சார்ல்ஸ்டன் நடனம் ஆடுவதும், குழப்பம் ஏற்படுத்துவதுமாக விளங்குகிறார்கள். அவள் தனது

உள்ளாடையையும் உதறி எறிந்தால் ஒழிய, ஒரு பெண்ணோடு நாட்டியமாடச் சிலர் இசைய மாட்டார்கள் என்று சொல்கிறார்கள்"என்றார் தாத்தா.

"அதுபற்றி எனக்குத் தெரியாது. ஆனால் எனக்குப் பசிக்கிறது என்றும், நாளை அலைகள் பொங்கும் என்று நிலவு கூறுவதும் தெரியும். அதிகாலையிலேயே நாம் எழுவோம். இப்போது பீட் இடத்துக்குப் போய், ஹேம்பர்க் இறைச்சிக் கண்டம் தின்னலாம்" என்றேன்.

தாத்தா காறித் துப்பினார்.

"ஹேம்பர்க் இறைச்சி!" அதை அவர் ஒரு ஏச்சுபோல் கூறினார். "என் வயதிலே, ஹேம்பர்க் இறைச்சி! நான் சொன்னது போல, எல்லாம் முன்பு இருந்தது போவில்லை. சில கோணங்களில் பார்த்தால். என்றுமே அவை சிறப்பாக இருந்ததில்லை" என்றார்.

ஒரு நாள் தாத்தா என்னிடம் சொன்னார்: "கொஞ்ச காலமாக நான் நன்றாக இல்லை. எனக்கு இடம் மாற்றம் அவசியம் என்று நினைக்கிறேன். ஜான்ஸ் ஹாப்கின்ஸிடம் உடல் பரிசோதனை செய்வதற்காக நான் பால்டிமோர் செல்ல வேண்டும். எனது வயதில் ஒருவன் தன் தேக ஆரோக்கியம் பற்றி அதிகச் சிரத்தை கொள்ள முடியாதுதான் அடுத்த வாரம் பெஸன்ட் பறவைகளின் பருவம் துவங்குகிறது என்று ஹோவார்ட் எழுதியிருக்கிறார். நீ உன் வேலைகளை ஒழுங்காகச் செய்வாயானால், நான் உன் அம்மாவிடம் பேசி, உனக்குப் பள்ளியிலிருந்து ஒரு வாரம் விடுமுறை பெற்றுத் தருவேன். நீ என்னோடு வரலாம். நாம் ஒரே நாளில் காரில் சுலபமாய் போய் விடலாம்."

லைசென்சு பெறுவதற்குப் போதிய வயது பெறவில்லையாயினும், இப்போதெல்லாம் நான் தான் கார் ஓட்டி வந்தேன். (1) ஒரு வாரம் பள்ளிக்கூடம் இல்லை (2) பெஸண்டுகளைச் சுடலாம் (3) புதிய, நிஜமான பண்ணையைக் காணலாம் – இந்த எண்ணமே போதும் எனக்கு மிகுந்த மகிழ்ச்சி தருவதற்கு. தாத்தா எப்போதும் மேரிலேண்ட் பற்றிப் பேசுவது வழக்கம். அது என்னவோ சொர்க்க பூமி போல் தோன்றும்படி பேசுவார். அவர் நண்பர் மிஸ்டர் ஹோவார்ட், நீலமலைத் தொடர் அடிவாரத்தில் பெரிய குதிரைப் பண்ணை ஒன்று வைத்திருந்தார். தாத்தாவின் பெரும் பேச்சிலிருந்து நான் அறிய முடிந்தது இது: வீட்டின் பின்கட்டிலிருந்து கீழே இறங்கினோமோ, அவ்வளவுதான். பெஸண்டுகளும் காடைகளும் நம்மைச் சாக அடித்து விடும்.

தாத்தா என் அம்மாவிடம் ஏதோ ஜாலம் பண்ணினார். யாரோ ஒருவர் பள்ளிக்குப் போய், எனக்கு ஒரு வாரம் விடுதலை பெற்று வந்தார். எனது

முதல் பெரும் வேட்டை யாத்திரை மீது நாங்கள் கிளம்பினோம். நாங்கள் பால்டிமோர் போவதற்குப் பதிலாக, ஆப்பிரிக்காவுக்கே போகிறோம் என்று மற்றவர்கள் எண்ணியிருப்பார்கள். சிற்றுண்டிகள் கட்டிக் கொண்டோம். துப்பாக்கிகள், ரஸ்தாப் படங்கள், மற்றும் பலவிதமான பொருள்கள் எல்லாம் எடுத்துக் கொண்டோம். நாய்களையும் அழைத்துச் செல்ல நான் பெரிதும் விரும்பினேன். தாத்தா மறுத்து விட்டார். 'ஹோவார்டிடம் ஏராளமான நாய்கள் உள்ளன; நமது நாய்களும் சேர்ந்தால் குழப்பமே அதிகரிக்கும்' என்றார்.

எங்கள் கார் தாக்குப் பிடிக்கும் என்ற நம்பிக்கையோடு நாங்கள் அதில் துணிந்து புறப்பட்டோம். கன்னி உறுதி குலையாத கார் ஒன்று எங்களிடம் இருந்ததனால் நாங்கள் மகிழ்ச்சியே கொண்டோம். ஏனெனில் அந்நாட்களில் நல்ல பாதைகள் அபூர்வம். பிரட்ரிக்ஸ்பர்கையும், ரிச்மாண்டையும் நாம் நெருங்குகையில் எதிர்ப்படும் சிவப்புக் களிமண் ஒரு எச்சரிக்கையாகும். நல்ல வேளையாக, நாங்கள் போகும்போது அது உலர்ந்திருந்தது. ஆனால் திரும்பி வருகையில், மழை பெய்த்து பாதை பன்றிக் கொழுப்பு போல் வழவழவென்றிருந்தது; அதிகமாக வழுக்கியது.

அக் காலத்தில் அது அழகான பகுதியாக விளங்கியது. சுற்றியுள்ள பசிய குன்றுகள், இருண்ட காடுகள், மைல் மைலாக நீண்டு கிடக்கும் பொன்னிறப் பண்ணை நிலம் ஆகியவற்றின் அழகைக் கெடுக்கும் விளம்பரங்கள் பாதையோரத்தில் அன்று காணப்பட்டதில்லை. வாஷிங்டனை நீங்கி, பால்டிமோர் நோக்கிச் செல்லும்போது, சுற்றுப்புற அழகு அதிகமாயிற்று; குன்றுப் பாங்கும் மிகுந்தது. எண்ணிப் பார்த்தால், இன்று இங்கிலீஷ் கிராமப்புறத்தின் சரியான உதாரணம் உண்மையில் எப்படி விளங்குகிறதோ அதைவிட அதிகமாகவே மேரிலேண்ட் இங்கிலீஷ் கிராமப்புறத்தின் லட்சியமான பகுதியை ஒத்திருந்தது. அது குதிரைப் பிரதேசம். அநேகமாக ஒவ்வொரு பண்ணையிலும் பல மைல் நீளமுள்ள வெள்ளைத் தண்டவாள வேலிகள் இருக்கும். அவற்றுள் அழகான புல் வயல்களும், சுத்தமான தொழுவங்களும், வெளிப்புற வீடுகளும் காணப்படும். வீடுகள், கரோலினாவில் உள்ளவை போல, தட்டையான நிலப்பரப்பின் மீது வெறுமனே உட்கார்ந்திரா குன்றுகளுக்குள் ஒடுங்கி, கனத்த மரங்களினூடாக அவை எட்டிப் பார்க்கும். நெடுகிலும் பரவியிருக்கும் மேய்ச்சல் தரை, சோளப் பயிரால் பொன்னிறம் பெற்றோ, கோல்ப் விளையாட்டுக் களத்தின் பிரகாசமான பசுமையுடனோ திகழும். அங்குமிங்கும் பொன்னிற, அல்லது கறுப்பும் வெள்ளையும் கலந்த மாடுகளோ, மேயும் சிவப்புக் குதிரைகளோ தென்படும்.

மிக முன்னதாக "நாகரிகம் பெற்ற" மாகாணங்களில் மேரிலேண்டும் ஒன்று என நான் நினைக்கிறேன். கால்வெர்ட்டுகளைத் தொடர்ந்து வந்த இங்கிலீஷாருக்குக் காலம் நிறையவே இருந்தது, வெகுண்டெழுந்த இந்தியர் மிகுதியாக இல்லை ஆகவே அவர்கள் நினைவில் நின்ற இங்கிலாந்தின் பகுதிகள் போலவே இதையும் இனிதாக அமைத்தார்கள். பசுமையான ஓக் மரங்கள், ஸைப்ரஸ் நிற்கும் சதுப்புகள், முன்முற்றத்தில் நன்கு சுத்தமாக்கிய வெண்மணல், சேற்றுக் கொசுக்களும் மணல் முள்ளிகளும் நிறைந்த தணிவான நாட்டுப் பகுதி. இவற்றோடு பழகியிராத ஒரு சிறுவனுக்கு இதெல்லாம் ஒரு படப் புத்தகத்தில் உள்ள அற்புதமாகவே அமையும்.

தாத்தா தனது ஆஸ்பத்திரி அலுவல்களைக் கவனிப்பதற்குப் போதிய காலம் வரை நாங்கள் பால்டி மோரில் தங்கினோம். பிறகு அவருக்கு நன்கு பழக்கமானதாகத் தோன்றிய ஒரு விடுதிக்குச் சென்றோம். அவர். பிசுக்கேறிய பழைய தோல்பையைத் தன் சட்டைக்குள்ளிருந்து எடுத்தார். சில நோட்டுகளை எண்ணினார். தலையை அசைத்துக் கொண்டார்.

"ஆமைத் துவட்டல், கித்தான் முதுகு வாத்து பற்றி எல்லாம் நான் சொன்னது நினைவிருக்கிறதா? நல்லது. அது நம்மை அநேகமாக வறனடித்து விடும். ஆயினும் அதை வாங்க உத்தேசிக்கிறேன். நான் அதைத் தின்பது இதுவே கடைசித் தடவையாக இருக்கலாம். அது பட்டியலில் இல்லை. ஆனால் இந்த இடத்தைப் பற்றி நான் அறிந்துள்ளது சரியென்றால், இது உறுதி: ஒன்றிரு வாத்துக்களை ஐஸிலும், சில கூட்டர்களைப் பீப்பாயிலும் போட்டு எங்காவது ஒளித்து வைத்திருப்பார்கள்" என்றார்.

நரைத் தலை நீக்ரோப் பணியாளை அவர் அழைத்தார். ரகசியமாக ஏதோ சொன்னார். ஒரு நோட்டு கைமாறியதையும், வெண் பற்கள் பளிச்சிட்டதையும் நான் காண முடிந்தது.

"சரியய்யா, எஜமான்" என்றான் அவன். வெறும் காலுடன் நடந்து போனான். தாத்தா பல்லிளித்தார்

தாத்தா சொன்னார்: 'நான் பணத்தை மிகுதியும் காதலிக்கிறேன். அது நமக்கு எவ்வளவோ இனிய விஷயங்களைப் பெற்றுத் தரும். நாம் நட்பை நம்பியிருக்க நேரிடாது. நான் அந்தப் பணியாளைப் பார்த்தேன். வால்ஸ்டெட் என்கிற நபர் மதுவிலக்குத் திட்டத்தை அமுல் நடத்தியபோதிலும், மேரிலேண்டில் இருப்பவர்கள் சிவப்புச் சாராயம் தயாரிப்பதை விட்டுவிடவில்லை என்பதை உடனேயே உணர்ந்தேன். இங்கே புல் மிக நன்றாகவும், தண்ணீர் வெகு நேர்த்தியாகவும் இருப்பதால், வால்ஸ்டெட் போன்றவர்களிடம் எவ்வித அக்கறையும் காட்ட வேண்டியதில்லை. நீ பெரியவனாக வளர்ந்து வருகிறாய்.

மதுவையும் நீரையும் கலக்கும் இந்த விவகாரம் பற்றி நீ இப்பொழுதே அறியவேண்டும் என்று நான் விரும்புகிறேன். நீ இப்போது பெறப்போவது சரியான மேரிலேண்ட் ரை தானியத்திலிருந்து செய்த முறையான மேரிலேண்ட் பழஞ்சரக்கு. நாம் துவட்டலோடு ஷெரி சாப்பிடுவோம். பிறகு, வாத்துடன் பர்கண்டி குடிப்போம். லார்ட் பால்டிமோருக்காக நாம் கடவுளுக்கு நன்றி செலுத்த வேண்டும். வேக வைத்த உப்பு 'காட்' மீன்தான் சரியான விருந்து என்றும், 'ரம்' பானம்தான் உயர்ந்த மது எனவும் எண்ணும் செம்மூக்குப் புனிதராக அவர் வாழ்ந்திருக்கக் கூடுமே."

பணியாள் பல்லைக் காட்டியபடி திரும்பினான்.

"இதோ உங்கள் டீ, எஜமான்" என்று கூறி, அவன் இரண்டு பெரிய சதுர கிளாஸ்களைக் கீழே வைத்தான். அவற்றில் சிவப்பு நிறப் பானம். இருந்தது. 'இங்கு நாங்கள் எப்பவும் கிளாஸில் தான் டீ தருகிறோம், ஜெமான் ஐரோப்பாவில் இதுதான் நாகரிகம் என்று பலர் என்றா சொன்னார்கள்" என்றான் அவன், தாந்தா கண் சிமிட்டினார். அயம் பலமாய்ச் சிரித்தான். பிறகு தாத்தா தன் கிளாஸை எடுத்தார். மோந்தார். புன்னகைத்தார். வாழ்த்தும் முறையில் அதை உயர்த்தினார். பணியாளைப் பாவனை காட்டி, "உங்கள் டீயைக் குடியுங்கள், எஜமான்" என்று என்னிடம் கூறினார். "ஆனால், உறிஞ்சிக் குடி, பிரன்ஸ்விக் மாகாணத்தைச் சேர்ந்த கருங்கால் மூடன் மாதிரி ஒரே அடியாக விழுங்காதே" என்றார்.

எனது சட்டபூர்வமான முதல் குடியாக, சட்ட விரோதமான விஸ்கியை மெதுவாக உறிஞ்சினேன். நான் எங்களூர் குடிசைத் தயாரிப்பான ஸ்கூப்பர்நங் ஒயினையும், உள்ளூர் சாராயத்தையும், உள்ளூர் நிலவொளி மதுவையும் குடித்ததுண்டு. கொஞ்சம் கசப்பு, ஒரு செர்ரி, சிறிது சர்க்கரை. ஐஸில் கலந்த ஆரஞ்சுச் சுளை இவற்றோடு கூடிய இந்த இனிமையான, கருகிய சாடியில் உள்ள 'ரை' பானத்தின் அருகே அவை மதிப்பற்றவைதான். நான் பல்லைக் காட்டினேன். உதடுகளைச் சுவைத்தேன். தாத்தா கடுமையாக நோக்கினார்.

"மனிதனின் சிறந்த நண்பனை மகாமோசமான விரோதியை நீ உன் கையில் பிடித்திருக்கிறாய். அதை நீ எப்படி உபயோகிக்கிறாயோ, அதற்கேற்ப அதன் தன்மை மாறும். ஐம்பது வருஷங்களுக்கு அதிகமாகவே அது எனது உறுதியான நண்பனாக விளங்கியது. ஆனால் நான் என்றுமே அதனுடன் அதிகம் பழகியதில்லை. எந்த நட்பும் மிதமிஞ்சிப் போனால் புளித்து விடும்" என்றார் அவர்.

பணியாள் ஆமைத் துவட்டலை, ஆவி பறக்கும் சூட்டுடன், எடுத்து வந்தான். வெண்ணெய், ஆமை முட்டைகள், ஜெர்ஸி க்ரீம், சுத்தமான ஆமை இறைச்சி

இவற்றைக் கொண்டு என்ன செய்ய முடியும் என்பதை விவரிக்க நான் முயலவே மாட்டேன். பிறகு அவன் கித்தான் முதுகளைக் கொணர்ந்தான். "இது பலம் மிகுந்த, அபூர்வமான கோழிக்குஞ்சு, எஜமான்" என்றான். வேறு ரகமான டீ என்று மட்டுமே நான் வர்ணிக்கக்கூடிய ஒரு பாட்டிலைக் கொண்டு வந்தான். இது சிவப்பு நிறமாக இருந்தது; திராட்சையிலிருந்து தயாரிக்கப்பட்டிருக்க வேண்டும் என்று சொல்லலாம். காப்பியைக் குடித்து முடித்து விட்டு, எல்லிக்காட் நகர் நோக்கிச் செல்கையில் நான் பூரண திருப்தி பெற்ற நிலையிலிருந்தேன். தாத்தா காரோட்டினார். அது உல்லாசமாக நகர்ந்தது போல் தோன்றியது எனக்கு.

ஹோவார்டின் இருப்பிடம் வந்து சேர்ந்தபோது, நான் ஆழ்ந்த தூக்கத்திலிருந்தேன். அவர்கள் என்னைப் படுக்கையில் வீசினார்கள். எனது முதல் குடியின் அடையாளங்களோடு நான் விழித்தெழுந்ததும், ஒரு கணம் தடுமாறினேன். தொட்டியில் என் முகத்தைக் கழுவினேன். ஏதோ ஆடைகள் அணிந்தேன். வழியைக் கண்டுபிடித்து கீழே வந்தேன். தாத்தாவும் மிஸ்டர் ஹோவார்டும் அதற்குள்ளாகவே காலையாகாரத்தை விழுங்கிக் கொண்டிருந்தனர். தொங்கும் மீசைகளை விலக்கி பன்றி இறைச்சி வற்றலையும் முட்டைகளையும் உள்ளே தள்ளும்போது, அவர்கள் கிட்டத்தட்ட இரட்டையர் போல் காணப்பட்டனர். மிஸ்டர் ஹோவார்ட் எழுந்து நின்று, கைகுலுக்கினார். சிரித்தார்.

"போன முகாம் யாத்திரைக்குப் பிறகு, நிச்சயமாக நீ முன்னேறியிருக்கிறாய். நேற்றிரவு இங்கு வந்து சேர்கையில், நீ மிதமிஞ்சிக் குடித்திருந்ததாக நெட் சொன்னார். இளையவர்கள் தான் முதியவர்களைப் படுக்க வைக்க வேண்டும்; முறை மாறி அல்ல என்று நான் நினைத்தேன்" என்றார் அவர்.

"நான் களைத்திருந்தேன். அது பெரும் நாள்" என்று நான் தற்காப்பாகச் சொன்னேன்.

"நல்லது. கொஞ்சம் சாப்பிடு. நான் உனக்கு இந்த இடத்தைச் சுற்றிக் காட்டுவேன். நாம் முன் யோசனையோடு ஒன்றிரு நாய்களையும், ஒரு துப்பாக்கியையும் நம்முடன் கொண்டு சென்றால், உனக்காக ஒரு பெஸண்டை முன்னால் நிறுத்தக்கூடும்" என்று மிஸ்டர் ஹோவார்ட் கூறினார்.

நான் சிறிது உணவை விழுங்கிவிட்டு, வீட்டை ஆராயப் போனேன். பெண்களுக்கு நல்லதாக விளங்க முடியாத வகையைச் சேர்ந்தது அந்த வீடு. நான் சொல்வதன் பொருள் உமக்குப் புரிந்திருக்கலாம். உலகத்தில் வேறெதையும் விட, குதிரைகளும் துப்பாக்கிகளுமே மிக முக்கியமானவை

வல்லிக்கண்ணன் | 321

என்று கருதிய ஐரிஷ் பணக்கார வர்க்கத்தில் வந்தவர் ஹோவார்ட். அவ்வீட்டின் அறைகள் மிகப் பெரியன. அவற்றில் குதிரைகளின் படங்களும், வேட்டைக் காட்சிகளுமே நிறைந்து கிடந்தன. குடும்ப ஓவியங்கள் ஒரு சிலவும் தென்பட்டன. பெண்கள் எல்லோரும் அழகாகவும், ஆண்கள் அனைவரும் நன்கு உண்டு வளர்ந்தவர்களாகவும் தோன்றினர்.

அலமாரிகளிலும் கண்ணாடிப் பெட்டிகளிலும் பதார்த்தம் திணிக்கப்பட்ட பறவைகள் பெஸண்ட் முதல் பொன்பறவை வரை, காடை முதல் வான்கோழி வரை நிறைந்திருந்தன. சுவர்களில் நரித்தோல்களும், வால்களும் மிகுதியாகக் காணப்பட்டன. இந்த வட்டாரம் நரி வேட்டைக்குப் பிரசித்தமானது தான். குதிரைகள், பசுக்கள், காளைகள் பல நீல ரிப்பன்கள் பெறும் சித்திரங்களும் இருந்தன. மிஸ்டர் ஹோவார்டின் உயர்தரக் கால்நடைகள் எல்லாம் நீலம் பெறத் தவறிவிட்டால் தற்கொலை செய்து கொள்ளும் போலும்."

எந்தப் பக்கம் பார்த்தாலும் சவாரிக்குரிய பொருள்களே சேணம். பூட்ஸ், இடைவார். குட்டைச் சவுக்கு. குறிமுள் எல்லாம். கிடத்தன். தோல் சாமான்கள், கை மெழுக்குற்ற தரைகளைப் போலவே, பழமையும், பழகிய மென்மையும் பெற்றிருந்தன. நல்ல புகையிலை, சேண மெழுகு, எண்ணெயிட்ட துப்பாக்கிகள் ஆகியவற்றின் அருமையான வாசலை நிலவியது. சுவர்கள் பூராவையும் மறைத்து நின்ற அலமாரிகளில் நூற்றுக்கணக்கில் திணித்து வைக்கப் பெற்ற, தோல் பைண்டு செய்த பழைய புத்தகங்களின் நன்மணமும் கலந்திருந்தது."

எங்கும் துப்பாக்கிகள் இருந்தன புரட்சிகரமான மஸ்கட், சண்டை போடும் பிஸ்டல், நவீன ரைபின், கைத்துப்பாக்கிகள் எல்லாம் கவர்களில் தொங்கின மூலைகளில் நின்றன. ஹாலில் உள்ள சிவப்புத் நுணி விரித்த பெட்டிகளில் கிடந்தன. சில நுப்பாக்கிகளுக்கும், சீனத்துச் சிங்காரப் பொருள்களுக்கும் அருகே மலர்கள் நிறைந்த பெரிய வெள்ளிக் கிண்ணங்கள் இருந்தன. அவற்றில் சிவப்பு, மஞ்சள் ரோஜாக்களே அதிகம் காணப்பட்டன. சாப்பிடும் இடத்தில் உள்ள நாற்காலிகள் மட்டுமே மெருகிடப்பட்ட மகோகனி மரத்தாலானவை. இதர நாற்காலிகள் எல்லாம் தோலால் ஆனவை. ஆழமாய், ஸ்பிரிங் ஆசனமும் அகன்ற கைகளும் பெற்ற ஈஸிச் சேர்களும் பெரிய சோபாக்களுமாகும். சில மரூன் நிறம், சில இருண்ட காட்டுப் பச்சை, சில நல்ல கறுப்பு.

அவ் வீட்டில் உள்ள ஒவ்வொரு பொருளும் – கனமான, தேய்வுற்ற, வெள்ளிப் பாத்திரங்கள், புராதன வெட்ஜ்வுட் தட்டுகள், பூட்ஸ், சேணம், துப்பாக்கி, புத்தகங்கள் எல்லாம், முக்கியமாகப் புத்தகங்கள் தலைமுறை தலைமுறையாக அன்போடு கையாளப்பட்டு வந்தன. கை பட்டுப் பட்டு

மெருகேறாத புத்தகம் –அது கணக்குப் புத்தகம், ஊய்டாவின் நாவல்கள், 'கரும் அழகி', டிக்கன்ஸ் நாவல்கள் எதுவே ஆயினும் ஒன்றுகூட சுவரோரத்தில் இல்லை.

ஒவ்வொரு அறையின் நடுவிலும் நெருப்பிடம் ஒன்று உண்டு. நெட்டையான மனிதன் அதனுள் நிற்கமுடியும். பென்னம் பெரிய இரும்புப் பகுதிகள், கணப்புகள், பெரிய கெட்டில்கள் அமர்வதற்கேற்ற குமிழ்கள் எல்லாம் அதில் இருந்தன. மாடியில் நான் பார்த்த ஒவ்வொரு படுக்கையும் நான்கு பேர் படுக்கும் அளவு பெரியது. ஒவ்வொரு அறையிலும் – குளிக்குமிடத்தில் கூட ஒரு கணப்பு இருந்தது. குளிக்கும் தொட்டி மிகவும் பெரியது. பீங்கானில் செய்யப்பட்டதை. சவப்பெட்டியில் அடக்கம் பண்ணுவதுபோல், பெரிய வால்நட் மரத் தொட்டிக்குள் பதித்திருந்தார்கள். இதர சுகாதார வசதிகளும் அவ்வாறே அமைந்திருந்தன. அவற்றின் அடிப்பக்கம் அகற்றக்கூடிய முறையில் இருந்தது.

வெளியே, அது இலையுதிர் காலமே ஆயினும், புஷ்பப் பரப்பு ஆறு ஏக்கர் இருந்ததுபோல் தோன்றியது. பச்சைப் புல்வெளி, கண் எட்டும் மட்டில் பரந்து, தூரத்து நீலமலைத்தொடருடன் இணைத்தது. மேய்ச்சல் தரை, புல்வயல் ஆகியவற்றினுடே நீரோடைகள் ஓடின. பசிய கிளாவர் புல்வயல்களிடையே வெள்ளி இழைகளென அவை நெளித்தன. ஆங்காங்கே மரத்தோப்புகள் எடுப்பாக விளங்கின.

தொழுவங்கள் உல்லாச வேட்டை அங்கியின் செந்நிறம் பெற்றவை. ஒவ்வொரு வேலியும் வெண்மையாய் மின்னியது; நாய்ப்பல் போல் சுந்தமாக இருந்தது. பறவைகளுக்காக மட்டும் சுமார் இரண்டு ஏக்கர் நிலம் இருந்தது. கோழிகளுக்காக ஒன்று, பெஸண்டுகளுக்கு ஒன்று. வான்கோழிகளுக்கு ஒன்று, வாத்துக்களுக்கு ஒன்று, கினிக்கோழிக்கு ஒன்று எனச் சிறுசிறு புல்வயல்களாக அது பகுக்கப்பட்டிருந்தது கறுப்பும் வெளுப்புமான பெரிய ஹோல்ஸ்டீன் பசுக்களும், தங்கள் பாலேட்டைப் போலவே நிறம் பெற்றிருந்த ஜெர்ஸிப் பசுக்களும் பால்பக வெளியில் நின்றன. சவாரிக் குதிரைகளும் கட்டுண்டிருந்தன. பதினாறு– கை உயர ஐரிஷ் குதிரைகள் அவை. ஆனால், தொலைவிலே, பரந்த புல் வெளியில், பெருவயிற்றுப் பெண் குதிரைகள் தங்கள் நெட்டைக்கால் குட்டிகளை இடித்து நின்றன. ஒரு வயதுக்குட்பட்ட சிறுசுகள் ஆட்டுக்குட்டிகள் போல் துள்ளின. பொலி குதிரைகள் சிறு லாயங்களின் தனிக் கொட்டடிகளில் நின்றன. இறைச்சிக்கான மாடுகள் – வெள்ளை மூஞ்சி ஹெரிபோர்டுகள் – அடிவானம் வரை திரிந்தன.

பார்த்த இடமெங்கும் நாய்க்கூட்டம் இருந்தது. சகலவித உருவங்களிலும்,

ரகங்களிலும் வேட்டை நாய்கள் – பேஸ்ட், பீகிள், வாக்கர்கள் காணப்பட்டன. ஸ்பேனியல்களில் பெரும்பகுதி பாய்ச்சல் இனம். ஒருசில பொன்னிறக் காக்கர் ஜாதி. கிழக்குக்கரை வரையில் வாத்துப் பிராந்தியம் ஆகையால், லாப்ரடார் நாய்கள் –இலக்கு காட்டுவனவும், பதுங்கி நிற்பனவும் மிகுதியாக இருந்தன. நாங்கள் மிஸ்டர் ஹோவார்ட் தனது குட்டைச் சவுக்கால் சவாரி பூட்ஸில் அடித்துக்கொண்டே வர – அவற்றைக் கடக்கும்போது, அவை போட்ட கூச்சல் இறந்தவர்களைக்கூட எழுப்பிவிடும் தன்மையில் ஒலித்தது.

வானம் சுத்தமாய், பிரகாசமான நீலமாய் விளங்கியது. சிறுசிறு மேகச் சிதறல்கள் தென்பட்டன. சுமுகமான சூரிய நோக்கில் காலை உறைபனி இளகிவிட்டது. மெல்லிய இளங்காற்று மரங்களை அசைத்தது. ஒரு காடை கூவியது. ஒரு பெஸண்டின் கடுமையான சுத்தல் கேட்டது. ஒரு குதிரை கனைத்தது. பசு கதறியது. நாய்கள் குரைத்தன. பெரிய கறுப்பு கார்டன் வேட்டைநாய் ஒன்றை மிஸ்டர் ஹோவார்ட் காட்டினார். பிறகு, கறுப்பும் வெளுப்பும் கலந்த வலிய பாய்ச்சல் நாயைச் சுட்டினார். "மேக்கையும் ஸூவையும் நாம் கூட்டிச் செல்வோம். மேக் தான் கார்டன் இனம். இவ்விரண்டும் சேர்ந்து, பெஸண்டுகளைக் கண்டுபிடிக்கும். உன் துப்பாக்கியை எடுத்துக்கொள். நாம் சட்டியில் கொஞ்சம் மாமிசம் சேர்ப்போம். அதாவது, வேட்டையாடுவதில் நீ சிரத்தை இழக்காமல் இருந்தால்தான்" என்று அவர் சொன்னார்.

எனது சிரத்தை பாதிக்கப்படவில்லை என்று நான் உறுதியாய் அறிவித்தேன். வருங்காலத்தில், அதுபோல் ஒரு வீடும் சொத்தும் அடைவது என்று என் உள்ளத்தில் தீர்மானித்தேன். சந்தேகம் வேண்டாம். நான் அதை நிறைவேற்றவில்லை. இனி நிறைவேற்றவும் மாட்டேன். ஒரு வகையில் அது நல்லதுதான். ஏனெனில் அந்த வீடு என் நினைவில் நிற்கிறது. எனது நினைவு வீட்டில் ஒருபோதும் குழாய்கள் கெட்டதில்லை. எந்தப் பாங்கும் அதை அடமானத்துக்குப் பறிமுதல் செய்ததில்லை. யாரும் அங்கு சாவதில்லை. புத்தகங்கள், துப்பாக்கிகள், மிருகங்கள், சேணங்கள் முதலியவற்றை எந்த அந்நியனும் மலிவான ஏலத்தில் வாங்குவதுமில்லை.

மேடு பள்ளங்கள் நிறைந்த மேய்ச்சல் நிலத்தில், கொழுத்த. துடுக்கான, பெரிய பச்சைத் தலை பெஸண்ட் ஒன்று, அதன் வாலிலே என் பெயர் பொறிக்கப்பட்டு, இயல்பாகவே நிற்கக் கூடிய புதர் நிறைந்த ஒரு இடம் நோக்கி நாங்கள் மேக்கையும் ஸூவையும் தொடர்ந்து சென்றோம். அப்பொழுது இரண்டு கிழவர்களும் அளித்த தோற்றம் என் நினைவில் அழுத்தமாகப் பதிந்துள்ளது.

28. முதல் நாள் முடிவு

நமது முதலாவது ஆண் பெஸண்ட் பறவை காணத் தகுந்த ஒரு காட்சிதான். அதைப்போல் விந்தைக்காட்சி வேறொன்றும் இராது. ஒரு யானை அல்லது துருவக் கரடி கூடத்தான். ஒரு ஆண் பெஸண்ட் ஒரு மல்லார்ட் வாத்து போன்றது. ஊசிவாலனும், கித்தான்முதுகனும் தின்பதற்குச் சிறந்ததாக இருக்கலாம். ஆனால், பறவை உலகத்தில் ஒரு ஆண் பெஸண்ட் அல்லது ஆண் மல்லார்ட் போல் அற்புதமான பகட்டு பெற்றது வேறெதுவும் இல்லை. நல்லது. மயில் இருக்கலாம். ஆனால் எங்கள் வட்டாரத்துக் காட்டில் மயில்கள் மிகவும் சொற்பம் தான்.

நாம் ஒரு பெரிய ஆண் பெஸண்டைப் பார்க்கிறோம். சுடுகிறோம். உடனே நம் கையில் உண்மையான பறவை ஒன்று சேர்கிறது. அது சுமார் நான்கு ராத்தல் கனமிருக்கும். அதற்கு அழகிய நீள வால் உண்டு. கழுத்தில் ஆரம் கிடக்கும். பச்சை, சிவப்பு, பழுப்பு, வெண்மை நிறங்கள் அதன்மீது காணப்படும். நம் பார்வையில் படக்கூடிய காதுகளும் அதற்கு உண்டு, அது வெற்றிச் சின்னமாக விளங்குகிற அளவுக்கு உணவு ஆகாது. ஆனால் சரியான முறையில் சமைத்தால், அது நல்ல உணவாகத் திகழும் அளவுக்கு வெற்றிப் பொருளாகாது நான் சொல்வது உமக்குப் புரியும் என நினைக்கிறேன்.

மேரிலேண்டில் உள்ள அவருடைய பண்ணையை நாங்கள் சுற்றிப்

பார்ப்பதை நிறுத்தியதும், மிஸ்டர் ஹோவார்ட் சொன்னார்: "பையா, பெஸண்டுகள் விஷயத்தில் நீ தவறுகள் எதுவும் செய்ய விரும்பமாட்டாய். அது இரண்டு கெஜம் நீளம் இருப்பதாகத் தோன்றும். மிக மெதுவாக அசைவது போலிருக்கும். ஆனால் அதன் கழுத்தையும் வாலையும் கழித்துவிட்டால், சுடுவதற்கு மிகவும் சிறிய பகுதியே உண்டு. காடையை விட வேகமாக அது பறக்கும். வாத்தைப்போல் குண்டுகளைச் சிதறடிக்கும். நான் அதை வெகு தூரம் இழுக்கடித்து, அதையும் இரு மடங்கு ஆக்குவேன். அதன் வாலில் சுட்டு யாரும் ஒரு ஆண் பெஸண்டைக் கொன்றதில்லை. அதன் மூலம் நமக்கு வெறும் இறகுகளே கிடைக்கும்."

எனக்குத் தெரிந்த மட்டில், அது இன்னும் உயிரோடு இருப்பதால், நான் முதல் பெஸண்ட் பற்றிச் சொல்வதை விட்டு விடலாம். கார்டன் இனநாயான மேக் அதை ஒரு புதரில் கண்டு பிடித்தது. மேக்கின் கழுத்தில் மணி கட்டியிருந்தது.நன்கு வளராத ஷூமாக் செடிகளுக்குள்ளே நாய் புகுந்ததும், மணியோசை நின்றுவிட்டதை நாங்கள் உணர்ந்தோம்.பிறகு அது வெளியே வந்து, தலையால் சைகை செய்தது.

"ஒரு பறவை இருக்கிறது. நீ அங்கே போய் நில். ஓரத்தில் ஸூவை நிறுத்தி, பறவையைக் கிளப்புவதற்காக மேக்கைச் செடிகளுக்குள் அனுப்புவேன். அது ஓட ஆரம்பித்தால், ஸூ தடுத்து நிறுத்தும்" என்று மிஸ்டர் ஹோவார்ட் கூறினார். ஸூ பெரிய பாய்ச்சல் நாய். நானும் மேக்கும் இருக்கும்போது நமக்கு எதற்காகத் துப்பாக்கி? என்று கேட்கும் பாவனையில் அது காட்சி தரும்.

தாத்தா மிஸ்டர் ஹோவார்டைப் பார்த்துத் தலையசைத்தார்; மேக் மறுபடியும் செடிக்குள் புகுந்ததும், கண் சிமிட்டினார். என்ன நடக்கப் போகிறது என்பதை தாத்தா அறிந்துவிட்டார் என நான் நினைத்தேன்.

புதருக்குள்ளே திடுக்குற்றெழுந்த பெருங்கூச்சலும், வேகமான சிறகடிப்பும் கேட்டன. எதுவோ அது பறவையாகவோ, ஸெப்லின் விமானமாகவே இருக்கலாம் என் பக்கமாக வெடித்து வந்தது. அது நூறு கஜ நீளத்துக்குக் குறைவானது போல் தான் தோன்றியது. உண்மையாக அது தீ கக்கவில்லை என நான் சத்தியம் செய்ய முடியும். அத்தகைய ஒரு சிருஷ்டியை நான் அதுவரை கண்டதே இல்லை.

அதை நோக்கி நான் இருமுறை சுட்டேன். அது மிகச்சிறு காயம் கூடப் படாமலே போய்விட்டது. வாலில் உள்ள ஒரு இறகு மட்டும் உதிர்ந்தது. அது கூட இறகு உதிரும் பருவம் அணுகியதனால் விழுந்திருக்கலாம்.

நான் மறுபடியும் துப்பாக்கியை கெட்டிப்பதில் முனைந்த போது. மிஸ்டர்

ஹோவார்ட் என்னை நோக்கினார்.

"நான் முன்பே சொன்னேன். அவை உண்மையில் பெரியன அல்ல. நீ ஒரு டீல் வாத்தைச் சுடுவதாகவும், இன்றிரவு நாம் சாப்பிட வேணும். என்றும் எண்ணிக்கொள். அதை இழு. இழுத்துச்சுடு" என்றார் அவர்.

நாங்கள் புல்வெளியின் குறுக்காக நடந்தோம். அநேக பசுக்கள் எங்களை இடித்தன. பாய்ச்சல் நாய் ஸூ தன் வாலை ஆட்டியது. பிறகு வயிற்றின் மேல் படுத்தது. மேக் விசால நோக்கு எறிந்தது. அதற்கு முன்னே. ஐம்பது கஜ தூரத்தில் வந்து நின்றது.

"இப்போது இதைக் கவனி. நீ ஸூவின் பின்னால் நில். நான் மேக்கைக் கூப்பிடுகிறேன். அது அந்தப் பறவையை ஸூவின் முகத்துக்கு நேரே துரத்திவிடும். பெஸண்ட் ஊமைப் பறவை அல்ல. அதற்குப் பின்னால் மேக்கும், முன்னே ஸூவும், இங்கே துப்பாக்கியோடு நாமும் நிற்பதால், அது பறக்கும். ஆனால் ஒருபுறம் சரிவாகப் பறக்கும். உனக்கு இடதுபுறமாக. அதை முன்னுக்கு இழு. அதன் நீளத்தைவிட மும்மடங்கு தூரம்" என்று மிஸ்டர் ஹோவார்ட் கூறினார்.

மேக் அடிமேல் அடி வைத்து, குலுக்கி நடை நடந்து வந்தது. நான், அது பறப்பதற்கு முந்தி பெஸண்டைப் பார்க்கும் ஆசையோடு, எனக்கு முன்னே தரை மீது நோக்கினேன்.

"அதைவிடச் சிறந்ததை நீ அறிவாய். அதைவிட உயர்வாக நான் உனக்குக் கற்பித்தேன். பறவை கிளம்பிப் பாய்கையில் அது எங்கிருக்குமோ, அந்த ஆகாயத்தையே நீ கவனி. நீ வளர்க்கப்பட்டுள்ள விதம்தான் என்ன என்று ஹோவார்ட் நினைப்பாரே! என்று தாத்தா சொன்னார்.

நிஜமாக நான் ஒருபோதும் மறக்க விரும்பாத காட்சியே அது. மேக், ஸூவின் மூக்கைத் தொட்டு விடுவது போல், மிக நெருங்கி வந்தது. இடையில் எங்கோ, ஒரு பெரிய பச்சைத் தலை ஆண் பெஸண்ட் பாய்ந்தது. கூச்சலிட்டுப் பறந்தது. மிஸ்டர் ஹோவார்ட் சொன்னது போல, இடப்புறமே சென்றது. நான் துப்பாக்கியை அதற்கு முன்னே இழுத்தேன். சுட்டேன். தீப்பற்றிய விமானம் மாதிரி அது கீழே விழுந்தது. ஸூ அருகே போய், அதை மெதுவாக எடுத்தது. கவ்வி எடுத்து, மிஸ்டர் ஹோவார்ட்டிடம் கொணர்ந்து, தன் முன்கால்களால் அவர் கோட்டைப் பற்றி நின்று, பறவையை அவரது கையில் வைத்தது.

"அருமையான சுடுதல். நீ இழுத்துத் தான் சுட்டாய். இல்லையா?" என்று மிஸ்டர் ஹோவார்ட் கூறினார்.

"ஆமய்யா. தயவுசெய்து, நான் அதைத் தொடலாமா?" என்றேன்.

என்னிடம் பெஸண்டைக் கொடுத்தபடி, மிஸ்டல் ஹோவார்ட் தாத்தாவிடம் சொன்னார்: "நான் மறந்துவிட்டேன். ஒரு பையனுக்கு அவனுடைய முதல் பெஸண்ட் எவ்வளவு பெரிதாக இருக்கும் என்பதை மறந்தேன். ஆரம்பகால அணில் போல் தான் இதுவும். பிற்காலத்திய சிங்கத்தைவிடக் கொஞ்சம் பெரிதாகத் தோன்றும்."

கிறிஸ்துமஸ் ஜூலை நான்காம் நாள் வந்தால், அதுவே உமது பிறந்த நாளாகவும் இருந்தால், முதல் பெஸண்ட் சுட்டவனின் உணர்ச்சியைப் பற்றி நீர் ஒருவாறு புரிந்துகொள்ள முடியும். தெளிவான, இனிய, மேரிலேண்ட் நாள் அது. குன்றுகள் பின்னணியாய் விளங்க, இளம் பச்சைப் புல்வெளிகள், தூரத்துக் கரும் பச்சை மரக்குவியல்கள் வரை நீண்டு கிடந்தன. மேன்மை மிக்க கீழ்த் திசை அந்நியனைக் குறிவைத்து, இரு நிபுண நாய்கள் வேலை செய்கின்றன. இனிய வயோதிகக் கனவான்கள் இருவர் ஒரு சிறுவனின் ஆர்வம் மிகுந்த முயற்சியில் தலையிடாமலே நிற்கிறார்கள். அவர்கள் சுடவில்லை. முன்னரே அவர்கள் அங்கு வேட்டையாடியிருந்தார்கள். நம்மை விட சுடுவதில் விருப்பம் கொண்ட ஒருவன் அருகே நிற்கும்போது, நாம் சுடாமலே பார்த்து நிற்பதில் எவ்வளவு வேடிக்கை பெறமுடியும் என்பதை நான் உணர எனக்கு மேலும் முப்பது வருஷங்கள் பிடித்தன.

அன்றைய தினம் அவர்களை விட நானே அதிகமாகச் சுட விரும்பினேன். அதை அவர்கள் அறிந்தார்கள். நாய்களுக்கும் அது தெரியும் என எண்ணுகிறேன். என்னை ஒரு ஸ்தாபனமாகவோ, அல்லது வேறு எதுவாகவோ கருதி அவை உழைத்தன. எனக்கு பெஸண்ட் விவகாரம் பற்றிக் கற்றுத்தர, இரண்டு கிழவர்களும் நாய்களும் சேர்ந்து செய்த சதிவேலையாகத் தோன்றியது அது.

நான் உங்களுக்குச் சொல்ல விரும்பும் விஷயம் ஒன்று நிகழ்ந்தது. நான் ஒரு பறவையை விரட்டினேன். அது ஒரு குன்றின் பக்கமாய்ச் சென்றது. அந்தக் குன்றின் ஒரு புறத்தில், சிறு குகை மாதிரி, ஒரு பொந்து இருந்தது. பெரிய கார்டன் இன மேக், குறுகலான பாறைமீது மெதுவாக நடந்து, குன்றின் பொந்துக்குள் பார்க்க வசதியான ஓர் இடம் சேர்ந்தது. தன் பாதத்தால் பரிசோதனை முறையில் அடித்தது. அது ஆபத்தான முறை என உணர்ந்தது. எச்சரிக்கையோடு பின்புறமாய் நடந்து, விசாலமான இடம் அடைந்தது. பிறகு குன்றின் உச்சி மீது ஓடி, பொந்தின் மறுபக்கமுள்ள பாறைக்கு வந்தது.

இது அகலமான பாறை வழி. இப்போது நாய் உறுதியோடு நடந்தது. பொந்துக்கு மேலே வந்தது. தனது வலது முன்காலை உள்ளே நீட்டி, பதுங்கியிருந்த ஒரு பறவையை வெளியே இழுத்தது. அந்தப் பறவை இன்னும் உயிருடனிருந்தது.

மேக் பறவையை வாயில் பற்றிக்கொண்டு, நிதானமாகப் பின் பக்கமாய் நடந்து, பத்திரமான இடத்தை அடைந்தது. உடனே மேக் பெஸண்டை விட்டுவிட்டது. அப்பறவை குன்றில் உருண்டு கீழே விழுந்தது. மேக் குன்றில் முதுகைப் பதித்து கீழ்நோக்கி வழுக்கியது. பறவை அதன் கூடவே அருகில் புரண்டு வந்தது. இரண்டும் ஒரே சமயத்தில் குன்றின் அடியை அடைந்தன. மேக் பறவை மீது பாய்ந்து பற்றி, ஒரு கடி கடித்து அதன் கழுத்தை முறித்தது. பிறகு அதை மெதுவாகக் கவ்வி, மிஸ்டர் ஹோவார்டிடம் கொண்டு தந்தது. மேக் – என்னை நம்புங்கள். இது உண்மை – தன் தோள்களைக் குலுக்கியது. உனக்குப் புண்ணியம் ஆகட்டும். இனிமேல் பறவைகளை சுத்தமாகக் கொன்று, எனது சிரமத்தைக் கொஞ்சம் குறை. உயரமான இடங்கள் எனக்குப் பயம் அளிக்கின்றன. மேலும் இதுபோன்ற வேலை அதிக நேரத்துக்கு வழி செய்கிறது" என்று கூறுவது போல.

நாங்கள் பூரணமாக ஒரு நாளை அனுபவித்தோம். நான் சிலவற்றை அடித்தேன்; சிலவற்றைத் தவறவிட்டேன். முடிவில் ஆறு ஆண் பறவைகள் சேர்ந்திருந்தன. ஆறு பெஸண்டுகள் மேரிலேண்டில் உள்ள மிக அழகான வீட்டுக்கு வேர்த்துக்கொண்டே திரும்பும் ஒரு சிறுவனுக்கு மனோகரமான சுமையாகவே இருந்தன. என் துப்பாக்கியை தாத்தா எடுத்து வந்தார். பறவைகளை நான்தான் சுமப்பேன் என்று அடம் பிடித்தேன். என் முதுகு வலிக்கத் தொடங்கியதும், இவ்வளவு பெரிதான ஒன்றைத் தப்பவிடுவது எவ்வாறு சாத்தியமாயிற்று என நான் அதிசயிக்கலானேன். பல வருஷ காலமாக நான் அதிசயித்துக் கொண்டே இருக்கிறேன். இன்னும் அது சாத்தியமாகவே உள்ளது.

இதன்பிறகு, நாட்கள் அதி விசேஷத் தன்மை பெற்ற, சூரியன் மிகப் பிரகாசமாக விளங்கிய, மென் காற்று புத்துணர்வு தந்த, நாய்களும் பறவைகளும் இன்புறுத்த வேண்டும் என்ற ஒத்த நோக்குடன் செயல் புரிந்த சந்தர்ப்பங்கள் நிறையவே இருந்தன. ஆனால் அந்நாட்களை, தாத்தாவிடமிருந்து நான் பெற்ற மென்மையான, ஆனந்தமான துக்கத்தையும், சின்ன வயது முதல் தான் கண்காணித்து வளர்த்த ஒரு குழந்தையோடும், தனது சிறந்த, மிகவும் நம்பிக்கைவாய்ந்த நண்பரோடும் அவர் ஈடுபட்ட கடைசி பெஸண்ட் வேட்டையையும் அளித்த தினத்துடன் குழப்ப முடியாது.

நடைபெறக் கூடிய விபத்தை அறிய இயலாத குழந்தையின் வழக்கமான உணர்வின்மை எனக்கும் இருந்ததாக நான் நினைக்கிறேன். ஆனால், தனது கடைசி ஆமைத் துவட்டலையும், இறுதிக் கித்தான் முதுகனையும் தான் சாப்பிட்டு முடித்ததாகவும், தனது இறுதி பெஸண்டைப் பார்த்து விட்டதாகவும் தாத்தா அறிந்தார் என்றே எனக்கு இப்போது தோன்றுகிறது. இது அசட்டுத்தனமாக

ஒலிக்கலாம். ஆனால் அதைச் சற்று வாடித் தொங்கிய அவரது மீசையிலேயே நாம் கண்டிருக்க முடியும்.

நாங்கள் மூன்று பெரிய மனிதர்கள், பெஸண்ட் பறவைகளோடு ஒன்றாக வீடு சென்றோம். நான் அவற்றைச் சுத்தப்படுத்தினேன். ஒரு பறவையிடமிருந்து அவ்வளவு அழகையும் உரித்தெடுப்பது பரிதாபத்துக்குரியது தான். நான் ஒரு நரமாமிசபட்சணி போன்ற உணர்வு பெறலானேன். அப்போது மிஸ்டர் ஹோவார்ட், "அவை அழுகிப்போகிற வரை அவற்றைத் தொங்கப் போடும் விவகாரம் ஒழியட்டும். இன்றிரவே நாம் இரண்டைத் தின்போம். அவை கொஞ்சம் கடினமாக இருக்கலாம். ஆனால், ஜெல்லி, ஒயின், பன்றி இறைச்சித் துண்டுகள் எல்லாம் அதனுடைய கடுமையை மாற்றிவிடும்" என்றார்.

நாங்கள் திரும்பியபோது, தீ மூட்டப்பெற்றிருந்தது; கல் அடுப்பினுள் இரைச்சலிட்டுப் பிரகாசித்தது அது. மேஜைமீது குடி வகைகள் இருந்தன. எனக்கு ஒரு ஷெரி தருவதில் தாத்தா தயக்கம் காட்டவில்லை. அது பிரிஸ்டல் க்ரீம். நான் இரண்டு குடித்தேன். மூன்றாவதற்காக நான் கை நீட்டியபோது, "அளவை மீறவேண்டாம், பையா. நீ ஒரே நாளில் பெரியவனாகிவிட முடியாது" என்று தாத்தா அன்புடன் கூறினார்.

பால்டிமோருக்குத் திரும்பி, ஜான்ஸ் ஹாப்கின்ஸைக் கண்டு தாத்தாவுக்கு என்ன கோளாறு என்று அவர் ஏற்கனவே அறிந்து வைத்திருந்த ஒரு விஷயத்தைத் தெரிந்துகொள்வதற்கு முந்தி, நாங்கள் கழித்த ஒரு வாரமும் வசீகரமானதாகும். டாக்டரின் அறிக்கையைப் பெற்றதும். நாங்கள் வீடுநோக்கிப் பிரயாணம் செய்தோம். வழி நெடுக, தாத்தா மௌனமாகவே இருந்தார்.

ஜேக்கியின் ஓடை என்று பெயர் பெற்ற ஓர் இடத்தை அடைந்ததும்— முன்பு நாங்கள் அங்கு வான்கோழிகளைக் கண்டோம்; காடைகளைச் சுட்டோம் – "காரை நிறுத்து. நான் அதைப் பார்க்க வேண்டும்" என்று தாத்தா சொன்னார்.

நாங்கள் அலன் ஓடையை, அதன்பிறகு மூர் ஓடையை அடைந்த போதும், அவர் அதையே சொன்னார். நாங்கள் நின்றோம். பார்த்தோம். தாத்தா தலையை ஆட்டினார். எனக்குப் புரியாத ஏதோ காரணத்துக்காக, அவர் சொன்னார்: "எனக்கு திருப்தியே. ஒருவரும் எனக்கு ஒன்றும் தரவேண்டியதில்லை."

வீட்டைச் சுற்றி நின்ற பசிய ஓக் மரங்களின் முன்னால் நாங்கள் காரை நிறுத்தினோம். பரிகாசப் பறவை வசித்த மக்னோலியா மரத்தை தாத்தா பார்த்தார்.

"இது நிலைத்திருக்கும். இது மிக உறுதியான மரம்" என்றார்.

நாங்கள் பத்திரமாக வீடு சேர்ந்ததற்காக தாராளமான வாழ்த்துகள். பெற்றோம். பிறகு தாத்தா, "நாம் சிறு உலா போவோம். பெண்களின் பரபரப்பு அதற்குள் தணிந்துவிடும். நான் உன்னிடம் ஒன்றிரண்டு விஷயங்கள் சொல்ல வேண்டும்'' என்றார்.

படகோட்டிகளின் அலுவலகத்தை அடுத்துள்ள ஸிடார் பெஞ்சை நோக்கி நாங்கள் மெதுவாக நடந்தோம். நான் திருடிய க்ரீம் மிட்டாய்களை அங்கே தின்பது வழக்கம். சூடான தேநீரில் மிக இனிப்பான இறுகிய பாலைக் கலந்து குடிப்பேன், நாங்கள் பெஞ்சுமீது சிரமத்தோடு அமர்ந்தோம். ஏனெனில் பலகை முழுவதும் ஒவ்வொருவர் பெயரும் கத்தியால் கரடு முரடாகச் செதுக்கப்பட்டிருந்தது.

"நான் சாகப் போகிறேன் என்று உனக்குச் சொல்லமாட்டேன். அதை நீயே அறிவாய். எனது சிறப்பை எல்லாம் நீ பகிர்ந்து கொண்டாய். இனிமேல் நீ உன் சொந்தப் பொறுப்பில் வளரலாம். அடுத்த வருஷம் கல்லூரிக்குப் போவாய். மனிதன் ஆவாய். ஒரு மனிதனுக்கு உரிய பிரச்னைகள் எல்லாம் உனக்கும் ஏற்படும். உனக்கு வழிகாட்ட தாத்தா உன் அருகே இருக்கமாட்டார். என்னால் இயன்றமட்டும் சிறப்பாக உன்னை வளர்த்தேன். இப்போது நீயே வயது முதிர்ந்தவன். நான் களைத்துவிட்டேன். நான் போய்விடுவேன் என்று நினைக்கிறேன்" என்றார் தாத்தா.

என் கண்கள் நீரைக் கக்கின. சாவின் முன்னால் இளையவர்கள் சொல்கிற எல்லாவற்றையும் நான் சொன்னேன்.

"விட்டு விடு, விட்டு விடு" என்று தாத்தா கூறினார்: "நான் உள்ளிடம் எப்போதும் சொல்லி வந்தது போல, அதை முறியடிக்கும் வழி ஒன்று இருந்தால் அது பற்றி நான் கேள்விப்பட்டிருப்பேன். அது நடவாது என்று தோன்றினாலும், உனக்குக் கூட அது நேரலாம்."

சொல்வதற்குச் சிறந்தது எதுவும் இல்லாததால், நான் "ஆனால் எப்படி, எப்பொழுது, ஏன்?" என்றேன்.

தாத்தா தன் குழாயை வெகு ஜாக்கிரதையாகப் பற்ற வைத்தார். தொங்கு மீசைக்கடியில் சிரித்தார்.

"எனது கௌரவத்தின் மீது ஆணையிட்டு நான் உனக்குச் சொல்கிறேன்: பறவைப் பருவத்தின் ஆரம்ப தினத்தன்று நான் சாகமாட்டேன்."

அவர் தன் வாக்குறுதியைக் காப்பாற்றினார்.

– முற்றிற்று –

பரிசல், மலர் புக்ஸ் புதிய வெளியீடுகள்

1. மறிக்குட்டி – சரவணன் சந்திரன் – ரூ.260
2. இசை இலக்க.ணப் பனுவல்கள் – வே.கண்ணதாசன் – ரூ.100
3. இனக்குழுச் சமூகமும் இசையும் – வே.கண்ணதாசன் – ரூ.180
4. தமிழிசை மரபு – வே.கண்ணதாசன் – ரூ.190
5. நாரத ராமாயணம் – புதுமைப்பித்தன் – ரூ.70
6. உலகை மாற்றிய புத்தகங்கள் – ராபர்ட் பி. டவுன்ஸ் – ரூ.380
7. புனைவின் சாத்தியப்பாடுகள் – சா.தேவதாஸ் – ரூ.250
8. மொழியாக்கம் ஒரு பாதை – சா.தேவதாஸ் – ரூ.100
9. மார்க்சிய தத்துவம் – நா.வானமாமலை – ரூ.230
10. ஜப்பான் பயணம் – ரவீந்திரநாத் தாகூர் – ரூ.90
11. திருமூலர் மன விடுதலையின் குரல் – திருமூலர் முருகன் – ரூ.150
12. சிதைந்த சிற்பங்கள் – கே.வேணுகோபால் – ரூ.190
13. மேல் கோட்டு – ருஷ்ய சிறுகதைகள் – ரூ.380
14. சாவித்திரிபாய் பூலேவின் வாழ்வும் போராட்டமும் – ரூ.120
15. தலித்துகள் பெண்கள் தமிழர்கள் – க.பஞ்சாங்கம் – ரூ.425
16. முனைப்பு – கே.வேணுகோபால் – ரூ.220
17. மலர்கள் – ராஜம் கிருஷ்ணன் – ரூ.475
18. நான் கண்ட பெரியவர்கள் – அ.ச.ஞானசம்பந்தன்
19. பாஸனின் இரட்டை நாடகங்கள் – ஏ.எஸ்.பஞ்சாபகேச ஐயர் – ரூ.360
20. இசக்கியம்மன் – சுடலைமாடன் வில்லுப்பாட்டு – அ.ராஜன் – ரூ.250
21. வள்ளலார் வாழ்வும் வாக்கும் – முனைவர் இரா.ரவி ரூ.380
22. புதுமைப் பித்தம் – வே.மு.பொதியவெற்பன் – ரூ.280
23. விமரிசனத்தின் எல்லைகள் – துரை.லட்சுமிபதி – ரூ.300
24. அச்சும் பதிப்பும் – மா.சு.சம்பந்தன் – ரூ.570
25. தாசன் கதைகள் – என்.ஆர்.தாசன் – ரூ.570
26. ராஜதந்திர யுத்தகளப் பிரசங்கங்கள் – வெ.சாமிநாத சர்மா – ரூ.370
27. தென்னிந்தியப் பொருளாதாரம் சில பரிமாணங்கள் – ரூ.430
28. சுமாமி விபுலாநந்தர் பேச்சும் எழுத்தும் – ஜெ.அரங்கராஜ் – ரூ.450
29. இரும்புப் பெட்டி – ஹோவர்ட் ஸ்விக்கெட் – ரூ.550
30. அந்தாதி இலக்கியம் – மீனாட்சி சுந்தரம் பிள்ளை – ரூ.400
31. நீலகேசி – ஏ.சக்கரவர்த்தி நயினார் – ரூ.120
32. திராவிட மொழிகளில் ஆராய்ச்சி – எஸ்.வையாபுரிப்பிள்ளை – ரூ.70
33. தனியாத் தீயின் நாக்குகள் – கமலாலயன் – ரூ.160
34. நுண்கலைகள் – மயிலை சீனி.வேங்கடசாமி – ரூ.120
35. விஞ்ஞான கம்யூனிஸம் என்றால் என்ன? – ரூ.250
36. உன்னால் நிகழ்கிறேன் – பா.இரவிக்குமார் – ரூ.200
37. கிணத்து மேட்டுப் பனமரம் – அ.பிரகாஷ் – ரூ.180
38. தமிழின் நிறமும் ஆரிய வர்ணமும் – பொதியவெற்பன் – ரூ.380
39. அச்சுக்கலை – மா.சு.சம்பந்தன் – ரூ.250
40. தமிழ் நாடகத் தலைமை ஆசிரியர் – டி.கே.சண்முகம் – ரூ.60
41. பொட்டி சிறுகதைகள் – கோ.சுனில்ஜோகி – ரூ.150
42. இசக்கியால் வந்த சண்டை – அ.கா.பெருமாள் – ரூ.180
43. தமிழ்ச் சமூக வரலாற்றில் மணிமேகலை – ந.மனோகரன் – ரூ.360
44. தமிழ் ஆராய்ச்சியின் வளர்ச்சி – ஏ.வி.சுப்பிரமணிய அய்யர் – ரூ.300

45. பகவன் புத்தரிலிருந்து பாவலர் தமிழ் ஒளி வரை
46. சிறுதெய்வக் கோயில்கள் – ரூ.100
47. சங்ககாலத் திணைக்குடிகள் – முனைவர் கோ.சதீஸ்
48. போரே நீ போ – எர்னெஸ்ட் ஹெமிங்வே – ரூ.500
49 தமிழில் நாவல், சிறுகதை உருவாக்கம்– சமகால எதிர்வினை – ரூ.250
50. தொ.மு.சி.ரகுநாதன் – இலக்கிய விமர்சனம் – ரூ.120
51. மதுரை வீரன் – த.கண்ணா கருப்பையா – ரூ.175
52. கருப்பு அன்னம் – தாமஸ் மன் –
53. மயிலை சீனி. வேங்கடசாமி கல் சொல்லும் வரலாறு – ப.சரவணன் – ரூ.
54. மயிலை சீனி. வேங்கடசாமி நடைவாவி – ப.சரவணன்
55. மயிலை சீனி. வேங்கடசாமி கொல்லிப்பாவை – ப.சரவணன்
56. மயிலை சீனி.வேங்கடசாமி சிறு மணித்திரள் – ப.சரவணன்

பரிசல் புத்தக நிலையம் / மலர் புக்ஸ் / மாற்று வெளியீட்டகம் மற்ற நூல்கள்

1. கருணாமிர்த சாகரம் (சுருக்கத் திறனாய்வு உரை) – அமுதா பாண்டியன் – ரூ.250
2.மானுடமும் மண்டியிடுதலும்: மாறிவரும் சினிமாவும் மாறாத அகத்தேடலும் சொர்ணவேல் ஈஸ்வரன் – ரூ.270
3. காந்தியின் ஸநாதந அரசியல் கோ.ரகுபதி – ரூ.120
4. பண்டைத் தமிழ்ச் சமூகத்தில் கல்வி –பேரா. சேவியர் தனிநாயகம் அடிகள் – தமிழில்: ந. மனோகரன் – ரூ.75
5. பன்முக ஆளுமை: மு. அருணாசலம் –ஜெ.சுடர்விழி – ரூ. 280
6. தமிழ்ப் பெரியார்கள் – வ. ரா – ரூ. 100
7. சங்க இலக்கியம்: ஒரு ஃபிராய்டிய உளப்பகுப்பாய்வு வாசிப்பு –அரங்க. நலங்கிள்ளி ரூ.300
8. தமிழ்ச் சிறுகதைகளும் மனிதப் பெருவெளியும் (திறனாய்வுக் கட்டுரைகள்) – முனைவர் க. பஞ்சாங்கம் – ரூ. 150
9. குமரப்பாவிடம் கேட்போம் – ஜே.சி. குமரப்பா – மொழியாக்கம்: அமரந்த்தா – ரூ. 100
10. காந்தி ராமசாமியும் பெரியார் ராமசாமியும் ப. திருமாவேலன் – ரூ. 140
11. தந்தை பெரியாரின் தடை செய்யப்பட்ட தலையங்கம் 1933 ப. திருமாவேலன் ரூ.100
12. கரைந்த காலத்தின் கனத்த சாட்சிகள் ப.திருமாவேலன் – ரூ. 200
13. காந்தியார் சாந்தியடைய – ப. திருமாவேலன் – ரூ. 160
14. தமிழ் – மலையாள உறவு – எஸ்.பி. ராமகிருஷ்ணன் ரூ.280
15. காந்திய அரசியல் –வ. கீதா – ரூ. 100
16. தொல்காப்பியம் – பன்முக வாசிப்பு பா. இளமாறன் – ரூ. 250
17. பஞ்சமனா பஞ்சயனா ஆ. சிவசுப்பிரமணியன் – ரூ.130
18. கோபுரத் தற்கொலைகள் – ஆ. சிவசுப்பிரமணியன் – ரூ.100
19. சமயமும் சாதியும் ஆ. சிவசுப்ரமணியன் – ரூ.80
20. இசையின் அதிகார முகங்கள் இ. முத்தையா ரூ.180
21. தமிழகம் தந்த மகாகவி நூல் வடிவப் பொறுப்பாளர்: சீனி.விசுவநாதன் – ரூ.280
22. திருக்குறள் பன்முக வாசிப்பு – பதிப்பாசிரியர்: வெ. பிரகாஷ் – ரூ.300
23. திணை உணர்வும் பொருளும் – வெ. பிரகாஷ் – ரூ.90
24. சிமொன் தெ பொவ்வார் நாகரத்தினம் கிருஷ்ணா – ரூ. 150
25. என்னுடைய பெயர் அடைக்கலம் நாடியா டூஃபோர் ஆன்றோ – தமிழில்: வ. ஆன்றோ – ரூ.280
26. நீதிநெறி விளக்கம் சி.வை. தாமோதரம் பிள்ளை – ரூ.130
27. ஆபிகாரம் பண்டிதர் வாழ்க்கை வரலாறு து.ஆ. தனபாண்டியன் – ரூ. 120
28. பேரலையாய் ஒரு மென் ஷட்ஜம் லலிதாராம் – ரூ. 200
29. வம்சமணி தீபிகை – இளசை மணியன் ரூ.230
30. ஒளியில் எழுதுதல் – செழியன் – ரூ.150
31. மார்க்சியமும் இலக்கியமும் சில நோக்குகள் ஏ.ஜே.கனகரட்னா – ரூ. 60
32. காமராஜர் வாழ்க்கை வரலாறு – டி.எஸ். சொக்கலிங்கம் – ரூ. 100
33. இறையனார் களவியல் உரை களவியல் காட்டும் அகமரபும் உரை மரபும் – இரா. ஜானகி – ரூ. 130
34. இறையனார் களவியல் உரை முன்னிறுத்தும் சமயமும் அரசியலும் – இரா. ஜானகி – ரூ. 160
35. சந்நியாசமும் தீண்டாமையும் ராமாநுஜம் – ரூ. 200

36. நடைவழிக் குறிப்புகள் –சி. மோகன் – ரூ. 150
37. அறியப்படாத தமிழ் வானொலி வரலாறு – கு. பிரகாஷ் – ரூ. 500
38. நாடோடிகள் வாய்மொழி வரலாறும் உலகக் கண்ணோட்டமும் – ஆ. தனஞ்செயன் – ரூ. 260
39. பாசிசம் – எம்.என். ராய் – ரூ. 180
40. தமிழ்ப் பெரியார் – வ.உ.சி. தொகுப்பு. ஆ. அறிவழகன் – ரூ. 150
41. நாட்டார் வழக்காற்றியல் அரசியல் ஆ. சிவசுப்பிரமணியன் – ரூ. 90
42. மறக்கப்பட்ட விடுதலைப் போராளி சாவித்திரி பாய் பூலேவின் வாழ்வும் போராட்டமும்
தமிழில்: வெ. கோவிந்தசாமி – ரூ. 120
43. வளமான சொற்களைத் தேடி –பா.ரா. சுப்பிரமணியன் – ரூ. 110
44. திருமூலர் மனவிடுதலையின் குரல் – திருமூலர் முருகன் – ரூ.150
45. இவர்கள் இல்லாமல் – நவீன அறிவியலின் சிற்பிகள் – பி. கலீல்அகமது – ரூ.150
46. வ.ரா. வாசகம் – ரூ.200
47. கால்டு வெல்லின் திராவிட அல்லது தென்னிந்திய குடும்ப மொழிகளின் ஒப்பிலக்கணப் பதிப்புகள்
பா. ரா. சுப்பிரமணியன் – ரூ.20
48. தலித்துகள் பெண்கள் தமிழர்கள் க. பஞ்சாங்கம் ரூ.425
49. தெற்கு வாசல் –கடல் நடுவே ஒரு களம் – பிரமிள் – தொகுப்பாசிரியர்: காலசுப்பிரமணியம் – ரூ.350
50. உட்பகை உணரும் தருணம் அழகரசன் – ரூ.170
51. எழுதுதல் அவளின் சுதந்திரம் – ஜெ. சுடர்விழி – ரூ.120
52. காலத்தை வரையும் ஆளுமைகள் ப. கல்பனா ரூ.120
53. சிதம்பரம் இராமலிங்கம் எனும் வள்ளலார் – பன்முக வாசிப்பு – வி. தேவேந்திரன் – ரூ.220
54. தொல்காப்பியம் சிக்கலும் தீர்வுகளும் – ந.இரஞ்சன் – ரூ.360
55. செம்மொழி தமிழ் மொழியியல் பார்வைகள் – முனைவர். கோ.சதீஷ் – ரூ.230
56. பூம்பகார் தந்த சிலம்புத்தென்றல் – புலவர் ந. தியாகராசனார் வரலாறும் சமகால ஆவணங்களும்
தொகுப்பாசிரியர் : முனைவர் கு. சக்திவேல், முனைவர் கோ. சதீஸ் ரூ.600
57. பக்தி – அனுபவம் – அரசியல் – பதிப்பாசிரியர்: அழகரசன் – ரூ.250
58. சங்க இலக்கியச் சொற்கள் – எளிமையும் வலிமையும் பா. இளமாறன் ரூ.120
59. தமிழில் யாப்பிலக்கண உரை வரலாறு – பா.இளமாறன் – ரூ.325
60. தொல்காப்பியப் பதிப்புரைகள் – பா. இளமாறன் – ரூ.260
61. செம்மொழி பனுவல்களின் வரலாற்றுச் சுவடுகள் பா. இளமாறன் – ரூ.200
62. செஞ்சுருட்டி (செவ்வியல் தமிழாய்வுக் கட்டுரைகள்) இரா. சீனிவாசன் – ரூ.120
63. பூவா வேங்கை –இரா. சீனிவாசன் – ரூ.120
64. இலக்கிய வரலாற்று வரைவியல் – இரா. சீனிவாசன் – ரூ.380
65. மகாபாரத வசன காவியம் சண்முகக் கவிராயர் – பதிப்பு: இரா. சீனிவாசன், த. குணாநிதி – ரூ.4000
66. இலக்கிய வரலாற்றுச் சிந்தனை தொடக்க கால முயற்சிகள் –த. குணாநிதி ரூ.120
67. இலக்கிய வரலாற்றுச் சிந்தனை சைவப் பனுவல்கள் – த. குணாநிதி – ரூ.120
68. இலக்கிய வரலாற்றுச் சிந்தனை வைணப் பனுவல்கள் த. குணாநிதி – ரூ.120
69. அர்த்தமின்மையின் அழகும் அர்த்தங்களின் மெய்ம்மையும் திறனாய்வாளர் கா. பஞ்சாத்துடன் ஒரு
நேர்காணல் பா. இரவிக்குமார் – ரூ.120
70. உண்மையின் தேடலில் அலைபாயும் மனம் – க. பஞ்சாங்கத்தின் நேர்காணல்கள் –
தொகுப்பாசிரியர்: பா. இரவிக்குமார் – ரூ.130
71. முந்நூறு இராமாயணங்கள் ஏ.கே. இராமானுஜன் தமிழில்: ந. வினோத்குமார் – ரூ.100
72. வ.உ.சி. வாழ்க்கை வரலாறும் இலக்கியப் பணிகளும் – முனைவர் அ. சங்கரவள்ளி நாயகம் – ரூ.330
73. சீனாவின் வரலாறு –வெ. சாமிநாத சர்மா – ரூ.480
74. பாரதித் தமிழ் – ம.ப.பெரியசாமித்தூரன் – ரூ.220
75. பண்பாட்டின் பலகணி – ஸ்டாலின் ராஜாங்கம் – ரூ.180
76. ஒரு தலித்திடமிருந்து வசந்த் மூன் – தமிழில்: வெ. கோவிந்தசாமி – ரூ.300
77. மார்க்ஸிய அழகியல் ஒரு முன்னுரை சச்சிதானந்தன் தமிழில்: சுகுமாரன் – ரூ.120
78. பசுக்கள் பன்றிகள் போர்கள் சூன்யக்காரிகள் ஆகிய கலாச்சார புதிர்கள்
மார்வின் ஹாரிஸ் தமிழில் : துக்காராம் கோபால்ராவ் (இரண்டு தொகுதி) – ரூ.. 400
79. சங்கக் கவிதை மொழி அரசியல் கே. பழனிவேலு – ரூ.140
80. சிலப்பதிகார எடுத்துரைப்பு கூற்றுக்கோட்பாட்டு நோக்கு – கே. பழனிவேலு – ரூ.120
81. தொல்காப்பிய திணைக் கோட்பாடு திறனாய்வியல் நோக்கு: கே. பழனிவேலு – ரூ.140

82. அன்புள்ள டாக்டர் மார்க்ஸ் ஷீலா ரௌபாத்தம் தமிழாக்கம்: வ.கீதா. எஸ்.வி. ராஜதுரை – ரூ.160
83. மார்க்சிய தத்துவம் – நா. வானமாமலை எம்.ஏ.,எல்.டி. – ரூ. 230
84. பாணர் கைவழி எனப்படும் யாழ் நூல் டாக்டர். ஆ.அ. வரகுணபாண்டியன் – ரூ.250
85. சமணத் தமிழ் இலக்கிய வரலாறு தெ.பொ.மீ – ரூ. 170
86. சேக்காளிகளின் வரைகோடுகள் தொகுப்பாசிரியர்: அ. ஜெகநாதன் – ரூ.190
87. பழந்தமிழர் கணக்கு நீட்டலளவை முனைவர் கொடுமுடி சண்முகன் – ரூ.130
88. சிலம்பின் காலம் இராம கி – ரூ.120
89. தமிழும் வடமொழியும்: மெய்யும் பொய்யும் – பேரா. ப. மருதநாயகம் – ரூ.350
90. தமிழ் இலக்கியங்களில் வைணவம் இந்திரா பார்த்தசாரதி – ரூ.280
91. தமிழில் நாவல், சிறுகதை உருவாக்கம் சமகால எதிர்வினைகள் முனைவர் மு. வையாபுரி – ரூ.250
92. புனைவின் சாத்தியப்பாடுகள் சா. தேவதாஸ் – ரூ.250
93. மொழியாக்கம் ஒரு பாதை சா. தேவதாஸ் – ரூ.100
94. உலகை மாற்றிய புத்தகங்கள் தமிழாக்கம்: ஏ.ஜி.வேங்கடாச்சாரி – ரூ.380
95. ஜப்பான் பயணம் – ரவீந்திரநாத் டாகூர் மொழிபெயர்ப்பு: த.நா. குமாரசாமி – ரூ.90
96. தலைமறைவு வாழ்க்கையில் எனது அனுபவம் – பி. ஸ்ரீனிவாச ராவ் – ரூ.150
97. தொல்காப்பிய வழித் திறனாய்வு – சண்முக. விமல் குமார் – ரூ.95
98. காலந்தோறும் தமிழ்க்கவிதை மரபுகள் முனைவர் பா. ஜெய்கணேஷ் – ரூ. 350
99. உங்கள் குழந்தை பேரா. A. துர் –தமிழாக்கம்: டாக்டர் அ. கதிரேசன் – ரூ. 350
100. தனித்தமிழ் இயக்கம் இலக்கியச் செம்மல் இரா. இளங்குமரனார் – ரூ. 330
101. தமிழிசை இயக்கம் – புலவர் இரா. இளங்குமரன் – ரூ. 250
102. சனங்களும் வரலாறும் – பதிப்பாசிரியர்: ச. பிலவேந்திரன் – ரூ. 350
103. தமிழ்ப் பண்பாடு – முனைவர் த. அருள் பத்மராசன் – ரூ. 170
104. குழந்தைமை: புதிரும் அற்புதமும் மேரியாமாண்டிசோரி – தமிழாக்கம்: சி.ந. வைத்தீஸ்வரன் – ரூ.380
105. பத்தொன்பதாம் நூற்றாண்டில் தமிழ் இலக்கியம் (1700 – 1900) – மயிலை சீனி. வேங்கடசாமி ரூ.350
106. படிமம் மு. சுதந்திரமுத்து ரூ.170
107. படைப்புக்கலை – மு. சுதந்திரமுத்து – ரூ. 200
108. புதுமைப்பித்தன் கதைகள் சில விமர்சனங்களும் விஷமத்தனங்களும் தொ.மு.சி. இரகுநாதன் – ரூ. 520
109. இலக்கிய விமர்சனம் தொ.மு.சி. இரகுநாதன் – ரூ.120
110. பாஞ்சாலி சபதம் தொ.மு. சிதம்பர ரகுநாதன் – ரூ.160
111. ஜவ்வாது மலையில் பழங்குடி மருத்துவம் – முனைவர் ரே. கோவிந்தராஜ் – ரூ. 150
112. பௌத்த தருமம் ப. ராமஸ்வாமி – ரூ. 230
113. இஸ்லாமிய ஃபக்கீர்கள் வ. ரஹ்மத்துல்லா – ரூ. 170
114. ஹேபர்மாஸ் – இரா. முரளி – ரூ. 110
115. தண்ணீர் யாருக்குச் சொந்தம்?– ஜே. பால்பாஸ்கர் – ரூ. 200
116. தமிழக சுற்றுச்சூழல் நேற்று இன்று நாளை – ஜே. பால்பாஸ்கர் – ரூ. 180
117. புகழ்மிக்க விசாரணைகள் ஜே. பால்பாஸ்கர் – ரூ. 240
118. சங்க இலக்கியமும் பண்பாட்டுச் சூழலியலும் ஆ. தனஞ்செயன் – ரூ. 200
119. வஹாபி, பராஷி கலகங்கள் நரஹரி கவிராஜ – தமிழில்: வெ. கோவிந்தசாமி – ரூ. 200
120. கொரானாவும் உலகப் பொருளாதார நெருக்கடியும் தொகுப்பாசிரியர்: சா.ரா. ராஜன் – ரூ. 160
121. புதுக்கவிதை தோற்றமும் வளர்ச்சியும் வல்லிக்கண்ணன் – ரூ. 350
122. இந்தியப் பொருளாதார வரலாறு மார்க்சியப் பார்வை – வே. மீனாட்சி சுந்தரம் – ரூ. 130

நாவல்

123. மாத்தா ஹரி நாகரத்தினம் கிருஷ்ணா – ரூ. 350
124. சந்திரகிரி ஆற்றங்கரையில் சாரா அபுபக்கர் தி.சு. சதாசிவம் – ரூ. 100
125. பருக்கை – வீரபாண்டியன் – ரூ. 250
126. சிதைந்த சிற்பங்கள் கே. வேணுகோபால் தமிழில்: குறிஞ்சி வேலன் – ரூ. 190
127. முனைப்பு கே. வேணுகோபால் தமிழில்: குறிஞ்சி வேலன் – ரூ. 220
128. 1084ன் அம்மா – மகாஸ்வேதா தேவி – ரூ. 150
129. பசி – நட்ஹாம்சன் தமிழில்: க.நா.சு. – ரூ. 190
130. பசி – க.நா.சுப்ரமணியம் – ரூ. 140
131. கோதைத் தீவு வ.ரா. – ரூ. 100
132, பதேர் பாஞ்சாலி விபூதிபூஷண் பந்த்யோபாத்யாய் தமிழில்: ஆர். சண்முகசுந்தரம் – ரூ. 325
133. இடைவெளி – எஸ். சம்பத் – ரூ. 130

134. பாரபாஸ் – பேர்லாகர் குவிஸ்ட் தமிழில்: க.நா.சுப்ரமணியன் – ரூ.130
135. மாதி சுனில் ஜோகி – ரூ. 350
136. ஆட்டுக்குட்டியும் அற்புத விளக்கும் பிரியா விஜயராகவன் – ரூ. 300
137. தொழிலாளர் குடும்பம் – வி. கோச்செத்தவ் தமிழில்: ரா. கிருஷ்ணையர் – ரூ. 450
138. மல்லி – சரஸ்வதி – ரூ. 250
139. நீலக்கடல் நாகரத்தினம் கிருஷ்ணா ரூ.490
140. உண்மை ஒளிர்கவென்று பாடவோ பா. விசாலம் – ரூ.290
141. நாரத ராமாயணம் – புதுமைப்பித்தன் – ரூ.70
142. மாறிய தலைகள் தாமஸ் மன் – மொழிபெயர்ப்பு: ரா.ஸ்ரீ. தேசிகன் – ரூ.150
143. புதிய கையெழுத்து தற்கால தெலுங்குக் கவிதைகள் – தமிழில்: வெ. கோவிந்தசாமி – ரூ.130
144. சந்திரிகையின் கதை – பாரதியார் – ரூ. 100
145. கமலம் –கிருபாபாய் சத்தியநாதன் – ரூ. 290
146. சகுனா கிருபாபாய் சத்தியநாதன் – ரூ. 300
147. இவான் விளாதிமிர் பகமோலவ் – ரூ. 260
148, வேரும் விழுதும் ஆசிரியர்: க. சுப்ரமணியன் – ரூ. 220

சிறுகதைகள்

149. இரவு உணவு – தமிழில்: புதுமைப்பித்தன், க.நா.சு. சி. மோகன் – ரூ. 120
150, பத்ம வியூகம் – தொகுப்பாசிரியர்: சுப்ரமணி ரமேஷ் – ரூ. 200
151. கதாசாகரம் சா. தேவதாஸ் – ரூ. 230
152. வாய்மொழிக் கதைகளும் பின்புலக் குறிப்புகளும் – சா. தேவதாஸ் – ரூ. 190
153. மூன்றாவது விழியின் முதலாவது பார்வை பெண்ணிய சிந்தனைகளும் படைப்புகளும் சா. தேவதாஸ் – ரூ. 200
154. காந்தியைச் சுமப்பவர்கள் – தொகுப்பாசிரியர் சுனில் கிருஷ்ணன் – ரூ. 300
155, வீரத்தெலுங்கானா சொல்லும் கதைகள் தமிழில்: சாந்தா தத் – ரூ. 230
156. மண்ணின் குரல் –வீர.வேலுச்சாமி படைப்புகள் தொகுப்பாசிரியர்: பா. செயப்பிரகாசம் – ரூ. 250
157. இயற்கை விஞ்ஞானியின் கதைகள் – பி.மன்தேய்ஃபெல் – ரூ. 200
158, முதல் இரவு தொ.மு.சி. இரகுநாதன் – ரூ. 175
159. விருந்தாளி (மொழிபெயர்ப்புக் கதைகள்) – புதுமைப்பித்தன்,
க.நா.சுப்பிரமணியம் தொகுப்பாசிரியர்: இரா. தினேஷ் – ரூ. 240
160. மேல்கோட்டு –ருஷ்யச் சிறுகதைகள் தமிழில்: பூ. சோமசுந்தரம் – ரூ. 380
161. அய்யம்மா கதைகள் தொகுப்பாசிரியர்: சைமன் ஜாண் – ரூ. 100
162. காஞ்சனை – புதுமைப்பித்தன் – ரூ. 170
163. பரமார்த்த குருவின் கதை – வீரமா முனிவர் – ரூ. 100
164. வாடாமல்லி – சு. சமுத்திரம் – ரூ. 300
165. புத்தர் ஜாதகக் கதைகள் அ.லெ. நடராசன் – ரூ. 300

கவிதைகள்

166. பாப்லோ நெருதா கவிதைகள் தமிழில்: சுகுமாரன் – ரூ. 270
167. பதுங்குகுழி நாட்கள் / அம்மை – பா. அகிலன் – ரூ. 170
168. வெட்டப்பட்ட எனது கட்டைவிரல் – பாரதி கவிதாஞ்சன் – ரூ. 130
169. ஒரு சிறிய இடைவேளைக்குப் பிறகு – பாரதி கவிதாஞ்சன் – ரூ. 120
170. மிதக்கும் உலகம் பா. இரவிக்குமார், ப. கல்பனா – ரூ. 350
171. எழுத்து கவிதைகள் (1959 ஜன ஏப் 1960) வி. கலாவதி – ரூ. 120
172. மலர்கள் விட்டுச்சென்ற வெற்றிடத்தில் (கொரியக் கவிதைகள்) – தமிழில்: பா. ரவிக்குமார் ப. கல்பனா – ரூ. 150
173. உதிர்ந்த இலைகளின் பாடல் (சீனக் கவிதைகள்) – தமிழில் ப. கல்பனா – ரூ. 150
174, புதுக்குரல்கள் –சி.சு. செல்லப்பா – ரூ. 140
175. நானொரு நேனோ துகள் ப. கல்பனா – ரூ. 150
176. பார்வையிலிருந்து சொல்லுக்கு ப. கல்பனா – ரூ. 130
177. கண்ணாடியில் மிதக்கம் பிம்பம் – எமிலி டிக்கின்சன் கவிதைகள் – ரூ. 150
178. எஞ்சிய பகல் (சிவரமணி கவிதைகள்) – ரூ. 120
179. அருளப்பட்ட மீன் – கருணாகரன் – ரூ. 120
180, இருபது காதல் கவிதைகளும் ஒரு நிராசைப் பாடலும் பாப்லோ நெருதா – தமிழில்: சுகுமாரன் – ரூ. 70

நாடகம்

181. இரண்டு தந்தையர் சுந்தர் கருக்கை தமிழில்: சீனிவாச இராமானுஜம் – ரூ. 200